ஆளற்ற பாலம்

ஆளற்ற பாலம்
கொண்டபல்லி கோடேஸ்வரம்மா (பி. 1921)

இளம் வயதிலேயே மணம், பின் கணவனின் மரணத்தையும் எதிர்கொண்ட கொண்டபல்லி கோடேஸ்வரம்மா 1939இல் இடதுசாரித் தலைவரான கொண்டபல்லி சீதாராமையாவை மணம்புரிந்துகொண்டார். 1940 முதல் தீவிர அரசியல் கலைச் செயல்பாடுகளில் ஈடுபட்டுவரும் இவரது வாழ்க்கை, சுதந்திரப் போராட்டம், கம்யூனிஸ்டு கட்சி, நக்ஸலைட் போராட்டங்கள் ஆகிய இயக்கங்களின் வரலாற்றோடு இணைந்தது.

பல வருடத் தலைமறைவு வாழ்க்கை, சீதாராமையாவின் பிரிவு, பிள்ளைகளின் இளவயது மரணம் இவற்றைத் தனியாக எதிர்கொண்டு, தனக்கான சிந்தனைகளை உருவாக்கிக்கொண்டு, பேரக்குழந்தைகளை ஆளாக்கிய கோடேஸ்வரம்மா ஆந்திர மஹிளா சபா, விகாஸ வித்யாவனம் ஆகிய அமைப்புகளோடு இணைந்து செயல்பட்டார்.

இரண்டு கதைத் தொகுப்புகள், ஒரு கவிதைத் தொகுப்பு ஆகியன இவர் எழுதி வெளிவந்திருக்கின்றன.

கௌரி கிருபானந்தன் (பி. 1956)
மொழிபெயர்ப்பாளர்

தாய்மொழி தமிழ் என்றாலும் கல்லூரிவரை தெலுங்கு வழியாகக் கல்வி கற்றவர். இலக்கிய ஆர்வத்தில் மொழி பெயர்ப்புத் துறையில் நுழைந்து, கடந்த பதினைந்து ஆண்டுகளில் ஐம்பதுக்கும் மேற்பட்ட தெலுங்கு நாவல்களைத் தமிழ் வாசகர்களுக்கு அறிமுகப்படுத்தி யிருக்கிறார். நாற்பதுக்கும் மேற்பட்ட தெலுங்குச் சிறுகதைகள் தமிழில் பெயர்க்கப்பட்டு பல பத்திரிகைகளிலும் இணைய இதழ்களிலும் வெளியாகியுள்ளன. மேலும், முப்பதுக்கும் மேற்பட்ட தமிழ்ச் சிறுகதைகளைத் தெலுங்கில் மொழிபெயர்த்துள்ளார்.

மின்னஞ்சல்: tkgowri@gmail.com

கொண்டபல்லி கோடேஸ்வரம்மா

ஆளற்ற பாலம்

தெலுங்கிலிருந்து தமிழில்
கௌரி கிருபானந்தன்

காலச்சுவடு பதிப்பகம்

ஆளற்ற பாலம் ❖ தன்வரலாறு ❖ ஆசிரியர்: கொண்டபல்லி கோடேஸ்வரம்மா ❖ தெலுங்கிலிருந்து தமிழில்: கௌரி கிருபானந்தன் ❖ © அனுராதா ❖ மொழிபெயர்ப்புரிமை: கௌரி கிருபானந்தன் ❖ முதல் (குறும்) பதிப்பு: ஜூலை 2015, நான்காம் (குறும்) பதிப்பு: ஜனவரி 2022 ❖ வெளியீடு: காலச்சுவடு பப்ளிகேஷன்ஸ் (பி) லிட்., 669, கே. பி. சாலை, நாகர்கோவில் 629001

aaLaRRa paalam ❖ Auto biography ❖ Author: Kondapalli Kotesvaramma ❖ Translated from Telugu by: Gowri Kirubanandan ❖ © Anuradha ❖ Translation Copyright: Gowri Kirubanandan ❖ Language: Tamil ❖ First (Short) Edition: July 2015, Fourth (Short) Edition: January 2022 ❖ Size: Demy 1 x 8 ❖ Paper: 18.6 kg maplitho ❖ Pages: 272

Published by Kalachuvadu Publications Pvt. Ltd., 669, K.P. Road, Nagercoil 629001, India ❖ Phone: 91-4652-278525 ❖ e-mail: publications @kalachuvadu.com ❖ Printed at Adyar Students xerox Pvt. Ltd., No. 9, Sunkuraman street, Parrys, Chennai 600001

ISBN: 978-93-84641-25-2

01/2022/S.No. 660, kcp 3423, 18.6 (4) uss

என் நினைவுகளில்

நான் ஒரு பெரிய ஆளோ எழுத்தாளரோ அல்ல என்றாலும், "உன் வாழ்க்கை ஒரு காப்பியம் போன்றது. அது பத்துப் பேருக்குத் தெரியவேண்டியது அவசியம்" என்று சில பெரியவர்கள், நண்பர்கள் சொல்லி வந்தார்கள். சாதாரண மனிதனின் துணிச்சல் எப்படிப்பட்டது என்று வரலாற்றில் பதிவுசெய்யப்பட வேண்டுமென்று மகீதர ராமமோகன் ராவ், சேகூரி ராமா ராவ், இஸ்மாயில் (ஸ்மைல்) போன்றவர்கள், பரகால பட்டாபி ராமா ராவ், மாணிகொண்ட சூர்யாவதி போன்ற நண்பர்கள் சுயசரிதை எழுத வேண்டுமென்று என்னை ஊக்குவித்துக்கொண்டிருந்தார்கள்.

நினைவுகளைத் தட்டி எழுப்பினால் கண்ணீர் ஊற்று பொங்கிவரும் வாழ்க்கை என்னுடையது. ஈரமாக இருக்கும் அந்த எழுத்துக்களைப் பொருள் பொதிய காகிதத்தின்மீது வடிக்க என்னால் முடியுமா என்று தயங்கினேன். அதனால்தான் இத்தனை நாட்களாக முயற்சி செய்யவில்லை.

என் பேத்திகள் அனுராதா, சுதா, என்னை அம்மம்மா என்று அழைக்கும் மற்றொரு பேத்தி வசந்தா (வேமன வசந்தலட்சுமி) ஆகியோர் "உன் உடலில் தெம்பு குறைவதற்குள் உன் வாழ்க்கையைக் கதையாக எழுது. வருங்காலத் தலைமுறையினருக்குத் தெரியாமல் அது மறைந்து போகவேண்டாம்" என்று திரும்பத்திரும்பச் சொன்னார்கள்.

இருந்தாலும் என் உடலும் கண்பார்வையும் அதற்கு ஒத்துழைக்குமா என்று தயங்கினேன்.

நண்பர்கள் எதற்காக எழுதச் சொன்னார்கள் என்று யோசித்தால், "நீங்கள் அன்று எதற்காக இயக்கத்தில் அடியெடுத்து வைத்தீர்கள் என்பதை நினைவுபடுத்திக்கொண்டால், உங்கள் கண்ணீரே கதையாய்ப் பிரவகிக்கும். தொடங்குங்கள்" என்ற அடிப்படையில் அவர்கள் சொன்னார்கள்.

அச்சுப் பிரதியைத் தயாரிப்பதில் அனுராதா, அவள் நண்பர்கள் வாசு மற்றும் வசந்தா மிகவும் உதவியாக இருந்தார்கள். என் வாழ்க்கையுடன் பிணைந்துவிட்ட தோழர்கள் சுந்தரய்யா, ராஜேஸ்வர ராவ் ஆகியோர் பற்றி எழுதிய நினைவுக் கட்டுரைகளையும் இதனுடன் இணைத்தார்கள். அனுராதா அச்சுப் பிரதியைத் தயாரிப்பதில் மிகுந்த சிரமத்தை மேற்கொண்டாள்.

பெண்களின் முன்னேற்றத்தில் மிகவும் அக்கறையுடன் ஆதரவு தரும் ஒல்கா, மனமுவந்து முன்னுரை எழுதுவதற்கு ஒப்புக்கொண்டார். வாசகர்கள் என் கதையை ஆழமாகச் சிந்திக்கத் தூண்டும் வகையில் வரலாற்று இயக்கங்களின் புரிதலுடன் பகுப்பாய்வு செய்திருக்கிறார்.

என் புத்தக முயற்சி பற்றி தெரிந்து அதனைப் பதிப்பிப்பதற்கு 'ஹைதராபாத் புக் ட்ரஸ்ட்' நிறுவனம் முன்வந்தது. "சீர்திருத்த இயக்கம், தேசிய இயக்கம், கம்யூனிஸ்ட் இயக்கம், நக்சல்பாரி இயக்கம் என நான்கு இயக்கங்களுடன் தொடர்பு இருக்கும் வாழ்க்கை உங்களுடையது. எதையும் விட்டுவிடாமல் பதிவு செய்யுங்கள்" என்று புக் ட்ரஸ்ட் கீதா சில குறிப்புகளையும் கொடுத்தார். அவற்றைக் கருத்தில்கொண்டு என் அனுபவங்களை நினைவுகூர்ந்து எழுதியிருக்கிறேன். இத்தனை பேருடைய ஒத்துழைப்புடன் என் வாழ்க்கையின் கதை இன்று என்னுடைய 92ஆவது வயதில் புத்தக வடிவத்தில் வந்துள்ளது. அவர்கள் எல்லாருக்கும் என் மனமார்ந்த நன்றி.

என் வாழ்வின் கதையைப் படிக்கும் வாசகர்கள், இது சமுதாய நன்மைக்காகப் படைக்கப்பட்டுள்ளது என்று நினைத்தால் சந்தோஷப்பட்டுக்கொள்வேன். என் கதை மானிடத்திற்குக் கொஞ்சமாவது நன்மை பயக்கும் என்றால் நான் பட்ட சிரமம் வீண்போகவில்லை என்று திருப்தி அடைவேன்.

15.8.2012 **கொண்டபல்லி கோடேஸ்வரம்மா**

அசாதாரண வாழ்க்கை

Nothing has really happened until it has been recorded.

- Virginia Woolf

இயக்க வரலாறுகள் சாதாரணமாக அந்த இயக்கத்தின் அக்காலச் சூழ்நிலையின் பின்னணியில் முக்கிய நிகழ்ச்சிகளையும் நோக்கங்களையும் தெரியப்படுத்தும். அதில் பங்குபெற்ற நபர்களின் அனுபவங்கள், வாழ்க்கை திரைமறைவிலேயே இருந்துவிடும். உண்மையில் அதுபோன்ற நினைவுகள் தான் அந்தக் காலத்தை உயிரோட்டத்துடன் சித்திரிக்க முடியும்.

அந்த நோக்கத்துடன்தான் அந்த நாளைய கம்யூனிஸ்ட் இயக்கம் மற்றும் மனிதர்களைப் பற்றி பாட்டியின் மூலம் தெரிந்துகொண்டிருந்தோம். அவை மிக்க ஆர்வம் தருவதாக இருந்தன. சுயசரிதையை எழுதச் சொல்லி பாட்டியை ஸ்மைல், சேகூரி ராமாராவ் போன்ற பல நண்பர்கள் ஊக்குவித்து வந்தார்கள். ஆனால் கவிஞர் காளோஜி அவர்களின் 'என் பிரச்சினை'க்கு உள்ள மதிப்பு 'கோடேஸ்வரம்மாவின் பிரச்சினை'க்கும் இருக்குமெனத் தெரியாமல் போனதாலோ அல்லது 'Personal is political' என்ற பெண்ணியக் கொள்கையைப் புரிந்துகொள்ளாமல் போனதாலோ அப்போது முயற்சி செய்யவில்லை. இப்பொழுதுகூட நிறைய வற்புறுத்தலுக்குப்

பிறகுதான் பாட்டியின் பழைய நினைவுகளை வெளியில் கொண்டுவர முடிந்தது.

பாட்டியின் வாழ்க்கையை எல்லாருடனும் பகிர்ந்து கொள்ள நினைப்பதற்குப் பல காரணங்கள் உண்டு. அவற்றில் முக்கியமானது அவர் வாழ்க்கையில் இருந்த பன்முகத்தன்மை. அவ்வளவு வேறுபட்ட அனுபவங்கள் ஒருசிலர் வாழ்க்கையில்தான் காணப்படும். பாலியத்திலேயே விதவையாகிவிட்ட சிறுமி, பின்னாளில் முழுவீச்சில் கம்யூனிஸ்ட் செயல் வீராங்கனையாக மாறிய பரிணாமம் மட்டுமே அல்லாமல், சமுதாய, அரசியல் இயக்கத்துடன் இணைந்த வாழ்க்கையோ, முன்னின்று செயலாக்கும் வாய்ப்போ சராசரிப் பெண்மணிகளுக்குக் கிடைக்கும் சூழ்நிலை அந்த நாட்களிலில்லை. கொண்டபல்லி சீதாராமைய்யா போன்ற தலைவரின் மனைவியாக, பிரஜா நாட்டிய மண்டலியில் முழுமையான கலைஞராக, பெண் புரட்சியாளராக சிகரத்தைத் தொட்டுவிட்ட அவர், அதற்குப் பிறகு கணவனை, குழந்தைகளை விட்டுப் பிரிந்து, வயிற்றுப்பாட்டைத் தேடிக்கொள்ள வேண்டிய அதல பாதாளத்தைக்கூட அனுபவித்துவிட்டார். அப்படித் திசை திரும்பிய வாழ்க்கையைத் திரும்பவும் தொடங்கி, நிலைத்து, வாழ்க்கையைத் தொடர்ந்தது உண்மையிலேயே பெரிய சாகசம்தான். இந்த சாகசம் நிகழ்த்துவதற்கு அவளுடைய தனித்தன்மை எந்த அளவுக்குத் துணையாய் இருந்ததோ, அவருடைய அரசியல் நம்பிக்கைகள், மதிப்பீடுகள், கம்யூனிஸ்ட் கட்சி கொடுத்த ஊக்கம் ஆகியவையும் அதே அளவுக்குத் துணைபுரிந்தன. எத்தனையோ ஏற்றஇறக்கங்கள், திருப்பங்கள் நிறைந்த அவருடைய வாழ்க்கை, இன்றைய தலைமுறையினருக்கும் ஆர்வம் தரக்கூடியதாக இருக்கும் என்பது எங்கள் நம்பிக்கை.

இந்தப் படைப்புக்கு இருக்கும் இரண்டாவது முக்கியத்துவம் அந்த நாளைய வரலாறு. அந்த வரலாற்றில் மானிகொண்ட சூர்யாவதி, தாபி ராஜம்மா போன்ற சிறந்த இரத்தினங்களின் அறிமுகம் இருக்கும். தனது காலத்திற்கு முற்பட்ட 'உதயம்' போன்ற பெண்மணிகளே அல்லாமல், தன்னுடன் வேலைபார்த்த எத்தனையோ (அ)சாதாரணமானவர்கள், *unsung heroes* நமக்கு இந்தப் புத்தகம் முழுவதும் தென்படுவார்கள். மத்துக்கூரி சந்திரம் அவர்களைப் பற்றிக் கட்சிப் பெரியவர்கள் எழுதும் வரலாறு ஒருவிதமாக இருந்தால், பாட்டியின் பார்வையில், ஒரு செயல் வீராங்கனையின் கண்ணோட்டத்தில் அவரது தனித்தன்மையை மிக நெருக்கமாக அறிய முடியும். அதுபோலவே சுந்தரய்யா, சுங்கர சத்யம் போன்றவர்களையும் வேறு கோணத்தில் புரிந்து கொள்ள முடியும். அந்தக் காலத்தை, அந்த மனிதர்களை

என்றும் நினைவில் வைத்துக்கொள்ளும் விதமாக இந்தப் புத்தகம் அமைந்திருக்கிறது. அவர்கள் எல்லோரது வாழ்க்கையுடன் பாட்டியின் கதை பின்னிப்பிணைந்து இருக்கிறது என்பதால் அவர்களைப் பற்றிப் பாட்டி எழுதிய கட்டுரைகளையும் இத்துடன் இணைத்தோம். அதன் காரணமாகச் சில விஷயங்கள் கூறியது கூறலாகத் தோன்றக்கூடும்.

பாட்டியின் தனிப்பட்ட குடும்ப விவரங்கள் கட்சி நிகழ்வு களுடன் கலந்து இருந்தன. அதனால்தான் அவை தற்கால இயக்கவாதிகளுக்கு ஆர்வம் தூண்டும் விதமாக இருக்குமென நம்புகிறோம். பிரஜா நாட்டிய மண்டலி நிகழ்ச்சிகள், மாதர் சங்கங்களின் நிர்வாகம், கட்சியின் மற்ற நடவடிக்கைகள் ஆகியவற்றைப் படிக்கும்போது இப்போதும் உத்வேகம் தரக் கூடியதாக இருக்கும். பாட்டியின் இரண்டு வருட ரகசிய வாழ்க்கை ஏறக்குறைய ஒரு டைரியைப் போலவே இருக்கும். இந்த வரலாறு முழுவதும் ஏதோ ஒரு இடத்தில் பதிவாக வேண்டிய அவசியம் இருக்கிறது.

இந்தச் சுயசரிதையில் சொன்னது போலவே அவர் இலக்கியத்தைத் தன்னுடைய நண்பனாக்கிக்கொண்டாள். இதுவரையில் இரண்டு கதைத் தொகுப்புகள், ஒரு கவிதைத் தொகுப்பு வெளிவந்துள்ளன. 2001இல் ரங்கவல்லி விருது, 2002இல் புலுபுல சிவய்யா விருது கிடைத்தன. இந்தச் சன்மானங்கள் தனக்கு மட்டுமே அல்ல, அவ்வழியில் நடந்த எல்லாருக்கும் கிடைத்த ஒன்று என்று பாட்டி கருதுகிறார்.

பழைய நினைவுகளில் எந்த அளவுக்குப் பெருமிதம் கொள்வாரோ, அதே அளவுக்கு ஆர்வத்துடன் புதிய எண்ணங் களையும் வரவேற்பார். பெண்ணியவாதியாகத் தன்னை அறிவித்துக்கொள்ளாவிட்டாலும் அதுபோலவே வாழ்ந்தார். ஒரு சுதந்திரமான, அர்த்தம் நிறைந்த, மதிப்பு வாய்ந்த வாழ்க்கையை வாழ்ந்த எங்கள் பாட்டி கொண்டபல்லி கோடேஸ்வரம்மாவின் வாழ்க்கைக் கதையை இந்தத் தலைமுறையினருக்காக அளிக்கின்றோம்.

1.9.2012 **கே. அனுராதா**

வரலாற்றின் பாலம்

இயக்கங்கள், தனிமனிதர்களின் வாழ்க்கையை யும் சமுதாயத்தையும் பெரிய மாற்றங்களுக்கு உள்ளாக்கும். முக்கியமாகச் சமுதாயத்தில் அடிப்படை மாற்றங்களை விரும்பும் சீர்திருத்த இயக்கம், தேசிய இயக்கம், புரட்சி இயக்கம் போன்றவை நிகழ்ந்தபோது, அவற்றில் பங்கு பெறாதவர்களின் வாழ்க்கைகூட அந்த அதிர்வுகளால் பாதிப்பு அடையும். இவற்றில் எந்த ஒரு இயக்கத்தில் பங்கு பெற்றாலோ அல்லது எந்த இயக்கத்தினாலாவது பாதிப்பு அடைந்தாலோ வாழ்க்கை முழுவதற்கும் தேவையான அனுபவம் வந்து சேர்ந்துகொள்ளும். அந்த இயக்கத்தின் அலைகள் கலவரமூட்டும். அப்படி இருக்கும்போது மூன்று இயக்கங்கள் ஒரு நபரின் வாழ்க்கையில் பங்குபெற்றால், அந்த நபர் அவற்றில் தீவிரமாகச் செயல்பட்டால் அவரது வாழ்க்கை ஆழ்கடலாய் மாறிவிடும். அதில் அரிய முத்துக்களும் இருக்கும்; கொடிய சுறாக்களும் இருக்கும்; அமுதமும் இருக்கும்; விஷமும் இருக்கும்; அமுதத்தைப் பருகுவது சுலபம்; ஆனால் விஷம் உள்ளேயும் இறங்காது, வெளியேயும் வராது; தொண்டையிலேயே இருந்துகொண்டு வார்த்தைகளை மனதிற்குள் தள்ளிக்கொண்டு இருக்கும். இரண்டையும் சமமாக ஏற்றுக்கொண்டு நன்மையா தீமையா என வாசகர்களையே தேர்வு செய்துகொள்ளும் வகையில் முன்வைப்பது எளிதான காரியம் அல்ல. அதற்கு, அளவுகடந்த வாழ்க்கை அனுபவத்துடன் எல்லையில்லாத

துணிச்சலும் வேண்டும். அதுபோன்ற அபூர்வமான துணிச்சலுடன் வாழ்ந்த கோடேஸ்வரம்மாவின் வாழ்க்கை, அவரை விரும்பிய நபர்கள், அவருடைய சிறந்த இலக்கிய ரசனை எல்லாவற்றின் சேகரிப்புதான் இந்த 'நிர்ஜன வாரதி' (இருகரையிலும் ஆட்களற்ற பாலம்). நல்ல தலைப்பு.

கொண்டபல்லி கோடேஸ்வரம்மா மூன்று இயக்கங்களுக்கும் பாலம். அந்த இயக்கங்களில் பெண்களின் போராடும் திறமைக்கும் வேதனைக்கும் பிரதிநிதி. அவ்வியக்கங்களில் மொத்த உருவம். அவர் வாழ்க்கையைப் படிக்கும்போது ஒரு நபரின் வாழ்க்கையில் இவ்வளவு துக்கம் இருக்க முடியுமா என்று மனம் கரைந்துபோகும். அந்தத் துக்கம் எந்த அளவுக்கு தனி மனுஷியுடையதோ, அதே அளவுக்குச் சமுதாயம் மற்றும் அரசியலைச் சேர்ந்தது. அந்தத் துக்கத்தில் எத்தனையோ பேர், முக்கியமாக இயக்கங்களுடன் சம்பந்தம் இருப்பவர்கள் தம் வாழ்க்கையின் அடையாளங்களைக் கண்டுகொள்வார்கள். தனிமனிதத்துவம், சமுதாயம், அரசியல் என்ற எல்லைகள் ஏதும் இல்லாத வாழ்க்கை கோடேஸ்வரம்மாவுடையது. விதவை விவாகம் குறித்துப் பெரிய அளவில் இயக்கம் நடக்கவில்லையெனில் கோடேஸ்வரம்மாவின் வாழ்க்கை வேறுவிதமாக இருந்திருக்கும். அந்த இயக்கத்தின் பாதிப்பினால் கோடேஸ்வரம்மா அதில் ஒரு பகுதியாகிவிட்டார். பெற்றோரின் முடிவின்படிதான் அவரின் மறுமணம் நடந்தது போன்று தோன்றினாலும், கட்சிப் பெரியவர்கள் முனைப்பினால்தான் நடந்ததாகத் தென்பட்டாலும், அங்கே கோடேஸ்வரம்மாவின் முடிவுதான் முக்கியமானதாக இருந்தது. ஆனால் இந்த விஷயத்தை எவரும் கண்டுகொண்டதாகத் தென்படாது. சீர்திருத்த திருமணம் செய்துகொண்டால் சமுதாய மறுப்பை எதிர்கொள்ள வேண்டிவரும் என்றும், கஷ்டங்களைச் சந்திக்க வேண்டிவரும் என்றும் தெரிந்திருந்தும் அவள் அந்தத் திருமணத்திற்குச் சம்மதித்தது ஒரு புரட்சி. அது அரசியல் நிகழ்வும்கூட. ஆனால் அந்தச் செயலில் இருக்கும் அரசியல் தீவிரத்திற்குத் தாங்கள்தான் காரணம் என்று பெண்ணின் பங்களிப்பைப் பார்க்கத் தெரியாத ஆண்கள் நினைப்பார்கள். அந்தத் திருமணத்தினால் கோடேஸ்வரம்மா சீர்திருத்த இயக்கத்தில் பங்குபெற்றார். நகைகளைக் கொடுத்தும், தேசிய கீதங்களைப் பாடியும் தேசிய இயக்கத்திற்கு நெருக்கமானவரானார். அதன் பிறகு கம்யூனிஸ்டாக மாறினார். அவையும் சுய விருப்பத்துடன் செய்த முடிவுகள்தான். கம்யூனிஸ்ட்டாக வேண்டும் என்று முடிவு செய்திராவிட்டால் அவர் வாழ்க்கை வேறுவிதமாக இருந்திருக்கும். கோடேஸ்வரம்மா தொடக்கம் முதல் இறுதி

வரையில் அரசியல் போராளி. *A complete political person.* அரசியலுடன் நேரடி தொடர்பில்லாத நபராகத் தென்படுவார். ஆனால், 'மக்களை ஊக்கப்படுத்துபவை கலைகளும் இலக்கியமும்' என்ற **2002**இல் எழுதப்பட்ட கட்டுரையும், **2006**இல் அச்சமாம்பா நூற்றாண்டு விழாவில் அவர் ஆற்றிய தலைமை உரையும் அவரது அரசியல் அறிவு எவ்வளவு கூர்மையானது என்பதைப் புரியவைக்கும். கோடேஸ்வரம்மா ஆதியிலிருந்தே ஜீவசக்தியுடனும் காரியசக்தியுடனும் அரசியலில் ஆழ்ந்து இருக்கிறார். அவருடைய மானசீகமான வாழ்க்கையும் அதுதான்.

அவரின் தாய் அஞ்சம்மாவின் விஷயத்தையே எடுத்துக் கொள்ளுங்கள். இறக்கும் சமயத்தில் தனது சேமிப்பான ஆயிரம் ரூபாயைச் செங்கொடி கட்சிக்கு அவர் கொடுக்கச் சொன்னது மனதை நெகிழ்த்திவிடும். பெண்களின் அரசியல் உறவுகளை வரையறுத்துச் சொல்வது மிகவும் கடினம். அவர்கள் இரத்தத்திலேயே அது ஒரு பகுதியாகிவிடும். இதயத்துடிப்புடன் கலந்து ஒலிக்கும். இப்புத்தகத்தைப் படிக்கும்போது நமக்கு தொப்புள்கொடி பந்தத்தின் வலிமை என்னவென்று புரியும். கட்டுரைகள், வாழ்க்கைக் கதை எல்லாவற்றின் உள்நாதம் அதுதான். ஆனால் இந்த நாதத்தை உணரும் சக்தி எந்த அரசியல் கட்சிக்கோ இயக்கங்களுக்கோ இல்லை. கட்சிகள், இயக்கங்களின் கண்ணோட்டத்தில் அரசியல் என்றால் ஆண்களின் துறை. அதில் பெண்கள் அடியெடுத்து வைத்தால் மனைவியர்களாகவோ தாய்மார்களாகவோ சகோதரிகளாகவோ மட்டுமே வருவார்கள். அவர்களுடைய பணிவிடைகளை ஏற்றுக்கொண்டு திரும்பவும் அவர்களை வெறும் 'அம்மா'க்களாக மட்டுமே எஞ்சியிருக்கும்படிச் செய்துவிடுவார்கள். இதற்கான காரணங்களைத் தேடி விமரிசிக்கும் சந்தர்ப்பம் இதுவல்ல. எனினும் கோடேஸ்வரம்மாவின் வாழ்க்கையைப் படித்தால் எல்லாம் புரிந்துவிடும்.

திருமணம் ஆவதற்குமுன் அவர் சிறுவயதில் கொஞ்சம் மகிழ்ச்சியாக இருந்திருக்கக்கூடும். அதன் பிறகு வாழ்நாள் முழுவதும் அவர் துக்கத்தைச் சுமந்துகொண்டே அலைந்திருக்கிறார். தன் வாழ்க்கைக் கதையைச் சொல்லும் போதும் அந்தத் துக்கச் சுமையின் முடிச்சை அவிழ்க்கவில்லை. அவிழ்க்கப்படாத அந்தச் சுமைமூட்டையை உணர்கையில் நம் இதயம் பாரமாகிவிடும். பெற்றோர்களை, கணவனை, குழந்தைகளை விட்டுப்பிரிந்து, நாடு முழுவதும் அலைந்து தலைமறைவாக இருந்திருக்கிறார். அப்பொழுது அவருக்குக் குழந்தைகள், அவர்களுடைய பாலியம், படிப்பு பற்றிய கவலைகளோ, தன்னைப் பற்றிய கவலையோ இருந்ததாக

வெளிப்படையாகத் தெரியாது. கட்சிக்கு எப்போது என்ன தேவை வருமோ, எந்த விதமாகப் பணிபுரிய வேண்டுமோ என்ற எண்ணத்தைத் தவிர வேறு நினைப்பு இருந்ததில்லை. கட்சியில் வந்த சிறிய மற்றும் பெரிய கொந்தளிப்புகள் அவர் வாழ்க்கையை வேரோடு அசைத்துவிட்டன. முக்கியமாக, தெலுங்கானா விமுக்தி போராட்டம் நின்றதும், அப்போராளிகள் தலைமறைவிலிருந்து வெளியில் வந்த தொடக்க காலம், கட்சியில் இருந்த பெண்களின் வாழ்க்கையைத் தலைகீழாக்கிவிட்டன. அதுவரையில் கட்சி கொடுத்துவந்த வேலைகளைச் செய்துவந்த கோடேஸ்வரம்மா திடீரென்று தனியராகிவிட்டார். எல்லாருக்காகவும் நான், எனக்காக எல்லாரும் என்று உணர்வுபூர்வமாகவும் உடல்ரீதியாகவும் நம்பியிருந்தவர் திடீரென்று தனியொருத்தியாக எஞ்சிவிட்ட வேதனையை கோடேஸ்வரம்மாவால் மட்டுமே சொல்ல முடியும். அப்பொழுதுகூட அவர் புத்திசாலித்தனமான முடிவைத்தான் எடுத்துக்கொண்டார். கல்வியும் வேலையும் பெண்களுக்கு உறுதுணையாக இருக்கும் என்று உணர்ந்து அந்தப் பாதையில் நடந்தார்.

ஆனால் தனிமை, முக்கியமாகக் குழந்தைகளிடமிருந்து தொலைவாக இருப்பது, குழந்தைகளின் வளர்ச்சியை, நடவடிக்கைகளைத் தொலைவிலிருந்து தெரிந்துகொள்வதைத் தவிர, நேரடியாக அறிவுரை சொல்லவோ உதவி செய்யவோ வாய்ப்பும் நேரமும் இல்லாமல்போனது அவரை மிகவும் பாதித்திருக்க வேண்டும். அந்த வேதனையை வெளிப்படுத்த முடியாது. எல்லாருக்கும் புரியவும் புரியாது. அது ஒரு தாயின் முனகல்.

என் குழந்தைகளைத் தவிர்க்க முடியாத சூழ்நிலையில் இரண்டு வருடங்கள் ஹாஸ்டலில் தங்கவைத்தபோது அவர்களுக்குக் காப்பாளராக கோடேஸ்வரம்மா இருந்தார். குழந்தைகளைப் பிரிந்திருக்க முடியாமல் நான் கண்ணீர் விட்டபோது, "குழந்தைகளின் முன்னிலையில் கண்ணீர் விடாதேயம்மா" என்று என்னைத் தேற்றியபடி தைரியம் சொல்லுவார். அவர் என்னைவிட அதிக நாட்கள் தன் குழந்தைகளைப் பிரிந்திருந்தார் என்ற விஷயம் எனக்கு அப்பொழுது தெரியாது. அவரது ஆறுதல் எனக்குப் பெரிய ஆதரவாக இருந்தது. இப்பொழுது தோன்றுகிறது . . . அவர் என்னைவிட அதிக துக்கத்தில் இருந்தும்கூடக் குழந்தைகள் முன்னிலையில் கண்ணீர் விடாமல் இருப்பதற்கு முயற்சி செய்திருப்பார் என்று. அதை நினைக்கும்போது வயிற்றில் சங்கடமாக இருக்கும்.

தனியாக இருந்தாலும் கோடேஸ்வரம்மா தன் சொந்தச் சம்பாத்தியத்தில் வாழ்ந்தார். தன் சுயார்ஜிதத்தில் மற்றவர்களுக்குக் கொடுத்தாரே தவிர எவரையும் சார்ந்திருக்கவில்லை. இது மிக உயர்ந்த விஷயம். கல்வியும் சொத்தும் இருப்பதால் மட்டுமே இது பெண்களுக்குச் சாத்தியமாகி விடுவதில்லை; சுயகௌரவமும் சுயாபிமானமும் இருக்க வேண்டும். கல்வியும் சொத்தும் வலிமையைக் கொடுக்குமே தவிர மனிதனை மனிதனாக நிலைநிறுத்தாது. அந்த விதத்தில் கோடேஸ்வரம்மாவின் தனித்தன்மை சிறப்பு வாய்ந்தது. இவ்வளவு போராட்டமும் தவிப்பும் இருந்தும் அவர் வாழ்க்கைக் கதையில் யாரையும் கடினமாக விமரிசிக்கவில்லை; துவேஷம் கொஞ்சம்கூட இல்லை. மற்றவர்களுக்கு எப்படி உதவிசெய்ய முடியும் என்ற எண்ணம் தவிர வேறு நினைப்பு இல்லை.சந்திர ராஜேஸ்வர ராவ், புச்சலப்பல்லி சுந்தரய்யா, டாக்டர் அச்சமாம்பா ஆகியோரிடம் அவருக்கு மிகுந்த மதிப்பு. சுந்தரய்யாவின் அபிமான புத்திரி என்று தன்னைச் சொல்லிக்கொள்வதில் அவருக்கு எவ்வளவோ பெருமை. வாழ்க்கையில் அவருக்குக் கிடைத்த அபூர்வமான சொத்து அது. தாபி ராஜம்மாவைப் போன்ற, கஷ்ட சுகங்களைப் பகிர்ந்துகொள்ளக் கூடிய நல்ல சிநேகிதி இருந்ததும் அவரின் அதிர்ஷ்டம். டாக்டர் கருணாவைப் போன்ற மகள் இருந்ததுகூட! ஒருவிதமாக எல்லாம் இருக்கும் அதிர்ஷ்டசாலி. இன்னொரு பக்கம் கட்சியில் பிளவு, கணவனைப் பிரிந்து வாழவேண்டி வந்தது, வளர்ந்துவரும் குழந்தைகளுக்குத் தொலைவாக வாழநேர்ந்தது . . . இவை எல்லாம் எவ்வளவு வேதனை! வாழ்க்கை எவ்வளவு விநோதங்கள் நிறைந்தது, எவ்வளவு சிக்கல் நிறைந்தது என கோடேஸ்வரம்மாவின் வாழ்க்கை புரியவைக்கிறது. அத்தனை கொந்தளிப்புகள் இருந்தபோதிலும் அவர் திடசித்தத்துடன் உறுதியாக, விவேகத்துடன் நிலைத்து நின்றார்.

காரணம் சொல்லாமலே பிரிந்துவிட்ட, புரட்சித் தலைவனாகச் சர்வதேசப் புகழ்பெற்றிருந்த கணவன், முப்பத்தாறு வருடங்கள் கழித்து முதுமையின் இயலாமையுடன் அவரிடம் திரும்பி வந்தால், அவர் என்ன செய்ய வேண்டும்? அந்தச் சம்பவத்தைப் படிக்கும்போது இந்த பரீட்சையும் அவருக்கா என்று தோன்றியது. "அவருக்கு உன்னைப் பார்க்க வேண்டும் போல் இருக்கிறதாம்" என்று உறவினர் ஒருவர் சொன்னபோது, "எனக்கு அவரைப் பார்க்க வேண்டும் போல் இருக்க வேண்டாமா?" என்று மென்மையாக மறுப்பு தெரிவித்துவிட்டுத் தன் திடசித்தத்தை வெளிப்படுத்திக்கொண்டார்.

கம்யூனிஸ்ட் நண்பர்கள் எல்லாருமாகச் சேர்ந்து அவரை ஒருமுறை பார்க்கச்சொல்லி அவரை வற்புறுத்தினார்கள். "மனுசாஸ்திரம், இந்து மனப்பான்மை என்னுள் ஜீரணித்திருந்து, எத்தனை வேதனைகளை அனுபவித்தாலும், பதிவிரதையைப் போல் கணவனைக் காப்பாற்றுவேன் என்று தப்பித்தவறி நான் சொன்னால்கூட, வேண்டாம் என்று தடுக்க வேண்டிய கம்யூனிஸ்டுகளாகிய நீங்கள், அடக்கி வைக்கப்பட்ட பெண்ணினத்திற்கு அநியாயம் செய்யலாமா என்று கடிந்துகொள்ள வேண்டிய நீங்கள், அவரைப் பார்க்கச் சொல்வது எனக்கு விநோதமாக இருக்கிறது" என்கிறார் அவர். இந்த வார்த்தைகளைச் சொல்வதற்கு எவ்வளவு அரசியல் முதிர்ச்சி வேண்டும்! எவ்வளவு துணிச்சல் வேண்டும்! வாழ்க்கையில் மிகவும் கடினமான சூழ்நிலையில் திடமாக இருப்பதற்கும், திரும்பவும் பற்றற்றுத் தன் வாழ்க்கையைத் தொடர்வதற்கும் எவ்வளவு சக்தி வேண்டும்? மென்மையாக, அன்பு நிறைந்த உருவமாகத் தென்படும் கோடேஸ்வரம்மாவிடம் அவையனைத்தும் இருந்திருக்கின்றன.

சி.எஸ்.ஆர். பௌண்டேஷன் முதியோர் இல்லத்தில் இருந்தபோதும் நேரத்தை வீணடிக்காமல் படிப்பு, படைப்பு, பிறருக்கு உதவிசெய்வது என்று கம்பீரமாக, பாயும் நதியைப் போன்ற வாழ்க்கையை வாழ்ந்து வந்தார். சந்திர ராஜேஸ்வர ராவ் அவரிடம் "எழுத்துகளை உணவாகக் கொண்டால் அது உன்னை ஆரோக்கியமாக வைக்கும். புத்தகங்களை நண்பர்களாக்கிக் கொண்ட கம்யூனிஸ்ட் பெண்மணியாக நிலைத்து நிற்பாய்" என்று சொன்னாராம். அவர் சொன்னது நூற்றுக்கு நூறு உண்மை.

'நிர்ஜன வாரதி'யில் அவரது தனிப்பட்ட வாழ்க்கை அனுபவங்களுடன், அந்த வாழ்க்கையை அர்த்தம் நிறைந்ததாகச் செய்த நபர்களைப் பற்றியும், இலக்கியத்தைப் பற்றியும் எழுதியுள்ள கட்டுரைகளும் இருக்கின்றன.

நவீன ஆந்திர மாநில வரலாற்றினை உருவாக்கிய சந்திர ராஜேஸ்வர ராவ், சுந்தரய்யா, மத்துகூரி சந்திரம், சுங்கர சத்யநாராயணா, தாபி ராஜும்மா, மோட்டூரி உதயம் போன்றவர்களைப் பற்றிய கட்டுரைகள் அவர்களுக்குச் சொல்லஞ்சலிகள் மட்டுமல்ல, வாசகர்களுக்கும் சிறந்த வழிகாட்டிகள். அவர்களிடம் அவர் மனதிலிருந்த அன்பும் மதிப்பும் நம் மனங்களிலும் புகுந்து நாமும் அவர்களை நேசிக்கவும் மதிக்கவும் தொடங்கிவிடுவோம்.

'கன்யா சுல்கம்' பற்றி அவர் எழுதிய கட்டுரைகள் அவருடைய ஆழ்ந்த பரிசீலனைத் திறமைக்கும், இலக்கிய ரசனைக்கும்

எடுத்துக்காட்டு. மதுரவாணி பாத்திரத்தை அவர் புரிந்துகொண்ட விதம் அவரின் விழிப்புணர்வுத் திறனை வெளிப்படுத்தும்.

'நிர்ஜன வாரதி' ஒரு தலைமுறையில் கம்யூனிஸ்ட் அரசியல் வாழ்க்கை வாழ்ந்தவர்களைப் பற்றிப் பல விவரங்களைத் தெரிவிக்கும். நமக்கு ஒரு புரிதலை ஏற்படுத்தும். இதனிடமிருந்து இயக்கங்கள், கட்சிகள், தனிநபர்கள் யாவரும் கற்றுக்கொள்ள வேண்டிய விஷயங்கள் பல இருக்கின்றன. நம்பிக்கையுடன் வாழ்வதற்கு உந்துதல் தருகின்ற, வரலாற்றினைப் பறைசாற்றுகின்ற புத்தகமாக நிலைத்திருக்கும். பெண்களின் வாழ்க்கையைப் பற்றி ஆய்வு செய்பவர்கள் கட்டாயம் இந்தப் புத்தகத்தைப் படிக்க வேண்டும். மதிப்பு வாய்ந்த புத்தகம். மதிப்பீடுகளைக் கற்றுக் கொடுக்கும் புத்தகம்.

ஒல்கா

நினைவுகள்

சிலரின் நினைவுகள்
மலரிதழாய்
இதயம் முழுவதும் நறுமணம் நிரப்பி
திக்குமுக்காடச் செய்ய
உள்ளங்கையில் முத்துக்களாய்
மின்னும் ஆனந்தக் கண்ணீர்.

மேலும் சிலரின் நினைவுகள்
முட்களாய்
இதயம் முழுவதும் வேதனையை நிரப்பி
மூச்சுக் காற்றையே நிறுத்த
இதயப் பலகையில் கீறல்களாய்
துன்புறுத்தும் ஆறாத ரணம்

ஆசைகள், லட்சியங்கள் எல்லாம் ஆவியாகி
தேடிப்போகாதது ஏதோ திடீரென்று மேலே கவிழ்ந்து
துரத்தும் நினைவாகச் சிதைந்துபோன வாழ்க்கை
உடைந்த கண்ணாடியாக இதயம்.

உடைசலிலிருந்து பொறுக்கி அடுக்கிய
நினைவுகள்தான் இவை.

ஆடிப்பாடும் வயதில், தாய்தந்தையர் மற்றும் உறவினரின் அன்பும் பிரியமும் என்னை மூழ்கடித்துவிட்டன. பள்ளியில் ஆசிரியர்கள்கூட பிரியமாகச் சொல்லிக்கொடுத்து ஆதரவு தந்தார்கள். பள்ளியில் நடக்கும் விழாக்களில் தாளம் தப்பாமல் கோலாட்டம் ஆடியதற்கும், சுருதி தவறாமல் பாடியதற்கும், நாடகத்தில் பாத்திரத்திற்கு ஏற்ற விதமாக நடித்ததற்கும் எனக்கு நிறைய பரிசுகளும், பாராட்டுகளும் கிடைத்தன. எனக்கெனத் தனி கவனிப்பு இருந்தது, என்னை இப்படி உயர்வாக நடத்துவது சக மாணவிகளுக்கு வருத்தத்தை ஏற்படுத்தியது. என்னை உயர்த்தியும், அவர்களைத் தாழ்த்தியும் நடத்துவது போன்ற சந்தர்ப்பங்கள் அவர்களுக்கு வேதனையைத் தந்திருக்க வேண்டும். அதுபோன்ற ஒரு சந்தர்ப்பத்தில், "இவளுக்குக் கணவன் இறந்துவிட்டானாம். அதான் இவளை இப்படி நன்றாகப் பார்த்துக்கொள்கிறார்கள்." கும்பலிலிருந்து ஒருபெண் என்னைப் பார்த்துக் கொண்டே சொன்னாள். அதுநாள் வரையில், எனக்கு திருமணமாகியதோ, கணவன் சிறு வயதிலேயே இறந்துவிட்டதோ எனக்குத் தெரியாது.

அப்பாவைப் பெற்ற பாட்டியிடம் கேட்டபோது, உண்மைதான் என்று சொன்னாள். எனக்கு நான்கு வயதோ ஐந்து வயதோ இருக்கும்போது தாய் மாமன் வீரா ரெட்டிக்கு மணம் முடித்தார்களாம். திருமணமான இரண்டு வருடங்களுக்குள் டி.பி. நோயால் இறந்துவிட்டானாம். குழந்தைப் பருவத்திலேயே நான் விதவை ஆகிவிட்டேன் என்று எனக்கு முதன்முதலாகத் தெரியவந்தது அப்போதுதான்.

கிருஷ்ணா ஜில்லாவில் பாமர்று என்ற கிராமம் எங்களுக்கு. அம்மா அஞ்சம்மா. அப்பா சுப்பாரெட்டி.

ஆளற்ற பாலம்

நான் பிறந்தது 1920இல். சற்று மேல்மட்டத்தில் இருக்கும் குடும்பம் எங்களுடையது. எனக்கு ஒரு தம்பி இருக்கிறான். அவன் பெயர் வெங்கடாரெட்டி. ஆசிரியர்களின் பிரியத்திற்கும், ஆதரவுக்கும் நடுவில் நான் ஐந்தாம் வகுப்பு தேர்ச்சி பெற்றேன். ஆசிரியர்களின் அறிவுரையின் பேரில் அப்பா என்னை மேல்நிலைப் பள்ளிக்கு அனுப்பிவைத்தார். வீட்டில் பாட்டு கற்றுக்கொண்டு தியாகராஜ கீர்த்தனைகளையும், ராமாயணக் கதையையும் பாடி வந்தேன். என் குரலின் இனிமையில் அப்பா பரவசமடைந்து போவார். தன்னுடைய நண்பர்களின் முன்னிலையில் பாடச்சொல்லிப் பிரியத்துடன் கேட்டுக்கொள்வார். பள்ளியிலும் பிரார்த்தனையை என்னையே பாடச்சொல்வார்கள்.

சுதந்திர இயக்கம் நடைபெற்றுக்கொண்டிருந்த நாட்கள் அவை. இயக்கத்தின்மீது அம்மாவுக்கு இருக்கும் விருப்பத்தினால் ராட்டினத்தில் நூல் நூற்பாள். அம்மாவுக்கு ஒன்றுவிட்ட மாமாவான நாகிரெட்டி சுதந்திரப் போராட்டத்தில் பங்கெடுத்துக் கொண்டவர். சட்டப்படிப்பு படித்துக்கொண்டிருந்த அவர், பாதியில் நிறுத்திவிட்டு மூவர்ணக் கொடியைக் கையில் ஏந்தினார். இவருடனும், மற்ற சீர்திருத்தவாதிகளுடனும் எங்கள் வீட்டாருக்கு நல்ல நட்பும் உறவும் இருந்து வந்தன.

நாட்டுப்பற்று

எனக்குப் பத்து வயது இருக்கும். 1931இல் மகாத்மா காந்தி எங்கள் ஊருக்கு வந்திருந்தார். போகராசு, பட்டாபி சீதாராமய்யா, காசினாதுனி நாகேஸ்வர ராவ், பந்துலு எல்லோரும் அவருடனேயே இருந்தார்கள். அவர் பந்தர் என்னும் ஊருக்குப் போகும் வழியில் எங்கள் ஊருக்கு வந்திருந்தார். நாகிரெட்டி காந்தியை மேடைக்கு வரச்சொல்லி அழைப்பு விடுத்தார். அப்பொழுதுதான் பள்ளியிலிருந்து வந்த நான் பெண்கள் எல்லோரும் அங்கே வரிசையாக நின்றுகொண்டிருப்பதைக் கண்டேன். அவர்கள் எல்லோரும் தம்முடைய நகைகளைக் கழற்றி, கடவுளுக்குக் காணிக்கையைக் கொடுப்பதுபோல் பாபுஜியிடம் கொடுத்தது என்னை உற்சாகத்தில் மூழ்கடித்தது. அந்த உத்வேகத்தில் எளிதாகக் கழற்றக்கூடிய நகைகளைக் கழற்றி என்னுடைய சிறிய கரங்களால் மகாத்மாவின் உள்ளங்கையில் வைத்தேன். மேடையிலிருந்து இறங்கிக்கொண்டிருந்த என்னை அங்கே இருந்த பெரியவர்கள் எல்லோரும் அதிசயமாகப் பார்த்தார்கள். நாட்டுப்பற்று கொண்டவளாக உருவாகட்டும் என்று ஆசீர்வதிப்பதுபோல் இருந்தது அவர்களின் பார்வை.

'வந்தே மாதரம்' என்று பாடிக்கொண்டே வானத்தில் மிதப்பவள் போல் வீட்டுக்கு வந்தேன். அம்மா சத்தம் போட்டாள்.

"நாட்டுக்கு சுதந்திரம் கிடைப்பது இருக்கட்டும். சுதந்திரம் உனக்கு வந்துவிட்டது. பெரியவர்களிடம் சொல்லாமல் கொள்ளாமல் நகைகளைக் கொடுத்துவிட்டு, கொஞ்சம்கூட பயமில்லாமல் வீட்டுக்கு வருகிறாயா?" என்று கண்களை உருட்டி கோபித்துக் கொண்டாள்.

"நமக்கு இல்லாத பெருந்தன்மை நம் மகளுக்கு இருந்ததற்கு சந்தோஷப்படாமல் கோபித்துக்கொள்கிறாயா? அவர் மகான். கடவுள் பக்தியும், நாட்டுப்பற்றும் ஒன்றே என நினைத்து அவரிடம் கொடுத்துவிட்டாள்" என்று அப்பா எனக்கு வக்காலத்து வாங்கினார்.

அம்மாவின் ஒன்றுவிட்ட மாமா என்று சொல்லியிருந்தேன் இல்லையா. இந்தச் சம்பவத்திற்குப்பிறகு அந்த நாகிரெட்டி மாமா குழந்தைகளுக்குத் தேசபக்திப் பாடல்களைக் கற்றுக்கொடுக்கத் தொடங்கினார். பள்ளியில் பாடவைக்கும் விக்டோரியா மகாராணி, ஐந்தாம் ஜார்ஜ் பற்றிய பாடல்களை அல்ல நாம் பாடவேண்டியது என்று கரிமெள்ள அவர்கள் எழுதிய, 'எங்களுக்கு வேண்டாம் இந்த வெள்ளையர்களின் ஆட்சி', சிலகமர்த்தி எழுதிய, 'பாரதநாடும் பசுமாடும் ஒன்று', பசவராஜு எழுதிய 'செல்வங்கள் நிறைந்த உயிர்நாடி' போன்ற பாடல்களைக் கற்றுக்கொடுத்தார்.

பெண் புரட்சியாளர்கள் ஊருக்கு வரும்போது அவர்களுடன் கதர் இயக்கம், வெளிநாட்டு பொருட்களை ஒதுக்குவது போன்ற நிகழ்ச்சிகளில் பங்கேற்று பாடல்களைப் பாடிவந்தேன். வல்லபனேனி சீதாமகாலக்ஷ்மி, மாகண்டி அன்னபூர்ணம்மா, பாரதி ரங்கா போன்றவர்கள் திண்ணைகளில் கூட்டங்கள் நடத்திவந்தார்கள். சரோஜினி நாயுடு ஒருமுறை எங்கள் ஊருக்கு வந்திருந்தார். என்னை அவருக்கு நூல் மாலையைப் போடவைத்தார்கள். இப்படியாக தேசிய இயக்கங்களில் எனக்கு ஒரு இடம் இருந்துவந்தது. இதுபோன்ற பாடல்களைப் பாடி வந்தால், ஜெயிலில் போட்டுவிடுவார்கள் என்று சக மாணவ, மாணவியர்கள், ஆசிரியைகள் பயமுறுத்தி வந்தார்கள். பள்ளி மாணவர்கள் என்னை 'நைட்டிங்கேல்' என்று கேலி செய்துவந்தார்கள். அத்துடன் படிப்புக்கு முற்றுப்புள்ளி வைத்துவிட வேண்டும் என்று முடிவுசெய்தேன். அம்மா ஒப்புக்கொள்ளவில்லை. என்றாலும், அப்பாவின் ஆதரவு இருந்ததால், எட்டாவது வகுப்பில் படிப்புக்கு முற்றுப்புள்ளி வைத்துவிட்டேன். பள்ளியை விட்டபிறகு என்னுள் ஆன்மிகச் சிந்தனையை வளர்ப்பதற்காக அப்பா என்னை ராமஜெயம் எழுத வைத்தார். பாரதம், பாகவதம் போன்ற புராணங்களைப் படிப்பதும் தொடர்ந்துகொண்டிருந்தது.

சீர்திருத்த எண்ணமும் நாட்டுப்பற்றும் நிறைந்த ஆசிரியர்களில் மிக்கிலினேனி அக்கய்ய சௌத்ரி ஒருவர். அவர் எங்கள் வீட்டில்தான் குடியிருந்தார். ஆசிரியர் – மாணவர் சங்கத்தினர் அவரைச் சந்திக்க வருவார்கள். அவர்களில் தம்மாரெட்டி ராமஸ்வாமி முக்கியமானவர். எல்லோருடனும் கலகலப்பாகப் பழகும் சுபாவம். என் தாயாரை "சித்தி!" என்று விளிக்கும் அளவுக்கு உரிமை இருந்தது. என் குரலைக் கேட்டு எல்லோரையும் விட அதிகமாகச் சந்தோஷம் அடைந்தவர், "உன் குரலில் பாகவத சுலோகங்களைவிட தேசபக்திப் பாடல்கள்தான் சிறப்பாக இருக்கும்" என்பார். புதிய கீதங்களை என்னிடம் தந்து, கற்றுக் கொள்ளச் சொல்லி ஊக்குவித்தார்.

அநியாய காலம் வந்துவிட்டது இப்போது
எல்லோரும் விழித்தெழுங்கள்
சொத்து, சுகங்கள் எல்லாம நிதருக்கும் சேர
வழிகளை ஏற்படுத்துவோம் வாருங்கள்!

போன்ற எத்தனையோ பாடல்களை அவர் என்னிடம் கொடுத்துப் பாடவைத்திருக்கிறார்.

பாமர்று ஊர் 'ஃபிர்கா' (தற்போதைய பஞ்சாயத்து ஒன்றியம் போல) சென்டர் ஆனதால், அடிக்கடி கூட்டங்களும் விழாக்களும் நடக்கும் ஊராக விளங்கியது. கள் அருந்துதல் மற்றும் தீண்டாமையை எதிர்த்து, கதராடைகள் அணிவதை ஊக்கப்படுத்தி, சுதந்திர வேட்கையைத் தூண்டி எத்தனையோ கூட்டங்கள் நடைபெற்றன. தேசிய இயக்கத்தின் பெண் அங்கத்தினர்கள் கதராடைகளை மூட்டையாகக் கட்டி எடுத்து வருவார்கள். அவர்களுடன் அலைந்து திரிந்துகொண்டே, மேடையேறிக் குரலை உயர்த்திப் பாடி வந்தேன்.

மறுமணம் பற்றிய எண்ணங்கள்

என் கணவர் டி.பி. நோயால் இறந்துவிட்டார் என்று சொன்னேன் இல்லையா? அவர் இறக்கும்முன் எனக்கு மறுமணம் செய்துவைக்க வேண்டும் என்று கேட்டுக் கொண்டதாகவும், சொத்துகூட என் பெயரில் எழுதி வைத்திருப்பதாகவும் என் உறவினர் ஒருவர் ராமசாமியிடம் சொல்லியிருந்தாராம். என் தாயாரும் என்னுடைய மறுமணத்திற்கு ஒத்துழைப்பு தர வேண்டும் என்று வேண்டுகோள் விடுத்தாளாம்.

என்னுடைய நலனை அம்மா விரும்பினாலும், சமுதாயத்தைப் பற்றிய பயம் அப்பாவைத் துரத்திக்கொண்டிருந்தது. சுற்றி யிருந்தவர்கள் என்னுடைய நடை, உடை பாவனை பற்றியும் என் திருமணத்தைப்பற்றியும் நிறைய வியாக்கியானம் செய்து

வந்தார்கள். தலைவிதியை யாராலும் மாற்ற முடியாது என்றும், என் தலையில் பூச்சூடி, நெற்றியில் பொட்டு வைத்தால், அவை என் தம்பிக்குக் கேடு விளைவிக்கும் என்றும் பயமுறுத்தி வந்தார்கள். மகளுக்கு மறுமணம் செய்து வைத்தால் ஜாதிப் பிரஷ்டம் செய்யப்பட்டுவிடுவோம் என்றும், அது மட்டும் நடந்துவிட்டால் மகனுக்குப் பெண்ணைக் கொடுப்பதற்கு யாரும் முன்வர மாட்டார்கள் என்றும் அப்பா பயந்தார். அதோடு மகளுக்கு மறுமணம் முடித்தால் அவள் கணவன் (தாய் மாமன்) எழுதிவைத்த சொத்து அவளுக்கு வராமல் செய்துவிடுவார்கள் என்றும் தயங்கிக்கொண்டிருந்தார்.

எனக்குக் கட்டாயம் மணம் முடித்தாக வேண்டும் என்பதில் அம்மா மட்டும் தீர்மானமாக இருந்தாள். அப்பா அம்மா இருவருக்கும் நடுவில் சண்டை வருவது வழக்கமாகி விட்டது. எனக்கு மறுமணம் நடத்தால் அப்பா சொல்வதுபோல் வீடு நரகமாகிவிடுமோ என்ற பயம் என்னை ஆட்டுவித்துக் கொண்டிருந்தது.

நான் பெரியவள் ஆனபோது உறவினர் யாரும் வரவில்லை. எந்தக் கொண்டாட்டமும் நடைபெறவில்லை. அம்மா அழுதாள். வாடகைக்குக் குடியிருந்த அக்கய்ய சௌத்ரியின் மனைவி அம்மாவைத் தேற்றினாள். “இனி எதிர்காலத்தில் படிப்புதான் முக்கியம். பெண்குழந்தை பெரியவள் ஆனால் விழா எடுக்கும் நாட்கள் காணாமல் போய்விடும். பள்ளிக்கு அனுப்பும் காலம்தான் இனிமேல் இருக்கப்போகிறது. நீங்களும் விழா எதுவும் நடத்தவில்லையே என்ற கவலையை விட்டுவிட்டு குழந்தையைப் பள்ளிக்கு அனுப்புங்கள்” என்று நயமாக எடுத்துச்சொல்லி சமாதானப்படுத்தினாள்.

திருமணத்தால் ஏற்பட்ட இன்னல்கள்

அதுநாள் வரையில் விதியால் வஞ்சிக்கப்பட்டவள் என்ற நினைப்பில் நான் பூவையும் பொட்டையும் விட்டுவிட்டேன். அம்மாவும் என் பொருட்டு அவற்றை அணிவதை விட்டு விட்டாள். சுமங்கலியாக இருந்தும், எனக்காகப் பூவையும் பொட்டையும் அம்மா துறந்தது எனக்கு வேதனையை அளித்தது. என் வேதனையைப் புரிந்துகொண்ட ராமசாமி சமுதாயச் சீர்கேடுகளைச் சுட்டிக்காட்டும் புத்தகங்களை என்னிடம் படிப்பதற்குத் தந்தார். அவருடைய ஊக்கத்தில் என் தம்பி மாணவர் இயக்கத்தில் சேர்ந்தான். என் தாய்க்கு அனுகூலமாகப் பேசுவான். அப்பாவுக்கு என்னையும் என் தம்பியையும் மிகவும் பிடிக்கும். எங்களுக்கு விருப்பமானவற்றைப்

பணத்தைப் பொருட்படுத்தாமல் வாங்கித் தருவார். என் திருமணம் நடந்தால் என் தம்பிக்கு ஊரில் யாரும் பெண்ணைக் கொடுக்க மாட்டார்கள் என்ற பயத்தில் தம்பியின் திருமணம் முடிந்தபிறகே என் திருமணத்தை முடிக்கவேண்டும் என்று அம்மா முடிவுசெய்தாள்.

நான் விதவை அல்லவா! தாய்மாமன் (கணவன்) கொடுத்த சொத்து இருக்கிறது இல்லையா! அந்த எதிர்பார்ப்பில் என் தம்பிக்குப் பெண்ணைக் கொடுப்பதற்கு எங்களைவிடப் பணக்காரர்கள் முன்வந்தார்கள். வந்த வரன்களில் தாத்தாவுக்கு நெருங்கிய உறவினர் வீட்டுப் பெண்ணைத் தேர்வுசெய்து எங்களுடைய அந்தஸ்திற்கு தகுந்தமாதிரி ஐந்து நாட்கள் திருமணம் நடத்தினார்கள். அந்த விதமாகப் பதினாறு வயதில் என் தம்பியின் திருமணம் நடந்தது.

இப்பொழுது இன்னொரு பிரச்சினை தலை தூக்கியது. இப்போது எனக்கு மணம் செய்துவைத்தால் உறவினர்கள் வருவார்களா? என் சொத்தைப் பார்த்து என் தம்பிக்குப் பெண்ணைக் கொடுத்தவர்களுக்குக் கோபம் வராதா? குடும்பம் தள்ளி வைக்கப்படுமா? என் தந்தையை, தம்பியை வேதனைக்கு உள்ளாக்கும் திருமணம் எனக்கு மட்டும் சந்தோஷத்தைத் தருமா? என் மனதில் எத்தனையோ கேள்விகள்! மறுமணம் செய்துகொண்டு தந்தையை வருத்தப்படவைக்க முடியாது என்று ராமசாமி அண்ணனிடம் சொல்ல நினைத்தாலும் அதற்கான துணிச்சல் இருக்கவில்லை.

என் திருமணத்திற்கான முயற்சிகள் நடைபெற்று வருவதாக ராமசாமி அண்ணன் நண்பர்கள் வட்டாரத்தில் தெரிந்துவிட்டது போலும். அவர்கள் வீடுகளுக்கு நான் போனால் எனக்குப் பூவும் பொட்டும் வழங்கினார்கள். விதிப்பயன் என்பது வெறும் பேச்சு என்றும், விதவைகள் மறுமணம் செய்துகொண்டு குழந்தை குட்டியுடன் சந்தோஷமாக வாழ்ந்து வருகிறார்கள் என்றும் சொல்லிவந்தார்கள். பி.எட். படித்த ஆசிரியர் ராமபிரம்மத்திற்கு விதவையான துளசியுடன் திருமணம் நடந்தது என்றும், அவ்விருவருக்கும் இரு குழந்தைகள் பிறந்து இருப்பதாகவும் சொன்னதோடு அல்லாமல் என்னை அவர்கள் வீட்டு விருந்துக்கும் அழைத்தார்கள். அவர்களுடைய குழந்தைகளைத் தூக்கிக்கொள்ளச் சொல்லிக் கொடுத்தார்கள். விரைவில் மணமகள் ஆகப்போகிறவள் என்று எனக்குப் பொட்டு வைத்து, வளையலும் கொடுத்தார்கள்.

ஆசிரியர் சங்கத்தினரும் என் திருமணத்திற்கு ஆதரவு தரவேண்டும் என்று முடிவு செய்திருப்பதாக அக்கய்ய சௌத்ரியின்

மனைவி என் தாயாரிடம் சொன்னதைக் கேட்டேன். என் தந்தையும் கேட்டார். மனதை மாற்றிக்கொண்டார்போலும். மறுநாள் ராமசாமியிடம் சென்றார்.

"சமுதாய நலனில் அக்கறை கொண்டவர்கள் இத்தனை பேர் என் மகளுக்குத் திருமணத்தை நடத்திவைக்க வேண்டும் என்று விரும்புகிறார்கள். சமுதாயத்திற்குப் பயந்து எதிர்ப்பு தெரிவிப்பதைவிட உயர்ந்த மனம் படைத்தவர்களின் ஆதரவுடன் திருமணத்தை நடத்திவைப்பது நல்லது என்று நினைக்கிறேன்" என்று அப்பா சொன்னார். அதைக் கேட்டதும் அம்மா ஓடி வந்து சந்தோஷத்தோடு என்னை மார்போடு அணைத்துக்கொண்டாள்.

அம்மா, அப்பா, ராமசாமி, அவருடைய நண்பர்கள் என்னுடைய திருமணத்தைப் பற்றி இவ்வளவு தூரம் யோசிப்பானேன்? ராமசாமிக்கு நான் கூடப்பிறந்த தங்கை ஒன்றும் இல்லையே? இப்படி எத்தனையோ யோசனைகளுக்கு இடையே திருமணத்திற்குச் சம்மதம் தெரிவித்தேன்.

அப்பா ராமசாமியிடம், "எங்கள் இனத்தையே சேர்ந்த பையனுடன் திருமணம் நடந்தால் ஊரில் பிரச்சினை வராமல் இருக்குமோ என்னவோ யோசித்துப் பாரேன்" என்று சொன்னாராம். அவர் தேடுதலைத் தொடங்கிவிட்டார். மன்தினிவாரி பாலத்தில் நடந்துவரும் அரசியல் பாடசாலைக்குச் சென்றார். கொண்டபல்லி சீதாராமய்யா, 'ரெட்டி' இனத்தைச் சேர்ந்த இளைஞன் என்றும், சுதந்திரப் போராளி சந்திர ராஜேஸ்வர ராவின் அபிமானி என்றும், இளைஞர் சங்கத்தில் வேலைசெய்துகொண்டே, அரசியல் பள்ளிக்கு வந்திருக்கிறான் என்றும் மாணவர்கள் மூலமாக அறிந்துகொண்டார். பள்ளியில் ஆசிரியராக இருந்த சந்திர ராஜேஸ்வர ராவிடம் என்னைப்பற்றி முழுவதுமாகத் தெரிவித்தார். சீதாராமய்யாவுடன் எனது திருமணம் நடைபெறும் விதமாகப் பார்க்கச் சொன்னார். சீதாராமய்யாவை உடன்பிறந்த சகோதரனைவிட அதிகமாக நேசிக்கும் ராஜேஸ்வர ராவ் அவரிடம் திருமணப் பேச்சை எடுத்தார். தான் சுந்தரய்யாவைப் போல் பிரம்மச்சாரியாக இருந்து, இயக்கத்திற்கு வாழ்க்கையை அர்ப்பணம் செய்ய நினைத்திருப்பதாய்ச் சொன்னாராம். ராஜேஸ்வர ராவ் சிரித்துவிட்டு, "நாங்கள் எல்லோரும் திருமணம் செய்துகொண்டு வேலையைச் செய்யவில்லையா? நாட்டுப்பற்று கொண்ட பெண்ணை மணம்புரிந்தால் அவளும் இயக்க வேலைகளில் உறுதுணையாக இருப்பாள். சீர்திருத்தங்களை உருவாக்குவதும் கடைப்பிடிப்பதும் இயக்கத்தில் ஒரு பகுதிதான். நன்றாக யோசித்துப் பார்" என்று அறிவுரை வழங்கினார்.

சீதாராமய்யா தன்னுடைய சம்மதத்தை மறுநாளே தெரிவித்துவிட்டார். பெண் பார்க்க ஏற்பாடுசெய்யச் சொல்லி அக்கய்ய சௌத்ரிக்குக் கடிதம் எழுதினார் ராமசாமி.

கொண்டபல்லியுடன் எனது திருமணம்

என் திருமணச் செய்தி ஊரில் எல்லோருக்கும் தெரிந்து விட்டது. பாமர்று ரெட்டியும் ஜொன்னபாடு ரெட்டியும் ஒரே சாதிப்பிரிவு கிடையாதாம். விதவைக்கு மறுமணம் செய்விப்பதே ஒரு குற்றம். தம்முடைய இனத்தில் அல்லாமல் வேறு இனத்தில் பெண்ணைக் கொடுப்பது இரண்டாவது குற்றம். குற்றங்களைச் செய்து ஊராரின் மான மரியாதையை இழக்கச்செய்வதா? இந்தத் திருமணம் எப்படி நடந்துவிடும் என்று ஒரு கை பார்த்து விடுவதாக ஊரில் சிலர் கொந்தளித்துக் கொண்டிருப்பதாகத் தெரிந்து அப்பா நடுநடுங்கிவிட்டார். ஆவணி மாதத்தில் திருமணம் நடந்தால் ஊரில் எல்லோருக்கும் தெரிந்துவிடும். அதனால் ஆடி மாதம்தான் சரியான சமயம் என்று நினைத்தார்கள். உள்ளூரில் திருமணம் நடத்திவைப்பது அசாத்தியம் என்பதால் கட்சி பலம் இருக்கும் வெண்ட்ரபிரகட என்ற ஊரில் திருமணம் நடத்திவைப்பதாக முடிவு செய்தார்கள். அப்பாவுக்கு இரண்டு பஸ்கள் இருந்தன. ஆனால், அவற்றைப் பயன்படுத்தாமல் வேறு பேருந்தில் நள்ளிரவு நேரத்தில் இருபது முப்பது இளைஞர்களின் பாதுகாப்புடன் ராஜேஸ்வர ராவ் குடியிருக்கும் வெண்ட்ரபிரகட கிராமத்துக்கு என்னை அனுப்பிவைத்தார்.

சீதாராமய்யாவை அவருடைய பெற்றோருக்கும் ஊராருக்கும் தெரிந்துவிடாமல் படுதா கட்டிய மாட்டு வண்டியில் கோஷா பெண்கள் பயணிப்பதுபோல் போக்குக் காண்பித்துவிட்டு வெண்ட்ரபிரகட அழைத்து வந்தார்கள். அந்தக் கிராமத்தில் கொஸராசு சேஷய்யா என்பவரின் வீடு பெரியது. அந்த வீட்டில் திருமண மேடையை ஏற்பாடு செய்தார்கள். சாவித்திரிதேவி என்னை மணமகளாக அலங்கரித்தாள். வங்கபாடி ரங்கா ரெட்டி, கொஸராசு சேஷய்யா, சந்திர ராஜேஸ்வர ராவ், மத்துகூரி சந்திரசேகர ராவ், கத்தெ லிங்கய்யா, பொட்லூரி ஸ்வாமி எல்லோரும் வந்திருந்து திருமணத்தை நடத்திவைக்கும் பொறுப்பை ஏற்றுக்கொண்டார்கள். தம்மாரெட்டி ராமஸ்வாமி, மணமகளின் தந்தையாக மேடையில் அமர்ந்து இருந்தார். செட்டிபல்லி வேங்கடரத்னம் 'நாட்டை நேசிப்போம்' என்ற பாடலைப் பாடினார். ஜோஸ்யபட்ல சத்யநாராயணா தம்பதிகளைத் திருமண உறுதிமொழியைச் (பிரமாணம்) சொல்லவைத்தார்.

மாலை மாற்றிக்கொண்டோம். சந்தோஷத்துடன் நிம்மதியாக வாழுங்கள் என்று பெரியவர்கள் எல்லோரும் வாழ்த்தினார்கள். சாவித்திரிதேவி எல்லோருக்கும் விருந்து வழங்கினாள்.

எங்களை எங்கே தங்கவைப்பது? அதுதான் இப்போதைய பிரச்சினை. பாமர்றுவில் பெண்ணைப் பெற்றவர்கள் வீட்டுக்கு அனுப்புவது நல்லது என்று சில பெரியவர்கள் சொன்னார்கள். ஆனால் என் சித்தி இறந்துவிட்டதால் என் தாய் அந்த சோகத்தில் இருந்தாள். மேலும் விதவைக்கு மறுமணம் நடத்தி வைப்பதால்தான் இந்தக் கேடு விளைந்தது என்று உறவினர்களின் கோபம். இந்த நிலையில் பாமர்றுவுக்கு அனுப்பிவைப்பது உசிதமில்லை என்ற முடிவுக்கு வந்தார்கள்.

சீதாராமய்யாவுடையது லிங்கவரம் கிராமம். அந்த கிராமத்தில்தான் அவருடைய பெற்றோர் இருந்தார்கள். ஆனால் சீதாராமய்யா ஜொன்னபாடுவில் அவருடைய அம்மாவழி பாட்டியின் தங்கை புச்சம்மா வீட்டில் இருந்துவந்தார். அவள்தான் அவரை வளர்த்து ஆளாக்கியவள். அதனால்தான் அவரை எல்லோரும் ஜொன்னபாடுவைச் சேர்ந்தவர் என்றுதான் எல்லோரும் விளிப்பார்கள். வங்கபாடி ரங்கா ரெட்டிக்கும் அந்த ஊர்தான். அவர் தேசிய இயக்கத்தில் பங்கெடுத்துக் கொண்டவர், கம்யூனிஸ்டாக மாறியவர். அந்த ஊரில் எல்லோருக்கும் அவரிடம் மரியாதையும் மதிப்பும் இருந்தன. அவருடைய பாதிப்பினால்தான் சீதாராமய்யாவும் கம்யூனிஸ்டாக மாறினார். ஜொன்னபாடுவிலிருந்து திருமணத்திற்குப் பெரியவர்கள் எல்லோரும் வந்திருந்தார்கள். அவர்கள் எல்லோரும் விதவையைத் திருமணம் செய்துகொண்டதற்குச் சீதாராமய்யாவையும், அத்திருமணத்தை முடிவு செய்த பெரியவர்களையும் பாராட்டினார்கள். அதனால் ஜொன்னபாடுவிற்கு அனுப்பி வைப்பது நல்லது என்று நினைத்தார்கள். சாவித்திரி புத்தாடைகளை வழங்கி எங்களை வழியனுப்பி வைத்தாள்.

ரங்காரெட்டி அடிக்கடி புச்சம்மா வீட்டுக்கு வந்து எங்களை நலன் விசாரித்துக் கொண்டிருப்பார். அந்த ஊர் இளைஞர்கள் எங்களுடன் மகிழ்ச்சியாக உரையாடி வந்தார்கள். அந்த விதமாக ஜொன்னபாடு கிராமத்தில் சில நாட்கள் தங்கி இருந்தோம்.

பிறந்த வீட்டிலோ புகுந்த வீட்டிலோ இருக்க வேண்டிய தம்பதிகள் ஒரு வயதானவள் வீட்டில் தங்கி இருப்பதா என்று என் தந்தை நினைத்தார் போலும். தம்முடைய ஊருக்கு அழைத்துப் போவதாகச் செய்தி அனுப்பினார். எங்கள் இருவருடன்,

சீதாராமய்யாவின் உறவினரையும் அழைத்தார். எல்லோரும் வருவதற்குப் பேருந்தை அனுப்பி வைப்பதாகச் சொன்னார். நாங்கள் வீட்டுக்கு வரும் சந்தர்ப்பத்தில் விருந்து ஒன்று ஏற்பாடு செய்தார். அந்த விருந்துக்கு பாமர்றுவில் இருக்கும் எங்கள் உறவினரையும் அழைத்தார். எங்கள் உறவினர்களில் கோபத்தைக் குறைத்துக்கொண்டவர்கள் மட்டும் வந்தார்கள். "விருந்து வேறு ஒரு கேடா" என்று சிலர் ஏளனம் செய்தார்கள்.

ஜொன்னபாடுவிலிருந்து வந்திருந்த உறவினர்கள் மகிழ்ச்சி அடைந்தார்கள். சீதாராமய்யா நல்ல காரியம் செய்தான் என்று வாழ்த்துகள் தெரிவித்தார்கள். அவர்கள் சீதாராமய்யாவின் தந்தையிடம் சென்று, "உன் மருமகள் அழகும் சொத்தும் அந்தஸ்தும் இருக்கும் பெண். அவளையும், அவள் பெற்றோரையும் பார்த்ததில் எங்களுக்கு மிகவும் மகிழ்ச்சி. நீயும் அதைவிட அதிகமான சந்தோஷத்துடன் அவர்களை உங்கள் வீட்டுக்கு அழைத்துவருவது நல்லது" என்று சொன்னார்களாம்.

கிருஷ்ணா ஜில்லாவில் பாமர்று ரெட்டிகள் பத்து பன்னிரண்டு கிராமங்களில் இருந்தார்கள். ஜொன்னபாடு ரெட்டிகள் மட்டும் இரண்டு கிராமங்களில்தான் இருந்தார்கள். பெண்ணைக் கொடுப்பதாக இருந்தாலும், மருமகளாய் அழைத்துவர வேண்டும் என்றாலும் அவர்கள் எங்கெங்கோ தேட வேண்டிய நிலைமை. அதனால் பாமர்று ரெட்டியாருடன் உறவு ஏற்பட்டால்தான் நல்லது என்று தேசிய இயக்கத்தைச் சேர்ந்தவர்களிடம் ஜொன்னபாடு பெரியவர்கள் ஏற்கனவே சொல்லியிருந்தார்களாம். தாங்கள் சொல்லாமலேயே கம்யூனிஸ்ட்டுகள் அதை நிறைவேற்றிவிட்டார்கள் என்று மகிழ்ந்து போனார்களாம். சீதாராமய்யா துணிந்து பாமர்று ரெட்டி பெண்ணை மணம் முடித்துக்கொண்டதற்குச் சந்தோஷம் அடைந்தார்கள். நெடுநாளைய விருப்பத்தைத் தீர்த்துவைத்ததற்கு சீதாராமய்யாவைப் பாராட்டினார்கள். புதுமணத் தம்பதிகளை ஊருக்கு அழைத்து வரச்சொல்லி சீதாராமய்யாவின் தந்தையிடம் சொல்லியிருக்கிறார்கள்.

என்னைப்பற்றி உடனுக்குடன் கட்சி நண்பர்கள் மூலமாய்த் தகவல்களைத் தெரிந்துகொண்டிருந்த என் தாய் "விருந்தோம்பல் முடிந்தபிறகு லிங்கவரம் அனுப்பிவைக்கிறோம்" என்று தன் மகிழ்ச்சியை வெளிப்படுத்தினாள். இதற்கு இடையில், இளைஞர்களுக்குச் சிலம்பாட்டத்தை சீதாராமய்யா கற்றுக் கொடுக்க ஒரு இளைஞர் சங்கத்தைத் தொடங்க வேண்டும் என்று ஆசிரியர் சங்கத்தினர் நினைத்தார்கள்.

அச்சம்மாவின் ரகளை

பாமர்றுவில் எங்களைக் கண்டால் பிடிக்காதவர்கள் எங்கள் குடும்பத்தைப் புறக்கணிக்கப்பதில் தீர்மானமாக இருந்தார்கள். வண்ணான், நாவிதர் போன்றவர்களை எங்கள் வீட்டுக்குப் போகக்கூடாது என்று சொன்னார்கள். என் தம்பியின் மாமியார் வீட்டாரையும் எங்கள் வீட்டுக்கு வராதபடி தடுத்தார்கள்.

ஒருநாள் என்னை வாழ்த்த வந்த சிநேகிதிகளை வழியனுப்புவதற்காக வாசலில் நின்றேன். தெரு வழியாய்ப் போய்க்கொண்டிருந்த அச்சம்மா என்றவள் என்னைப் பார்த்து வசைமாரி பொழியத் தொடங்கினாள். நான் என்ன தீங்கு செய்தேன் என்று என்னைத் திட்டுகிறாய் என நான் கேட்டதற்கு, "எதிர்த்து வேறு பேசுகிறாயா?" என்று கன்னத்தில் அறைந்தாள். அதைப் பார்த்து அம்மா குரலை உயர்த்தியதும் என்ன நடந்தது என்று அக்கம் பக்கத்தில் இருப்பவர்கள் வந்து சேர்ந்தார்கள். அச்சம்மா வசைபாடிக்கொண்டே அங்கிருந்து போய்விட்டாள். அவள் என் கன்னத்தில் அறைந்த விஷயம் தெரிந்து ஆசிரிய மற்றும் மாணவ சங்கத்தினர் எங்கள் வீட்டுக்கு வந்தார்கள். உறுதுணையாக இருப்போமென்றும், அடித்தவளின் வீட்டுப் பெரியவர்களை, "அவளுக்குப் புத்தி சொல்லுங்கள் என்று உலுக்கி எடுப்போம்" என்றும் சொன்னார்கள். அந்த இளைஞர்களின் ஆவேசத்தைக் கண்ட அப்பா, ரகளை மேலும் வளரும் என்று அவர்களைப் போகவிடாமல் தடுத்தார். அன்று மாலை அந்த இளைஞர்கள் ஊரில் கூட்டத்தை நடத்தினார்கள். சீர்திருத்தவாதி கந்துகூரி வீரேசலிங்கம் அவர்களுக்கு அவரது மனைவி உறுதுணையாய் இருந்ததால், அவளை அவளுடைய உறவினர்கள் விலக்கிவைத்து துன்புறுத்திய சம்பவங்களை விவரித்தார்கள். அவள் அந்த தொல்லைகளைப் பொருட்படுத்தாமல் எத்தனையோ விதவைப் பெண்களுக்குத் தாயாக இருந்து மறுமணத்தை நடத்திவைத்த கொள்கைப்பிடிப்பை விவரித்தார்கள். முட்டாள்தனமாக நடந்துகொள்பவர்களை எதிர்த்து நிற்போம் என்று எச்சரித்தார்கள்.

அக்கய்ய சௌத்ரி என்னைப் பார்ப்பதற்கு வந்தபோது, "நீ மட்டுமல்ல, விதவையை மணம்புரிந்த சீதாராமய்யாவும் ஒரு முட்டாள் என்று ஊரார் வசை பாடுகிறார்கள்" என்று தெரிவித்தார். அவர்களுடைய மூடத்தனத்தைப் போக்கடிக்கும் வழிகளை இயக்கத்தினர் கண்டறியப்போவதாகச் சொல்லி என்னைத் தேற்றினார்.

என்னைத் திருமணம் செய்துகொண்டதினால் சீதாராமய்யா இவ்வாறு இன்னல்களை அனுபவிக்க வேண்டியதாயிற்றே

என்று நினைத்தேன். அவரிடம் கேட்பதற்குப் பயந்தேன். ஆனால் சீதாராமய்யாவே என்னிடம் எல்லாம் தெரிவித்து, "நம் திருமணத்திற்கு எதிர்ப்பு இருப்பது எனக்கு முன்பே தெரியும். நாம் பயந்துவிட்டால் முட்டாள்கள் மேலும் மேலும் பயமுறுத்துவார்கள்" என்று தைரியம் சொன்னார்.

கணவரின் ஹாஸ்யம்

ஆவணி மாதம் கெளரி நோன்பிற்கு மஞ்சள் குங்குமம் வாங்கிக்கொள்வதற்கு அழைக்க உறவினர் சிலர் எங்கள் வீட்டிற்கு வந்தார்கள். அம்மாவுடன் எனக்கும் பொட்டு வைத்து அழைத்தார்கள். அம்மா அடைந்த மகிழ்ச்சிக்கு அளவில்லை. "நீயும் இனி நோன்பு கொண்டாடலாமே"அவர்கள் என்னிடம் சொன்னார்கள். அம்மாவுடன் என்னையும் தாம்பூலம் வாங்கிக் கொள்ள அழைத்துவிட்டுப் போனார்கள்.

இதை எல்லாம் கேட்ட சீதாராமய்யா, "பெண்கள் உயிரோடு இருக்கும் வரையில் சுமங்கலியாக இருக்க வேண்டும் என்பதற்குத் தானே நோன்பு. கோடேஸ்வரம்மா என்கிற நீ என்றென்றும் சுமங்கலியாகத்தான் இருப்பாய். நோன்பேகொண்டாட வேண்டியது இல்லை. கணவன் என்ற முறையில் நான் உன்னை ஆசிர்வதிக்கிறேன்" என்று சிரித்துக்கொண்டே நாடக பாணியில் சொன்னார். நானும் அம்மாவும் விழுந்து விழுந்து சிரித்தோம்.

"கணவனே கண்கண்ட தெய்வம் என்பது பழமொழி. கணவன் மனைவி உயிர் நண்பர்களாக, நெருங்கியவர்களாக வாழவேண்டும் என்ற வசனம் புதியது. மனைவி கணவனை 'என்னங்க' என்று விளிப்பதும், எங்க வீட்டுக்காரர் என்று குறிப்பிடுவதும், கணவன் மனைவியை 'அடியேய்' என்றும் 'இந்தாடீ' என்றும் கூப்பிடுவதும், என் குழந்தைகளின் தாய், என் வீட்டுக்காரி என்று குறிப்பிடுவதையும் விட்டுவிட வேண்டும். ஒருவரை ஒருவர் பெயர் சொல்லி அழைத்து அன்புடன், பரஸ்பரம் மதித்து வாழவேண்டும். சாவித்ரம்மா ராஜேஸ்வர ராவ் தம்பதிகள் அப்படித்தான் இருக்கிறார்கள். நாமும் அப்படியே பெயர் சொல்லி அழைத்துக்கொள்வோம். சரிதானே கோடேஸ்வரம்மா!" என்றார். அம்மா சிரித்தாள். நான் சிரித்துக்கொண்டே தலையை அசைத்தேன். மனிதனுக்கு நகைச்சுவையும் சந்தோஷமும் எவ்வளவு முக்கியமானவை என்று புரிந்துகொண்டேன்.

சீதாராமய்யாவின் தந்தை எங்களை ஆவணி மாதத்திலேயே அவர்கள் வீட்டுக்கு அனுப்பிவைக்கச் சொல்லி என் தந்தைக்குத் தகவல் அனுப்பினார். அந்தச் செய்தியைக் கேட்டதும் அப்பா

அம்மாவுக்கு மலையின் உச்சியைத் தொட்டுவிட்ட சந்தோஷம். நாங்கள் கேட்குமுன்பே புதுக் குடித்தனத்திற்கு வேண்டிய சாமான்களை எல்லாம் வாங்கினார்கள். ஜொன்னபாடு மற்றும் லிங்கவரம் கிராமத்தில் சீதாராமய்யாவின் உறவினர்களுக்குத் தேவையான அளவுக்கு சீர் பட்சணங்கள், (லட்டு, சர்க்கரையில் செய்யப்பட்ட கிளி அச்சுகள்) சீதாராமய்யாவின் பெற்றோருக்கும், அம்மா வழி பாட்டிக்கும் புத்தாடைகள் வாங்கி வந்தார்கள். சீர்வரிசையுடன் என்னை மாமியார் வீட்டுக்கு வழியனுப்பி வைத்தார்கள். நான் கொண்டுபோன பட்சணங்களை இரண்டு ஊரில் இருக்கும் உறவினர்களுக்கும் பங்கீடு செய்தபோது, 'சீதாராமய்யாவின் தயவில் இனி எதிர்காலத்தில் பாமர்று ரெட்டிகள் நம்முடன் சம்பந்தம் வைத்துக்கொள்வார்கள்' என்று சந்தோஷமாக வாங்கிக்கொண்டார்கள்.

தீண்டாமை

என் மாமியார்வீடு பெரிய வீடு; இரண்டு கொல்லைகள் இருந்தன. ஒன்று மாடுகள் கட்டுமிடம். இரண்டாவது அவற்றுக்கான வைக்கோல் போர்கள் வைக்குமிடம். பறையர் குப்பத்திலிருந்து வரும் வீட்டு வேலையாட்கள் இரண்டாவது கொல்லையில் சாணியுடன் வைக்கோலைக் கலந்து காலால் மிதித்துப் பதப்படுத்தி வைப்பார்கள்.

மாமியார் அந்தச் சாணியை சுவரில் வரட்டியாகத் தட்டுவார். நூற்றுக்கு இவ்வளவு என்ற கணக்கில் விற்றுச் சிறுவாடு சேர்ப்பார்கள்.

சாணியைச் சிறிய உருண்டையாக உருட்டுவது எனக்கோ, வேலைக்காரர்களுக்கோ தெரியாது என்று நினைத்து, மாமியார் தானே அந்த வேலைகளைச் செய்துவந்தார். வரட்டி தட்டுவதற்குப் போகும்போது, "அடுப்பில் கொள்ளுப் பயறு வெந்துகொண்டிருக்கிறது, வெந்ததும் வடித்துவிட்டு, கொள்ளைக் கூடையில் வைத்து தர்மனிடம் கொடு" என்று சொல்லுவார்.

"தர்மன் பறையன் என்று உனக்குத் தெரியும் இல்லையா? பறையர்கள் நம் வீட்டுக்குள் வரக்கூடாது என்ற சம்பிரதாயத்தை நினைவில் கொண்டு நான் வீட்டில் இல்லாதபோது இந்த வேலைகளை நீதான் செய்ய வேண்டும். சம்பிரதாயத்தைக் கடைப்பிடிக்க சோம்பல்பட்டு இந்த வேலைகளை அவர்களைக்கொண்டு செய்ய வைத்தால், அக்கம்பக்கத்தார் விதவையைச் சுமங்கலியாக்கியது போதாமல் தீண்டத்தகாதவர்களை வீட்டுவேலைகளையும் செய்யவைக்கிறார்கள் என்று கேலி செய்வார்கள். அந்தப் பழியை எனக்கு வரும்படி செய்யாதே" என்று சொல்லிவிட்டுப் போவார்.

என் பிறந்த வீட்டில் நிலத்தை குத்தகைக்குக் கொடுத்து விட்டதால் எங்கள் வீட்டில் மாடுகள் இருந்ததில்லை. கொள்ளு வேக வைக்கும் வேலையும் இருந்ததில்லை. செல்லமாக வளர்ந்ததால் வீட்டுவேலைகளைச் செய்து பழக்கம் இல்லை. வீட்டுவேலை செய்பவர்கள் எந்த இனத்தைச் சேர்ந்தவர்கள் என்ற கேள்வி ஒருநாளும் வந்தது இல்லை. பள்ளிவிட்டு வந்ததுமே வெளியில் விளையாடச் சென்று விடுவேன்.

பறையர்கள், பள்ளர்கள் தீண்டத்தகாதவர்கள் என்று கேள்விப்பட்டிருக்கிறேனே தவிர அதன் காரணம் என்ன என்கிற யோசனை வந்தது இல்லை. "பறையர்கள் மட்டும் மனிதர்கள் இல்லையா?" என்ற பாட்டைக் கேட்டிருக்கிறேன். பள்ளியில் பாடியும் இருக்கிறேன். ஆனால் அவர்கள் தீண்டத்தகாதவர்களாக எப்படியானார்கள் என்று நான் பெரியவர்களிடம் கேட்டுத் தெரிந்துகொண்டதில்லை.

எனக்கு எல்லாம் தெரியும் என்பதுபோல் மாமியார் சொல்லும்போது எனக்கு எப்படியோ இருக்கும்.

ஒருநாள், சிறுவயதின் நினைவுகளை அசைபோட்டுக் கொண்டே கொள்ளு இருந்த பானையை வடிகட்டும்போது சூடான நீர் கால்கள்மீது விழுந்தது. அம்மா என்று அலறிக் கொண்டே பானையை விட்டுவிட்டேன்.

வாசலில் இருந்த தர்மன் "என்னம்மா?" என்று சமையல் அறை வாசலுக்கு வந்தான்.

விழுந்து கிடந்த பானையைச் சுட்டிக்காட்டி, நீரை வடித்துவிட்டு, கொள்ளைக் கூடையில் வைக்கச் சொன்னேன்.

"நான் பறையன். பானையைத் தொடக்கூடாது" என்றான்.

"நீ பறையன் என்று பானைக்குத் தெரியாது" என்றேன்.

"நான் பானையைத் தொட்டு கொள்ளை வடித்ததாகத் தெரிந்தால் பெரியம்மா என்னை வேலையிலிருந்து நீக்கி விடுவார்கள்" என்றான்.

"கொள்ளு வீணாகிவிட்டால் பெரியம்மா திட்டுவாள். மாடுகள் பசியால் அம்பா அம்பா என்று கத்தும்" என்றேன்.

கொப்புளம் கண்டுவிட்ட என் காலைப் பார்த்து, தர்மன் தன்னுடைய பயத்தைப் பின்னுக்குத் தள்ளினான். பானையை நிமிர்த்தி தண்ணீரை வடித்தான். நல்மனம்கொண்ட மனிதனைப் போல் மௌனமாக கொள்ளை கூடையில் வைத்துக்கொண்டு மாட்டினருகில் சென்றான்.

சூடுபட்டுவிட்ட காலை விரலால் நீவிவிட்டுக்கொண்டிருந்த எனக்கு என் பாலியம் நினைவுக்கு வந்தது.

பிராமண வீட்டுப்பெண் காமேஸ்வரியின் வீட்டுக்கு விளையாடப் போனபோது, அவளுடைய பாட்டி, "கோடேஸ்வரம்மா சூத்திரவீட்டுப் பெண். நம் வீட்டுக்குள் வரக்கூடாது. வாசல் திண்ணையிலேயே உட்காரவை" என்று சொல்வது காதில் விழும்.

காமேஸ்வரியும் நானும் பள்ளியிலும் வெளியிலும் நல்ல சினேகிதிகள். காமேஸ்வரிக்குத் தாயில்லை. பாட்டிதான் அவளை வளர்த்து வந்தாள். ஏழ்மையின் காரணமாகவோ என்னவோ அவர்கள் வீட்டில் வேலைக்காரர்கள் கிடையாது. வீட்டு வேலைகளில் காமேஸ்வரி பாட்டிக்கு உதவி செய்து கொண்டிருப்பாள். அதனால் அவளுக்கு வெளியில் வருவதற்கும், மற்றவரின் வீட்டுக்குச் செல்வதற்கும் நேரம் கிடைக்காது என்று நானே அவர்கள் வீட்டுக்கு விளையாடப் போவேன்.

என்னைப் பார்த்ததும் அந்தப் பாட்டி, "காமேஸ்வரிக்கு வீட்டுவேலைகள் முடிந்ததும் விளையாடலாம். அதுவரையில் திண்ணையில் உட்கார். வீட்டுக்குள் போய்விடாதே" என்று சொல்லுவாள்.

பள்ளி உடைகளை மாற்றிக்கொள்வதற்கு வீட்டுக்குள் வந்த காமேஸ்வரியிடம், "பள்ளி உடைகளில் அவளைத் தொட்டாலும், விளையாடினாலும், வீட்டு உடைகளில் இருக்கும்போது மட்டும் அவளைத் தொடவேண்டாம். வீட்டுக்குள் வரவிடாதே. சூத்திரர்கள் உள்ளே வந்தால் வீடு தீட்டாகிவிடும்" என்று பாட்டி சொல்லுவாள். காமேஸ்வரியும் "என் சிநேகிதி வீட்டுக்குள் ஏன் வரக்கூடாது?" என்று எதிர்த்துக் கேட்கமாட்டாள். அப்படியே ஆகட்டும் என்பாள்.

பாட்டி கதாகாலட்சேபம் கேட்பதற்குக் கோவிலுக்குப் போவாள். அவள் போனதுமே விளையாடப் போவதற்கு தாமதமாகிவிடும் என்று பாத்திரம் தேய்ப்பது, சமையலறையை ஈரத்துணியால் துடைப்பது போன்ற வேலைகளை இருவரும் இணைந்து செய்வோம். ஆசாரங்கள் எல்லாம் பெரியவர்களுக்குத் தானே தவிர குழந்தைகளுக்கு எதற்கு என்று நினைத்து வந்தோம். இருவரும் சேர்ந்து வேலைகளைச் செய்யும் விஷயம் மட்டும் பாட்டிக்குத் தெரியவேண்டாம் என்று நினைத்துக்கொள்வோம்.

ஒருநாள் நான் தேய்த்த பாத்திரங்களை உள்ளே வைத்து, சமையல் அறையின் கதவைச் சாத்திக்கொண்டிருந்தேன். காமேஸ்வரி தாயக்கட்டப் பலகை, சோழிகளைத் திண்ணையில்

எடுத்து வைத்துக்கொண்டிருந்தாள். அதற்குள் பாட்டியம்மா கோவிலிலிருந்து (கதாகாலட்சேபம் இல்லை போலும்) வந்து விட்டாள்.

சமையல் அறை வாசலில் என்னைப் பார்த்ததும், "உன்னை வீட்டுக்குள் போகக்கூடாது என்று சொல்லியிருந்தேன் இல்லையா?" என்று கத்திவிட்டாள். எனக்கு அழுகை பொங்கி வந்தது. பயத்தினால் வாயைத் திறக்க முடியாமல் கண்களை விரித்துப் பார்த்தபடி நின்றுவிட்டேன்.

காமேஸ்வரி நடுவில் புகுந்து, "நாய் ஒன்று சமையல் அறைக்குள் போனதைப் பார்த்து எனக்குப் பயமாக இருந்தது. கோடேஸ்வரம்மா அதனைத் துரத்திவிட்டு கதவைச் சாத்தும்போது நீ வந்துவிட்டாய்" என்று சொன்னாள். பாட்டி கொஞ்சம் சமாதானம் அடைந்து "அப்படியா!" என்றாள்.

'பிராமணர்கள் வீட்டுக்குள் வேறு இனத்தைச் சேர்ந்தவர்கள் போகக்கூடாதா? எந்த இனம் என்று தெரியாத நாய், பூனை போகலாமா? மனிதர்கள் வீட்டுக்குள் வந்தால் ஏற்படும் தோஷம் மிருகங்கள் வந்தால் ஏற்படாதா? காமேஸ்வரி சொல்லும் பொய்களால் அந்த வீட்டில் விளையாடும் விளையாட்டுகள் எனக்கு சந்தோஷத்தைத் தருமா? நாளை முதல் விளையாட வருவதை நிறுத்திவிடலாமா' என்றெல்லாம் தோன்றியது.

அன்று காமேஸ்வரியின் வீட்டில் நடந்த விஷயத்தை பெற்றோரிடம் என்னால் சொல்ல முடியவில்லை.

இன்று இந்த வீட்டில் நடந்த விஷயத்தை சீதாராமய்யாவிடம் சொல்லிவிட நினைத்தேன். மாமியாரின் முன்னிலையில் சொல்லும் துணிச்சல் இருக்கவில்லை. அவள் இல்லாத நேரமாகப் பார்த்துச் சொன்னேன். சீதாராமய்யா, "அது ஏன்?" என்று கேட்காமல் "அப்படியா" என்று கேட்டுக்கொண்டார்.

கொல்லையில் சென்று சுரைக்காய் இலைகளைக் கொண்டு வந்து சாறு எடுத்து என் காலில் தடவிக்கொண்டே, "காலில் காயம் ஆகிவிட்டதென்று மாமியாரிடம் சொல்வதற்குப் பயந்து விட்டாயா? 'ப்ரோச்சே வாரெவருரா? நினு வினா ரகுவரா!' என்று அழுதுகொண்டு இருந்தாயா?" என்று கேட்டார். (நான் தியாகராஜ கீர்த்தனை கற்றுக்கொண்டது சீதாராமய்யாவுக்குத் தெரியும்.)

"அனுபவங்கள் எண்ணங்களைத் தூண்டிவிடும். சிறு பிராயத்தில் நேர்ந்த அனுபவம் தீண்டாமை சரியில்லை என்று உணர்த்தியது. அதனால்தான் தர்மனை சகமனிதனாய்ப் பாவித்து

வீட்டுக்குள் வரச்சொன்னாய். எதற்காகத் தொடக்கூடாது என்று சிறு வயதில் உன் சிநேகிதி தன் பாட்டியைக் கேட்காததுபோல் இன்று என் அம்மாவைக் கேட்கும் துணிச்சல் உனக்கு இருக்க வில்லை. சரியில்லை என்று உணர்ந்தால் மட்டும் போதாது. கேள்வி கேட்கும் துணிச்சலும் இருக்க வேண்டும்" என்றார்.

"நான் இனத்திற்கு முக்கியத்துவம் கொடுக்கக்கூடாது என்று சீதாராம ரெட்டி என்று அழைக்கப்படாமல் சீதாராமய்யாவாக அழைக்கப்படுகிறேன். ஜாதியை எதிர்த்து நீ என்னைத் திருமணம் செய்துகொண்டாய். அதனால் ஜாதிப் பெயரில் நம் வீட்டில் தீண்டாமை இருந்தால் அந்தத் தவறு அம்மாவுடையது இல்லை, நம்முடையதுதான்" என்றார். தீண்டாமையை ஒழிப்பதும் சீர்திருத்தத்தின் ஒரு பகுதி என்றார்.

"இதுபோன்ற பிரச்சினைகள் நம் வீட்டில் வந்ததுபோலவே இயக்க நண்பர்கள் வீட்டில் வந்திருக்கிறது என்றோ, வரக்கூடும் என்றோ யோசித்த நம் கட்சி, பெண்களுக்காக விஜயவாடாவில் அரசியல் பள்ளியை நிறுவ வேண்டும் என்று நினைக்கிறது. இந்திய நாட்டில் பழக்கவழக்கங்கள் எப்படிப் பிறந்தன, அதற்கான காரணங்கள் என்ன, அவற்றால் சமுதாயத்திற்கு ஏற்படும் தீமைகள் என்ன, அவற்றை எப்படித் தடுப்பது போன்றவை அந்தப் பள்ளியில் பாடங்களாகக் கற்றுக்கொடுப்பார்கள். நமது வீட்டில் முதலில் வெற்றிபெற்று பிறகு வெளியில் வெற்றிபெறுவதற்கு முயற்சி செய்வோம்" என்றார்.

அன்று முதல் சீதாராமய்யா தான் வீட்டில் இருக்கும்போது தர்மனுடன் சேர்ந்து வேலை செய்வது, வீட்டுக்குள் அழைத்து உரிமையுடன் பழகுவது என்று செய்யத் தொடங்கினார். தர்மன் தயங்கினால், அவன் தோளில் கையைப் பதித்து, "என்னப்பா யோசித்துக்கொண்டே நிற்கிறாய்? எனக்கு வேலைசெய்யத் தெரியாது என்றா? சொல்லிக்கொடுத்தால் செய்துவிட்டுப் போகிறேன்" என்பார். கிராமத்தாரின் சாதக பாதகங்களைப்பற்றி, விவசாயிகளின் நாட்டாமையைப்பற்றி தர்மனைக் கேட்டுத் தெரிந்துகொண்டிருந்தார்.

புகுந்த வீட்டில் புதிய வாழ்க்கை

லிங்கவரம் சிறிய கிராமம். அந்த ஊர் இளைஞர்களுக்கு சீதாராமய்யாவிடம் பிரியம் அதிகம். அடிக்கடி வந்துபோவார்கள். சீதாராமய்யாவுடன் இளைஞர் அணியின் நிகழ்ச்சிகளைப்பற்றிப் பேசிக்கொண்டிருப்பார்கள். என்னிடம் உரிமையாக பழகிக் கொண்டு, என்னுடைய தயக்கத்தை, பயத்தை நீக்கிக் கொண்டிருந்தார்கள். என்னை "அக்கா!" என்று அழைத்து,

சீதாராமய்யாவுடன் நகைச்சுவையாய்ப் பேசி சந்தோஷமான சூழ்நிலையை உருவாக்கி வந்தார்கள்.

அப்போது பந்தர் கல்லூரியில் என் தம்பி படித்துக் கொண்டிருந்தான். என்னைப் பார்ப்பதற்கு வரும்போது எனக்கு ஏதோ ரகசியமாகக் கொண்டுவந்து தருவதுபோல் கம்யூனிஸ்ட் கட்சியினர் நடத்தும் *சுதந்திர பாரதி* இதழ்களை ஆடைகளுக்கு அடியில் வைத்து, அவற்றின்மீது கொய்யாப்பழம், பனங்கிழங்கு முதலியவற்றை வைத்து எடுத்துவருவான்.

ஜில்லா முழுவதும் அவற்றைப் பங்கீடு செய்ய, அந்த ஊர் இளைஞர்கள் எங்கள் வீட்டில் சைக்லோஸ்டைல் இயந்திரத்தில் பிரதி எடுப்பார்கள். அவர்களுக்காகத் தேநீர் போட்டுத் தருவேன். அவர்கள் எடுத்த பிரதிகளைக் கூடைகளில் வைத்து நான் தயாரித்த சோமாசி, அதிரசங்களை அவற்றின்மீது வைத்து அவர்களுக்கு உதவி செய்துகொண்டிருந்தேன். அந்த வேலை என் மாமியாருக்குப் பிடித்தம் இல்லாமல் இருந்தது. கட்சியின் முடிவின்படி சீதாராமய்யா மே தினம், அக்டோபர் புரட்சி தினம் ஆகியவற்றில் சிவப்புக் கொடிகளுடன் குடிவாடாவில் ஊர்வலம் மற்றும் கூட்டங்களை நடத்திக்கொண்டிருந்தார். சுந்தரய்யா, ராஜேஸ்வர ராவ் போன்ற தலைவர்கள் அந்த நாட்களின் முக்கியத்துவத்தை மேடையில் எடுத்துச்சொல்லி வந்தார்கள். அந்த ஊர்வலத்தில் நானும் பங்கெடுத்து மேடைகளில் புரட்சிக் கீதங்களைப் பாடுவேன்.

குடிவாடாவிலிருந்து வீட்டுக்கு வந்ததும் என் மாமியார் என்னைச் சுட்டெரிப்பதைப்போல் பார்ப்பாள். “ஊராருக்குச் சமைத்துப் போட்டது போதாதென்று ஊர்வலத்திற்கும் கிளம்பி விட்டாயா? வீட்டு மானமரியாதை என்ன ஆவது?” என்று கோபமாகப் பேசுவாள். அவள் வார்த்தைகளைப் பொருட்படுத்த வேண்டாமென்று சீதாராமய்யா சொல்லுவார்.

ராமசாமி அண்ணன், சுதந்திர பாரதி பிரதிகள் இருந்த கூடையில் மேலாக சோமாசிகள் இருப்பதைப் பார்த்து, “இது யாருடைய வேலை?” என்று தோழரிடம் கேட்டாராம். அந்த காம்ரேட் என் பெயரைச் சொன்னதும், “என் தங்கை இந்த அளவுக்கு உயர்ந்துவிட்டாளா?” என்றாராம்.

நான் ஊர்வலத்தில் பங்கெடுத்துக் கொண்டதையும் மேடையில் பாடுவதையும் பார்த்து ராஜேஸ்வர ராவ், “கோடேஸ்வரம்மா நான் நினைத்தது போலவே இயக்கத்திற்கு இவ்வளவு உறுதுணையாக இருக்கிறாளா?” என்று வியந்து போனாராம். அதைக் கேட்டபிறகு எனக்கு அவர்மீது மதிப்பு

மேலும் உயர்ந்தது, கட்சி வேலைகளைத் தொடர்ந்துசெய்ய முடிவு செய்தேன்.

கொண்டபல்லி கோடீஸ்வரன் ஆக வேண்டும்

சீதாராமய்யாவின் தாய்க்கு மகன் பணக்காரனாக வேண்டும் என்று ஆசை இருந்து வந்தது. அவளுடைய மைத்துனரின் மகனுக்கு இருபத்தைந்து ஏக்கர் நிலம் இருந்ததாம். தன் மகனுக்கும் அந்த அளவுக்கு நிலம் இருக்க வேண்டும் என்ற தவிப்பில் எருமைகளை வளர்த்து பால் விற்பது, கோழியை வளர்த்து முட்டை விற்பது, பணத்தை வட்டிக்குத் தருவது போன்ற வேலைகளைச் செய்துவந்தாள். இதை எல்லாம் உங்களுக்காகத்தானே செய்கிறேன். வீட்டு வேலையை நான் பார்த்துக்கொண்டால், வருமானத்தைத் தான் பார்த்துக்கொள்வதாகச் சொல்லுவாள்.

நான் சமைத்தால் சீதாராமய்யாவின் தந்தை பாராட்டுவார். மாமியாரின் கோபம் குறைவதற்காகப் பழக்கம் இல்லாவிட்டாலும் உரலைப் பிடிப்பது, வறட்டியைத் தட்டுவது போன்ற வேலைகளைச் செய்யத் தொடங்கினேன். எங்கள் வீட்டுக்கு வரும் காம்ரேட்கள் அதைப் பார்த்துவிட்டு சீதாராமய்யாவிடம் சொன்னார்கள். அவர் வருத்தப்பட்டு, "பிறந்த வீட்டில் அபூர்வமாக வளர்ந்த பெண். மாமியார் வீட்டில் வறட்டியைத் தட்டிக்கொண்டு மாமியார் கொடுமையின்கீழே வாழ்ந்து வருகிறாள் என்ற பெயரை சம்பாதித்துத் தரப்போகிறாயா?" என்று குத்தலாக மொழிந்தார். என்ன சொல்லுவது என்று தெரியாமல் மறைவுக்கு சென்று கண்ணீரைத் துடைத்துக்கொண்டேன். அவர் வீட்டில் இல்லாத நாட்களில் மாமியார் சொன்ன வேலைகளைச் செய்துவந்தேன்.

கூடுதல் வட்டியை ஒழித்துக் கட்ட வேண்டும் என்றும், 'நாம் முறை' (கார்த்திகை மாதத்தில் ஒரு மூட்டை நெல்லை கடனாகக் கொடுத்து அறுப்பு நடந்த பிறகு இரண்டு மூட்டை வாங்கிக்கொள்வதை 'நாம் முறை' என்பார்கள்) ஒழிய வேண்டும் என்று முழக்கமிட்டால் போதாது, செயலில் காட்ட வேண்டும் என்று கட்சியில் சொன்னார்கள்.

'நாம்' முறையில் தாய் நெல்லைக் கடனாகக் கொடுத்துவருவது சீதாராமய்யாவுக்கு தெரியவந்தது. உடனே தன் தாயிடம் கடன் வாங்கியவர்கள் எல்லோரையும் அழைத்து, கூடுதலாக அவர்கள் கொடுத்த நெல்லைத் திருப்பிக் கொடுத்துவிட்டு கட்சி வேலையாக விஜயவாடாவுக்குச் சென்றுவிட்டார். என் மாமியார் வெளியில் சத்தம் வராமல் அழுது தீர்த்துவிட்டாள். சாப்பிடாமல் பட்டினி கிடந்தாள்.

"உன்னைப் பண்ணிக்கொண்டதினால்தான் இப்படி மாறிவிட்டான்" என்று என்னை வசை பாடினாள். "உன்னுடன் சொத்து வரும் என்று சொன்னார்கள். வராமல் போனதோடு இருப்பதும் போய்க்கொண்டு இருக்கிறது" என்று அழுதாள்.

சீதாராமய்யா இன்னும் விஜயவாடாவிலிருந்து வரவில்லை. நான் அவர் வருகைக்காகக் காத்திருக்கவில்லை. மாமியாரிடம் சொல்லாமல் கொள்ளாமல் பிறந்த வீட்டுக்கு பாமர்றுவுக்கு போய்விட்டேன். இரண்டு நாட்கள் கழித்து என்னிடம் சீதாரமாய்யா வந்தார். "அம்மாவைப்பற்றி உன் வீட்டாரிடம் சொன்னாயா?" என்று கேட்டார்.

இல்லையென்று தலையை அசைத்தேன். சிரித்துவிட்டு, "நல்ல காரியம் செய்தாய்" என்றார். ஒருநாள் தங்கிவிட்டு என்னை லிங்கவரம் அழைத்து வந்தார்.

கட்சியின் முன்னேற்றத்திற்காகவும், பத்திரிகை நடத்துவதற் காகவும் சுந்தரய்யா, ராஜேஸ்வர ராவ் போன்றவர்கள், தங்கள் பங்கிற்குக் கிடைத்த குடும்பச் சொத்தைக் கட்சிக்குத் தந்து விட்டார்கள். மற்ற தலைவர்களைப் போலவே ஜில்லாவின் முக்கியமானவராக வேலை பார்த்துக்கொண்டிருந்த சீதாராமய்யாவும் தந்தையிடமிருந்து தன் பங்கை வாங்கி, அதை விற்றுப் பணத்தை கட்சிக்குக் கொடுத்துவிட்டார். சீதாராமய்யாவின் தந்தை வருத்தப்பட்டுக்கொண்டார். தாய் அழுதுகொண்டே கிணற்றில் குதித்துவிடுவதாக ஓடினாள். வீட்டுக்கு வந்த இளைஞர்கள் தடுத்து நிறுத்திவிட்டார்கள். மகனும் மருமகளும் இருக்கும் வீட்டில் தான் இருக்கமாட்டேன் என்று ஜொன்னபாடுவில் இருக்கும் சித்தியின் வீட்டுக்குச் சென்றுவிட்டாள். அப்பொழுது நான் கருவுற்று இருந்தேன். மசக்கையினால் உடல் பலவீனமாக இருந்தது. மாமியார் வீட்டைவிட்டுப் போய்விட்டதால், எவ்வளவு துன்பங்களை அனுபவிக்க வேண்டிவருமோ அத்தனையையும் அனுபவித்தேன். பாமர்றுவுக்கு என்னைஅனுப்பச்சொல்லிக் கேட்டேன்.

ஆனால் நான் பிறந்த வீட்டுக்கு வந்தால் என் தம்பியின் மனைவியைப் புகுந்தவீட்டுக்கு அனுப்ப மாட்டோம் என்று அவள் பெற்றோர் சொன்னார்களாம். அந்த விஷயத்தை என் பிறந்த வீட்டாராகட்டும், சீதாராமய்யாவாகட்டும் எனக்குத் தெரியாமல் பார்த்துக்கொண்டார்கள். வருத்தப்படுவேன் என்று நினைத்தார்கள் போலும். நான் பாமர்று போவதாகச் சொல்லும் போதெல்லாம் சீதாராமய்யா தனக்கு விருப்பம் இல்லை என்று சொல்லுவார். நான் இல்லாமல் தன்னால் ஒருநாள்கூட இருக்கமுடியாது என்று சொல்லுவார். என்

மாமியார் வீட்டு நிலைமையையும் என்னுடைய நிலைமையையும் கவனித்த மாநிலக் கட்சிக்காரர்கள் ஜொன்னபாடுவில் சிறிய ஹிந்தி பள்ளியை நிறுவினார்கள். சீதாராமய்யாவை அங்கே ஆசிரியராக வேலை பார்த்துக்கொண்டே கட்சி வேலையைக் கவனிக்கச் சொன்னார்கள்.

கட்சியின் முடிவு சீதாராமய்யாவின் தந்தைக்குத் தெரிய வந்தது. தங்களுடைய வீட்டிலேயே இருக்கச்சொல்லி என்னிடம் கேட்டுக்கொண்டார். "உன் வயிற்றில் ஒரு பெண் குழந்தை பிறந்தால் அதனை வளர்க்க வேண்டும் என்று உன் மாமியார் விரும்பினாள். கொஞ்சம் கோபம் குறைந்ததும் வீட்டுக்குத் திரும்பி வந்துவிடுவாள். மகன் சொத்தை எல்லாம் விற்று, கட்சிக்குத் தாரைவார்த்துவிட்டான் என்ற கோபத்தை உன்மீது காட்டிவிட்டாள். நீங்க ஜொன்னபாடு போகவேண்டாம்" என்று கேட்டுக்கொண்டார்.

சீதாராமய்யா கட்சியின் முடிவின்படிதான் நடந்துகொள்வார், அது அவர் தாய்க்குப் பிடிக்காது, சண்டை சச்சரவுடன் வீடு நரகம் ஆகிவிடும். எல்லோரும் வருத்தப்பட வேண்டும். அதனால்தான் கட்சி இந்த முடிவுக்கு வந்திருக்கும். இதை எல்லாம் மாமனாரிடம் சொல்ல வேண்டும் என்று தோன்றியது. 'பெரியவர்களையே யோசிக்கச் சொல்லும் அளவுக்குப் பெரியவளாகிவிட்டாயா?' என்று சொல்லக்கூடும் என்று தயங்கினேன்.

மூன்று பேரும் சளைத்தவர்கள் இல்லை

என் மௌனத்தைப் புரிந்துகொண்ட சீதாராமய்யாவின் தந்தை எங்களுக்கு வேண்டிய பொருட்களை வண்டியில் போட்டு ஜொன்னபாடுவில் இறக்கிவிட்டு வரச்சொல்லி வேலைக்காரனை அனுப்பினார். புதுக்குடித்தனத்திற்கு காரில் ஆடம்பரமாக மாமியார் வீட்டுக்கு வந்த நான் மாட்டு வண்டியில் ஜொன்னபாடுவுக்கு வந்தேன். திருமணம் ஆனதும் அன்புடன் எங்களுக்கு வரவேற்பு அளித்த ஜொன்னபாடுதான் திரும்பவும் எங்களுக்கு ஆதரவு என்று நினைத்தேன்.

ஜொன்னபாடு கிராமத்தில் பள்ளி மாணவர்கள் எல்லோரும் என்னை "அக்கா!" என்று அழைத்து வேதனையைப் போக்கடித்தபடி நன்றாகப் பேசிக்கொண்டிருந்தார்கள். வீட்டு வேலைகளிலும் உதவியாக இருந்தார்கள். அப்பாவுக்குப் பேருந்துகள் இருந்ததால் அம்மா இரண்டு நாட்களுக்கு ஒருமுறை பேருந்தில் வந்து எனக்கு உதவிசெய்துவிட்டுப் போவாள். எங்களுக்கு வீட்டை வாடகைக்குக் கொடுத்தவளை, "பெரியம்மா!" என்றுதான் அழைப்பேன். அவளும் என்னைப் பிரியமாக நடத்திவந்தாள்.

அந்த பெரியம்மாவின் வீடுதான் எனக்குப் பிறந்தவீடு ஆகிவிட்டது. அந்த வீட்டில்தான் எனக்கு முதல் பிரசவம் ஆயிற்று. எனக்கு வளர்க்கத் தெரியாது என்று குழந்தை நினைத்தானோ என்னவோ, சில மாதங்களிலேயே இறந்துவிட்டான்.

என் வேதனைகளுக்கு இடையே, அப்பா வியாபாரத்தில் கவனம் செலுத்தாததால் கூட்டாளிகள் ஏமாற்றினார்கள். நஷ்டம் வந்து வியாபாரமும் படுத்துவிட்டது. கடன் கொடுத்தவர்கள் ரகளை செய்தார்கள். தம்பியின் படிப்பு நின்றுவிட்டது. சொத்தில் ஒரு பங்கை விற்றுக் கடனை அடைக்க வேண்டியதாயிற்று.

இதற்கு இடையில் கம்யூனிஸ்ட் கட்சியை அரசாங்கம் தடை செய்துவிட்டது. சீதாராமய்யா ரகசிய வாழ்க்கை நடத்தவேண்டி வந்தது. நான் மீண்டும் கருவுற்றேன். சீதாராமய்யா இரவு நேரத்தில் வந்து எனக்குத் தைரியம் சொல்லிக்கொண்டிருந்தார். ஒருநாள் சீதாராமய்யா தன்னுடைய தம்பி முறையான ராம ராகவ ரெட்டி, காதி ரெட்டி, ஜெகன்னாத ரெட்டி இவர்களை அறிமுகப்படுத்தி வைத்தார். “இனிமேல் இவர்கள் உனக்கு மைத்துனர்கள் அல்ல. உடன் பிறவாத சகோதரர்கள்” என்று சொன்னார். உண்மையிலேயே அவர்கள் என்னைச் சேர்ந்தவர்களாகிவிட்டார்கள். போலீசாருக்குப் பயப்படாமல் என்னுடைய தேவைகளைக் கவனித்துக்கொண்டு நெருக்கமானவர்களாகி விட்டார்கள். நான் ராமராகவ ரெட்டியைப் பெரிய பையன் என்றும், ஜெகன்னாத ரெட்டியைச் சின்னப் பையன் என்றும் அழைத்து வந்தேன். அவர்கள் எனக்கு உடன்பிறப்புக்கு மேலாகிவிட்டார்கள். எனக்கு எந்தவிதப் பாதுகாப்பற்றத் தன்மையும் இல்லாமல் பார்த்துக்கொண்டார்கள்.

என்னுடைய இன்னல்களைத் தெரிந்துகொண்ட என் தாய் ஜாதியையும் ஊர்மக்களையும்விட மகள்தான் தனக்கு முக்கியம் என்று துணிந்து என்னிடம் வந்துவிட்டாள். சொத்தை இழந்த நிலையில் அம்மாவும் இல்லாமல் அப்பா மட்டும் பாமர்றுவில் இருப்பது நியாயம் இல்லை என்று தோன்றியது. சுய அபிமானம் கொண்ட என் தந்தை நிலத்தை விற்றுக் கடனைத் தீர்த்து, லிங்கவரத்தில் என் பெயரில் இரண்டு ஏக்கர் நிலம் வாங்கி, அடகில் இருந்த என்னுடைய நகைகளை மீட்டு... பிறகுதான் என்னிடம் வந்தார்.

இரண்டாவது உலகப்போரை மக்களின் போர் என்று கம்யூனிஸ்ட் கட்சி அறிவித்தது. 1942 டிசம்பர் 25 அன்று எனக்கு சந்து பிறந்தான். பெரிய பையனும் சின்னப் பையனும் சேர்ந்து அவனை ‘பீபிள்ஸ் வார்’ என்று அழைத்தார்கள். சந்து தவழ்ந்து கொண்டிருந்தால் அவன் கையில் சிவப்புக் கொடியைக் கொடுத்து

விளையாட்டு காட்டுவார்கள். (அவர்கள் அப்படி அழைத்ததை நினைவுகூர்ந்துதான் சீதாராமய்யா தான் உருவாக்கிய கட்சியை 'பீபிள்ஸ் வார்' என்று அழைத்தாரோ என்னவோ.)

தளிர்நடை போட்டுக்கொண்டிருந்த சந்துருவை அப்பா தோளில் தூக்கிக்கொண்டு, "உன் சித்தப்பாக்கள் எவ்வளவு நல்லவர்கள் தெரியுமா" என்று பாராட்டுவார்.

அப்பா சொன்னதுபோல் பெரிய பையன், சின்னப் பையன் இருவரும் பண்புள்ளவர்கள். பெரியவன் தன் பெயரில் இருந்த ரெட்டியை நீக்கிவிட்டு ராகவராவ் என்று அழைக்கச் செய்தான். லோலாட்சி என்ற கம்ம இனத்துப் பெண்ணைச் சீர்திருத்தத் திருமணம் செய்துகொண்டான். நான் இருந்த வீட்டில் சிலநாட்கள் அந்தப் பெண்ணைத் தங்கவைத்துக் கூட்டுக்குடும்பத்தின் அருமையை எனக்கு உணர்த்தினான். சின்னப் பையன் மாணவர் சங்கத் தலைவனாக இருந்து, பெரியவர்களின் ஆசிகளைப்பெற்று, ரஷியா சென்று அங்கிருந்து செகோஸ்லோவேகியா பராக் நகரத்தில் படித்து, நடாஷா என்ற செகோஸ்லோவேகியப் பெண்ணை மணம்புரிந்து இந்தியாவுக்கு அழைத்து வந்தான். அவளை அவனுடைய தாயாரிடம் அழைத்துச் செல்லும்முன் என்னிடம் அழைத்துவந்து, எங்களுடைய விருந்தோம்பலைப் பெற்றுக்கொண்டான். ஏற்கனவே நாங்கள் விஜயவாடாவுக்குக் குடி மாறியிருந்தோம், என்னையும் லோலாட்சியையும் (பெரியமகனின் மனைவி) அழைத்துக்கொண்டு ஜொன்னபாடு சென்றான். அந்தச் சமயத்தில் நாங்கள் மூன்று ஓரகத்திகளும் சேர்ந்து அந்த ஊரில் சந்தோஷமாக இரண்டு நாட்கள் கழித்தோம். ஒருவன் விதவையை மணம்புரிந்து, இரண்டாமவன் கலப்பு மணம் செய்து, மூன்றாமவன் வேற்றுமதம் சேர்ந்த வெளிநாட்டுப் பெண்ணை மணம்புரிந்து அந்த ஊருக்கே ஒரு முக்கியத்துவத்தைக் கொண்டுவந்துவிட்டதாக ஊர்ப் பெரியவர்கள் அந்த அண்ணன் தம்பிகளைப் பாராட்டினார்கள்.

1941இல் அரசாங்கம் கம்யூனிஸ்ட் கட்சியின்மீது இருந்த தடையை விலக்கியது. தலைமறைவாய் இருந்த தோழர்கள் எல்லோரும் வெளிச்சத்திற்கு வந்தார்கள். சீதாராமய்யா வருகிறார் என்ற செய்தியைக் கேட்டுவிட்டு என் தந்தை நிச்சிந்தையாய் இவ்வுலகத்தை விட்டுப் போய்விட்டார். பாமர்ருவில் இருந்து உறவினர்கள் எல்லோரும் வந்தார்கள். என் மாமியார் மாமனார் என் தந்தையின் இறுதிக் காரியங்களை நிறைவேற்றி வைத்தார்கள். பிறந்து வளர்ந்த ஊரில் இறந்து போகாமல் ஜொன்னபாடுவில் இறந்துபோனான் என்று என் அத்தைகள் வருத்தப்பட்டுக் கொண்டார்கள். உறவினர்கள் எல்லோரும் சேர்ந்து என் தாயை விதவையாக்குவார்கள் என்று நானும் என் தம்பியும் அழுதோம்.

விஜயவாடாவில் *பிரஜாசக்தி*

கட்சியின் மீதிருந்த தடை நீங்கியபிறகு, விஜயவாடாவில் இருந்துகொண்டே கிருஷ்ணா ஜில்லா கட்சியின் வேலைகளைக் கவனிக்கச்சொல்லி சீதாராமய்யாவிடம் ஒப்படைத்தார்கள். கட்சியை மேலும் வலுப்படுத்துவதற்குச் சொந்த அலுவலகத்தை ஏற்பாடுசெய்ய வேண்டும் என்றும் நினைத்தார்கள். அதுவரையில் வாரப்பத்திரிகையாக இருந்துவந்த *பிரஜாசக்தியைத்* தினப் பத்திரிகையாக மாற்றினார்கள். அம்மாவும் எங்களுடன் வந்துவிட்டாள். விஜயவாடா காந்திநகரில் வீடு எடுத்துத் தங்கியிருந்தோம். மக்களுக்கு வேண்டிய அமைப்புகளை நிறுவுவதுடன் பெண்களுக்கு எல்லாத் துறைகளிலும் முக்கியத்துவம் இருக்கவேண்டும் என்று கட்சி தீர்மானம் செய்திருந்தது. உறுப்பினர்களின் மனைவியரை, சகோதரிகளைக் கட்டாயமாக இயக்கத்தில் கொண்டுவர வேண்டும் என்று சொன்னார்கள். அவர்களுக்குள் அரசியல் உந்துதலை ஏற்படுத்துவதற்குப் பள்ளிகளை நடத்திவந்தார்கள். அந்தப் பள்ளியில்தான் எனக்குக் கட்சியைச் சேர்ந்த பெண்களுடன் அறிமுகம் ஏற்பட்டது. பாடங்களைச் சொல்லித்தருவதற்கு வந்த பிரபலமானவர்கள் எல்லோரையும் பார்த்தேன். கட்சியின் வளர்ச்சிக்காகச் சொத்துகளை விற்று நன்கொடை கொடுத்த தியாகிகளிடம் மதிப்பை வளர்த்துக்கொண்டேன். அவர்கள் சொன்ன எந்தக் காரியத்தையும் சற்றும் பின்வாங்காமல் செய்ய நினைத்தேன். பள்ளியில் அறிமுகமான பெண்களுடன் இணைந்து வேலைசெய்யத் தொடங்கினேன்.

பெண்கள் வாசற்படியைத் தாண்டி வெளியில் வந்தாலே குற்றமாகக் கருதும் அந்த நாட்களில் கம்பம்பாடி மாணிக்காம்பா, ஜோஸ்யபட்ல சுப்பம்மா, மானிகொண்ட சூர்யாவதி, தாபி ராஜம்மா மற்றும் சிலபெண்கள், இளைஞர்களுடன் சேர்ந்து, வம்பு செய்பவர்களையும், நக்கல் செய்பவர்களையும் பொருட் படுத்தாமல் கட்சிப் பத்திரிகை *பிரஜாசக்தியை* உற்சாகத்துடன் தெருக்களில் விற்பனை செய்துவந்தோம்.

கலாச்சாரத்தில் மறுமலர்ச்சி ஏற்படுத்தும் லட்சியத்தில் கட்சி அப்பொழுதுதான் அறிவியல் தளத்தை உருவாக்கியது. பத்திரிகை விற்றுப் புதிய சம்பிரதாயத்தை உருவாக்கிய பெண்களாகிய நாங்கள் அறிவியல் தளத்திலும் வேலை செய்தோம். விஜயவாடாவில் நடந்த மாநிலக் கட்சிக் கூட்டத்தில் ராஜம்மா, நான் மேலும் இரண்டு பெண்கள் சேர்ந்து நாட்டுப்புறக் கலைவடிவத்தில் நிகழ்ச்சிகளை நடத்தினோம். அகில இந்திய விவசாயிகளின் மாநாடு நடந்தபோது என் தாயைப் போன்ற சிலர் சேர்ந்து

லட்சக்கணக்கில் வரப்போகும் கூட்டத்திற்காக ஊறுகாய் போன்றவற்றைத் தயாரித்தார்கள். விஜயவாடா நகரம் வியக்கும் வகையில் மைல் கணக்கில் தொடர்ந்த பெண்களின் ஊர்வலத்தில் பங்குபெற்று, “உழுபவனுக்குத்தான் நிலம் சொந்தம்” என்று கோஷம் போட்டோம். “நம் கைராசியுடன், நம் வியர்வையை எருவாக்கி, நாற்று நட்டு, நெல் விளைச்சலைக் காண்போம்” என்று பாடி அண்டை மாநிலத்திலிருந்து வந்தவர்களின் பாராட்டைப் பெற்றோம்.

ஆயிரக்கணக்கான விளைச்சல் நிலங்களுக்குத் தண்ணீர் கிடைக்காமல் விவசாயிகள் படும் கவலையை லட்சியம் செய்யாத அரசாங்கத்தின் சாமர்த்தியக் குறைவைச் சுட்டிக்காட்டி, இளைஞர்களுடன் சேர்ந்து, “உன்னை அபலை என்று சொல்லிக் காட்டுபவர்கள் வியந்துபோகும் வகையில் கடப்பாறையைப் பிடித்து, மண் தட்டைத் தலையில் சுமந்து காட்டு தங்கச்சி” என்று பாடிக்கொண்டே கிருஷ்ணா வாய்க்காலில் தூர்வாரும் வேலையில் மூழ்கினோம்.

முன்னேற்றத்தை விரும்பாத ஜமீன்தாரின் ஏஜென்டுகளால், கம்யூனிஸ்ட் கட்சி ஏற்று நடத்தும் இந்த நிகழ்ச்சிகளையும், மக்களுக்கிடையே அவற்றுக்குக் கிடைத்த வரவேற்பையும், கம்யூனிஸ்ட் பெண்களின் துணிச்சலையும் சகித்துக்கொள்ள முடியவில்லை. அரசியல் சுயநலத்துடன் எங்கள்மீது பழியைச் சுமத்தினார்கள். சமுதாயத்தின் கட்டுப்பாடுகளை மீறுகிறோம் என்று பிரச்சாரம் செய்து, புச்சய்யாவை ஆசிரியராகக் கொண்டு *முலகோல* என்ற பத்திரிகையை நடத்தினார்கள். ‘வெங்கம்மா நாடகம்’ எழுதவைத்துப் போட்டார்கள். நார்ல வேங்கடேஸ்வர்லுவைக் கொண்டு எங்களைக் கேலிசெய்யும் விதமாக எழுதவைத்தார்கள். ரவுடிகளைத் தூண்டிவிட்டுக் கட்சி அலுவலகத்தின்மீதும் எங்கள்மீதும் தாக்குதல் நடத்தினார்கள். ரவுடிகள் முதலில் ஜில்லா அலுவலகத்திற்குச் சென்றார்கள். அங்கே சந்திர சாவித்ரம்மாவை அவமானப்படுத்த முயன்றபோது இளைஞர்கள் எதிர்த்து நின்றார்கள். அங்கிருந்து மாநில அலுவலகத்திற்குச் சென்றார்கள். அங்கே நாற்பது பேர் கொண்ட கூட்டம் நடைபெற்றுக் கொண்டிருந்தது. ராவி நாராயண ரெட்டியும் இருந்ததாக நினைவு. எப்படியாவது ரவுடிகளை எதிர்த்து நிற்க வேண்டும் என்று முடிவு செய்தார்கள். அவர்களோ கட்டுக்கு அடங்காத ரவுடிகள். நாமோ கொள்கைக்காகப் போராடுபவர்கள். எனவே, அலுவலகத்திற்கு வெளியே ஒரு கோட்டைக் கிழித்து, அதைத்தாண்டி ரவுடிகள் வந்தால் அடிப்போம் என்று சொன்னார்கள். அந்த ரவுடிக் கும்பலிடம் கட்டைகள், ஆயுதங்கள் இருந்தன; இவர்களிடம் கொடியைக்

கட்டிய கம்பு தவிர வேறு எதுவும் இல்லை. இருந்தாலும் பயந்துவிடாமல், பக்கத்திலேயே இருந்த விறகுமண்டியிலிருந்து ஆளுக்கொரு கழியை உருவி எடுத்துக்கொண்டார்கள். முதல் வரிசையில் சந்திர ராஜேஸ்வர ராவ், சீதாராமய்யா நின்று கொண்டிருந்தார்கள். தம்மா ரெட்டி சத்யாநாராயணாவும் இருந்ததாக நினைவு. சீதாராமய்யாவுக்குச் சிலம்பாட்டம் நன்றாகத் தெரியும். இவர்கள் முன்நின்று போராடியபோது எதிர்த்து நிற்க முடியாமல் ரவுடிகள் ஓடிவிட்டார்கள்.

ஆனால் அதன்பிறகு எங்கள் வீட்டின்மீது தாக்குதல் நடத்தினார்கள். கருவுற்றிருந்த என்னை அம்மா பக்கத்து வீட்டுக்கு அனுப்பிவிட்டு, கட்சி இளைஞர்களுக்குத் தாக்குதலைப் பற்றித் தெரியப்படுத்தினாள். மனவலிமை, மக்கள் ஆதரவு பெற்றிருந்த எங்கள் ஆட்களைப் பார்த்து ரவுடிகள் ஓட்டமெடுத்தார்கள். மறுநாள் அந்த ரவுடிகளின் பெற்றோர்களையும் உறவினர்களையும் கட்சி ஆட்கள் சந்தித்து, “எங்கள் வீட்டுப் பெண்களை மட்டுமே அல்ல, வேறு எந்த பெண்ணின் ஜோலிக்கு வந்தாலும் நாங்கள் சும்மா இருக்கமாட்டோம்; கால்களை முறித்துவிடுவோம்” என்று எச்சரித்தார்கள். மறைமுகமான எதிர்ப்புகள், வழக்குகள், வாய்தாக்கள், பொய்சாட்சிகள் எனச் சிறிது காலம் கழிந்தது.

இந்த நிகழ்ச்சியால் கட்சியிடமும், அதன் தொண்டர்களிடமும் மக்களுக்கு நம்பிக்கை வந்தது. ரவுடித்தனம் முடிவுக்கு வந்தது. கலாச்சார முன்னேற்றத்திற்கு வழிவகுக்கும் விதமாக விஜயவாடா மையம் சிவப்புக் கொடிகளுடன் மெருகேறியது.

மாதர் சங்கம் துவக்கம்

ஜொன்னபாடுவில் இருந்தபோது குடிவாடா தாலுகா எல்லைக்கு உட்பட்டு வேலை செய்துவந்தேன். விஜயவாடாவுக்குச் சென்றபிறகு கட்சி அங்கத்தினராக செல் *(Cell)* கூட்டங்களுக்குச் சென்றுவந்தேன். கட்சி மற்றும் மாதர்சங்க வேலைகளுடன் கலாச்சார நிகழ்ச்சிகளிலும் பங்குபெற்று வந்தேன். தேசிய அளவில் கட்சியினர் செயல்படுத்தும் நிகழ்ச்சிகள் தவிர நாங்கள் கொள்கைப்பிடிப்புடன் பல சீர்திருத்தங்களைக் கொண்டுவந்தோம். இளைஞர்கள் தவறான வழியில் செல்லாமல் அவர்களுக்காக இரவுப் பாடசாலைகளைத் துவக்கி கல்வி கற்றுக்கொடுத்தோம். இளைஞர்கள் அணி உருவாகியது; அவர்களில் நூற்று நாற்பது இளைஞர்கள் விதவை மற்றும் கலப்புத் திருமணம் செய்துகொண்டார்கள். குழந்தைகளுக்கும் சங்கத்தை ஏற்பாடுசெய்து ஒழுக்கத்தையும் நன்னடத்தையும் கற்றுக்கொடுத்தோம். சங்கத்தின் முயற்சிகளால் கட்சி நன்றாக வலுவடைந்தது.

மாதர்சங்கத்தில் வேலை செய்வதற்குக் கட்சித் தோழர்கள் முதலில் தம் மனைவியரையும் சகோதரிகளையும் அழைத்து வந்தார்கள். எங்கள் குழுவில் மாநில மாதர்சங்க உறுப்பினர்களாக மானிகொண்ட சூர்யாவதி, காட்ரகட்ட ஹனுமாயம்மா, எல்லங்கி அன்னபூர்ணம்மா, ஜோஸ்யபட்ல சுப்பம்மா, தாபி ராஜம்மா ஆகியோர் இருந்தனர். சூர்யாவதியின் மாமியார் புல்லெம்மா விஜயவாடாவில் ஒரு 'கம்யூன்' நடத்திக்கொண்டிருந்தார். ராஜம்மா, சத்யவதி போன்ற (அப்பொழுது) திருமணம் ஆகாத பெண்கள் அந்த கம்யூனில் இருந்தார்கள். சூர்யாவதி தம்பதியினர் தம் சொத்து முழுவதையும் கட்சிக்குக் கொடுத்துவிட்டார்கள். புல்லெம்மா கட்சிக்கு நிறைய சேவை செய்த வழிகாட்டி. அவளை எல்லோரும் கோர்க்கி அம்மா என்று அழைப்பார்கள்.

ராஜம்மாவுக்கும் எனக்கும் மிகவும் பின்தங்கிய திருவூரு, நந்திகாம தாலுகாக்களில் கட்சி வேலையைக் கொடுத்திருந் தார்கள். உள்ளூர்க் கட்சி தோழர்களின் உதவியுடன் அங்கே சிறுசிறு குழுக்கூட்டங்களை நடத்திப் பெண்களின் உரிமைகளைப் பற்றியும், தங்களுடைய உடல்நலம் பேணுவது பற்றியும், பச்சிளம் குழந்தை வளர்ப்பில் எடுத்துக்கொள்ள வேண்டிய கவனம் பற்றியும் சொல்லிக் கொடுத்தோம். கட்சிப் பத்திரிகைகள், புத்தகங்கள் விநியோகித்து மாதர் சங்கத்தில் உறுப்பினராகச் சேர்த்தோம். கட்சிக்குப் பலம் இருக்கும் கிராமங்கள் – 'ரெட் வில்லேஜஸ்' – சில இருந்தன. நந்திகாம தாலுக்காவில் வீருள்ளபாடு ஒரு ரெட் வில்லேஜ் ஆக இருந்து வந்தது. ராஜம்மாவும் நானும் அடிக்கடி அந்தக் கிராமத்துக்குப் போய்வந்தோம். அந்த ஊரில் முதலில் கழிப்பறைகள் கட்டும் பொறுப்பை எடுத்துக்கொண்டோம். அந்த நாட்களில் கிராமங்களில் கழிப்பறை வசதிகள் கிடையாது. அதனால் ஏற்படும் சுகாதாரக்கேடுபற்றி டாக்டர் அச்சமாம்பா எங்களுக்குப் பலமுறை வகுப்புகள் எடுத்துச் சொல்லித் தந்திருக்கிறாள். அந்த விஷயங்களை நாங்கள் மாதர் சங்க உறுப்பினர்களுக்குப் புரியவைத்தோம். அதேபோல் ஜாதிப் பிரச்சினை, தீண்டாமை போன்ற மூடப்பழக்கங்களைப் பற்றி எடுத்துரைத்து வந்தோம். அந்த விதமாகக் கட்சி மேலும் பிரபலம் அடைவதற்கு எங்களால் ஆன உழைப்பை நாங்கள் செய்தோம்.

நந்திகாம தாலுகாவில் சனகபாடு என்ற கிராமத்தில் கட்சிக்குக் கொஞ்சம் எதிர்ப்பு இருந்தது. சூர்யாவதி அங்கே தாக்கப்படலாமெனத் தெரியவந்தது. நானும் ராஜம்மாவும் அந்த ஊருக்குப் போக நினைத்தோம், "அவமானத்திற்கு ஆளாக நேரிடும். போகவேண்டாம்" என்று தோழர்கள் தடுத்தார்கள். அப்படியும் நாங்கள் சனகபாடு கிராமத்துக்குச் சென்று திண்ணையின் மீது குழுவாக மீட்டிங் போட்டுப்

பாடல்களைப் பாடினோம். எங்களது பாடல்கள் அந்த ஊர் மக்களை ஈர்த்துவிட்டன. மெல்ல மெல்ல அந்த ஊரிலும் இருபது பேரை அங்கத்தினர்களாகச் சேர்த்தோம். அந்தச் சின்ன வெற்றிக்கே நாங்கள் பூரித்துப் பெருமையடைந்தோம்.

எங்களுடைய மாதர் சங்கத்தை காங்கிரஸ் கட்சி மாதர் சங்கத்துடன் இணைத்துவிட சிலருக்கு யோசனை வந்தது. கல்கத்தாவில் அருணா அஸஃபலி போன்றவர்கள்கூட அதற்கு முயற்சி செய்தார்கள். ஆனால் காங்கிரஸ் கட்சியல் பலபேர் இதை விரும்பவில்லை. காகிநாடாவில் நடந்த மாநாட்டுக்குக்கூடப் போயிருந்தோம். நாங்கள் சேர்த்த அங்கத்தினரின் எண்ணிக்கையைக் காண்பித்தோம். பாரதி ரங்கா போன்ற பிரபலங்கள் எங்களை இணைத்துக்கொள்ள ஆர்வம் காண்பித்தாலும் அது நடைபெறவில்லை. காங்கிரஸ் அங்கத்தினரின் கட்டணம் ஒரு ரூபாய் என்றால், எங்களுடையது ஒரு அணாதான். இனி அவர்களுடன் ஒத்துப்போக முடியாது என்று அந்த முயற்சியைக் கைவிட்டோம்.

அதன்பிறகு நாங்கள் குண்டூர் ஜில்லா, சிலமூரில் எங்களுடைய மாநில மாநாட்டை நடத்திக்கொண்டோம். அதற்கு ஹாஜிரா பேகம் போன்ற பெரியவர்கள் மட்டுமின்றி கேரளா, மதராஸ் போன்ற இடங்களிலிருந்தும் பிரதிநிதிகள் கலந்துகொண்டார்கள். அப்பொழுது மாநில கமிட்டியையும் ஜில்லா கமிட்டிகளையும் தேர்ந்தெடுத்தார்கள். கிருஷ்ணா ஜில்லா கமிட்டியில் என்னுடன் ஹனுமாயம்மா, எல்லங்கி அன்னபூர்ணா, ராஜம்மா ஆகியோர் இருந்தார்கள்.

டாக்டர் அச்சமாம்பா

விஜயவாடாவில் டாக்டர் அச்சமாம்பாவின் வீடு எல்லாவற்றுக்கும் மையமாக இருந்து வந்தது. அவள் சூர்யா பேட்டையில் வசித்துவந்தாள். என் இரண்டு குழந்தைகள் பிறந்தபோதும் அவள்தான் பிரசவம் பார்த்தாள். எனக்கு மட்டுமே இல்லை. என்னைப் போன்ற எத்தனையோ பேருக்கு அவள் தாயாக விளங்கினாள். முக்கியமாகப் பெண்களின் உடல்நலம், பிரசவம், குழந்தைகளின் போஷாக்கு முதலிய அம்சங்களைப்பற்றி பலதொண்டர்களுக்குப் பயிற்சி அளித்தாள். திருமணம் செய்துகொள்ளும்போதே குடும்பக் கட்டுபாட்டை பின்பற்றச் சொல்லி தொண்டர்களுக்கு அறிவுரை வழங்குவாள். ஓரிரண்டு குழந்தைகளை மட்டுமே பெற்றுக்கொள்ள ஆசீர்வாதம் செய்வாள். நாட்டு மருத்துவச்சிகளைக் கொண்டு பிரசவம் பார்த்துக்கொள்வது வேண்டாம் என்று நாங்கள் கிராமங்களில் பிரச்சாரம் செய்துவந்தோம்.

எங்கள் மாதர்சங்க வேலைகளில் அதுவும் ஒன்று. அச்சமாம்பா, ஜோஸ்யபட்ல சுப்பம்மாவுக்கும் இன்னும் பலருக்கும் நர்ஸ் பயிற்சி அளித்தாள். அவள் வீடு எப்போதும் மக்கள் கும்பலுடன் கலகலப்பாக இருந்து வந்தது. அது வீடா ஆஸ்பத்திரியா அல்லது கட்சி அலுவலகமா என்று புரிபடாது. எத்தனையோ பெரிய மனிதர்கள், மேதாவிகள் அந்த வீட்டுக்கு அடிக்கடி வருவார்கள். சாகண்டி சோமயாஜுலு, சோமசுந்தர், ராவி நாராயண ரெட்டி முதலியவர்களை அங்கேதான் முதல் முறையாகப் பார்த்தேன்.

விஜயவாடாவில் மாதர்சங்க உறுப்பினர்கள் கைதாகி நந்திகாம ஜெயிலில் இருந்தபோது, வேலைசெய்யும்முறை மற்றும் முடிவுகள் குறித்துக் கட்சியுடன் அச்சமாம்பாவிற்கு கருத்துவேற்றுமையும், அதனால் அதிருப்தியும் ஏற்பட்டன. அதன்பிறகு வழக்குகளின் வாய்தாக்களில் நாங்கள் சரியாக ஆஜர் ஆகவில்லை என்று எங்களைத் திரும்பவும் விஜயவாடா ஜெயிலில் வைத்தபோது அச்சமாம்பாவுடன் நாங்கள் யாரும் முகம்கொடுத்துப் பேசவில்லை. ராஜம்மா தன் மகள் விமலாவைத் தூக்கிவந்தபோது, டாக்டர் அச்சமாம்பா கையை நீட்டினாள். குழந்தையை அவள் கையில் கொடுத்ததற்கு எல்லோரும் ராஜம்மாவைக் கடிந்துகொண்டார்கள். கட்சியின் முடிவுகளுக்குக் கட்டுப்பட்டு இருக்கவேண்டும் என்று சொன்னார்கள். ஜெயிலில் தன்னிடம் யாரும் பேசவில்லை என்று அச்சமாம்பா மனம் வருந்தி இரண்டு நாட்கள் சாப்பிடவில்லை என்று தெரியவந்தது. தாயைப்போல் எங்களுக்குப் பிரசவம் பார்த்தவளும் செயல்வீராங்கனையுமான அவளிடம் அவ்வளவு கடினமாக எப்படி இருக்க முடியும் என்று நானும் ராஜம்மாவும் வருத்தப்பட்டுக்கொண்டோம். அரசியல் இவ்வளவு கருணையற்று இருக்குமா என்று நினைத்தோம்.

மறுநாள் போலீசார் சூர்யாவதியையும் அச்சமாம்பாவையும் திரும்பவும் தடுப்புக்காவல் கைதிகளாக அழைத்துப் போவதற்காக வந்தார்கள். சூர்யாவதிக்கு ஜுரமாக இருக்கிறதென்றும், அழைத்துப் போவதற்கு முடியாது என்று நாங்கள் எல்லோரும் தடுத்தபோது போலீசார் எங்களை அடிக்க முற்பட்டார்கள். அச்சமாம்பா, "என் குழந்தைகளை அடித்தால் நான் சும்மா இருக்க மாட்டேன். முதலில் என்னை அடியுங்கள்" என்று குறுக்கே வந்து நின்றாள். "மருத்துவர் என்ற முறையில் சொல்கிறேன். ஜுரமாக இருக்கும் நபரை அழைத்துப் போவது தவறு" என்று வாதிட்டாள். அவள் எங்களுக்காக போலீசாருடன் சண்டையிடும்போது, இன்னொரு பக்கம் நாங்கள் அவளிடம் நடந்துகொண்டதை நினைத்து வெட்கமாக இருந்தது.

புத்துணர்வில் இலக்கியமும் கலாச்சாரமும்

கம்யூனிஸ்ட் கட்சி, தியாக மனப்பான்மையுடன் எல்லாத் துறைகளிலும் நுழைந்தது. கந்துகூரி வீரேசலிங்கம், குரஜாட அப்பாராவ் ஆகியோரின் படைப்புகளையும் கிடுகு வெங்கட ராமமூர்த்தி அவர்களில் பேச்சுவழக்கு மொழிநடையையும் பிரபலப்படுத்தத் தீர்மானித்தது. 1943இல் முன்னேற்ற எழுத்தாளர் சங்கம் தெனாலியில் உருவானது. குரஜாட அப்பாராவ்மீது இருக்கும் மதிப்பினால், அவரது 'கன்யா சுல்கம்' நாடகத்தில் பெண் பாத்திரங்களைப் பெண்களே ஏற்று நடித்து அரங்கேற்ற வேண்டும் என்று 1944இல் ஒரு தீர்மானம் கொண்டுவரப்பட்டது. சீதாராமய்யா என்னிடம் கேட்டார். பாடுவது, கோலாட்டம்போடுவது போன்று நாடகத்தில் நடிப்பது அவ்வளவு சுலபம் இல்லை என்று எனக்குத் தோன்றியது. என்னால் முடியாதோ என்னவோ என்று சொன்னேன். மூன்று நாட்கள் உண்ணாவிரதம் மேற்கொண்டு என்னைச் சம்மதிக்க வைத்தார். அந்த நாட்களில் வேசிகளாக முத்திரை குத்தப்பட்டவர்கள்தான் நடித்துவந்தார்கள். மாதர் சங்கத்தில் வேலைபார்க்கும் நாங்கள் நடித்தால், எங்களையும் வேசிகளை நடத்தியதுபோல் மக்கள் தாழ்வாக மதிப்பார்களோ என்ற பயத்தை வெளிப்படுத்தினேன். கலைத்துறையை மேற்பார்வையிட்டுக் கொண்டிருந்த பெரியவர் மத்துகூரி சந்திரத்திடம் சீதாராமய்யா இந்த விஷயத்தைச் சொல்லியிருப்பார் போலும்.

சந்திரம் என்னை அழைத்து, "சமுதாயத்தில் மாற்றம் கொண்டுவருவதற்கு நாம் சமுதாயச் சீர்திருத்தங்களுடன் கலாச்சாரச் சீர்திருத்தத்தையும் கொண்டுவர நினைக்கிறோம். மக்கள் ஏளனம் செய்யக்கூடும் என்று நாம் பின்வாங்கலாமா? வங்க மாநிலத்தில் பெண்கள் நாடகத் துறையில் சிறப்பாக விளங்குகிறார்கள். ரவீந்த்ரநாத் தாகூர் சகோதரியின் மகள் தேவிகாராணி தன்னுடைய நடிப்புத் திறமையினால் சமுதாயத்தில் நன்மதிப்பு பெற்றுவருகிறாள். அவள் வழியை நாம் பின்பற்ற வேண்டும்" என்று அறிவுரை வழங்கினார்.

ஜோஸ்யபட்ல சுப்பம்மா, கொமர்ராசு பத்மாவதியுடன் நானும் அந்த நாடகத்தில் நடித்தோம். நாடகத்தில் நடித்தவர்கள் எல்லோரும் பெரிய நடிகர்களாக இல்லாவிட்டாலும் அபூர்வமான காட்சிகளுடன், வசனக் கட்டமைப்புடன் இருந்த நாடகத்தை மக்கள் இறுதிவரையிலும் ஆர்வத்துடன் கண்டு களித்தார்கள். அதன்பிறகு பிரஜா நாட்டிய மண்டலி உருவாகி, 'அரவிந்த', 'முந்தடுகு (FIRST STEP– முதல் படி)', 'மா பூமி (எங்கள் நிலம்)'

ஆகிய நாடகங்களை அரங்கேற்றிக் கட்சிக்கும் கலைத்துறைக்கும் புகழைச்சேர்த்தது.

மாதர்சங்கத்தின் மேடையில் குரஜாட அப்பாராவ் எழுதிய, 'பூர்ணம்மா', 'கன்யகா' இசைக்கதைகளைப் பாடிவந்தோம். கந்துகூரி ராஜலக்ஷ்மியும் அவள் கணவர் வீரேசலிங்கமும் பெண்களுக்குச் செய்த தொண்டுகளைப் பற்றிச் சொல்லிவந்தோம். குரஜாட அப்பாராவ், கந்துகூரி வீரேசலிங்கம் ஆகியோரின் பிறந்தநாள் மற்றும் நினைவுநாள் நிகழ்ச்சிகளை நடத்தினோம். அவர்களுடைய படைப்புகள் புத்தக வடிவத்தில் வெளிவந்தபோது அவற்றை மக்களுக்குக் கொண்டுவந்து சேர்த்தோம்.

அதே சமயத்தில் அகில இந்திய வானொலியைச் சேர்ந்த இலக்கிய, கலாச்சாரத் துறைகளின் கூட்டம் மும்பையில் நடந்தது. அதில் ஆந்திர மாநிலத்திலிருந்து கலந்து கொண்டவர்களுக்கு முதல் பரிசு கிடைத்தது. அந்தக் காலகட்டத்தில் இரண்டாவது உலகப்போர் நடந்துகொண்டிருந்தது. அந்தப் போரினால் ஏற்படுகின்ற இழப்பு, வங்க மாநிலத்தின் வறட்சி போன்ற அம்சங்கள் மீதான எங்கள் ஆட்களின் நிகழ்ச்சிகளுக்குத்தான் அந்தப் பரிசு கிடைத்தது. சில பிரதிநிதிகள் மட்டுமே போக முடியும் என்பதால், என்னால் மும்பைக்குச் செல்ல முடியவில்லை. அந்த முடிவின்படி பொறுப்பில் இருந்த சூர்யாவதி (மாநில இணைச் செயலாளர்), ஹனுமாயம்மா (மாநிலச் செயலாளர்) மட்டுமே போயிருந்தார்கள்.

வரலாற்று நினைவுகள் – சந்தூ, கருணா

எங்களுக்கு 1944இல் பெண்குழந்தை பிறந்தது. மனிதனுக்கு மனிதநேயம்தான் முக்கியமே தவிர ஜாதி முக்கியமில்லை. கருணையை வளர்த்தால் கடினத்தன்மை நசியும் என்று ஒற்றுமை கோஷத்தை முழங்கிக்கொண்டிருந்த தோழர்கள் எங்கள் குழந்தையை "கருணா" என்று அழைத்தார்கள்.

எங்கள் சந்தூவை அதுவரையில் எல்லோரும் பாலு என்றுதான் அழைத்து வந்தோம். சந்திர ராஜேஸ்வர ராவ் பெனாரஸில் படித்துக் கொண்டிருந்தபோது இந்தியப் புரட்சிப் போராட்ட வீரன் சந்திரசேகர் ஆஜாதை முன்னோடியாக நினைத்திருந்தாராம். அந்த வீரன் என்றால் ராஜேஸ்வர ராவுக்கும், சீதாராமய்யாவுக்கும் அளவு கடந்த பிரியம். அவருடைய நினைவாக எங்கள் மகனை சந்திரசேகர் ஆஜாத் என்று கூப்பிடச் சொன்னார்கள். ராஜேஸ்வர ராவின் மகனுக்கும்

அதே பெயரைச் சூட்டினார்கள். இரண்டு பேருக்கு ஒரே பெயர் என்பதால் அவர்களின் மகனை ஆஜாத் என்றும், எங்கள் மகனைச் சந்து என்றும் அழைத்து வந்தோம்.

விஜயவாடாவில் வசிக்கும் தோழர்கள் எல்லோரும் ஒரே குடும்பமாகப் பழகிவந்தோம். எங்கள் பக்கத்து வீட்டில் குடியிருந்த வேமூரி நாகேஸ்வர ராவ் மனைவி சாந்தம்மாவும் நானும் சகோதரிகளாகப் பழகிவந்தோம். எங்கள் தெருவாசிகள் எங்களை ஒரு தாயின் வயிற்றில் பிறந்தவர்கள் என்றுதான் நினைத்து வந்தார்கள். சாந்தம்மா என் தாயை அம்மா என்றுதான் அழைப்பாள். நான் கட்சி வேலையாக வெளியில் போனபோது கருணா அழுதால் சாந்தம்மா தன்னுடைய பாலை ஊட்டுவாள். அவள் மகனுக்கு நான் பாலூட்டி வந்தேன். உணவுப் பண்டங்களைப் பரஸ்பரம் பரிமாறிக்கொள்வோம்.

கரிகபாடி கண்ணில் ஈரம்

வங்காளத்தில் வறட்சி பிரளய தாண்டவம் புரிந்து கொண்டிருந்தது. வறட்சி நிவாரணத்திற்காக உழைக்க கட்சி முடிவு செய்தது. மாதர் சங்கங்களுடன் இணைந்து ஊர் ஊராய் அலைந்து திரிந்து உடைகள், அரிசி சேகரிக்கும் பொறுப்பை மேற்கொண்டோம். பாட்டு மூலமாய் நன்கொடைகளை வசூல் செய்தோம். வறட்சி சூழ்நிலையைப் பிரதிபலிக்கும் 'இதீ லோகம்' (இதுதான் உலகம்) என்ற நாடகத்தில் நடித்தேன். வங்க மாநிலத்தைச் சேர்ந்த கிராமத்திலிருந்து வயிற்றுப்பாட்டுக்காக பட்டணத்திற்கு வந்து, வேலையேதும் கிடைக்காமல் தன்னுடைய இளமையை விற்றுப் பிழைப்பை நடத்தும் ஒரு இளம் பெண்ணின் கதை அது. யாராவது பெயரைக் கேட்டால் உயிரற்ற முறுவலுடன் 'நடைப்பிணம்' என்று சொல்லும் அந்தப் பாத்திரத்தில், நான் ஒன்றி நடித்தபோது பார்வையாளர்கள் கண்ணீர் விட்டார்கள். ஏராளமாக நன்கொடைகளை வழங்கினார்கள். டாக்டர் கரிகபாடி ராஜாராவ் கண்ணீருடன், க்ரீன் ரூமுக்கு வந்து, "நடிப்பில் நீ நாஜரின் தங்கையம்மா" என்று சொன்னார். அந்த நாடகம் சிறந்த நாடகமாகத் தேர்வுபெற்றது. நான் சிறந்த நடிகையாகத் தேர்வுசெய்யப்பட்டேன்.

கிடைத்த பரிசைவிட, சோவியத்திலிருந்து வந்த பிரதிநிதிகள் மொழி புரியாவிட்டாலும் என்னுடைய நடிப்பை உணர்ந்து பாராட்டியதை ஒப்பற்றதாக உணர்ந்தேன். அந்த நாடகத்தைப் பல இடங்களில் அரங்கேற்றி, கிடைத்த நன்கொடையை வறட்சியினால் பாதிக்கப்பட்டவர்களுக்குச் சேர்ப்பித்தோம். நடிக்க என்னை ஊக்குவித்த சந்திரம் அவர்களையும் சீதாராமய்யாவையும் நினைவுகூர்கிறேன்.

தெலுங்கானா போராட்டத்திற்கு ஆதரவு

1947இல் நேரு தலைமையில் காங்கிரஸ் அரசாங்கம் ஏற்பட்டது. பிரதமர் பதவியை ஏற்பதற்கு முன்பு நேரு "உழுபவனுக்குத்தான் நிலம் சொந்தம்" என்று சொன்னார். அதை அமல்படுத்த வேண்டும் என்றும், கொள்ளை அடிப்பவனுக்குத் துணை போகவேண்டாம் என்றும் கம்யூனிஸ்ட் கட்சி வலியுறுத்தியது. இல்லையெனில், வெள்ளையரை எதிர்த்தது போலவே எதிர்ப்போம் என்று கட்சி அறிவித்தது. ஏற்கனவே தெலுங்கானா விவசாயிகளின் போராட்டம் நடைபெற்றுக் கொண்டிருந்தது. கட்சி அதற்கு ஆதரவு அளித்துவந்தது. ஆந்திரமாநிலக் கட்சியில் முக்கியமானவர்கள், சீதாராமய்யா போன்ற துணிச்சல் மிகுந்தவர்கள் தெலுங்கானா இளைஞர்களுக்குப் போராட்டத்தின் நெளிவு சுளிவுகளைக் கற்றுக்கொடுத்து வந்தார்கள்.

தெலுங்கானா போராட்டத்திற்கு ஆதரவு தருகிறது என்று காரணம்காட்டி கட்சியை, கட்சி நடத்தும் பத்திரிகையை அரசாங்கம் தடைசெய்துவிட்டது. மாதர்சங்கம் வெளியிட்டு வந்த *ஆந்திரவனிதா* என்ற பத்திரிகையையும் தடைசெய்தது. அந்தப் பத்திரிகையை நாங்கள்தான் நடத்திவந்தோம். ஆசிரியராக டாக்டர் அச்சமாம்பா இருந்து வந்தாள். தலையங்கம் மற்றும் கட்டுரைகளை எழுதுவதில் சந்திரம் எங்களுக்கு உறுதுணையாக இருந்து வந்தார். அதற்குப் பிறகு சுப்பம்மா அந்தப் பொறுப்பை மேற்கொண்டார். பத்திரிகை இரண்டு இதழ்கள்தான் வெளிவந்தது. விஜயவாடாவில் நடந்த மாநில மகளிர் கூட்டத்தில் அந்தத் தடை நீக்கப்பட வேண்டும் என்று தீர்மானத்தைக் கொண்டு வந்தார்கள். கூட்டங்களை, ஊர்வலங்களை நடத்தக்கூடாது என்று அரசாங்கம் '144' தடை உத்தரவு விதித்தது. இருந்தபோதும் தடையை நீக்கவேண்டும் என்ற கோரிக்கையை வலியுறுத்தி ஆயிரக்கணக்கில் பெண்கள் ஊர்வலம் சென்றார்கள். ஊர்வலம் கவர்னர்பேட்டா சென்டருக்கு வந்ததும் போலீசார் கண்ணீர்ப்புகைப் பிரயோகம் செய்தார்கள். சில பெண்கள் நினைவு இழந்துவிட்டார்கள். ஊர்வலம் நின்றுவிட்டது.

சுமார் நூறு பெண்களை போலீசார் வேனில் ஏற்றி நள்ளிரவு நேரத்தில் நந்திகாம ஜெயிலுக்கு அழைத்துப் போனார்கள். தலைவர் டாக்டர் அச்சமாம்பா, காரியதரிசி மானிகொண்ட சூர்யாவதி ஆகியோரைத் தடுப்புக்காவல் கைதிகளாகக் கடலூர் ஜெயிலுக்கு அனுப்பி வைத்தது அரசாங்கம். மாநிலப் பொறுப்பில் இருந்த என்னைப்போன்ற பதினாறு பெண்கள்மீது வழக்குகளைப் போட்டு நீதிமன்றங்களைச் சுற்றவைத்துத் துன்புறுத்தியது. வாய்தாக்களுக்கு வரமறுத்தோம் என்று எங்கள்மீது இன்னொரு வழக்கும் போட்டு ஜெயிலில் அடைத்தது.

வழக்கு விசாரணை முடிந்த பிறகு தண்டனையும், அபராதமும் விதிக்கப்பட்டது. அபராதத்தைச் செலுத்த முடியாதவர்களின் சொத்து பறிமுதல் செய்யப்பட்டது. அந்த சமயத்தில் சீதாராமய்யா தலைமறைவாயிருந்தார். வீட்டின்மீது தினமும் போலீசாரின் தாக்குதல், பொருட்களை நாசம் செய்வது, சீதாராமய்யா எங்கே இருக்கிறார் என்று கேட்டுத் துன்புறுத்துவது எல்லாம் நித்திய வழக்கமாகியது. நானும் குழந்தைகளும் அவஸ்தைப்பட்டோம்.

நிலத்திற்காக, வயிற்றுப் பாட்டிற்காக, இல்லாமையிலிருந்து விடுதலை பெறுவதற்காக நடந்துவந்த போராட்டத்தில் முதலில் உயிரிழந்த வீரன் தொட்டி கொமரய்யா. அந்த வீரனின் மரணம் மக்களை மேலும் தீவிரமாக ஈடுபடவைத்தது. வீரத்தெலுங்கானா ஆயுதப் போராட்டம் சமுதாய, அரசியல் துறைகளுடன் நின்றுவிடாமல் தெலுங்கு இலக்கியம் மற்றும் கலைத் துறையிலும் நுழைந்து வரலாற்றினைப் படைத்தது.

ஒவ்வொரு இரத்தத் துளியிலும் பிரளயாக்னி பற்றி எரியும் ஒரு வீரன் இறந்து போனால் ஆயிரம் வீரர்கள் பிறப்பார்கள்.

என்ற மஹாகவி ஸ்ரீ ஸ்ரீ யின் வரிகள் உண்மையாகிவிட்டது. 1946 ஜூலை 4ஆம் தேதி தொடங்கிய அந்தப் போராட்டத்திலிருந்து பல்லாயிரக்கணக்கான போர்வீரர்கள் உருவானார்கள்.

கட்சியின் மீதும், கட்சியின் யூனியன்கள் மீதும் இருந்த தடையை நீக்கவேண்டும் என்றும், அராஜகச் செயல்களை நிறுத்தவேண்டும் என்றும் நிகழ்ச்சிகளை நடத்தினோம். அந்த நிகழ்ச்சிகளில் பங்குபெற்ற இளைஞர்கள், இளம் பெண்கள்...

கத்திகள் துளைத்தாலும்,
இரத்தம் ஆறாய்ப் பாய்ந்தாலும்
உயர்த்திய கொடியைக் கீழே வைக்காதே...
செங்கொடி வெல்க!

என்று உத்வேகம் நிரம்பிய குரலில் பாடினார்கள்.

தெலுங்கானா போராட்டத்தில் காயமடைந்த வீரர்களுக்குப் பாதுகாப்பு அளித்து, மருத்துவ வசதிகளை ஏற்படுத்துவதைக் கட்சி தன்னுடைய கடமையாக நினைத்தது. இந்தப் பொறுப்பை ஆந்திர மாநில கட்சி யூனியன்கள் ஓரளவுக்கு ஏற்றுக்கொண்டன. ரஜாக்கர்களின் தொல்லை தாங்க முடியாமல் குடிபெயர்ந்து வந்தவர்களுக்கு அவை இரக்கத்துடன் ஆதரவு அளித்தன.

நிஜாம் நவாபுகளுக்கு அடிபணிந்த துரைமார்களின் பங்களாக்கள்மீது தெலுங்கானா வீரர்கள் எதிர்த் தாக்குதலை

நடத்தினார்கள். போராட்டம் நடக்கும் இடங்கள் பெருகிவந்தன. ஆந்திர மாநிலத்திற்கும் விரிவடைந்தது. ஆந்திர மாநிலத்திலும் போலீசார், கட்சியைச் சேர்ந்த குடும்பங்கள் மற்றும், ஆதரவாளர்கள் வீடுகளின்மீது தாக்குதல் நடத்துவதும், பாஸிஸ்டுகள் போல் நடந்துகொள்வதுமாக இருந்தார்கள். பெண் புரட்சியாளர்களைக் கட்டுப்படுத்துவது, அரசாங்கத்தை எதிர்த்த குற்றத்தின் கீழ் கைதுசெய்வது, தண்டனை, அபராதம் போன்றவை அமுலாக்குவது, அவற்றைச் செலுத்த முடியாத பட்சத்தில் சொத்துகளைப் பறிமுதல் செய்வது, அறுவடை ஆகிவந்த தானியத்தைக் கொள்ளையடிப்பது போன்ற போலீஸ் அராஜகச் செயல்கள் மாநிலத்தில் எங்கும் பரவியிருந்தன.

கட்சியைச் சேர்ந்த பெண்களுக்குப் பாதுகாப்பு இல்லாமல் போய்விட்டது. போலீசாரின் தாக்குதல்களுக்கும், கட்டுத் திட்டங்களுக்கும் பயந்து பெற்றோர்கள் உள்பட, கட்சியைச் சேர்ந்த பெண்களை வீட்டுக்கு வரக்கூடாது என்று சொல்லிவிட்டார்கள். தலைமறைவாக இருந்த கணவரைப் பற்றித் தகவல் கொடுக்குமாறு கட்சியைச் சேர்ந்த பெண்களை அரசாங்கமும் போலீசாரும் நித்தியமும் தொல்லை கொடுத்தார்கள். தகவல் சொல்லவில்லை என்றால் உணவுப் பண்டங்கள்மீது மண்ணெண்ணெயை ஊற்றிக் கொளுத்துவது, ஜாடிகளை உடைப்பது போன்ற தகாத செயல்களை போலீஸ் செய்தது. ஆந்திர போலீசார் போதவில்லை என்று மலபார் போலீசாரையும் வரவழைத்தது அரசாங்கம்.

தலைமறைவு வாழ்க்கை

மாநில கம்யூனிஸ்ட் கட்சித் தலைவர்கள் முதல் தாலூகா கட்சித் தலைவர்கள் வரையில் எல்லோரும் தலைமறைவாகச் சென்றுவிட்டார்கள். அப்பொழுது ரகசிய இடங்களில் வேலை செய்வதற்குத் தைரியமும் துணிச்சலும் கொள்கைச் சித்தாந்த ஞானமும் கொண்ட பெண்களையும், கிராமங்களில் பாதுகாப்பின்றி அல்லல்படும் தலைவர்களின் மனைவியரையும் ஈடுபடுத்தக் கட்சி முடிவுசெய்தது. பெண் புரட்சியாளர்கள் சிலர் பணிபுரியச் சென்றுவிட்டிருந்தார்கள்.

நானும் போக வேண்டிய நிலைமை ஏற்பட்டது. என் கணவரும் அதனை ஊக்குவித்தார். நான் ரகசியமாக எங்கெங்கே இருந்தேன், எப்படி வேலை செய்தேன், எப்படிப்பட்ட பிரச்சினைகளை எதிர்கொண்டேன், இயக்கத்திற்கு எப்படி உதவியாக இருந்தேன், எப்படி வாழ்ந்தேன், என்றெல்லாம் விவரமாகச் சொல்ல வேண்டும் என்றால் இது பெரிய நூலாக ஆகிவிடும். இப்பொழுது மறக்க முடியாத சில நிகழ்ச்சிகளை

மட்டும் நினைவுப் பெட்டகத்திலிருந்து உங்கள் முன்னால் வைக்கிறேன்.

பந்தரு

கம்யூனிஸ்ட் கட்சிக்குப் பந்தரில் சில ரகசியப் பதுங்குமிடங்கள் இருந்தன. ஒரு 'டென்'னில் பொட்லூரி நரசிம்மா ராவ் என்ற மாணவன், அவனுடைய தமக்கை, தமக்கையின் கணவர், காட்ரகட்ட பெத வெங்கட்ராயுடு ஆகியோருடன் நான் தங்கியிருந்தேன். நரசிம்மா ராவ் படிப்பதற்காக வாடகைக்கு வீடு எடுத்துத் தங்கியிருப்பதாக அக்கம்பக்கத்தாரிடம் சொல்லி வந்தோம். அந்த டென்னுக்கு இரவு நேரத்தில் கடியால கோபால ராவும், கொண்டபல்லி சீதாராமய்யாவும் சில நாட்கள் இருந்துவிட்டுப் போவார்கள். தலைமறைவாக இருக்கும் தோழர்களுக்கு நான் சமைத்துப் போட்டுக்கொண்டும், ரகசியப் பத்திரங்களை நகலெடுத்துக்கொண்டும் வந்தேன். நரசிம்மா ராவ் பெயருக்குக் கல்லூரிக்குப் போய்வந்தான். பிற்பாடு அவனை வேறு டென்னுக்கு மாற்றிவிட்டார்கள்.

அப்போது நான் கருவுற்று இருந்தேன். வேலை எதுவும் செய்யமுடியாத நிலை. டென்னுக்குத் தலைவர்கள் வந்து போய்க்கொண்டு இருந்தார்கள். வேலை செய்யமுடியாமல் போனதோடு கட்சிக்கு இடைஞ்சலாக இருப்பேனோ என்று தோன்றியது. கட்சித் தோழர்களும் அப்படித்தான் எண்ணியிருக்க வேண்டும். தலைமறைவாய் இருக்கும் பெண்ணை டாக்டரிடம் அழைத்துச் சென்றால், பதுங்கியிருப்பவர்களுக்கு ஆபத்து வரலாம் என்ற எண்ணத்தில் கரு கலைய நாட்டு மருந்து கொடுத்தார்கள். கலைந்துவிட்ட போதிலும் இரத்தப்போக்கு நிற்கவில்லை. என் நிலைமை அக்கம் பக்கத்தில் இருப்பவர்களுக்குத் தெரிந்துவிடக் கூடாது. என் உடைகளை வெளியில் உலர்த்தவும் முடியாது. இப்போது இருப்பதுபோல் அன்று இணைந்த குளியலறை, கழிப்பறை வசதிகள் இருக்கவில்லை. ஓலைப்பாய் மறைவில் குளிப்போம். கொல்லை வரையிலும் நடந்துசெல்லும் தெம்புகூட எனக்கில்லை. துவைக்கும் வேலையெல்லாம் நரசிம்மா ராவ் பார்த்துக்கொண்டான். அவனைக் கையெடுத்துக் கும்பிட வேண்டும் எனத் தோன்றியது.

மறுநாள் டாக்டர் லட்சுமி (வல்லப ராவின் மனைவி) தாம்பூலத்திற்கு அழைக்க வந்தாற்போல் கால்களுக்கு மஞ்சள் பூசி, தலை நிறைய பூச்சூடி ஜட்கா வண்டியில் வந்தாள். அப்போது ரிக்ஷாக்கள் புழக்கத்திற்கு வரவில்லை. என்னைப் பரிசோதனை செய்துவிட்டு, "நான் வருவது ஒரு மணி நேரம்

தாமதமாகி இருந்தால் உயிருக்கே ஆபத்தாகியிருக்கும். இதுபோன்ற காரியங்களை எப்போதும், எங்கேயும் செய்யவேண்டாம்" என்று கட்சிக்காரர்களிடம் சொல்லச் சொன்னார். நரசிம்மா ராவைப் பாராட்டினாள். நிலைமை இப்படி என்று வெளியில் தெரிந்து விட்டதாலோ என்னவோ ஆபத்து வரக்கூடும் என்று தோழர்கள் அந்த டென் பக்கமே வரவில்லை. எல்லா வேலைகளையும் நரசிம்மா ராவ் பார்த்துக்கொண்டான். யாராலும் செய்யமுடியாத, செய்யக்கூடாத காரியங்களைக்கூட, கட்சித் தோழர்கள் கட்சிக்காகப் பயம் எதுவும் இல்லாமல், அருவருப்பு அடையாமல் கட்சிமீது இருந்த நம்பிக்கையின் காரணமாகச் செய்துவந்தார்கள். அதற்குப் பிறகு அந்த டென்னை காலி செய்துவிட்டார்கள். நரசிம்மா ராவின் படிப்பும் எதிர்காலமும் என்னவாயிற்று என்ற எண்ணம் வந்தாலும் யாரையும் கேட்கக்கூடாது. ரகசியமாக இருந்த நாட்கள் அல்லவா!

மூல்ஞூரி கோடேஸ்வர ராவ் எந்தத் தளத்தின் காம்ரேட் கூரியர் என்று எனக்குத் தெரியாது. அவன் அங்கிருந்து என்னை வேறு டென்னுக்கு அழைத்துப் போனான். அது மிகப் பெரிய வீடு. அந்த வீட்டில் மனைவி, குழந்தைகளுடன் பல்லிபர்றுவைச் சேர்ந்த சூர்யநாராயணன் (தம்மா ரெட்டியின் உறவினர்) வசித்துவந்தார். வெளியில் விளையாடும் குழந்தைகள், வாசலில் கோலம், பூஜைகள் செய்யும் இல்லத்தரசி இவற்றுடன் அந்த டென் கட்சிக்குப் பாதுகாப்புக் கவசமாக இருந்து வந்தது. அந்த வீட்டில் மாநிலத் தலைவர்களின் கூட்டங்கள், சர்ச்சைகள் நடந்துவந்தன. யார் வருகிறார்கள், யார் போகிறார்கள் என்று எனக்கோ, அந்த இல்லத்தரசிக்கோ தெரியாது. சமையல் செய்துவைப்பது, தேநீர் தயாரித்து அனுப்புவது வரையிலும்தான் நாங்கள் செய்து வந்தோம். காம்ரேட் உப்பலபாடி கங்காதர ராவ் என்பவர் கிருஷ்ணாஜில்லா, குரஜ கிராமத்தைச் சேர்ந்தவர். அவர் தலைவர்களை அழைத்து வரும்போதும், கொண்டுவிடும்போதும் கண்ணில் படுவார். (தடை நீங்கிய பிறகு கங்காதர ராவ், வல்லபனேனி சீதாராமய்யாவின் மைத்துனி கஸ்தூரியைத் திருமணம் செய்துகொண்டு விஜயவாடாவில் ஆட்டோமொபைல் வியாபாரத்தைத் தொடங்கினார்.)

அந்த டென்னில் இருந்தபோது ஒருநாள் பெரும் காற்றும் மழையுமாக இருந்தது. ரேடியோவில் புயல் எச்சரிக்கை அறிவித்தார்கள். இருள் சூழ்ந்துவிட்டது. மின்சாரம் போய்விட்டது. கதவைத் திறந்துவைத்தால், கிரோசின் விளக்குகள் அணைந்து விடும் சூழ்நிலை. அந்த வீட்டில் ரகசியமாகத் தங்கி இருந்த தோழர்களை, போர்வை போர்த்தி, கூரியர்ஸ் எங்கேயோ அழைத்துப் போனார்கள். வீட்டுச் சுவர்களும் கூரையும்

காற்றின் வேகத்திற்குத் தகர்ந்துவிடும் அறிகுறிகள் தென்பட்டன. வீடு பெரிதாக இருந்தாலும், புராதனமானது என்பதால் இடிந்து விழக்கூடும் என்று தோழர்கள் நினைத்திருப்பார்கள். அதனால்தான் முக்கியமானர்களை முன்ஜாக்கிரதையாக கனத்த மழையிலும், புயல் காற்றிலும் அழைத்துப்போகிறார்கள் என்று எண்ணினேன். நான் யோசனையில் மூழ்கியிருந்தபோதே ஓடுகள் பறந்து போகும் சத்தமும், வராண்டாவின் சுவர் இடிந்து விழுந்த சத்தமும் கேட்டன. வீட்டில் உப்பலபாடி கங்காதர ராவ், சூர்யநாராயணா, அவன் மனைவி, குழந்தைகள் மற்றும் நானும் இருந்தோம். ஓடுகள் பறந்துவிட்டதால் காற்றும் மழையும் வீட்டுக்குள்ளேயே வந்துவிட்டன. வீடு முழுவதும் தண்ணீர் நிறைந்துவிடுமோ என்று அச்சமாக இருந்தது. உடல்நலக் குறைவால் நான் நடுங்கிக்கொண்டிருந்தேன். கங்காதர ராவ் வீட்டை முழுவதுமாகச் சோதித்துவிட்டு கீழே தண்ணீர் இருந்தாலும், மழைத் தூறல் விழாத இடத்தில் கட்டிலைப்போட்டு என்னை உட்கார வைத்தார். மழைச் சாரலில் நான் நனைந்து விடாமல் குடையைப் பிடித்துக்கொண்டு மூன்று மணிநேரம் உட்கார்ந்திருந்தார். காக்கைகள் கரையும் நேரம் காற்று மழை குறைந்தது. சூர்யநாராயணனின் மனைவி “தெய்வம்தான் இன்று நம் உயிரைக் காப்பாற்றியது” என்று கும்பிடு போட்டாள். கங்காதர ராவ் என் தோளில் தட்டிக்கொண்டே, “கடவுள் இல்லை என்று சொல்ல வேண்டாம். அவள்அப்படியே திருப்தியடையட்டும். அவள் அப்படி நினைத்துக் கொள்வதுதான் நமக்கும் அவளுக்கும் நல்லது” என்றார்.

ஏலூரு

அந்த நாட்களில் ஏலூரிலும் இரண்டு மூன்று டென்கள் இருந்தன. ஒரு டென்னில் பர்வதனேனி ராகவய்யாவும் அவர் மனைவியும் தங்கள் மகனுடன் (கைக்குழந்தை) வெளியில் தென்பட்டுக்கொண்டிருப்பார்கள். சலஸானி வாசுதேவ ராவ், மற்றும் சலஸானி ஜகன்னாத ராவ் இருவரும் மறைவாக இருந்துவந்தார்கள். அந்த டென்னில் சில நாட்கள் தங்கியிருந்து கட்சி கொடுத்த வேலைகளைச் செய்துவந்தேன். பிறகு வேறொரு டென்னுக்கு மாற்றினார்கள். பொட்லூரி சுந்தரம் என்பவர் ஆயுதப் போராட்டத்தில் பங்குபெற்றவர் என்றும், எப்போதும் ஆயுதம் கையில் இருக்கும் என்றும் அந்த டென்னில் கேள்விப்பட்டேன். தெலுங்கானாவில் இருந்தபோது சுந்தரம் பகலிலேயே ஜமீன்தார்களின் வீடுகளுக்கு முன்னால் செருப்பு மாட்டிய கைத்தடி, நீர்க்காவி வேட்டி, தலைப்பாகை ஆகியவற்றோடு மேல்சட்டை எதுவும் இல்லாமல், செருப்பு

தைத்துப் பிழைப்பவன் போல், வழியில் தென்பட்டவர்களுக்கு, "கால்களில் விழுந்து கும்பிடுகிறேன் சாமி! உன் அடிமை சாமி!" என்று கும்பிடு போட்டுக் கொண்டே ஆபத்தான இடங்களிலிருந்து தப்பித்துக்கொள்வார் என்று கேள்விப்பட்டேன்.

அவர் கறுத்த நிறத்தில், குள்ளமாக இருந்தாராம். நிறைய கேள்விப்பட்டிருந்த அவரிடம் எப்படிப்பட்ட ஆயுதம் இருக்கும் என்று பார்க்க வேண்டும்போல் இருந்தது. சலஸானி ஜகன்னாதராவை சித்தப்பா என்று அழைத்து வந்தேன். அவரிடம் என் விருப்பத்தைத் தெரிவித்தேன். ஆனால் அவர் யார், என்ன செய்துகொண்டிருக்கிறார், அவரிடம் ஆயுதம் இருக்குமா போன்ற விஷயங்களைத் தெரிந்துகொள்ளும் முயற்சி செய்யக்கூடாது என்று சொல்லிவிட்டார்.

"அவரோ சக்கிலியனாக வேடமணிந்து ஆபத்திலிருந்து வெளியேறிவிட்டார். நாளை நமக்கு ஏதாவது ஆபத்து வந்தால் எப்படி வெளியேறமுடியும் என்று யோசிப்போம். நான் யாசகம் செய்யும் பிராமணன் போல் வேடம் போடுகிறேன். நீ கணவனால் கைவிடப்பட்டவளாய், என்னுடைய மகள் என்று சொல்லிக்கொண்டு யாசகம் கேட்டபடி தப்பித்துக்கொள்வோம். பொட்டலங்கள் சுற்றி வந்த நூலை வெளியில் போட்டுவிடாமல் பத்திரமாக எடுத்து வை. பூணல் போல் பயன்படும்" என்று சிரித்துக்கொண்டே சொன்னார். இதுபோன்ற பேச்சுகளுடன் அவர் எல்லோரையும் சிரிக்கவைத்துக் கொண்டிருப்பார்.

எப்போது எந்த ஆபத்து வந்துவிடுமோ, எந்தத் துன்பத்தை அனுபவிக்க வேண்டி வருமோ என்ற நினைவுடனும், தப்பித்துக் கொள்ளும் வழிகளைத் தேடிக்கொண்டும், அவ்வப்பொழுது இப்படி நகைச்சுவையாகப் பேசிக்கொண்டும் காரியங்களை முடிக்க வேண்டும் என்று டென்னில் இருப்பவர்கள் நினைத்தோம்.

அங்கிருந்து என்னை வேறொரு டென்னுக்கு அழைத்துச் சென்றார்கள். அந்த இடத்தில் சற்று முன்னர்தான் கமிட்டி கூட்டம் நடந்திருக்க வேண்டும். அன்று இரவு உணவு சாப்பிட்ட பிறகு ஒவ்வொருவராய்க் கிளம்பிவிட்டார்கள். சீதாராமய்யா மட்டும் தனியாக இருந்தார். பொட்லூரி நரசிம்மா ராவ், மூல்சூரி கோடேஸ்வர ராவ் வெளி வேலைகளைக் கவனித்துக் கொண்டிருந்தார்கள். நரசிம்மா ராவைப் பார்த்ததும் எனக்கு உயிர் வந்தாற்போல் இருந்தது. நெருங்கியவனைப் பார்த்தாற்போல் இருந்தது. அவன் எல்லோருடனும் அன்பாகப் பழகுவான்.

சீதாராமய்யாவுக்கு கால்பந்து விளையாடும்போது அடிபட்டு விட்டதென்றும், நான்கு நாட்கள் எங்கும் அசைய வேண்டாம்

என்று டாக்டர் சொன்னதாகவும் என்னிடம் தெரிவித்தார்கள். உண்மை என்னவென்றால் குழந்தைகள் பிறக்காதபடி கருத்தடை சிகிட்சை செய்துகொள்ளுமாறு கட்சி சொன்னதால், டாக்டர் திலக்கிடம் சீதாராமய்யாவும் மற்றும் சில தோழர்களும் ஆபரேஷன் செய்துகொண்டார்கள் என்று நரசிம்மா ராவ் என்னிடம் தெரிவித்தான். (தலைமறைவில் இருக்கும் கணவன் மனைவிக்குக் குழந்தைகள் பிறந்தால் அவர்களை வளர்ப்பது கஷ்டமாகிவிடும் என்ற உத்தேசத்தில் கட்சி செய்த முடிவு) வெளி ஆட்களுக்கு தன்னுடைய அத்தானுக்கு கால்பந்து விளையாடும் போது அடிபட்டுவிட்டது என்றும், பெட்ரெஸ்டில் இருக்கிறார் என்றும், அவரைப் பார்த்துக்கொள்ள அக்கா வந்திருப்பதாகவும் சொன்னான்.

அந்த டென்னுக்கு முக்கியமான தோழர்கள் வந்து போய்க்கொண்டிருந்தார்கள். அவர்களில் லக்ஷ்மி பெருமாள் ஒருவர். ('மா பூமி' நாடகத்தில் தாதா வேடம் அணிந்த பிரஜா நாட்டிய மண்டலி கலைஞர்) கட்சியின்மீது தடை நீங்கியபிறகு திரைத்துறையில் நடிகனாக விளங்கினார். அவருடைய கையெழுத்து முத்துக்கோர்த்ததுபோல் இருக்கும். ரகசியப் பத்திரங்களை எழுதி, நகலெடுக்க என்னிடம் தருவார். அந்த டென்னில் வேலைக்காரர்கள் வைத்துக் கொள்ளவில்லை. அவர்கள் மூலமாய் விஷயங்கள் வெளியில் தெரிந்துவிடுவதாகக் கண்டுபிடித்திருந்தார்கள். சமையல் வேலை (ரகசியமாக வந்துபோகிறவர்களுக்கு), வீட்டுவேலையெல்லாம் செய்ய வேண்டியதாகிவிட்டது. மிகவும் களைப்பாக இருந்தது. அறைகளைச் சுத்தம் செய்வது, பாத்திரம் தேய்ப்பது போன்ற வேலைகளில் நரசிம்மா ராவ் எனக்கு உதவி செய்துவந்தான். சமைத்தது எல்லோருக்கும் போதுமானதாக இல்லாதபோது "இருப்பதைப் பகிர்ந்து சாப்பிடுவோம்" என்று தன்னுடைய பங்கைக் குறைத்துக்கொள்வான்.

மூல்சூரி கோடேஸ்வர ராவ், "அக்கா என்னிடம் வேலை எதுவும் சொல்லுவதில்லை. எல்லாம் நரசிம்மா ராவிடம் சொல்லி அவனைச் செய்ய வைக்கிறாள். அக்காவின் கஷ்டத்தில் என்னால் பங்கெடுத்துக்கொள்ள முடியவில்லை" என்று வருத்தப்பட்டுக் கொண்டதாகத் தெரியவந்தது. இருந்த போதிலும் நரசிம்மா ராவிடம் சொல்வதுபோல் அவனிடம் சொல்ல முடியவில்லை. அந்த டென்னில் கம்யூனிஸ்டுகள் இருப்பதை சி.ஐ.டி.க்கள் மோப்பம் பிடித்துவிட்டதாக சூரியர்ஸ்க்குச் சந்தேகம் வந்தது. போலீசார் கண்ணில் பட்டால் ஆபத்து என்று நினைத்து பேப்பர்களோடு, எழுந்து நடக்க முடியாத சீதாராமய்யாவையும்

அன்று இரவு எங்கேயோ அழைத்துப் போனார்கள். "இரண்டு நாட்கள் வீட்டில் யாரும் இருக்கமாட்டார்கள். நீ ஒருத்திதான் இருப்பாய். தைரியமாக இருக்க வேண்டும்" என்று தோளில் தட்டிக்கொடுத்துச் சொல்லிவிட்டுப் போய்விட்டார்கள். வீட்டில் யாருமே இல்லை என்பதுபோல் வெளியில் பூட்டிவிட்டு போனார்கள். போலீசார் வந்து வீடு பூட்டியிருப்பதைப் பார்த்துப் போய்விடுவார்களா அல்லது பூட்டை உடைத்து உள்ளே வந்து பார்ப்பார்களா என்ற எண்ணங்கள் சூழ்ந்துகொண்டன. சமைத்தால் புகை வெளியில் போகும். அந்த நாட்களில் ஸ்டவ்கள் இல்லை. விறகு மற்றும் வறட்டிதான். புகையைப் பார்த்தால் கட்டாயம் போலீசார் தாக்குதல் நடத்துவார்கள் என்றெண்ணி, சாப்பாடு இல்லாமலேயே இரண்டு நாட்கள் இருந்தேன். பசியின் கொடுமையைவிட, போலீசார் வந்து ஏதாவது அராஜகம் செய்துவிடுவார்களோ என்ற பயம்தான் என்னை வாட்டியது.

இரண்டாவது நாள் சூட்கேசில் உடைகளை எடுத்து வைத்துக்கொண்டு மரச்சொம்பில் தண்ணீருடன் பயணத்திற்குத் தயாராக இருக்கச் சொன்னார்கள். கோடேஸ்வர ராவ் ஒற்றை மாட்டு வண்டி எடுத்து வந்தான். எந்த ஊருக்குப் போகிறோம் என்று கூரியருக்கும் எனக்கும்கூட தெரியாது. அது பரம ரகசியம். இரயிலில் ஏறினோம். மறுநாள் காலையில் பத்து மணி அளவில் நான் இருந்த கம்பார்ட்மெண்டிற்குள் வந்து, "அடுத்த ஸ்டேஷனில் உன்னை வேறொரு காம்ரேட் அழைத்துச் செல்வான். மறக்காமல் மரச்சொம்பை பிடித்துக்கொண்டு இறங்கு. பெட்டியை அவனிடம் கொடுத்தாலும் பரவாயில்லை" என்று சொன்னான்.

விசாகப்பட்டினம்

விசாகப்பட்டினத்தில் ரயில் நின்றது. அடுசுமில்லி மல்லிகார்ஜுனராவ் குடிவாடா தாலூகா கோடுரு கிராமத்து காம்ரேட். நான் இருந்த கம்பார்ட்மெண்ட்டிற்கு வந்து சூட்கேஸ் எடுத்துக்கொண்டு என்னை ஜட்கா வண்டியில் உட்காரவைத்து, என் பக்கத்தில் சூட்கேஸ் வைத்தான். அவன் சைக்கிளில் வந்தான். சென்ட்ரல் ஜெயிலுக்கு சமீபத்தில் இருந்த ஒரு வீட்டின் முன்னால் வண்டி நின்றது. அந்த வீட்டுக்குள் என்னை அழைத்துப் போவான் என்று நினைத்தேன். வண்டியிலிருந்து இறங்கினேன். ஆனால் அந்த வீட்டிலிருந்து நாலு வீடுகள் தள்ளி புதிதாகக் கட்டியிருந்த மாடிவீட்டுக்கு அழைத்துச் சென்றான்.

அந்த டென்னில் சாவித்திரி, சந்திர ராஜேஸ்வர ராவ், தம்மா ரெட்டி, ராமசுவாமி மேலும் இரண்டு காம்ரேட்கள்

இருந்தார்கள். உடல் நடுங்கிக்கொண்டிருந்த நிலையில் வந்த என்னைப் பார்த்ததும் சாவித்திரி குளியலுக்கு முன்னால் காபி குடிக்கச் சொன்னாள். குளித்து முடித்தபிறகு நிம்மதியாகப் படுத்து ஓய்வெடுக்கச் சொன்னாள். அந்த உபசரிப்பு வார்த்தைகளுக்கே பாதி களைப்பு நீங்கிவிட்டது போலிருந்தது எனக்கு.

அந்த டென்னுக்குச் சீதாராமய்யா, புச்சலபல்லி சுந்தரய்யா மேலும் சிலர் வந்துபோய்க் கொண்டிருந்தார்கள். இரவு நேரத்தில் குளிர்ச்சியாக இருக்கும் என்று மொட்டை மாடியில் படுத்துக் கொண்டோம். மணிக்கு ஒரு தடவை பாரா சொல்வதுபோல் ஜெயில் மணி அடிக்கும். அந்த மணிச்சத்தம் கேட்கும்போது ஜெயிலில் இருந்த தோழர்கள் நினைவுக்கு வருவார்கள். இன்னும் எத்தனைபேர் சிறைச்சாலைக்குச் செல்ல வேண்டியிருக்குமோ, தூக்கு மேடையில் ஏறப்போகிறார்களோ என்று தோன்றும். அந்த ஜெயிலில் முந்தைய நாள்தான் ஒரு கைதியைத் தூக்கிலிட்டார்கள் எனத் தெரியவந்த பின் தூக்கம் வரமறுத்தது.

சுந்தரய்யா பெண்களை மிகவும் மரியாதையுடன் நடத்துவார் என்பதைக் கண்கூடாகப் பார்த்தேன். எனக்குக் கட்டாயக் கருக்கலைப்பு செய்த விஷயம் அவருக்குத் தெரியவந்ததோ அல்லது பலவீனமாக இருக்கிறேன் என்பதைக் கவனித்தாரோ தெரியாது. சத்துள்ள உணவு எடுத்துக்கொள்ள வேண்டும் என்று என்னிடம் சொன்னார். டாக்டர் முட்டையும் பாலையும் சேர்த்துக்கொள்ளச் சொன்னதைத் தெரிவித்து, “கோடேஸ்வரம்மா முட்டை சாப்பிடமாட்டாள். பாலையும் குடிக்கமாட்டாள்” என்றாள் சாவித்திரி.

அப்போது அவர், “தெம்பாக இருந்தால்தான் நம்மால் எந்த காரியத்தையும் செய்யமுடியும். உடல்நலத்திற்காக அவற்றையும் சாப்பிட வேண்டும்” என்றுஅறிவுரை வழங்கினார். அந்த டென்னில் தங்கி இருந்த நாட்களில் “முட்டை சாப்பிட்டாயா, பால் குடித்தாயா?” என்று சிரத்தையுடன் விசாரித்ததோடு சில சமயம் தானே கொண்டு தருவார். “இனி வரும் நாளில் நமக்கு உணவோ, வைத்திய வசதியோ இந்த அளவுக்குக்கூட கிடைக்காமல் போகக்கூடும்” என்று சொல்லி வந்தார்.

வீட்டில் இருக்கும் ஆண்களுக்கு எல்லாவற்றையும் பரிமாறிவிட்டு மிச்சம் மீதி இருப்பதைத்தான் பெண்கள் சாப்பிடுவார்கள் என்றும், அதனால் எல்லோரும் ஒன்றாக உட்கார்ந்து சாப்பிடுவோம் என்றும் என்னையும் சாவித்திரியையும் அவர்களுடன் சேர்ந்து உட்காரச் சொல்லுவார். சோறு குழைந்து போனாலும், காய்கறி தீய்ந்துபோனாலும் வருத்தப்பட வேண்டாம்

என்றும், சாப்பிடுவதற்கு ஏதுவாகத்தான் இருக்கிறது என்றும் எங்கள் திருப்திக்காகச் சொல்வார்.

அங்கே இருந்தபோதுதான் எனக்கு சில விஷயங்கள் தெரியவந்தன. மல்லிகார்ஜுன ராவுக்கும், கமலாவுக்கும் (சலசானி ஜகன்னாத ராவ் சகோதரியின் மகள்) திருமணம் செய்துவைத்தார்கள் என்றும், அந்தத் தம்பதிகள் தலைமறைவுத் தோழர்களின் தேவைகளைக் கவனித்துக் கொள்வதாகவும், அதேபோல் திருமணம் நடத்திவைக்கப்பட்ட மூன்று கூரியர்ஸ்களுடைய மனைவியரும் உதவி செய்துவருவதாகத் தெரியவந்தது. இரண்டு மூன்று இடங்களில் ரகசியமாகத் தங்கி இருந்த தோழர்கள் அந்த டென் மேற்பார்வையாளர் இல்லாத நேரத்தில் டென்னில் இருந்த பெண்களைத் தங்களுடைய உடல் இச்சையைப் பூர்த்தி செய்யச்சொல்லிக் கேட்டதாகவும், அந்த பெண்கள் அருவருப்பு அடைந்து அவர்களை அறைக்குள் வைத்துப் பூட்டிவிட்டு டென் மேற்பார்வையாளர் வந்த பிறகு விஷயத்தைச் சொல்லி வருத்தப்பட்டுக் கொண்டதாகவும் தெரியவந்தது. அது தெரிந்த பிறகு சாவித்திரி, ராஜேஸ்வர ராவிடம் "கஷ்டங்கள் வருமெனத் தெரிந்தும் போலீசாருக்குப் பயப்படாமல், கட்சியின்மீது இருக்கும் நம்பிக்கையின் காரணமாக வேளைக்கு சமைத்துப்போட்டு, ஒரு தாயைப் போல் ஆதரிக்கும் பெண்களிடம் தகாத முறையில் நடந்துகொள்ளலாமா? காமாந்தகனுக்கும் கம்யூனிஸ்ட்டுக்கும் வித்தியாசம் இல்லையா? இனிமேல் கணவன் இருக்கும் இடத்திலேயே மனைவியையும் தங்கவையுங்கள். வேறிடத்தில் வைக்கவேண்டாம்" என்று அழுத்தமாகச் சொன்னாள்.

சற்று நேரம் வாதவிவாதம் நடந்த பிறகு ராஜேஸ்வர ராவ் சொன்னார். "கட்சி வேலைகளை ரகசியமாகச் செயல்படுத்திவரும் நிலையில், கணவன் – மனைவியரை ஒரே இடத்தில் தங்கவைப்பது முடியாத காரியம். சீதாராமய்யா கொரில்லா போர்ப் பயிற்சியைத் தருவதற்கு நிஜாம் போர் நடக்கும் இடத்தில் இருப்பான். கோடேஸ்வரம்மா அந்த இடத்தில் தங்கியிருக்க வசதிப்படுமா? நான் எங்கே போனாலும் உன்னால் அங்கே வரமுடியுமா?" என்றார். "இருந்தாலும் உங்களைப் போன்றவர்களின் ஜோலிக்கு யாரும் வரமாட்டார்கள். பின்தங்கிய இடத்திலிருந்த வந்த, அப்பாவியாகத் தென்படும் பெண்கள் எதையும் வெளியில் சொல்ல மாட்டார்கள் என்று நினைத்து அப்படி நடந்து கொண்டிருக்கிறார்கள். மனித பலவீனம் அது" என்று சாவித்திரியைச் சமாதானப்படுத்தினார்.

விசாகப்பட்டினத்தில் வேறு ஒரு டென் இருப்பதாகவும், அந்த டென்னில் சுப்பாராவ் (பெனுமர்று), அவர் மனைவி

கஸ்தூரி இருவரும் வேலையை விட்டுவிட்டு வந்திருப்பதாகவும் சொன்னார். ஆனால் கஸ்தூரி கருவுற்று இருப்பதால் விடுமுறையில் வந்திருக்கிறாள் என்றும், அவர்களுக்கு ஒரு பெண்குழந்தை பிறந்திருப்பதாகவும் தெரிந்தது. குழந்தைகள், வயதானவர்கள் இருக்கும் டென்கள் சகஜமாக இருப்பதுபோல் தென்படும் என்றும், போலீசாரின் பார்வை விழாமல் பாதுகாப்பாக இருக்கும் என்றும் கட்சி நினைப்பது சாவித்திரியுடன் இருந்தபோது எனக்குப் புரிந்தது.

அம்மாவும் என் மகனும் மகளும் எப்படி இருக்கிறார்களோ, என்ன அல்லல் படுகிறார்களோ என்று நினைத்தால் துக்கம் பொங்கிவந்தது. சாவித்திரிகூட தன்னுடைய மகனை நினைவு கூர்ந்தாள். நம் குழந்தைகளை வளர்ப்பதற்கு நம்முடைய தாய்மார்கள் இருக்கிறார்கள். இல்லாதவர்களின் கதி என்னவாகும் என்று நினைத்துக்கொள்வோம். ஆயுதம் ஏந்திய பெண்கள் குழந்தைகளை நினைவுபடுத்திக்கொள்ள மாட்டார்கள். நாமும் அப்படியே இருக்க முடிவுசெய்து கண்ணீரைத் துடைத்துக் கொண்டோம்.

“டென்னில் வேலை செய்பவர்கள், கூரியர்ஸ் ஆக இருப்பவர்கள் பெரும்பாலும் கிருஷ்ணா ஜில்லாவைச் சேர்ந்தவர்களாகவே இருக்கிறார்கள். எதனால்?” என்று சாவித்திரியிடம் கேட்டேன். அந்த ஜில்லாவில் கட்சிக்குப் பலம் அதிகம். மார்க்ஸிசத்தைக் கடைபிடிப்பவர்கள் அங்கே நிறைய இருக்கிறார்கள். அதனால்தான் துணிந்து அவர்கள் முன்வந்திருக்கிறார்கள் என்று சொன்னாள்.

கன்னவரம் தாலூகா, புத்தவரம் கிராமத்தைச் சேர்ந்தவனும், இளைஞர் சங்க இயக்கச் சாரதியுமான சிந்தபல்லி பாப்பா ராவை போலீசார் சுட்டுக் கொன்றுவிட்டதாகக் கேள்விப்பட்டேன். “ஆயுதம் இல்லாதவனை சுடுவது நீதியில்லாத செயல். ஆயுதத்தைக் கொடுத்து, அதன்பிறகு என்னைச் சுடுங்கள். நான் யார் என்று உங்களுக்குப் புரியும்” என்று சொல்லியவாறே தரையில் சரிந்தானாம். அந்த விஷயத்தை அந்த டென்னில் இருக்கும்போது கேள்விப்பட்டோம். எங்கள் கண்ணில் நீர் சுழன்றது. களைப்பு அறியாதவன், மனவலிமை மிகுந்த வீரன், சாவித்திரிக்கும் எனக்கும் நன்றாகத் தெரிந்தவன். நிராயுதபாணியாகவே சரிந்துவிட்டான்.

தெலுங்கானாவில் முதல் முதலாய் வீர மரணம் அடைந்தவன் தொட்டி கொமரய்யா என்றால் ஆந்திராவில் சிந்தபல்லி பாப்பா ராவ். புதிய சமச்சீர் சமுதாயம் உருப்பெறுவதற்குள் எத்தனை பேர் உயிர்த்தியாகம் செய்ய நேரிடுமோ என்று வருந்தினோம்.

கிருஷ்ணா, குண்டூர் மற்றும் கோதாவரி ஜில்லாக்களில் போலீசார் தன்னிச்சையாய்ச் செயல்படுகிறார்கள் என்றும், கம்யூனிஸ்டுகளுக்கு இடம் கொடுத்தாலும், உணவு அளித்தாலும் பாப்பாராவைக் கொன்றதுபோல் கொன்றுவிடுவோம் என்று பயமுறுத்துவதாகவும் செய்திகள் வந்துகொண்டிருந்தன. மாநிலக் கம்யூனிஸ்ட் கட்சியை இரண்டு மண்டலங்களாகப் பிரித்து, கிருஷ்ணா ஜில்லாவிலிருந்து ஸ்ரீகாகுளம் ஜில்லா வரையில் (ஐந்து ஜில்லாக்கள்) ஒருமண்டல கமிட்டியாக ஆக்கினார்கள். அந்த மண்டல கமிட்டியில் கொண்டபல்லி சீதாராமய்யா, உத்தம்ராசு ராமம், பாலாஜிதாசு போன்ற தலைவர்கள் முக்கியமாக இருந்து வருகிறார்கள் என்று ரகசியப் பத்திரங்களுக்கு நகலெடுத்துக்கொண்டு இருந்தபோது புரிந்தது. சாவித்திரியின் மூலமாகவும் சில செய்திகளைத் தெரிந்துகொண்டேன்.

சில நாட்களுக்கு பிறகு அந்த டென்னிலிருந்து கட்சிக்குச் சம்பந்தப்பட்ட காகிதங்களையும் புத்தகங்களையும் சில பொருட்களையும் எங்கேயோ அனுப்பிவைத்தார்கள். சாவித்திரியையும் வேறு இடத்திற்கு அனுப்பிவைக்கப் போவதாகப் புரிந்தது. போகும் முன் சாவித்திரி, உனக்குக் கொடுத்த வேலையைப் பயமின்றிச் செய் என்றும், கட்சிக்காக உயிரைக் கொடுத்தவர்களை நினைவுகூர்ந்து நடந்துகொள்ள வேண்டும் என்றும், இனி நாம் எப்போதும் சந்திப்போம் என்று சொல்ல முடியாது என்றும் சொல்லியவாறே என் கண்ணீரையும் துடைத்தாள். இரண்டு நாட்கள் கழித்து, கங்காதர ராவ் அந்த டென்னிலிருந்து வேறொரு இடத்திற்குப் புறப்படுவதற்கு என்னைத் தயாராக இருக்கச் சொன்னார்.

பூரி, நாக்பூர்

பூரிநகரில் ஒரு ஹோட்டல் அறையில் தங்கியிருந்த சீதாராமய்யாவிடம் என்னைச் சேர்த்துவிட்டு கங்காதர ராவ் கிளம்பிவிட்டார். அப்போது பூரியில் நான்கு நாட்கள் தங்கியிருந்தேன். பூரி ஜகன்னாதனின் தேர்ச் சக்கரங்கள் புறப்பட்டால் நிற்காது என்று கேள்விப்பட்டிருக்கிறேன். மகாகவி ஸ்ரீஸ்ரீ எழுதிய

> வழுக்கி விழுந்தவர்களே, ஒதுக்கப்பட்டவர்களே,
> அழாதீர்கள் . . . வருகிறது வருகிறது . . .
> பூரி ஜகன்னாதனின் தேர்ச் சக்கரங்கள்

என்ற கவிதையைப் பாடிய எனக்கு பூரி கோவிலையும், ஜகன்னாதனின் தேரையும் பார்க்க வேண்டும் என்று தோன்றியது. சீதாராமய்யாவிடம் சொன்னபோது, “உன்னுடையது ரகசிய வாழ்க்கை. உன் விருப்பம் நிறைவேறாது” என்றார்.

அதன் பிறகு நாக்பூரில் ஒரு ஹோட்டலில் நான்கு நாட்கள் இருந்தோம். எங்களுக்குப் பக்கத்து அறையிலிருந்து பாலசரஸ்வதி பாடிய, 'அந்தத் தோட்டத்தில் வண்ணத்துப்பூச்சி ஒன்று' என்ற பாடல் கேட்டுக்கொண்டிருந்தது. தலைமறைவாய் இருப்பதை மறந்து, பாட்டை முணுமுணுத்தபடி அறையை விட்டு வெளியே வந்தேன். அதைப் பார்த்து சீதாராமய்யா, "பக்கத்து அறையில் தெலுங்குக்காரர்கள் இருக்கிறார்கள் போலிருக்கிறது. நாம் தெலுங்குக்காரர்கள் என்று அவர்களுக்குத் தெரியக்கூடாது" என்று எச்சரித்தார். பாட்டைக் கேட்கும் விருப்பத்தை மனதிலேயே புதைத்துவிட்டு உடனே அறைக்குள் சென்றுவிட்டேன்.

அன்று இரவே வேறொரு ஹோட்டலுக்கு மாறிவிட்டோம். கழுத்தில் மஞ்சள் சரடு, கருகுமணி, காலில் மெட்டியுடன் ஓர் இல்லத்தரசியைப் போன்று அந்த அறையில் இரண்டு நாட்கள் தங்கியிருந்தேன். அது ஒரு சிறிய ஹோட்டல். அந்த ஹோட்டல் முதலாளிக்கு ஏற்கனவே சீதாராமய்யாவைத் தெரியும் போலும். "உங்கள் மனைவியை எங்கள் பூஜை அறையில் பூஜை செய்துகொள்ளச் சொல்லுங்கள். நீங்கள் இருக்கும் அறையில் பூஜைசெய்ய வசதி இல்லை" என்று சொன்னாராம். சீதாராமய்யாவிற்கு ஹிந்தியில் விஷாரதா வரையில் தேர்ச்சி இருந்ததால் அந்த இடத்தில் எளிதாக நடமாட முடிந்தது. எனக்கு ஹிந்தி தெரியாததால் மிதமான பேச்சுடன், பூஜைக்குப் போய்வந்தபடி, அவர்கள் கொடுத்த பிரசாதத்தைப் பெற்றுக்கொண்டு, எங்கே ரகசியம் வெளிப்பட்டுவிடுமோ என்று பயந்தபடி காலத்தைக் கழித்தேன்.

மரச்சொம்பு, பெட்டி, ஹோல்டால் மற்றும் ஒரு துணிப் பையுடன் திரும்பவும் ரயில்பயணம் செய்து கங்காதர ராவுடன் ராய்ப்பூர் வந்து சேர்ந்தேன்.

ராய்ப்பூர்

ராய்ப்பூருக்கு வரும் வழியில் ஒரு ஸ்டேஷனில் ரயில் நின்றதும் ஒரு காம்ரேட் எங்கள் கம்பார்ட்மெண்டுக்குள் வந்தார். அடுத்து வந்த ஸ்டேஷனில் அவர் இறங்கும்போது தன்னுடைய ஹோல்டாலை வைத்துவிட்டு என் ஹோல்டாலுடன் இறங்கினார். நான் எடுத்துப்போன ஹோல்டாலுக்குள் ஆயுதங்கள், அதற்குத் தேவையான புல்லெட்கள், தடை செய்யப்பட்ட பத்திரங்கள் இருப்பது எனக்கு அப்பொழுது தெரிந்திருக்கவில்லை. ஆனால் இதுபோல் மத்தியப் பிரதேசத்திலிருந்தும், தண்டகாரண்யத்திலிருந்தும் தெலுங்கானா போராட்டத்திற்குப் பெண்கள் மூலமாக ஆயுதங்கள், உணவுப்பொருட்கள், தடை செய்யப்பட்ட பத்திரங்கள் அனுப்பிவைக்கப்பட்ட பின்னால் தெரியவந்தது.

ராய்ப்பூரில் புதிதாகக் கட்டிய மச்சு வீடுகளுடன், பழைய கட்டிடங்களும் மாடிவீடுகளும் இருந்தன. நான்கு அறைகள் கொண்ட ஒரு மாடிவீட்டில் நான்கைந்து தோழர்கள் இருந்தார்கள். அந்த மாடியிலேயே ஒரு அறையில் எழுத்து வேலை, சமையல் வேலை செய்துகொண்டு நான்கு நாட்கள் தங்கியிருந்தேன். அதன்பிறகு மற்றொரு டென்னுக்கு மரச் சொம்பு, பெட்டியுடன் சென்றேன். அங்கே ஆஞ்சநேய சாஸ்திரி, உத்தம்ராசு ராமம் ஆகியோருடன் பரகால பட்டாபி ராமா ராவும் இருந்தார்கள். அந்த டென்கூட மாடியிலேயே இருந்தது. சமையல் அறையும் மாடியில்தான். கழிப்பறைக்கு மட்டும் கீழே வரவேண்டும். மாடிக்குப் போகவேண்டும், கீழே இறங்க வேண்டும் என்றாலும் தாங்கமுடியாத குளிர். அடி எடுத்து வைக்க முடியாது. குளிரில் விறைத்துப் போய்விடுவோமோ என்று தோன்றும். ஆஞ்சநேய சாஸ்திரி மாடிக்குச் சென்று கிரோசின் ஸ்டவ்வில் வெந்நீர் வைத்துவிட்டு வருவார். சூரியன் உதிக்கும் முன்பே எழுந்துகொள்வது கஷ்டமாக இருந்தது. என்னை ஆஞ்சநேய சாஸ்திரியின் மனைவியாகவும், பரகால பட்டாபியின் சகோதரியாகவும் அக்கம் பக்கத்தில் இருப்பவர்களுக்கு அறிமுகம் செய்துவைத்தார்கள். எதிரே இருந்த மாடிவீட்டில் ஒரு பொற்கொல்லர் குடும்பம் இருந்து வந்தது. அந்தக் குடும்பத்தில் ஒரு இளம்பெண் அடிக்கடி எங்கள் பக்கமே பார்த்துக்கொண்டிருந்தாள். நாங்கள் கம்யூனிஸ்ட்டுகள் என்று தெரிந்துதான் பார்க்கிறாள் என்று எனக்குப் பயமாக இருந்தது. "அப்படி ஏன் நினைக்கிறாய்? இளம்வயதில் இருக்கும் பட்டாபியைப் பார்க்கிறாளோ என்னவோ?" என்று சிரிக்க வைத்தார் ஆஞ்சநேய சாஸ்திரி.

"எல்லோரும் ஒரே குடும்பத்தைச் சேர்ந்தவர்கள் போல் சகஜமாகத் தென்பட்டு கட்சி நமக்குக் கொடுத்துள்ள வேலைகளைச் செய்ய வேண்டும். சந்தேகம் வருவதுபோல நம் நடைமுறைகள் இருக்கக்கூடாது. ஜன்னல், வாசல் கதவுகள் எப்போதும் சாத்தியே இருக்கக்கூடாது" என்று சில குறிப்புகளைச் சொல்லி வந்தார். அந்த டென்னுக்கு சீதாராமய்யாவும் வருவார். அங்கே இருக்கும் தோழர்களுடன் ரகசியமாகப் பேசிக் கொண்டிருப்பார்.

அந்த டென்னிலிருந்து குருநானக் மந்திரத்திற்கு அருகில் வேறொரு டென்னுக்கு என்னை மாற்றினார்கள். அந்த டென்னில் பாலாஜி தாசு, கொண்டேபூடி லக்ஷ்மிநாராயணா இருந்தார்கள். பிறகு சீதாராமய்யா, ராமம் வந்து சேர்ந்தார்கள். அந்தச் சமயத்தில் பஞ்சாபிலிருந்து வந்த அகதிகள் ராய்ப்பூரிலும் வசித்துவந்தார்கள். அவர்களில் சிலர் வீட்டுவாடகை கொடுக்க

முடியாமல் சின்னச்சின்ன போர்ஷன்களில் குடியிருந்தார்கள். அகதிகள் அதிகமாக இருப்பதால் போலீசாரின் பார்வை குறைவாக இருக்கும் என்ற காரணத்தினாலோ, வேறு எந்த காரணத்தினாலோ தோழர்கள் ஓரளவுக்குச் சுதந்திரமாகவே அந்த இடத்திற்கு வந்துபோய்க் கொண்டிருந்தார்கள். ஏறக்குறைய எல்லோருமே ஹிந்தியில் பேசுவார்கள். ஹிந்தி எழுதப் படிக்கத் தெரியாவிட்டாலும் பேசும் அளவுக்கு மொழிவளத்தை எல்லோரும் பெற்றிருந்தார்கள். அதன் தேவையையும் உணர்ந்து இருந்தார்கள்.

பாலாஜிதாசு மட்டும் எப்போதுமே தப்பும் தவறுமாகப் பேசிவந்தார். கற்றுக்கொள்ளச் சொன்னால் கஷ்டமாக உணர்ந்தார். அவருடைய ஹிந்தியைக் கேட்டு எல்லோரும் சிரிப்போம். வாழ்வுக்கும் சாவுக்கும் இடையே இருந்த அந்த நாட்களில் அது ஒரு சிறிய வினோதம்.

சில நாட்கள் கழித்து அந்த டென்னுக்கு கொண்டபல்லி ராகவ ராவும் அவர் மனைவி லோலாட்சியும் வந்தார்கள்.

ராகவ ராவ் தம்பதியர் டென் பாதுகாப்பாளர்களாகப் பொறுப்பை ஏற்றுக்கொண்டார்கள். லோலாட்சியும் சமையல் பொறுப்பை ஏற்றுக்கொண்டு ஆதரவு கொடுத்தாள். களைப்பு அறியாமல் வேலை செய்துவந்தாள். கொண்டேபூடி லக்ஷ்மி நாராயணனின் மனைவி ராதா (பிரஜா மண்டலியில் வேலை செய்த முக்கிய நபர்) பத்துமாதம் நிரம்பிய மகனைத் தூக்கிக்கொண்டு அந்த டென்னுக்கு வந்தாள். அந்தச் சமயத்தில் சர்க்கார் ஜில்லாக்களில் போலீசாரின் தாக்குதல் அதிகமாகிவிட்டது என்றும், கைக்குக் கிடைத்த தோழர்களைத் துன்புறுத்துகிறார்கள் என்றும், வதை முகாம்களுக்கு அழைத்துச் செல்கிறார்கள் என்றும், பெண்களை அவமதிக்கிறார்கள் என்றும், காட்டூர், இளமர்று கிராமங்களில் சாதாரண மக்களையும் ஆடைகளை நீக்கச்செய்து லத்திகளால் அடித்து ஹிம்சித்து, அஹிம்சாவாதியான காந்தியின் சிலையைச் சுற்றிவரச் செய்தார்கள் என்றும் செய்திகள் காதில் விழுந்தன. பயத்தை உண்டாக்கும் அந்தச் செய்திகளை முழுவதுமாக எங்களுக்குத் தெரியாமல் பார்த்துக்கொண்டாலும், சில விஷயங்கள் எங்களுக்குத் தெரியவந்தன. எங்களுக்குத் தெரிந்தவர்கள் வீழ்த்தப்பட்டார்கள் என்று தெரியும்போது துக்கத்தில் மூழ்கி வந்தோம். அதனால்தான் டென்னில் இருக்கும் எங்களைப் போன்றவர்களுக்கு எல்லாச் செய்திகளையும் சொல்ல மாட்டார்கள்.

இறந்து போனவர்களை நினைவுகூரும் வகையில் ராதம்மாவின் மகனை எல்லோரும், ‘அமர்’ என்று அழைத்து

வந்தோம். ராதம்மா மட்டும் அமர்நாத் என்று மகனைச் செல்லம் கொஞ்சுவாள். குழந்தைக்கு உடல்நலம் கொஞ்சம் குறைவாகத் தான் இருந்து வந்தது. குழந்தைகளுக்காக ஏங்கி இருந்த நாங்கள் அவனைக் கொண்டாடி வந்தோம்.

ஆஞ்சநேய சாஸ்திரி ஒருநாள் என்னிடம் வந்து, "பெரிய பாப்பா! (எல்லோரும் என்னை பெரிய பாப்பா என்றும் லோலாட்சியை சின்னபாப்பா என்று அழைத்து வந்தார்கள்.) உனக்கு இரண்டு மாம்பழங்களைக் கொண்டுவந்து தருகிறேன்" என்று சிரித்துக்கொண்டே சொன்னார். "இந்த சீசனில் மாம்பழம் கிடைக்குமா? கேலி செய்யாதீர்கள்" என்றேன்.

ஒரு மணி நேரம் கழித்து என்னுடைய மகள் கருணாவையும் மகன் சந்துருவையும் என்னிடம் அழைத்து வந்தார்கள். எனக்கு சந்தோஷமும் துக்கமும் ஒன்றாக ஏற்பட்டன. கண்ணீருடன் அவர்களை மார்போடு அணைத்துக்கொண்டேன். இது கனவா அல்லது நனவா என்று தோன்றியது. எல்லோரும் திகைத்துப் போனவர்களாய் என் பக்கம் பார்த்தார்கள்.

தலைமறைவில் இருக்கும் காம்ரேட்களின் பாதுகாப்புக் காக, என்னுடைய தாயையும் என் குழந்தைகளையும் ராமமோகன் ராவையும் (நவோதயா பப்ளிஷர்) பயன்படுத்தி வந்தார்கள் என்று தெரிந்தது. தோழர்கள் தங்கியிருக்கும் இடங்களில் அம்மா அவர்களுக்குச் சமைத்துப் போடுவது மட்டுமே அல்லாமல் சிலருக்கு 'அம்மா'வாகக்கூட நடந்து கொண்டிருக்கிறாள். அப்பொழுது ராமமோகன ராவுக்கு பதினான்கு வயது இருக்கும். எல்லோரும் ராமு என்று அழைத்து வந்தார்கள். வெளிவேலைகளுக்கு அவனை அனுப்பிவைப்பார்கள் என்று தெரியவந்தது.

எங்கள் ஊரில் மலிரெட்டி சத்யநாராயணா ரெட்டியைச் சுட்டுக்கொன்றார்கள் என்றும், மேலும் இரண்டு காம்ரேட்களை தடுப்புக்காவலில் ராயவெல்லூரு ஜெயிலுக்கு அனுப்பிவைத்தார்கள் என்றும், என் மாமனாரை ஜெயிலில் வைத்தார்கள் என்றும், மகன் மருமகள் எங்கே இருக்கிறார்கள் என்று என் மாமியாருக்கு நித்தியமும் தொல்லை கொடுத்துவருகிறார்கள் என்றும், எங்கள் உழவு நிலத்தைக் குத்தகைக்காரர்கள் சாகுபடி செய்யாமல் தடுத்துவிட்டார்கள் என்றும், கறவை மாடுகளை ஜப்தி செய்துவிட்டார்கள் என்றும் தெரிந்தது. இவ்விதமாக தலைமறைவுத் தோழர்களின் பெற்றோர்களுக்கு அரசாங்கம் நித்தியமும் தொல்லை கொடுத்துவந்தது. வேதனையும் ஆவேசமும் என்னைச் சூழ்ந்துகொண்டு திக்குமுக்காட வைத்தன. ஐந்து நிமிஷம் நான் தலைமறைவாய் இருக்கிறேன் என்பதையே

மறந்துபோய்விட்டேன். எண்ணங்கள் என்னை ஆந்திரமாநிலத்தில் கொண்டு சேர்த்தன.

ராய்ப்பூரில் நாங்கள் இருந்த வீட்டுக்குச் சமீபத்தில் ஒரு சீக்கிய சர்தார் இருந்து வந்தார். தன் மனிதர்கள் என்று சொல்லிக்கொள்ள யாருமில்லாத அகதி. எப்போதும் இருமிக்கொண்டும் முனகிக் கொண்டும் இருப்பார். என் குழந்தைகள் இருவருக்கும் ஹிந்தி மொழி பேசவும், புரிந்துகொள்ளவும் முடியும். எங்கள் டென்னுக்கு வரும் முன்பே, "தாத்தா!" என்று அழைத்தபடி அவரிடம் போவாள் பாப்பா. நாங்கள் அவளுக்குக் கொடுத்த டிபனை படியில் உட்கார்ந்து சாப்பிடுவதாகச் சொல்லிவிட்டு, எங்களுக்குத் தெரியாமல் அந்த சர்தாருக்குக் கொடுப்பாள். பாப்பா டிபன் சாப்பிடுகிறாளா அல்லது வெளியில் போட்டு விடுகிறாளா என்று ஒருநாள் சந்தேகம் வந்தது. ஒரு காம்ரேட் பாப்பாவைப் பின்தொடர்ந்து பார்த்துவிட்டு வந்தான். பாப்பாவின் கருணை உள்ளத்தைச் சிலாகித்தபடி எங்களிடம் விஷயத்தைத் தெரிவித்தான்.

"தாத்தாவுக்கு டிபனைக் கொடுத்துவிட்டு நீ வெறும் வயிறுடன் இருக்கிறாயா? இன்னும் இரண்டு இட்லி கொண்டுபோய் தாத்தாவுடன் சேர்ந்து சாப்பிடு" என்று மேலும் இரண்டு இட்லி கொடுத்தேன். தாத்தாவிடம் கொடுத்ததற்கு நாங்கள் கோபித்துக் கொள்வோம் என்று நினைத்த பாப்பா (ரகசிய வாழ்க்கை நடத்தி வருகிறோம் அல்லவா) எங்கள் வார்த்தைகளைக் கேட்டு சந்தோஷத்துடன் அவற்றைத் தாத்தாவிடம் எடுத்துச் சென்றாள்.

அந்த சர்தார்ஜி அன்றே இறந்து போய்விட்டார். மழை பெய்துகொண்டிருந்தது. அந்த மழையிலேயே பிணத்தை எடுத்துக்கொண்டு போனார்கள். அந்தக் காட்சியைப் பார்த்து, "தாத்தா நனைந்துவிடுவாரே! எதற்காக மழையில் அழைத்துப் போகிறார்கள்?" என்று எங்களிடம் கேட்டாள்.

மனிதர்கள் இறந்துபோனால் திரும்பி வரமாட்டார்கள் என்ற உண்மையைச் சொல்லாமல், அவருடைய உறவினர்கள் சாப்பாடு கொடுப்பதற்காக அந்தத் தாத்தாவை அழைத்துப்போவதாக ஆஞ்சநேய சாஸ்திரி பாப்பாவிடம் சொன்னார். அன்று முதல் பாப்பாவை எல்லோரும் கருணா என்று அழைக்கத் தொடங்கினார்கள்.

ஒரு மாதம் கழித்து ராதம்மாவும் லக்ஷ்மிநாராயணனும் அமரை அழைத்துக்கொண்டு டென்னிலிருந்து கிளம்பி விட்டார்கள். யாரிடம் சொல்லிக்கொண்டு போனார்கள், எங்கே போனார்கள் என்று ராமம் சாஸ்திரியிடம் கேட்பது காதில் விழுந்தது. எங்கே போகிறார்கள் என்று டென்னில்

யாரிடமும் சொல்ல மாட்டார்கள் இல்லையா? ராமம் எதற்காக அப்படிக் கேட்கிறான் என்று தோன்றியது. ஆனால் சாஸ்திரியிடம் கேட்டால் உனக்குத் தேவையில்லாத விஷயம் என்று சொல்லக்கூடும் என மௌனமாக இருந்துவிட்டேன்.

மறுநாள் என்னை வேறிடத்திற்குச் செல்வதற்கு துணிமணி எடுத்துவைக்கச் சொன்னார் சாஸ்திரி. அப்பொழுது லோலாட்சி கருவுற்று இருந்தாள். பொருளாதார ரீதியாகப் பிரச்சினைகள் வரக்கூடும் என்று ஏற்கனவே வேலைக்காரியை நிறுத்தி விட்டார்கள். ராதம்மா முந்தைய நாளே கிளம்பிப் போய் விட்டாள். என்னுடைய குழந்தைகளுக்கும் ராமம் போன்ற பெரியவர்களுக்கும் அந்த நிலையில் லோலாட்சியால் சமைத்துப்போட முடியுமா என்று நினைத்தேன். உடைகளைப் பெட்டியில் வைத்துக்கொண்டேன். ஹோல்டாலையும் மரச்சொம்பையும் எடுத்துவரச் சொல்லவில்லை என்பதால் இந்த நகரத்திலேயே வேறு டென்னுக்கு அழைத்துப் போகக்கூடும் என்று நினைத்தேன்.

அப்பொழுதுதான் அந்த நகரத்திற்கு ரிக்ஷாக்கள் வந்த புதிது. ரிக்ஷா ரஜாகுளத்தை நோக்கிப் போய்க்கொண்டிருப்பதை பார்த்து, பரகால பட்டாபி ராமா ராவும் நானும் முன்பிருந்த பழைய டென்னுக்கு போகிறோம் என்று நினைத்தேன். ஆனால் ரஜாகுளத்தின் பக்கம் போகாமல் ரிக்ஷா, குளத்து வழியாக வேறு தெருவுக்குள் நுழைந்தது. என்னுடன் வந்த சாஸ்திரி (வெளி ஆட்களின் பார்வைக்கு கணவன் என்று தோற்றம் தருவதுபோல்) ஒரு வீட்டிற்கு முன்னால் ரிக்ஷாவை நிறுத்தச்சொல்லி என்னை உள்ளே அழைத்துச் சென்றார். அந்த வீட்டில் வைசாக்கில் குழந்தையைப் பிரசவித்த கஸ்தூரி தன்னுடைய குழந்தையுடன் எதிர்ப்பட்டாள். சுப்பாராவ் எங்கே என்று கேட்டேன். மாடியில் இருப்பதாகச் சொன்னாள். அடுத்த அறையில் சீதாராமய்யா மற்றும் வேமுலபல்லி ஹனுமந்தராவ் இருந்தார்கள். வேமுலபல்லி ஹனுமந்தராவ் மதராஸ் வழக்கில் மோகன் குமாரமங்கலத்துடன் குற்றஞ்சாட்டப்பட்டவர். அவருடைய உடல்நலம் கொஞ்சம் சரியாக இல்லை. ஓய்வுக்காக வந்திருப்பவர்போல் தென்பட்டார்.

அந்த டென்னில் கஸ்தூரியின் குழந்தையைக் கொஞ்சிக் கொண்டும், கட்சியில் கொடுத்த எழுத்து வேலைகளைச் செய்துகொண்டும் பத்து நாட்கள் தங்கியிருந்தேன். பிறகு சாஸ்திரி எங்களுடைய குழந்தைகளை அங்கே அழைத்து வந்து, என்னை ராகவ ராவ் மற்றும் லோலாட்சி இருந்த குருநானக் அருகிலிருக்கும் டென்னுக்கு அழைத்துப் போனார். அங்கே என்னுடைய அம்மா கண்ணில் பட்டாள். என்னைக் கட்டிப்பிடிக்காமல்

கண்ணாலேயே தலைமுதல் கால்வரையில் பார்த்துக்கொண்டு அப்படியே நின்றுவிட்டாள். அந்தப் பார்வையில் எத்தனையோ கேள்விகள்! என்ன பேசுவது என்று தெரியாமல் திகைத்து நானும் நின்றுவிட்டேன். அவள் என் அருகில் வந்து தலையைத் தடவிக்கொடுத்து, வைசூரி போட்டிருந்த ராகவ ராவை மாடிக்குப்போய்ப் பார்க்கச் சொன்னாள்.

ராகவ ராவ் தாங்கமுடியாத வேதனையுடன் முனகியபடி காட்சி தந்தார். லோலாட்சியின் முகத்தில் வைசூரியின் வடுக்கள் அப்பொழுதுதான் குறைந்துவருவதுபோல் இருந்தது. சாஸ்திரி, "இந்தப் பிரதேசத்தில் அகதிகளுடன் தொற்றுவியாதிகளும் கூட வந்துவிட்டன. முதலில் சின்னப் பெண்ணுக்கு (லோலாட்சி) வந்தது. கரு கலைந்துவிடுமோ என்று நினைத்தோம்" என்றார். "கரு கலையவில்லை. ஆனால் ராகவ ராவிற்கும் வைசூரி வந்துவிட்டது. பொருளாதாரக் குறைபாட்டின் காரணமாக சரியான சிகிச்சை நடைபெறவில்லை. இந்த நிலைமையில் உன் குழந்தைகளுக்கும் வைசூரி வரக்கூடும் என்று அம்மா சொன்னதால் உன்னிடம் அழைத்து வந்தோம். உன்னையும் அம்மாவையும் பார்த்தால் தங்கைக்குக் கொஞ்சம் ஆறுதல் கிடைக்கும் என்று தோன்றியது. நீங்கள் அருகாமையில் இருந்தால், முக்கியமாக, அம்மா லோலாட்சிக்கு உறுதுணையாக இருப்பாள் என்பதால் முன்கூட்டியே அழைத்து வந்தோம்" என்று தெரிவித்தார்.

சாஸ்திரி சொன்னதைக் கேட்கும்போது வேதனையாக இருந்தது. ஜெயிலில் இருப்பவர்களை நெருங்கியவர்கள் அவ்வப்பொழுது பார்த்துவிட்டு அவர்களுடைய நலனைப்பற்றித் தெரிந்துகொள்ள முடியும். ஆனால் தலைமறைவாய் இருப்பவர்களுக்கு நெருங்கியவர்கள் இருந்தாலும் அதற்கான வாய்ப்புகள் இருக்காது. மிகுந்த இயலாமையுடன் இருப்பதுபோல் உணர்ந்தேன். கழுத்தில் இருந்த தாலிச்சங்கிலியை எடுத்தேன். இதை விற்றுவிட்டு அந்தப் பணத்தில் ராகவ ராவிற்கும், லோலாட்சிக்கும் நல்ல உணவு, மருந்துகள் ஏற்பாடுசெய்யச் சொல்லி சாஸ்திரியிடம் கொடுத்தேன். ஆனால் அவர் அதைப் பெற்றுக்கொள்ளவில்லை.

"வருத்தப்பட்டு உட்கார்ந்து இருப்பதற்கு இது சமயம் இல்லை. இரவு பத்து மணி ஆகிவிட்டால் ரிக்‌ஷாக்கள் இருக்காது. நாம் யார் கண்ணிலும் படாமல் போய்விட வேண்டும்" என்று சொன்னதால் கிளம்பிவிட்டோம்.

வேமுலபல்லி ஹனுமந்தராவ் வரும்போது கையோடு வாரப் பத்திரிகைகள், புத்தகங்கள் கொண்டுவந்திருந்தார்.

ஆர்வத்துடன் அந்தப் பத்திரிகைகளைப் படிப்பதிலும், அவருடன் பேசுவதிலும் பொழுது கழிந்தது. கஸ்தூரியின் குழந்தையைத் தூக்கிவைத்துக்கொண்டு, ஹனுமந்தராவ் சொல்லும் கதைகளைக் கேட்கும்போது என்னுடைய மகளும் சந்தோஷமாக இருந்து வந்தாள்.

எங்கள் குழந்தைகள் சாஸ்திரியைப் பெரிய மாமா என்றும், ராமமோகன்ராவை ராம் மாமா என்றும் அழைத்து வந்தார்கள். வந்துபோகின்ற ராமம் போன்றவர்களைத் ‘தாத்தா’ என்றோ ‘மாமா’ என்றோ விளித்து வந்தார்கள். உறவினர்கள் வந்துபோய்க்கொண்டு இருப்பார்கள் இல்லையா. அதனால்தான் சாஸ்த்ரி அவர்களுக்கு அப்படிச் சொல்லிக்கொடுத்தார்.

ஒரு நாள் என் மகள் “அம்மா! ஹனுமந்தராவ் மாமா எப்போதும் கதைகள் சொல்லி சிரிக்கவைத்துக் கொண்டிருப்பார். குழந்தையைத் தூக்கி விளையாட்டு காட்டுவார். நாம் வேறு வீட்டுக்குப் போகவேண்டாம். இங்கேயே இருப்போம்” என்றாள். கட்டுப்பாடுகள் இருந்த நாட்கள் அவை. எங்களுடன் தங்கியிருந்த குழந்தைகளுக்குக்கூட சுதந்திரமாகப் பேசவும் பழகவும் வாய்ப்பு இல்லையே என்று வருத்தப்பட்டுக்கொண்டேன். ‘உன் விருப்பம் நிறைவேறாது குழந்தாய்’ என்று மனதில் நினைத்துக்கொண்டேன். என் மகன், “ராம் மாமாவிடம் திரும்பவும் எங்களை அழைத்துப் போக மாட்டீர்களா? பாட்டி ஏன் கண்ணில் படவே இல்லை?” என்று கேட்டான். மௌனமாகப் பார்ப்பதைத்தவிர என்னால் பதில் சொல்ல முடியவில்லை.

எனக்கு முன்பே அந்த டென்னிலிருந்து குழந்தைகளை வேறு இடத்திற்கு அனுப்பிவைத்தார்கள். என்னையும் வேறிடத்திற்கு அனுப்பி வைப்பதுபோல் ஹோல்டால், பெட்டி, மரச்சொம்புடன் ரிக்ஷாவில் ஏற்றிவிட்டார்கள். ரயிலில் பயணம் செய்யும்போது கம்பார்ட்மெண்டில் சத்தீஸ்கட் சேர்ந்த பயணிகளும் தெலுங்கானாவிலிருந்து மத்தியபிரதேஷுக்குக் குடிபெயர்ந்த ஓரிரு தெலுங்குக்காரர்களும் கண்ணில் பட்டார்கள். இரவு நேரத்தில் ரயில் ஒவ்வொரு ஸ்டேஷனிலும் நின்றது. ஒரு ஸ்டேஷனில் ஏற்கனவே நிகழ்ந்ததுபோல் என்னுடைய கனமான ஹோல்டால் மாறிவிட்டது. வெளிச்சம் கூடியது. வண்டி கோந்தியா என்ற ஸ்டேஷனில் நின்றது. கூரியர் வந்து என்னுடைய சாமான்களை எடுத்துக்கொண்டு என்னையும் இறங்கச்சொன்னான்.

கோந்தியா

ஸ்டேஷனிலிருந்து நான்கு பர்லாங்குகள் சென்று ரிக்ஷா ஒரு வீட்டின்முன் நின்றது. அந்த வீடு மாடிவீடு. கீழே

அறைகளும் ஹாலும் சமையல் அறையும் இருந்தன. உள்ளே போனபோது ராகவ ராவ், லோலாட்சி கண்ணில் பட்டார்கள். அவர்களுடைய உடல்நலம் சற்றுத் தேறியதுபோல் தோன்றியது. நிம்மதியாக மூச்சு விட்டுக்கொண்டேன். வீட்டை முழுவதுமாகப் பரிசீலித்துப் பார்த்தேன். மாடியில் ரகசியமாகப் பத்து பதினைந்து தோழர்கள் தங்கியிருக்க வாய்ப்பு இருக்கிறது. ராயப்பூரில் நடந்தது போலவே இங்கேயும் பெரிய தலைவர்கள் வந்துபோய்க் கொண்டிருப்பார்கள் போலும். லோலாட்சி கருவுற்று இருந்தாள். எல்லோருக்கும் சமைத்துப்போட்டு, எல்லா வேலைகளையும் அவளால் செய்ய முடியுமா? தூக்கம் போதாமையால் எனக்கு களைப்பாக இருந்தது. என்ன செய்வது என்று நினைத்தேன்.

வேலைக்காரர்களை வைத்துக்கொள்வதற்கும், பழமும் பாலும் சாப்பிட்டுத் தெம்பாக நம் வேலைகளை நாமே செய்து கொள்வதற்கும் கட்சியின் நிதிநிலைமை அனுகூலமாக இல்லை. வேலைக்காரியை ஏற்பாடு செய்யச் சொன்னால் என்ன சொல்லுவார்களோ என்று சங்கடத்தில் ஆழ்ந்தேன். நான் நினைப்பது போலவே ஆஞ்சநேய சாஸ்திரியும் எண்ணியிருப்பார் போலும்; கமிட்டியில் தெரிவித்திருக்கிறார்.

அந்த வீட்டை வாடகைக்கு எடுத்தபோது நீங்கள் என்ன வேலை செய்கிறீர்கள் என்று வீட்டுக்காரர்கள் கேட்டதற்கு, கோந்தியாவில் பீங்கான் பொருட்களை உற்பத்தி செய்யும் பெரிய பாக்டரி இருப்பதாகவும், அதில் தயாரிக்கப்படும் பொருட்களை வாங்கி, வேறு நகரங்களுக்கு ஏற்றுமதி செய்வதாகவும், வியாபாரத்திற்குத் தேவைப்படுவதால் வீட்டை வாடகைக்கு எடுத்துக்கொள்வதாகவும் சொல்லி இருக்கிறார்கள்.

அதனால் நாங்கள் வியாபாரிகளைப்போல் ஆடம்பரமாகத் தென்பட வேண்டும். அதற்காக மாடியில் பாயில் படுத்துக் கொண்டாலும் கீழே ஹாலில் மேஜை, நாற்காலிகள் போன்றவற்றை வாங்கிப் போட்டார்கள். வெளியில் நடமாடுபவர்களுக்கு விலை உயர்ந்த ஆடைகளை வாங்கினார்கள். பணக்காரர்களின் வீட்டில் பெண்கள் எப்படி இருப்பார்களோ நாங்களும் அதுபோல் காட்சிதர வேண்டும். வேலைக்காரர்களைக் கொண்டு வேலை வாங்க வேண்டும். அதற்காக வேலைக்காரி தேவைப்படுவாள் என்று எண்ணி ஒரு வேலைக்காரியை ஏற்பாடு செய்து தரச்சொல்லி வீட்டுக்காரர்களிடம் சொல்லி இருக்கிறார். அவர்கள் சத்தீஸ்கட் மொழி பேசும் களாபத்தி என்ற பெண்மணியை வேலைக்கு அமர்த்தித் தந்தார்கள். களாபத்திக்கு டென் விவகாரம் எதுவும் தெரியக்கூடாது. எப்படி வேலை வாங்குவது என்று யோசித்தோம். நாங்கள் க்ஷத்திரியர்கள் என்றும், வீட்டுக்குள்

எல்லோரும் வரக்கூடாது என்றும், அவளைப் பற்றுத் தேய்த்து, கொல்லையும் வாசலும் பெருக்கிச் சுத்தம் செய்தால் போதும் என்றும் சொன்னோம். மொழி தெரியாததால், கொடுத்த வேலையை மட்டும் செய்து, வீட்டிற்குள் வராமல் அதிகம் பேசாமல் போய்விடுவாள் களாபத்தி.

என் தாயை எங்கே அனுப்பி வைத்தார்கள் என்றும், எந்த வேலைக்காக எங்கே தங்கவைத்தார்கள் என்றும் எனக்குத் தெரியவில்லை. அம்மா இல்லாமல் என் குழந்தைகளும் ராமமோகன் ராவும் மட்டும் நாங்கள் இருந்த டென்னுக்கு வந்தார்கள். அந்த நாட்களில் குழந்தை மற்றும் குடும்பம் என்னவாகும் என்பதைவிட டென்னை எப்படிக் காப்பாற்றிக் கொள்வது, இயக்கத்தை எப்படி முறையாக நடத்திச்செல்வது என்று மட்டுமே தலைமை யோசித்து வந்தது.

அதன்படி குழந்தைகள் மற்றும் பெரியவர்கள் இருக்கும் டென் அதிக பாதுகாப்புடன் இருக்கும் என்பதால் என் குழந்தைகளை, என் தாயாரை அழைத்துப்போய் டென்னில் தங்க வைத்தார்கள். அவர்கள் எந்த டென்னில் இருக்கிறார்கள் என்று எனக்குத் தெரியாது. நான் எந்த டென்னில் இருக்கிறேன் என்று அவர்களுக்குத் தெரியாது. ஒருக்கால் நான் பிடிபட்டுவிட்டால், என்னைத் துன்புறுத்தினால், உன் குழந்தைகள் எங்கே என்று கேட்டால் இன்ன இடத்தில் இருக்கிறார்கள் என்று நான் சொல்லிவிடக்கூடும். அதே போல் என் அம்மாவுக்கும், என் குழந்தைகளுக்கும் என் இருப்பிடம் தெரிந்துவிட்டால் அவர்கள் பிடிபடும்போது தகவல் தெரிந்துவிடக்கூடும். அப்படி நடந்தால் எல்லோருக்குமே ஆபத்து. அதனால்தான் என்னிடம் எதுவும் சொல்லவில்லை. மறைவான வாழ்க்கையின் அடிப்படை ஜாக்கிரதை போலும் என்று நினைத்துக்கொண்டேன்.

லோலாட்சிக்கு நிறைமாதம் ஆகிவிட்டது. வைசூரி வந்து பிழைத்தவளுக்குச் சுகப்பிரசவம் ஆகுமா? ஆஸ்பத்திரிக்கு அழைத்துச் செல்லும் வாய்ப்பு இருக்குமா? யோசித்துப் பார்க்கும்போது பயமாக இருந்தது. என் வேதனையைப் புரிந்துகொண்ட சாஸ்திரி, “பயப்படத் தேவையில்லை. எல்லாம் நல்லபடியாக நடக்கும். லேடி டாக்டர் வந்து பிரசவம் பார்ப்பாள்” என்று சொன்னார். நான் பயப்படாமல் இருப்பதற்காக இப்படிச் சொல்கிறாரா அல்லது உள்ளூரில் கட்சிக்கு உதவிசெய்யும் ஆட்கள் இருக்கிறார்களா என்று புரியவில்லை.

டென்னுக்கு இரண்டு பர்லாங்கு தொலைவில் இருந்த ஆஸ்பத்திரிக்கு லோலாட்சியை சாஸ்திரியும் நானும் அழைத்துப் போனோம். அங்கே இருந்த லேடி டாக்டர் ஆதரவாக அன்பாகப்

பேசிக்கொண்டே பிரசவம் பார்த்தாள். குழந்தை பிறந்ததுமே உடலில் லேசாக தென்பட்ட வைசூரியின் வடுக்களை அங்கே இருந்த டாக்டருக்குக் காண்பித்து, "கருவுற்று இருக்கும்போது தாய்க்கு வைசூரி போட்டதால் கருவில் இருக்கும் குழந்தைக்கும் அதன் தாக்கம் இருந்திருக்கிறது. தாய் பிழைத்ததே ஒரு அதிர்ஷ்டம் என்றால், குழந்தை பிழைத்து உயிரோடு வெளியே வந்தது இன்னும் பெரிய விஷயம்" என்றாள்.

அங்கே இருந்தவர்கள் எல்லோரும் குழந்தையை அதிசயமாகப் பார்த்தார்கள். டென்னுக்கு வந்தபிறகு என்னைப் பெரியபெண் என்றும், லோலாட்சியை சின்னப்பெண் என்றும் அழைத்தது போலவே, எங்கள் குழந்தைகளையும் பெரிய பேபி, சின்ன பேபி என்று விளித்து வந்தார்கள்.

பள்ளிக்குப்போய்ப் படிக்கவேண்டிய எங்கள் குழந்தைகள் டென்னில் காலம் கழித்துக் கொண்டிருந்தார்கள். என்ன செய்வது என்று யோசித்து, தெலுங்கு, ஹிந்தி பிராதமிக் புத்தகங்களை வரவழைத்து, ராமமோகன் ராவ் படிப்பு சொல்லித் தந்தான். என் மகன் அப்பொழுது வந்த ஹிந்தி சினிமாவின் பாடல், 'சுப் சுப் கடேஹோ ஜரூர் கோயி பாத் ஹை' போன்ற பாடல்களை இனிமையாகப் பாடிவந்தான். (கேள்வி ஞானம்) அதைக் கேட்ட சாஸ்திரி, "இவனுக்கு இனிமையான குரல். உன் குரல் இப்பொழுது ஊமையாகிவிட்டது. இவன் பாடும்போது பிரஜா நாட்டிய மண்டலியில் நீ பாடியது நினைவுக்கு வருகிறது" என்று அந்த நாட்களில் நடந்த பிரஜாமண்டலி நிகழ்ச்சிகளை நினைவுகூர்வார்.

கட்சி வேலைக்காக மத்துகூரி சந்திரம் டென்னுக்கு வந்திருந்தார். அந்த காம்ரேடை என் மகள் தாத்தா என்று விளித்து வந்தாள். அவர் மிகக் குறைவாகப் பேசுவார். "தாத்தா எப்போதும் கவலையாய், மௌனமாக இருக்கிறாரே, ஏன்?" என்று ஒரு தடவை கேட்டுவிட்டாள். அதைக் கேட்ட சந்திரம் அன்று மாலை, "நீ போய் விளையாடும் இடத்திற்கு என்னையும் அழைத்துச் செல்" என்றதுடன் குழந்தையோடு நடந்துசென்று மகாராஜா கல்லூரி, பார்க் எல்லாம் பார்த்துவிட்டு வந்தார். ஆடிப்பாடித் திரிந்துகொண்டு பெரியவர்களைச் சந்தோஷத்தில் மூழ்கவைக்க வேண்டிய இந்தக் குழந்தைகளுக்கு நாம் பாலியம் என்பதே இல்லாமல் செய்கிறோம்" என்று சொன்னார். சாஸ்திரி மௌனமாகக் கேட்டுக்கொண்டிருந்தார்.

சந்திரம் அன்று இரவு கிளம்பிப் போகவேண்டும். ஆனால் பணத்தைக் கொண்டு தரவேண்டிய தோழர் இன்னும் வந்திருக்கவில்லை. சூரியருக்கும், அவருக்கும் பயணத்திற்குப்

போதுமான பணம் கையில் இருக்கவில்லை. வாத விவாதங்கள் நடந்துகொண்டிருந்தன. சாஸ்திரி, ராகவ ராவ் மற்றும் சந்திரம் நல்லபடியாகச் சேரவேண்டிய இடத்திற்குச் சேருவதற்கு என் கழுத்தில் இருக்கும் மங்கலநாண் பயன்படுமா எனப் பார்க்கச்சொல்லி எடுத்துக்கொடுத்தேன்.

"அன்று எனக்காக தரவிருந்த மங்கல நாண்தானே? இன்று வரையில் பத்திரமாக வைத்திருந்தது நல்லதாகி விட்டது" என்றான் ராகவ ராவ்.

கோந்தியாவுக்கு அருகில் இருக்கும் காடுகளிலிருந்து காட்டுவாசிப்பழங்குடியினர் பழங்களைக் கொண்டுவந்து விற்பார்கள். விளாம்பழம், நாவல் பழம் போன்றவை ருசியாகவும் மலிவாகவும் இருக்கும். அதைச் சாப்பிட்டால் பசி அவ்வளவாகத் தெரியாது. ஏற்கனவே, தோழர்கள் ஒரு வேளை அரிசிச் சோறும், ஒருவேளை ரொட்டியும் சாப்பிட்டுக் கொண்டிருந்தார்கள். தினமும் அந்தப் பழங்களை வாங்கிச் சாப்பிட்டுக் குப்பையில் போடப்படும் பழத்தொலிகளையும் விதைகளையும் களாபத்தி வெளியில் கொண்டு போகும்போது என்னையும் லோலாட்சியையும் விநோதமாகப் பார்ப்பாள். இவர்கள் உண்மையிலேயே வியாபாரிகள்தானா என்ற கேள்வி அந்தப் பார்வையில் இருப்பதுபோல் தோன்றும். அதைப் பற்றி சாஸ்திரியிடம் சொன்னபோது, "நீங்கள் எப்போதும் அந்த நினைப்பில் இருப்பதால் அப்படித் தோன்றுகிறது" என்று சொன்னார். "உங்கள் தாயாருக்கு இருக்கும் சமயோசிதம் உங்களிடம் இல்லை" என்றார்.

"என்ன சமயோசிதம்?" லோலாட்சி கேட்டாள்.

"தங்க நகைகளை விற்றுப் பணம் கொண்டுவருவதற்கு அம்மாவின் உதவியை நாடியபோது, அவள் சமயோசிதமாக அந்த நகைகளை அணிந்துகொண்டு எங்களுடன் கடைக்கு வந்து, "இந்த நகைகள் எல்லாம் பாட்டி, கொள்ளுப்பாட்டி அணியும் நகைகள். எங்களுக்குத் தேவையில்லை என்று சொல்லிவிட்டார்கள் பேத்திகள். அதனால், விற்று காசாக்க வந்தேன்" என்றாள்.

"புதிய நகைகளை வாங்கிக்கொள்வீர்களா?' என்று கடைக்காரன் கேட்க, "அவர்களுக்கு என்ன வேண்டுமோ அவர்களே பார்த்து வாங்கிக்கொள்வார்கள். நான் அவர்களிடம் பணமாகக் கொடுத்துவிடுகிறேன்" என்று சொன்னாள்.

லோலாட்சி என் பக்கம் பார்த்துக்கொண்டே, "அம்மா உயிரைப் பற்றிய பயம் இல்லாமல் இந்த வயதிலும் கட்சிக்காக வேலைசெய்கிறாள் இல்லையா" என்றாள்.

"நம் அம்மாவைப்போல் நிறைய தாய்மார்கள் கட்சிக்காக வேலை செய்கிறவர்களாய் இருப்பார்கள். நமக்குத் தெரியாமல் இருக்கலாம். கட்சிப் பெரியவர்களுக்கு அந்த அம்மாக்கள் எல்லோருமே தாயார்கள்தான்" என்றேன்.

"உண்மையைச் சொன்னாய் தங்கச்சி!" என்றார் சாஸ்திரி, கோர்கி அம்மாவை நினைவுகூர்ந்து.

கோந்தியாவில் நாங்கள் இருந்த டென்னிற்கு எங்களுக்குத் தெரிந்த கூரியர்களான கங்காதர ராவ், மல்லிகார்ஜுன ராவ், கோடேஸ்வர ராவ் யாருமே வரவில்லை. எங்களுக்கு எழுத வேண்டிய வேலை (பிரதி எடுக்கும் வேலை) எதுவும் சொல்வதில்லை. ராய்ப்பூரில் இருந்ததுபோல் இங்கே இரண்டு மூன்று டென்கள் இல்லை போலும். மாடியில் கூட்டங்கள் நடைபெறுவது தெரிந்தாலும் யார் வருகிறார்கள், யார் போகிறார்கள் என்று எங்களுக்குத் தெரியாமல் எல்லாம் சாஸ்திரி பார்த்துக்கொண்டார். இனம் தெரியாத வேதனை அவர்களுடைய பேச்சில், செயல்களில் வெளிப்பட்டுக்கொண்டிருந்தது.

சீதாராமய்யா, ராகவ ராவ் போன்றவர்கள் எதையோ இழந்துவிட்டாற்போல் கவலையுடன், சாப்பாட்டு வேளை நெருங்கியபோதும் சமையல்அறைக்குள் வராமல் ஏதோ யோசனையில் மூழ்கி இருந்தார்கள்.

ஒரு நாள் உணவு நேரத்தில், சாஸ்திரிக்கு மாங்காய் பருப்பு என்றால் பிடிக்கும் என்று எல்லோரையும்விடக் கூடுதலாகப் பரிமாறினேன். சீதாராமய்யா அதைப் பார்த்துவிட்டு, "பரிமாறம்மா ... பரிமாறு. சாப்பாட்டுப் பிரியன் இல்லையா" என்றார்.

"சாப்பாடு இருந்தால்தான் தெம்பு பிறக்கும் என்றார் குரஜாட அப்பா ராவ்" என்று சிரித்தார் சாஸ்திரி.

"பருமனாய் இருப்பவன் பாறாங்கல்லுக்கு சமம் என்று அவரே குறிப்பிட்டதை சாஸ்திரி கவனிக்கவில்லை போலிருக்கிறது" என்றார் சீதாராமய்யா. எல்லோரும் கொல்லென்று சிரித்துவிட்டோம்.

சாஸ்திரி என்னைப் பார்த்து, "பெரிய பெண்ணே! பார்க்கப் போனால் நாம் சாப்பிடும் சாப்பாட்டுக்கு ரேஷன் வைப்பார்கள் போலிருக்கிறது. உன்னுடையதும் என்னுடையதும் சேர்த்துச் சாப்பிடுவோம். எனக்குப் பசி அதிகம். சாப்பாடு அதிகமாய் வேண்டும் இல்லையா" என்றார் சீதாராமய்யாவுக்குக் கொடுக்கத் தேவையில்லை என்று குறிப்பாக உணர்த்திக்கொண்டே.

திரும்பவும் எல்லோரும் சிரித்தோம். எத்தனை நாட்கள் கழித்து இப்படி வாய்விட்டுச் சிரித்தோம் என்று எல்லோரும் சந்தோஷமடைந்தோம்.

சாஸ்திரி நகைச்சுவைக்காக அப்படிச் சொன்னாலும் அப்படி நடக்க வாய்ப்பு இருக்கிறது என்று நானும் லோலாட்சியும் நினைத்தோம். சில இடங்களில் தோழர்கள் ரிக்ஷா மிதிக்கிறார்கள் என்றும், சில இடங்களில் கல் உடைக்கிறார்கள் என்றும், சிலர் தட்டச்சுசெய்து பணத்தை ஈட்டி வருகிறார்கள் என்றும் ஏற்கனவே கேள்விப்பட்டிருந்தோம். பொருளாதாரக் கஷ்டங்களைவிட கட்சி இவ்வளவு கஷடங்களை அனுபவிப்பதற்கு வேறு காரணங்கள் இருந்தன என்று போகப்போகப் புரிந்தது.

ஏற்கனவே தெலுங்கானாவில் போராளிகளைத்தவிர ஆதரவாளர்கள்கூட ஆயிரக்கணக்கில் உயிரை இழந்திருக்கிறார்கள். இந்தப் பக்கம் ஆந்திர மாநிலத்திலும் அபிமன்யுவைப் போன்ற இளைஞர்கள் நூற்றுக் கணக்கில் பழனியப்பன் தீட்டிய 'பத்மவ்யூஹ'த்தில் உயிர்நீத்தார்கள். போராட்டத்தை முன்னுக்குக் கொண்டுபோக வழி தெரியாமல், பின்வாங்கவும் மனம் வராமல் கட்சி குழப்பநிலையில் திக்குமுக்காடிக் கொண்டிருந்தது. அதனால்தான் தோழர்கள் அனைவரும் கவலையுடன் இருந்தார்கள்.

போராட்டத்தை நிறுத்திக்கொள்வது

காங்கிரஸ் அரசாங்கத்தை எதிர்க்கும் பலம் கட்சிக்கு இல்லாததால் போராட்டத்தைத் தற்போது நிறுத்திவைப்பதுதான் சரி என்று சிலரும், சரியில்லை என்று சிலருமாக இரண்டு வாதங்கள் கட்சியில் நடந்துவருவதாகவும், தீர்வுகாண முடியாமல் சந்திர ராஜேஸ்வர ராவ், மாக்கினேனி பசவபுன்னய்யா, டாங்கே மற்றும் அஜய் கோஷ் இந்த விஷயத்தை ஸ்டாலின் முன்னிலையில் வைப்பதற்கு ரஷ்யாவுக்குச் சென்று இருப்பதாகவும் சில நாட்களுக்குப் பின் தெரியவந்தது.

ரஷ்யாவில் ஸ்டாலின் தலைமையில் ஒரு மாதம் பேச்சு வார்த்தைகள் நடந்தபிறகு, தற்போதைய சூழ்நிலை போருக்கு அனுகூலமாக இல்லை என்றும், நிறைய நஷ்டம் ஏற்படக்கூடும் என்றும், இந்திய நாட்டின் பூகோள அமைப்பு மற்ற நாடுகள் பொருள் மற்றும் ஆயுதரீதியாக உதவிசெய்யும் விதமாக இல்லை என்றும், இந்திய நாட்டிற்கு மூன்று பக்கம் கடல், நான்காவது பக்கம் இமயமலைகள் இருப்பதால் அவற்றைத் தாண்டி வருவது எளிதல்ல என்று அந்தப் பேச்சுவார்த்தைகளில் முடிவு செய்யப்பட்டதாகத் தெரியவந்தது.

ரஷ்யாவில் நடந்த பேச்சுவார்த்தைகளின் விளைவாகத்தான் 'கிசான்முஸாயிதா' ஆவணம் உருவாக்கப்பட்டதாகத் தெரிந்து கொண்டேன். ஐந்து வருட காலத் தலைமறைவு வாசம் முடியப் போகிறதென்று கைக்குழந்தையை மார்போடு அணைத்து கடந்தகால நிகழ்வுகளை நினைவுகூர்ந்து கண்ணீர் வடித்தேன்.

ஒருநாள் சாஸ்திரி நம் டென்னுக்கு முக்கிய விருந்தினர் வரப்போகிறார்கள் என்று தினசரி தேவைப்படுகிற பொருட்களைக் கூடுதலாக வாங்கிவந்தார். சந்திர ராஜேஸ்வர ராவ், சாவித்திரி, துரோணவல்லி அனசூயா (அமரர் ஆகிவிட்ட காம்ரேடின் மனைவி) மேலும் இரண்டு தோழர்கள் வந்தார்கள். எல்லோரும் அவர்களுக்கு மரியாதைகள் செய்தோம். அனசூயா விதவைக் கோலத்தில் இருப்பதைச் சகித்துக்கொள்ள முடியாமல், கலர் புடவை கொடுத்து, நெற்றியில் குங்குமம் இட்டுவிட்டோம்.

பழனியப்பனின் திட்டங்களுக்கும் துன்புறுத்தலுக்கும் அடிபணிந்து பொட்லூரி சுந்தரம் ரகசிய இடங்களைப் பற்றிய தகவல்களைச் சொல்லிவிட்டதாகவும், அந்த இடங்களில் இருந்த தோழர்களை போலீசார் துன்புறுத்தி இறுதியில் கொன்றுவிட்டதாகவும் சாவித்திரி தெரிவித்தாள். ஏலூரில் சுந்தரத்தைப் பார்த்த நினைவு வந்தது. பிஸ்டலும் கையுமாக இருந்த அவன் உருவம் கண்முன் நிழலாடியது. தன்னைப் பிடித்தவர்களைத் துப்பாக்கியால் சுட்டிருந்தாலோ, அது முடியாமல் போனால் தன்னையே மாய்த்துக்கொண்டிருந்தாலோ நன்றாக இருந்திருக்கும் என்றேன். உயிர்த்தியாகம் செய்வது வீரர்களின் லட்சணம், துரோகிகளின் லட்சணம் இல்லையே என்றாள் சாவித்திரி.

அமரராகிவிட்ட வீரர்களில், ஏலூரில் நான் சித்தப்பா என்று அழைத்த சலசானி ஜகன்னாத ராவ், பந்தரில், சொந்தத் தம்பியைவிட மேலாக என்னைப் பார்த்துக்கொண்ட நரசிம்மா ராவும் இருந்தார்கள். அதை சாவித்திரி சொல்லக் கேட்டதும் எனக்கு ஆவேசமும் துக்கமும் பொங்கின. சாவித்திரி என்னைத் தேற்றினாள். பெரிய பெண் வருத்தப்படுவாள் என்றுதான் இறந்து போனவர்களைப் பற்றிய தகவல்களைத் தெரிவிக்கவில்லை என்றார் சாஸ்திரி.

"வெறும் பேச்சுதானா? சாப்பிட வேண்டாமா?" என்று ராஜேஸ்வர ராவ் எங்கள் அருகில் வந்தார்.

கோந்தியாவில் பீங்கான் பாக்டரி இருப்பதாகக் கேள்விப் பட்டிருக்கிறோமே தவிர பார்த்ததில்லை. மாலையில் எல்லோரும் பார்த்துவிட்டு வரலாம் என்றார். அதைக் கேட்டதும் குழந்தைகள் குதியாட்டம் போட்டார்கள். பேக்டரியைப் பார்த்துக் கொண்டே,

அங்கே வேலை செய்பவர்களுக்கு நடுவில் நடந்து போகும்போது இது வெளிப்படையாக மக்களுக்கு இடையே நடமாடுவதற்கு முதல் படி என்று தோன்றியது.

ஒரு வாரம் கழித்து எதிர்பார்த்தது போலவே அகில இந்தியக் கம்யூனிஸ்ட் கட்சியின் மாநாடு நடந்தது. (செமி லீகல்) சர்வதேசக் கம்யூனிஸ்ட் கட்சியின் (ஸ்டாலின்) ஆணைகள், அறிவுரைகள், அகில இந்தியக் கம்யூனிஸ்ட் கட்சியின் அறிக்கை ஆகியவற்றைச் சபையில் பரிசீலித்தார்கள். ஆயுதப்போராட்டத்தைக் கைவிட்டு விட்டதாகவும், கம்யூனிஸ்ட் கட்சியின் மீது இருந்த தடையை அரசாங்கம் நீக்கிவிட்டதாகவும் பத்திரிகைகளில் செய்தி வெளிவந்தது. லோலாட்சி எனக்குப் படித்துக் காண்பித்தாள்.

மாநாட்டிற்குச் சென்றுவந்த சாஸ்திரியும் சீதாராமய்யாவும் சந்தோஷமாக அந்தச் செய்தியைத் தெரிவித்தார்கள். ஏற்கனவே பத்திரிகையில் செய்தி பார்த்துவிட்டோம் என்று லோலாட்சி சொன்னாள். இன்னும் ஒரு வாரத்தில் நாம் நம்முடைய இடத்திற்குப் போய்விடுவோம் என்று சொன்னார். லோலாட்சியையும் குழந்தைகளையும் அன்றே அழைத்துப் போய்விட்டார்கள். இனி ஹோல்டால், மரச்சொம்பு தேவையில்லை. வெறும் துணிமணிகளை எடுத்துக்கொண்டு பயணத்திற்குத் தயாராக இரு என்று சீதாராமய்யா சொன்னார்.

அன்று இரவு ரயிலில் பயணம் செய்யும்போது ரயிலின் ஆட்டத்தில் தூக்கம் வரவில்லை. சூரியன் உதித்தான். பயணிகள் கிழக்குத் திசையைப் பார்த்து வணங்கிக்கொண்டிருந்தார்கள். அவர்களுடன் நானும் அந்த வெளிச்சத்தைப் பார்த்தேன். அடர்ந்த காடு தென்பட்டது. குளிர்ந்த காற்று மேனியைத் தழுவியது.

எங்கள் தெலுங்கானா காடு இந்தக் காட்டை ஒட்டித்தானே இருக்கிறது. அந்தக் காற்றையும் சேர்த்துக்கொண்டுதானே இந்தக் காற்றும் வீசும் என நினைத்தேன்.

"பூக்களின் மொழி தெரியும் எங்கிக்கு" என்றார் நண்டூரி சுப்பா ராவ்.

காற்றின் மொழி தெரிந்தவர்களுக்கு அங்கே புரட்சி முழக்கமிட்ட வீரர்கள் வெற்றிவாசல் வரையில் வராமலேயே கண்மூடியது ஏன் என்றுகூடத் தெரிந்திருக்கும் என்று நினைத்தபடி ரயில் காடு தாண்டும் வரையில் அந்த எண்ணங்களிலேயே மூழ்கி இருந்தேன்.

---

* 'எங்கி பாடலு' கவிதைகளில் வரும் ஒரு கிராமத்துப் பெண் எங்கி

ஆளற்ற பாலம்

தலைமறைவுக்குப் பிறகு . . .

சீதாராமய்யா விசாகப்பட்டினத்தில் இறங்கிவிட்டார். ரயில் புறப்பட்டது. இரத்தத்தால் வரலாறு படைத்த ஆந்திர அமரர்களின் மனைவியரைச் சந்திக்கும் விருப்பத்தைப் புரிந்துகொண்டாற்போல் ரயில் வேகமாகப் பயணித்து விஜயவாடாவில் நின்றது. ரயிலை விட்டு இறங்கி நடந்து போகும்போது செங்கொடிகள் பறக்காத விஜயவாடா களையிழந்து காணப்பட்டது. கட்சி அலுவலகத்தை நோக்கி வேகமாக நடந்தேன்.

ஒட்டம் போன்ற நடையுடன் இரண்டு தெருக்களைத் தாண்டியபிறகு ஒரு வீட்டின்மேல் செங்கொடி தென்பட்டது. அந்த வீடு யாருடையது என்று சாலையைத் துப்புரவு செய்து கொண்டிருந்த பெண்மணியிடம் கேட்டேன். அதுபுதிதாக நிறுப்பட்ட டவுன் கம்யூனிஸ்ட் கட்சி அலுவலகம் என்று சொன்னாள். உள்ளே போவதா வேண்டாமா என்றுகூடத் தயங்காமல் கேட்டருகில் சென்று உள்பக்கம் பார்வையைச் செலுத்தினேன்.

நான்கு வருடங்களுக்கு முன்பு பட்டணத்தில் என்னுடன் சேர்ந்து வேலைபார்த்த தோழர்கள் கண்ணில் பட்டார்கள். என்னைப் பார்த்ததும் சந்தோஷமும் திகைப்புமாக என் அருகில் வந்தார்கள்.

“எங்கிருந்து வருகிறாய்? எப்படி வந்தாய்? தனியாக இங்கே வருவதற்கு உனக்கு வாய்ப்பு கிடைத்ததா? தடையை நீக்கிவிட்டதாக எல்லோரும் சொன்னாலும் நம்மைப்போன்ற சிலரைப் போலீசார் பிடித்துக்கொண்டுதான் இருக்கிறார்கள். அது உனக்குத் தெரியாதா?.” வாய்திறந்து பதில்சொல்ல இடைவெளிகூட விடாமல், ஒருவர் மாற்றி ஒருவர் கேள்வி கேட்டுக்கொண்டே என்னை உள்ளே அழைத்துப் போனார்கள்.

அந்தக் கேள்வி மழையில் நனைந்துகொண்டே மெதுவாக அவர்களுடன் அலுவலகத்தின் உள்ளே போகும்போது அந்த வீடு எனக்குப் பிறந்தவீடு போலவும், கூடப்பிறந்த அண்ணன்கள் என்னை வரவேற்பது போலவும் தோன்றியது. உள்ளே போய் உட்கார்ந்ததும் நான் அண்ணா என்று அழைத்த, அமரர் ஆகிவிட்ட, பெல்லம் சோபனாத்ரி நினைவுக்கு வந்தார். என் பக்கத்தில் அமர்ந்திருந்த தோழர்களிடம் அவர்களின் குடும்பத்தார் எங்கே இருக்கிறார்கள் என்று கேட்டுத் தெரிந்துகொண்டேன். அதற்குள் ஒரு தோழர் உள்ளே வந்து என்னைப் பார்த்து, “உங்களுக்காக ஒரு ஆள் வந்திருக்கிறார். ரிக்ஷாவை நிறுத்திவிட்டு வந்திருக்கிறார். ஒருக்கால் உங்களை அழைத்துப் போவதற்காக வந்திருப்பார் போலும்” என்றான். நான் எழுந்துபோய்ப் பார்த்தேன்.

நான் தலைமறைவாகச் செல்லும் முன் நகரத்தில் ஒரு வீட்டில் நான்கு நாட்கள் தங்கி இருந்தேன். அந்த வீட்டு எஜமானர்தான் என்னை அழைத்துப் போக வந்திருந்தார். அவர் சூரியர் கோடேஸ்வர ராவிற்கு உறவினர். உடனே கேட் அருகில் சென்றேன். என்னுடன் ஒரு காம்ரேட் வெளியில் வந்தான்.

“கோடேஸ்வரம்மா இங்கே வரப் போகிறாள் என்று உங்களுக்கு எப்படித் தெரிந்தது?” என்று கேட்டான்.

“இன்று காலையில் வைசாக்கில் இருந்து வரும் ரயிலில் தனியாக வரப்போகிறாள் என்றும், என்னை ஸ்டேஷனுக்கு போய் அழைத்து வரச் சொல்லி கோடேஸ்வர ராவ் சொல்லி இருந்தார். ஆனால் என்னை சி.ஐ.டி. தொடர்வது தெரிந்து ஏலூரிலேயே ரயிலை விட்டு இறங்கி பஸ்ஸில் வந்துவிட்டேன். ரயில் வரும் நேரத்திற்கு ஸ்டேஷனுக்குப் போனேன். ஆனால் இன்று ரயில் சீக்கிரமாகப் போய்விட்டது என்று சொன்னார்கள். ஸ்டேஷனில் தேடினேன். கண்ணில் படவில்லை. தனியாக எங்கே போயிருப்பாள் என்று நினைத்தபடி வெளியில் வந்தேன். அவள் தென்படவில்லை. ஆனால் செங்கொடி கண்ணில் பட்டது. என்னைப் போலவே செங்கொடியைக் கண்டு இங்கே வந்திருப்பாளோ என நினைத்து வந்தேன்” என்றார்.

“கோடேஸ்வர ராவ் இவர் வீட்டில்தான் தங்கி இருப்பார். நான் அங்கே போகிறேன். மாலையில் கட்சி அலுவலகத்திற்கு வருகிறேன்” என்று சொல்லிவிட்டு தெருவில் எனக்காகக் காத்திருந்த ரிக்ஷாவில் ஏறிக்கொண்டேன். என்னுடன் கோடேஸ்வர ராவ் உறவினரும் ஏறிக்கொண்டார்.

தலைமறைவாயிருக்க எந்த வீட்டிலிருந்து புறப்பட்டேனோ, அதே வீட்டுக்கு முடித்துக்கொண்டு திரும்பவும் போவது வியப்பாக இருந்தது. எனக்கு மூடநம்பிக்கைகள் இல்லாவிட்டாலும், ஏனோ அதிசயமாகத் தோன்றியது.

அவருடைய வீட்டிற்குப் போனதும் கோடேஸ்வர ராவ் தென்பட்டான்.

“ரயில் தாமதமாகிவிட்டதா?” என்று விசாரித்தவன், “நான்கு நாட்கள் நீங்கள் இந்த வீட்டிலேயே இருங்கள். வழக்குகள் எதுவும் இல்லை என்றால் குடிவாடா தாலூகாவில் உங்களை கட்சி வெளிப்படுத்தும். எனக்கு கொஞ்சம் வெளியில் போகவேண்டிய வேலை இருக்கிறது” என்று கிளம்பிப் போய்விட்டான். குளியல் முதலியவற்றை முடித்துக்கொண்ட பிறகு வீட்டு எஜமானர் “பேப்பர் பார்க்கிறீர்களா?” என்று தான் படித்துக்கொண்டிருந்த நாளிதழை என்னிடம் கொடுத்தார்.

"தடை உத்தரவு இருந்த காலத்தில் கட்சியைப் பற்றிய செய்திகளைப் பிரசுரிக்க எந்தப் பத்திரிகையும் துணியவில்லை. ஜனவாணி மட்டும் தைரியமாகப் பிரசுரித்தது. நீங்களும் பார்த்திருப்பீர்கள்" என்றார். அவர் கொடுத்த நாளிதழைப் பார்த்துக்கொண்டே, இவருக்குக் கட்சியைப் பற்றி நிறைய விஷயங்கள் தெரிந்திருக்கிறது என்று நினைத்தேன்.

"தெலுங்கானா போராட்டத்தில் நான்காயிரம் பேர் இறந்திருக்கிறார்கள், இல்லையா? ஆந்திர மாநிலத்தில் எத்தனை பேர் இறந்திருப்பார்கள்?" என்று கேட்டேன்.

"நானூறு பேருக்கு மேல் இருப்பார்கள். சரியான விவரம் தெரியாது" என்று சொன்னார்.

"தெலுங்கானா போராட்டத்தில் முதல்முதலாய் தொட்டி குமரய்யாவை நிஜாம்போலீஸ் கொன்றுவிட்டது போலவே ஆந்திராவில் முதல்முதலாய் சிந்தபல்லி பாப்பா ராவைக் காங்கிரஸ் அரசின் போலீசார் கொன்றுவிட்டதாகக் கேள்விப்பட்டேன். அன்று நடந்த நிகழ்ச்சிகளைப் பற்றி எனக்கு சரியாகத் தெரியாது. உங்களுக்குத் தெரிந்தவற்றை, கேள்விப்பட்ட விஷயங்களைச் சொல்லுங்கள்" என்று அவரிடம் வேண்டுகோள் விடுத்தேன்.

"சிந்தபல்லிபாப்பா ராவ் சூரியரைவிட முன்னால் நடந்து போகும்போது கவனித்துவிட்ட போலீசார் இருள் சூழ்ந்து கொள்ளும் சமயம் முசுநூறு என்ற இடத்தில் சுட்டுக்கொன்றார்கள். தரையில் சாய்ந்துவிட்ட பாப்பா ராவை கன்னவரம் சாலையில் போட்டுவிட்டார்கள். பார்க்க வந்தவர்களை லத்தியால் அடித்துத் துரத்தினார்கள். கம்யூனிஸ்ட்கள் எல்லோரையும் இதுபோலக் கொன்றுவிடுவோம் என்று மிரட்டினார்கள். இரக்கம் காண்பித்தவர்களுக்கும் இதே கதிதான் என்று பயமுறுத்தினார்கள்.

அந்த விதமாக மக்களைப் பயமுறுத்தி கட்சியின் ரகசிய இடங்களைத் தெரிந்துகொண்டு மேலும் சிலரைக் கொன்று விட்டார்கள். சாம, தான, பேத, தண்ட உபாயங்களைப் பயன்படுத்தி ரகசிய இடங்களைத் தெரிந்துகொள்ள முயற்சி செய்தார்கள். கம்யூனிஸ்ட் மையங்களான காடூர், எலமர்ரு கிராமங்களில் கம்யூனிஸ்ட்களின் விவரங்களைக் கேட்டு, சமுதாயமே வெட்கித் தலைகுனியும் வகையில் சாதாரண மக்களை லத்தியால் அடித்து, ஆடையின்றி காந்தி சிலையைச் சுற்றிலும் வலம்வர வைத்தார்கள். இந்த அக்கிரமச் செயலைப்பற்றி நீங்களும் கேள்விப்பட்டிருப்பீர்கள். ஆந்திர மாநிலம் மட்டுமே இல்லை, அகில பாரதமும் இந்த நிகழ்ச்சியால் திகைத்துப் போய்விட்டது. அந்தக் கிராமங்களைச் சேர்ந்த கம்யூனிஸ்டுகள் திருமலராவ், வெங்கடேஸ்வர் ராவ் முதலியவர்களைச் சுட்டுக்கொன்றார்கள்.

கைதியாகப் பிடித்துச் செல்லப்பட்ட காம்ரேட் அனுமர்லபூடி சீதாராமராவை லாக்கப்பிலேயே சுட்டுவிட்டார்கள். துன்புறுத்திக்கூட ரகசியங்களைத் தெரிந்துகொள்ள முடியாமல் போனதால் சிலரைக் கொன்று புதர்களில் போட்டுவிட்டார்கள். பிணங்களைப் பார்க்க வருபவர்களைக்கூட பிடிக்கத் திட்டம் போட்டிருந்தார்கள். அமரர்களாகிவிட்ட நானூறு பேரில் கிருஷ்ணா ஜில்லாவைச் சேர்ந்தவர்கள்தான் அதிகம் என்று பேசிக்கொண்டார்கள். பட்லபெனுமர்று கிராமத்தைச் சேர்ந்த பதின்மூன்று பேரைக் கொன்றுவிட்டதாகப் பேசிக் கொண்டார்கள். அதிலும் ஓரே வீட்டைச் சேர்ந்த தந்தை, மகன் மற்றும் மாப்பிள்ளை அரசாங்கத்தின் கொலை வேள்வியில் பலியாகியது தெரியவந்தது. அவர்களின் பெயர்களை நீங்களும் கேள்விப்பட்டிருப்பீர்கள். பெரியவர் ஜகன்னாத ராவ், மகன் ஸ்ரீனிவாச ராவ், மாப்பிள்ளை வெங்கடேஸ்வர் ராவ். அதை நினைத்து வெளிப்படையாகப் பேசமுடியவில்லை என்றாலும் மக்கள் மறைவில் கண்ணீர் வடித்துக்கொண்டிருக்கிறார்கள்" என்று என் கண்ணில் நீர் வரும் விதமாகச் சொன்னார்.

அமரர்களாகிவிட்டவர்களுக்குச் சொல்லஞ்சலி

சலசானி ஜகன்னாத ராவும், நானும் சில நாட்கள் ஓரே டென்னில் தங்கி இருந்தோம். நான் அவரை 'சித்தப்பா' என்று விளித்து வந்தேன். அவரும் என்னை 'மகளே' என்றுதான் அன்புடன் அழைப்பார். சீதாராமய்யாவை 'மாப்பிள்ளை' என்று பரிகாசம் செய்வார். பாடச்சொல்லி என்னிடம் அடிக்கடி கேட்டுக்கொள்வார். பாடினால் சந்தோஷமாகக் கேட்பார். இந்த டென்னில் நாம் எவ்வளவு நாட்கள் சேர்ந்து இருப்போமா தெரியாதல்லவா என்பார். அதெல்லாம் நினைவுக்கு வந்தது.

தாபி ராஜம்மாவும் நானும் மாதர்சங்க வேலை நிமித்தமாக, திருவூரு தாலுக்காவில் எங்கே போனாலும் அனுமர்லபூடி சீதாராமா ராவ் துணையாக வருவார். நகைச்சுவையாய்ப் பேசுவார். பாட்டு ஒரு சிறந்த பிரச்சார சாதனம் என்பதால் பாடுவதை நிறுத்தவேண்டாம் என்று சொல்வார். கம்யூனில் இருக்கும்போது சாப்பிட வந்தால். "அம்மா! சோறு போடு தாயே! ஒருகவளம் போடு தாயே" என்று பாடிக்கொண்டே தட்டைச் சுட்டிக்காட்டுவார். அதெல்லாம் நினைவுக்கு வந்தது.

சிந்தபல்லி பாப்பா ராவை எங்கள் தோழர்கள் எல்லோரும் பொப்பிலிப் புலி என்று சொல்லப்படும் தாண்ட்ர பாப்பா ராயுடுவை மிஞ்சியவன் என்று சொல்லுவார்கள். கன்னவரம் தாலுகாவுக்குச் சென்றால் புத்தவரத்தில் அவர்கள் வீட்டுக்குச் சென்று விருந்துபசாரம் பெறாமல் திரும்பியதில்லை. முதல்

முதலாய் குணதல எனுமிடத்தில் கல்சுரல் ஸ்குவார்ட் உருவான போது, அதில் பாப்பா ராவ் இருந்தான். கட்சியின் முதல் மாநாடு விஜயவாடாவில் நடந்தபோது மேடையில் எங்களுடன் சேர்ந்து பாடியிருக்கிறான். அதெல்லாம் நினைவுக்கு வந்தது.

அமரர்களாகிவிட்ட அந்த தோழர்கள் கண்முன்னால் தோன்றினார்கள். அவர்களுக்காக ஏதாவது செய்யவேண்டும் என்று தோன்றியது. இறந்துபோன வீரர்களுக்கெல்லாம் புரட்சி வாழ்த்துகளைத் தெரிவிப்பது எப்படி என்று யோசித்தேன். ராகத்துடன் மெட்டமைத்துப் பாட்டின் உருவத்தில் சொல்ல வேண்டும் என்ற கோரிக்கை பிறந்தது. ராகம் தாளம் தெரியாது. எழுத்து வடிவத்தில் வெளிப்படுத்தும் படைப்பாற்றல் என்னிடம் இல்லை என்றாலும் கோரிக்கை மட்டும் அப்படியே இருந்தது.

“பாரதம் நம்முடைய நாடு! பாரத ஜாதி நமது!” என்று கடந்த காலப் பாடலை நினைவுப்படுத்தி, “தெலுங்கு நாடு நமது! தெலுங்கு ஜாதி நமது!” என்று மேலே குறிப்பிட்ட மூன்று தோழர்கள் பற்றி அதே பாணியில் பாடலாக எழுத ஆரம்பித்தேன். அவர்கள் வீட்டில் இருந்த நான்கு நாட்களும் நான்கு மணிநேரம்போல் வேகமாய்க் கழிந்துவிட்டது. இறுதியில் கோடேஸ்வர ராவ் என்னை உடன் அழைத்துச் சென்றான்.

குடிவாடா தாலூகா தண்டகுர்ரு என்ற இடத்தில் என்னை மேடையேற்றிக் கட்சியைச் சேர்ந்தவர்கள் வெளிப்படுத்தினார்கள். அதற்குப் பிறகு என்னைப்போல் பலர் வெளியில் வந்தார்கள்.

கட்சியை உருவாக்கிய தலைவர்கள்கூட வெளியில் வருகிறார்கள் என்று தெரியவந்தது.

ஆரண்யவாசம், அஞ்ஞாதவாசம் முடித்துக்கொண்டு பாண்டவர்கள் ஹஸ்தினாபுரத்திற்கு வந்ததுபோல் எங்கள் தலைவர்கள் சமத்துவக் கொள்கைகளுடன் கைகுலுக்கிய நகரம், செங்கொடி மிளிர்ந்த நகரம், ரவுடித்தனத்தை அடக்கி இளைஞர்களிடம் புதிய உற்சாகத்தை ஏற்படுத்திய நகரம், கம்யூனிஸ்டுகளின் மையமாகத் திகழ்ந்த விஜயவாடா நகரத்திற்கே திரும்பிவருவார்கள் என்று நினைத்தேன்.

அதுபோலவே ஒரு நல்ல நாளில் செங்கொடிகளால் அலங்கரிக்கப்பட்ட விஜயவாடா நகரத்தில் சந்திர ராஜேஸ்வர ராவ், புச்சலபல்லி சுந்தரய்யா, மத்துகூரி சந்திரம், மாகினேனி பசவபுன்னய்யா, சலசானி வாசுதேவ ராவ் முதலியவர்கள் ஒரே மேடையில் தோன்றினார்கள். ஆயிரக்கணக்கான மக்கள், அமரர்களாகிவிட்ட புரட்சி வீரர்களுக்குப் புகழாஞ்சலி செலுத்திய

போது, தலைவர்களுக்கு ஜெயஜெய முழக்கமிட்டபோது இந்திரகீலாத்ரி மலையேஅந்த முழக்கங்களை எதிரொலித்தது. தெலுங்குத் தாய் ஆனந்தக் கண்ணீர் வடித்தாள்.

தேர்தல் பிரச்சாரம்

1952 தேர்தல்களில் தோழர்கள் சிலர் ஜெயிலில் இருந்தபடியே போட்டியிட்டார்கள். அப்போது, அமரர்களாகிவிட்ட புரட்சி வீரர்களின் தியாகங்களைப் பற்றியும், வேட்பாளர்கள் நேரில் வரமுடியாத நிர்ப்பந்தத்தைப் பற்றியும் கட்சிப் பிரமுகர்களுடன் எங்களைப் போன்ற தொண்டர்களும் பிரச்சாரம் செய்தோம். மதராஸிலிருந்து பிரச்சார நிமித்தம் ராஜம்மா எப்போது வருவாள் என்று தெரிந்துகொள்வதற்காகக் கட்சி அலுவலத்திற்குச் சென்றேன். அவள் இரண்டு நாட்கள் கழித்தே வரவிருப்பதால், மதராஸிலிருந்து வந்திருந்த பார்வதி கிருஷ்ணனுக்குத் துணையாக என்னைப் போகச்சொல்லி ஆபீஸ் மேனேஜர் தெரிவித்தார்.

அவள் நன்றாகப் படித்தவள். மதராஸ் வழக்கில் குற்றவாளியான பிரபல காம்ரேட் மோகன் குமாரமங்கலத்தின் சகோதரி. அவளுடன் நான் சேர்ந்து சுற்றுவதா? அதோடு அவளுக்குத் தெலுங்கு வராது. எனக்குத் தமிழ் தெரியாது. இருவரும் இணைந்து பிரசாரத்திற்குப் போவது சாத்தியமா? என் தயக்கத்தை அந்த காம்ரேட்டிடம் தெரிவித்தேன்.

“அவளுக்கு கொஞ்சம் ஹிந்தி தெரியும். உங்களுக்கும் கொஞ்சம் ஹிந்தி தெரியும். (தலைமறைவாய் இருந்தபோது கற்றுக்கொண்டது) அதனால் பயப்படத் தேவையில்லை. அவளும் சகஜமாகப் பழகும் சுபாவம் கொண்டவள்தான்” என்றார்.

அலுவலகத்திற்கு ஜீப் வந்தது. அதில் நான்கு பேர் மட்டுமே அமர்ந்துகொள்ளலாம். மூன்று பேர் பின்னிருக்கையில் உட்கார்ந்துகொண்டிருந்தார்கள். முன் இருக்கையில் டிரைவர் சீட்டுக்குப் பக்கத்தில் அவள் அமர்ந்திருந்தாள். நான் எங்கே உட்காருவது என நின்றுகொண்டிருந்தேன். ஒரு காம்ரேடை இறக்கிவிடச் சொல்லி என்னை அங்கே உட்காரச் சொல்லுவாள் என்று எதிர்பார்த்தேன். ஆனால் அவள் சற்று நகர்ந்து என்னைத் தன் பக்கத்தில் உட்காரச் சொன்னாள். நான் ஒல்லியாக இருந்ததால் ஒதுங்கி உட்கார்ந்துகொண்டேன். தாய்க்கருகில் உட்கார்ந்திருக்கும் குழந்தையைப்போல் அமர்ந்திருந்த என் தோளில் தட்டிக் கொடுத்துவிட்டு, “நம் கட்சி இருக்கும் நிதிநிலைமையில் இன்னொரு வாகனம் ஏற்பாடு செய்வது சாத்தியமில்லை. நாம்தான் அட்ஜெஸ்ட் செய்துகொண்டு போகணும்” என்றாள்.

தனக்குத் தெரிந்த கொஞ்ச நஞ்சம் ஹிந்தியில், "நீ நன்றாகப் பாடுவாயாமே" என்று தன்னுடைய பேச்சுக்குமுன் என்னைப் பாடச் சொல்லுவாள். தோழர்கள் என்னை மேடைக்கு வரச்சொல்லி அழைக்கும் முன்பே என்னை வரச்சொல்லி ஜாடை காட்டுவாள். நான் பாடுவது முழுவதுமாகப் புரியாவிட்டாலும் அதிலிருக்கும் உணர்வுகளைப் புரிந்துகொண்டதாக மகிழ்ச்சியை வெளிப்படுத்துவாள். அவள் திரும்பி மதராஸ் போகும்போது, இரண்டு நாட்கள் நட்புக்கு அடையாளமாக ஒரு முற்போக்குப் பாடல் புத்தகத்தை என்னிடம் கொடுத்தாள். புரட்சியாளர்கள் எல்லோரும் அவளைப்போல் இருந்தால் எவ்வளவு நன்றாக இருக்கும் என்று தோன்றியது. பாட்டை மறந்து போகாமல் இருந்ததும், ஹிந்தி ஓரளவுக்குக் கற்றுக்கொண்டதும் நல்லதாகி விட்டது என்று நினைத்தேன்.

மறுநாள் ராஜம்மா வந்திருப்பது தெரிந்து அலுவலகத்திற்குச் சென்றேன். ராஜம்மா காட்ரகட்ட ஹனுமாயம்மா வீட்டுக்குப் போயிருப்பதாகத் தெரிவித்தார்கள். என்னையும், ராஜம்மாவையும் சலசானி வாசுதேவராவுடன் சேர்ந்து பாடுவதற்கு நாதிகாம தாலுகா வீருள்ளபாடுக்கு அருகில் இருக்கும் கிராமத்தின்கூட்டத்திற்குப் போகச்சொல்லி அலுவலகத்தில் இருந்த காம்ரேட் சொன்னான். வீருள்ளபாடு கிராமத்தின் பெயரைக் கேட்டதும், அந்தக் கிராமத்து காம்ரேட் வரமல்லேஸ்வரியுடன் சுற்றுவட்டாரக் கிராமங்களில் வேலைபார்த்த நாட்கள் நினைவுக்கு வந்தன.

கிருஷ்ணா ஜில்லாவில் ஒவ்வொரு தாலுகாவிலும் ஒன்று இரண்டு ரெட் வில்லேஜ் என்று அழைக்கப்படும் கிராமங்கள் இருக்கும் என்று ஏற்கனவே சொல்லியிருக்கிறேன். அந்தக் கிராமங்கள் கட்சிக்கு ஆணிவேர் போன்றவை. நந்திகாம தாலுகாவில் வீருள்ளபாடு அதுபோன்ற ஒரு கிராமம். அது வாசிரெட்டி பாஸ்கர ராவ் கிராமம். பாஸ்கர ராவ், சுங்கரசத்தியத்துடன் இணைந்து 'முந்தடுகு', 'மா பூமி' போன்ற நாடகங்களை எழுதியவர். ராஜம்மா 'மா பூமி' நாடகத்தில் சீதம்மாவாக நடித்தாள். அவளுக்கு பாஸ்கர ராவ் என்றால் மிகுந்த மதிப்பு.

அந்தக் கிராமத்திலும், அதன் சுற்றுவட்டார கிராமங்களிலும் வாசிரெட்டி, வட்டிகொண்ட, பாடிபண்ட்ல போன்ற வீட்டுப் பெயர்களைக் கொண்ட பெரியகம்ம இனத்தைச் சேர்ந்தவர்களின் எண்ணிக்கை அதிகம். அவர்கள் ஏனைய கம்ம, ரெட்டி, காபு இனத்தாரைவிடத் தாம் உயர்வானவர்கள் என்ற நினைப்பில் இருந்தார்கள். அவர்கள் வீட்டுக்குப் போனால் தட்டுகளில் அல்லாமல் தையல் இலையில் உணவுபரிமாறுவார்கள்.

ஒருநாள் மாதர்சங்கத்தில் அங்கத்தினர்களைச் சேர்க்க வரமல்லேஸ்வரியும் நானும் அந்த பெரியகம்ம இனத்தார் இருக்கும் கிராமத்திற்குச் சென்றோம். பத்துப் பெண்களை உறுப்பினர்களாகச் சேர்த்தோம். எங்களுக்கு ஒரு வீட்டில் சாப்பாடு ஏற்பாடு செய்தார்கள். வரமல்லேஸ்வரியும் நானும் சென்றோம்.

"அந்த வீட்டு இல்லத்தரசி நம்மைப் பெரியகம்மாவைச் சேர்ந்தவர்கள்தானே என்று கேட்பாள். இல்லையென்று தெரிந்தால் உனக்கு தையல் இலையில் சாப்பாடு போடுவாள். ஏன் முன்னாடியே சொல்லவில்லை என்று என்னைக் கூண்டில் நிற்கவைத்துக் கேட்பாள். அதனால் நீ எதுவும் சொல்லாமல் சாப்பிடு" என்று சொன்னாள் வரமல்லேஸ்வரி. ஜாதிகள் என எத்தனை வித்தியாசங்கள் இருக்கிறது என்று மற்றொரு முறை எனக்குப் புரிந்தது.

இன்று ராஜம்மாவுடன் சேர்ந்து திரும்பவும் அந்த வீருள்ளபாடு கிராமத்திற்குப் போகிறேன்.

ஜீப்பில் பயணம் செய்யும்போது நானும் ராஜம்மாவும் பல இனிய நினைவுகளைப் பகிர்ந்துகொண்டோம். என்னைவிட நந்திகாம தாலுகாவைப்பற்றி உனக்குத்தான் நன்றாகத் தெரியும் என்றாள் ராஜம்மா. ஆமாம் என்று சொல்லிக்கொண்டே வரமல்லேஸ்வரி சொன்ன பெரியகம்ம இனத்தின் 'ஆசார'த்தைப் பற்றிச் சொன்னேன். ராஜம்மா சிரித்தாள். "ஜாதி மட்டுமல்லாமல், அதில் உட்பிரிவுகள் வேறா?" என்றாள் வியந்துகொண்டே.

முன் இருக்கையில் அமர்ந்துகொண்ட சலசானி வாசுதேவ ராவ் பின்னால் திரும்பி எங்களைப் பார்த்து "நாம் போக வேண்டிய ஊர் நெருங்கிவிட்டோம். என்ன பாடப் போகிறீர்கள், எதைப்பற்றி பேசப் போகிறீர்கள் என்பதை மேடை ஏறும் முன்பே யோசித்து வைத்துக்கொள்வது நல்லது" என்றார். நாங்களும் சரி என்றோம்.

மூவரும் ஜீப்பை விட்டிறங்கி மேடை ஏறினோம். நானும் ராஜம்மாவும் முன்கூட்டியே திட்டமிட்டபடி தேசபக்திப் பாடலைப் பாடினோம். வாசுதேவராவ் மற்றும் இன்னொரு காம்ரேட் மக்களை யோசிக்க வைக்கும் விதமாகச் சொற்பொழிவு ஆற்றினார்கள். சொற்பொழிவுகள், பாடல்கள் முடிய வெகுநேரமாகிவிட்டது. மேடையை விட்டு இறங்கி வந்த என்னையும் ராஜம்மாவையும் சாப்பிட்டுவிட்டுப் போகவேண்டும் என்று ஒரு வீட்டுக்கு அழைத்துப் போனார்கள். டிரைவரையும் எங்களுடனேயே சாப்பிடச் சொல்வோம் என்று ராஜம்மா டிரைவரை அழைப்பதற்காக வெளியில் சென்றாள்.

ஆளற்ற பாலம்

மூவருக்குச் சாப்பாடு பரிமாற வேண்டும் என்று அந்த இல்லத்தரசியிடம் கூடவந்த காம்ரேட் சொன்னான்.

அவள் திண்ணையில் இரண்டு பேருக்குத் தையல் இலையைப் போட்டு உள்ளே ஒருத்தருக்குத் தட்டு வைத்தாள். என்னை வீட்டுக்குள் வரச்சொன்னாள். ராஜம்மாவையும் டிரைவரையும் திண்ணைக்குப் போகச்சொன்னாள். நான் திகைத்துப்போய்ப் பார்த்தேன். "அவர்கள் இருவரும் பெரியகம்ம இனத்தைச் சேர்ந்தவர்கள் இல்லை என்று சொன்னார்களா?" என்று கேட்டேன். அப்படி இல்லை என்று தலையைக் குறுக்கே அசைத்துவிட்டு, "அந்த பெண்பிள்ளை பள்ள இனம் என்று நினைத்தேன். நீங்கள் பிராமணர் என்று நினைத்தேன். நீங்கள் அவள் பக்கத்தில் உட்காரக்கூடாது இல்லையா? அதனால் அப்படி ஏற்பாடு செய்தேன்" என்றாள்.

அவள் சொன்னதைக் கேட்டதும் என் இதயத்தின்மீது சம்மட்டியால் அடித்ததுபோல் இருந்தது.

'காற்று பட்டாலே தீட்டாகிவிடுவோம் என்று ஜாதி துரத்தி அடிக்கிறது. நிறத்தையும் தோற்றத்தையும் பார்த்து தீண்டாமை அமல்படுத்தப்படுகிறது' என்று நினைத்தேன்.

"நான் பிராமணப்பெண் என்று உங்களிடம் யார் சொன்னது?" என்று கேட்டேன். "என் வீட்டுக்காரர் இன்னிக்கு முட்டை சேர்க்காதே. ஒரு பிராமணப் பெண்மணி சாப்பிட வரப்போகிறாள்" என்று சொன்னார். நல்ல புடவையைக் கட்டிக்கொண்டு சிவந்த நிறத்தில் இருப்பதால் நீங்கள்தான் பிராமணப் பெண் என்று நினைத்தேன்" என்றாள்.

"நான் பிராமணப் பெண் இல்லை. அவள்தான் பிராமணப் பெண். இதுபோன்ற ஆசாரங்கள் இருக்கிறது என்று தெரிந்தால் அவள் உங்கள் வீட்டுக்கு வரமாட்டாள். உங்கள் வீட்டில் சாப்பிடவும் மாட்டாள்" என்றேன். இல்லத்தரசியிடம், இன்னொரு தையல் இலையைப் போட்டு மூவருக்கும் உணவு பரிமாறச் சொன்னேன். "அவளிடம் பேசிக்கொண்டே எத்தனை நேரம் நின்றுகொண்டிருப்பாய்? நாம் சீக்கிரம் விஜயவாடாவுக்குப் போகவேண்டும் என்ற விஷயத்தை மறந்துவிட்டாய் போலிருக்கு. சாப்பிட மாட்டாயா என்ன?" ராஜம்மா உள்ளே வந்துகொண்டே கேட்டாள்.

இல்லத்தரசி என்ன நினைத்துக்கொண்டாளோ தெரியவில்லை. இன்னொரு தையல் இலையைப் போட்டு சாதம், கறிகாய் பரிமாறினாள். மூவரும் சேர்ந்து கடமைக்குச் சாப்பிட்டு எழுந்துகொண்டோம்.

ஜீப்பில் உட்கார்ந்தபிறகு அந்த இல்லத்தரசி செய்த காரியத்தை, ராஜம்மாவுக்கு நேர்ந்த அவமானம் மற்றும் எனக்கு ஏற்பட்ட மனவருத்தத்தைப் பற்றி வாசுதேவ ராவிடம் சொன்னேன். நான் முடிக்கும் முன்பே ராஜம்மா இடைமறித்தாள்.

"சின்ன வயதில் நான் பிராமண ஆச்சார விவகாரங்களைக் கடைப்பிடிக்காமல் இருந்தால், வீட்டுக்கு வந்த உறவினர்கள், 'சிவப்பாய் இருக்கிற உன் வயிற்றில் இந்த கருத்த பெண் எப்படிப் பிறந்தாள்?' என்று கேட்பார்கள். 'பள்ளச்சி வயிற்றில் பிறக்க வேண்டிய பிண்டம் என் வயிற்றில் பிறந்துவிட்டிருக்கும்' என்று அம்மா பதில் சொல்வாள். உறவினர் என்னைப் பஜனைக்கோ, கோவிலுக்கோ போகச்சொன்னால், *பிரஜாசக்தி நாளேட்டைப்* படிக்க அடுத்த வீட்டுக்குப் போவேன். விஷயம் தெரிந்து அம்மா 'அவளுக்கு எல்லாம் சூத்திரஜாதி புத்திதான்' என்று வசைபாடுவாள். அம்மாவே அப்படிச் சொல்லும்போது இல்லாத வேதனை, இவள் சொன்னால் மட்டும் எப்படி இருக்கும்?" என்று என்னைச் சமாதானப்படுத்தினாள்.

"உன் சிறுவயதில் இருந்ததைவிட சமுதாயத்தில் ஓரளவுக்கு மாற்றம் வந்திருக்கிறது. இருந்தாலும் நம்முடைய ஆதரவாளர்கள் வீட்டிலேயே நம்மைத் தீண்டத்தகாதவர்களாக நடத்தினால் வருத்தமாக இருக்காதா?" என்றார் வாசுதேவராவ். "இதுபோன்ற அனுபவங்கள் நம்மை மேலும் யோசிக்க வைக்கும். முன்னேற்றப் பாதைக்கு வழிவகுக்கும்" என்றாள் ராஜம்மா.

உன்னவ லக்ஷ்மிநாராயணாவின் 'மாலபல்லி', ஜாஷுவாவின் 'கப்பிலம்' போன்ற காவியங்கள், கூடவல்லி ராமப்ரம்மவின் 'மாலபில்ல', 'ரைதுபிட்ட', 'சுமங்கலி', 'கிரகப்ரவேசம்' போன்ற திரைப்படங்கள் சமுதாய மாறுதலுக்கும் புதிய எண்ணங்களுக்கும் வழி வகுக்கக்கூடும். ஆனால், சமுதாயத்தை முற்றிலும் மாற்றி அமைக்கக்கூடிய அளவுக்கு இலக்கியமும் கலைத்துறையும் இன்னும் வளரவில்லை என்று தோன்றியது.

1952 தேர்தலில் எங்கள் கட்சியினர் அமோக வெற்றி பெற்றார்கள். பல காங்கிரஸ் அமைச்சர்கள் தோற்றுவிட்டார்கள். கம்யூனிஸ்ட் கட்சி முதலாவது இடத்திலும், காங்கிரஸ் இரண்டாவது இடத்திலும் இருந்தன. தெலுங்கானா வீரர் ராவி நாராயணரெட்டிக்கு பிரதமர் பண்டிட் ஜவஹர்லால் நேருவை விட அதிக வாக்குகள் கிடைத்தன. பிரச்சாரம் செய்த நாங்கள் எல்லோரும் அமரர்களை ஒவ்வொருவராய் நினைவுகூர்ந்து அவர்களுடைய மனைவியரை அணைத்து ஆறுதல் சொன்னோம்.

ஆளற்ற பாலம்

வடக்கு ஆந்திராவில் தேர்தல் பிரச்சாரம்

1952இல் தேர்தல் மேடைகளில்அமரர்களின் தியாகத்தை நினைவுகூர்ந்தது போலவே திரும்பவும் 1955இல் அமரர்களுக்கு எழுத்து வடிவத்தில் அஞ்சலி செலுத்தி நிறையப் பாடல்களைப் பாடினோம். நான் எழுதிய, 'நம்முடையது தெலுங்கு நாடு' என்ற பாடலை ராஜம்மாவும் நானும் இணைந்து மேடையில் பாடி வந்தோம்.

1955இல் வட ஆந்திராவில் கோகண்டி கோவிந்த ராவையும், ஜோன்னலகட்ட வல்லப ராவையும் கட்சி வேட்பாளர்களாக நிற்க வைத்தார்கள். பெண் பிரச்சாரகர்களாக மானிகொண்ட சூர்யாவதி, தாபி ராஜம்மா மற்றும் என்னையும் அனுப்பி வைத்தார்கள்.

மூவரும் அந்த இடத்திற்குப் பயணமானோம்.

ரயிலில் ஏறி உட்கார்ந்ததும் குரஜாட அவர்கள் எழுதிய தேசபக்திப் பாடல் நினைவுக்கு வந்தது. 'கன்னியக', 'புத்தடி பொம்மா பூர்ணம்மா' பாடல் கதைகள், என் இதழ்களில் அசைந்தன. விஜயவாடாவில் நடத்திய குரஜாடா நினைவுக் கூட்டங்கள் கண்முன் நிழலாடின. அந்த மாபெரும் கவியைப்பற்றி மத்துகூரி சந்திரம் அவர்கள் சிறப்பாகச் சொன்னவை நினைவுக்கு வந்தன.

ஹம்பி விஜயநகர இடிபாடுகளில் ஆந்திர போஜன் என்று பெயர்பெற்ற ஸ்ரீகிருஷ்ண தேவராயர் சிரஞ்சீவியாகத் தென்பட்டுக் கொண்டிருந்தார். நாடு மண்ணோடு மண்ணாகப் போகாத வரையில், மனிதர்களுடன் நிறைந்திருக்கும் வரையில் இலக்கிய வானவீதியில் குரஜாட என்றென்றும் ஒளிர்ந்துகொண்டுதான் இருப்பார் என்று நினைத்தோம்.

பழம்பெரும் காப்பியங்களுக்கு மெருகூட்டியவர் அந்த விஜயநகர மன்னர் என்றால், 'பழையன புதியனவற்றின் சிறந்த விஷயங்களை இணைத்துப் புது வண்ணங்களை வெளிப்படுத்தி' போன்ற புதிய இலக்கியத்தைப் படைத்தவர் இந்த விஜயநகரத்தின் கவிச் சக்கரவர்த்தி என்று கருதினோம்.

விஜயநகரம் சென்றதும் அந்த மாபெரும் கவி வசித்த இடத்தையும், அவருக்கு உறுதுணையாக இருந்த ஆனந்த கஜபதிராஜாவின் கலைகள் மலர்ந்து இருந்த கோட்டையையும் கூர்ந்து பார்த்து மகிழ வேண்டும் என்று நினைத்தோம்.

ரயில் விசாகப்பட்டினத்தில் நின்றது. எங்களுக்காக ஒரு ஜீப்பையும் இரண்டு காம்ரேட்களையும் கட்சி அனுப்பிவைத்தது.

வட ஆந்திர மாநிலத்திற்கு வந்துவிட்டோம் என்ற மகிழ்ச்சியில் மூவரும் அந்த ஜீப்பில் கட்சி அலுவலகத்திற்குப் போனோம்.

"மக்கள் பிரியத்துடன் கொடுக்கும் நன்கொடைகளைக் கொண்டுதான் கட்சி, தேர்தல்களில் பங்கெடுத்துக்கொள்கிறது. பிரச்சாரம் செய்பவர்கள்கூட அந்த லட்சியத்துடன் பிரச்சாரம் செய்வோம்" என்றாள் சூர்யாவதி. அதனால்தான் பிரச்சாரம் செய்யும் சமயத்தில் ஆதரவாளர்கள் படைக்கும் உணவையே சாப்பிடவும், அவர்கள் காட்டிய இடத்திலேயே ஓய்வு எடுக்கவும் முடிவுசெய்தோம். ஹோட்டலில் தங்கும் செலவு, சாப்பாட்டுச் செலவு, ஜீப் செலவு ஆகியவற்றைக் குறைத்துக்கொள்ள மூவரும் தீர்மானித்தோம்.

"இன்று நாம் மந்தஸா பக்கம் போய்க்கொண்டிருக்கிறோம்" என்றார் எங்களுடன் வந்த காம்ரேட். அந்த இடத்தின் விசேஷம் என்னவென்று அவரிடம் கேட்டோம்.

ஒருகாலத்தில் மந்தஸா ஜமீன்தார் சரியான விளைச்சல் இல்லாமல் பட்டினியுடன் திண்டாடிக்கொண்டிருந்த உழவர்களை வரிகட்டச் சொல்லித் தொல்லை கொடுத்துவந்தார். பசி பட்டினியுடன் அல்லல்பட்டுக்கொண்டிருந்த விவசாயிகள் ஆவேசத்துடன், ஆக்ரோஷத்துடன் வரிகட்ட மறுத்திருக்கிறார்கள். அதிகாரம் தந்த அகங்காரத்தில் ஜமீன்தார் எதிர்த்தவர்களைத் துப்பாக்கியால் சுட உத்தரவு பிறப்பித்துவிட்டார். அந்தத் துப்பாக்கிச்சூடு சம்பவத்தில் ஐந்து விவசாயிகளுடன், குன்னம்மா என்ற உழவர் பெண்மணியும் இறந்துபோய்விட்டாள் என்று தெரிவித்தார். எங்கள் ஆர்வத்தைக் கவனித்த அந்த காம்ரேட் டிரைவரிடம் மந்தஸா கோட்டையின் பக்கம் ஜீப்பைத் திருப்பச் சொன்னார்.

ஜமீன்தாரின் கோட்டையையும், அந்தக் கோட்டையின் வாசற்கதவின் முன்னால் இறந்து போனவர்களின் பிணங்களை வைத்திருந்த இடத்தையும் பார்த்தவாறே நின்றுவிட்ட எனக்கு, எங்கள் ஜில்லாவில் காஜுலங்க போராட்டத்தில் தரையில் சாய்ந்த வீரப்பெண்மணி வீயம்மா, தெலுங்கானாப் போராளி ஐலம்மா இருவரும் நினைவுக்கு வந்தார்கள்.

வீரப் பெண்களைப் பெற்றெடுத்த தாயடா!
வீரத் தாய்களின் பிறப்பிடமடா!
நம்முடையது தெலுங்கு தேசமடா!
தெலுங்கு ஜாதி நமதடா!

என்ற வார்த்தைகள் இதயத்தைத் தாண்டி தொண்டைவரையிலும் வந்தன. நான் எழுதிய இப்பாடலை ஆந்திர மாநிலம் முழுவதும் எல்லா ஜில்லாக்களிலும் பாடிக் காண்பிக்க வேண்டும் என்ற

உணர்வு ஏற்பட்டது. எங்களுக்குத் துணையாய் வந்த தோழர்கள், அங்கேயே நெடுநேரம் இருந்துவிட்டால் போகவேண்டிய இடத்திற்கு நேரமாகிவிடும் என்று சொன்னார்கள். அதனால் உடனே கிளம்பிவிட்டோம்.

எங்களை அந்த தோழர்கள், கட்சி முடிவுசெய்திருந்த கிராமங்களுக்கு அழைத்துச் சென்றார்கள். அந்தக் கிராம மக்களின் பழக்கவழக்கங்களும் பழமொழிகளும் எங்களுக்கு விநோதமாக இருந்தன. ரவிக்கை அணிந்துகொள்ளாத பெண்களிடம் ஏன் அப்படி என்று கேட்டால், காலங்காலமாக வரும் ஜாதி வழக்கம் என்று சொன்னார்கள். அணிந்துகொள்ள வேண்டும் என்று தோன்றிய இக்காலப் பெண்களும் ஜாதி என்ன செய்யுமோ என்று பயப்படுவதாகத் தெரிவித்தார்கள்.

அநியாயம், அவமானம் என்று நினைத்த எத்தனையோ பழக்க வழக்கங்களை நம் சங்கம் ஒழித்திருக்கிறது. முதலில் நம் பெண்கள் கட்டாயம் ரவிக்கை அணிய ஏற்பாடு செய்யவேண்டும் என்று சொன்னோம். வீடுவீடாக நாங்கள் செய்த பிரச்சாரத்தினால், எங்களை நெருங்கி வந்த பெண்கள் ரவிக்கையை அணிந்து வந்ததைப் பார்த்து மகிழ்ந்தோம்.

'நாள் முழுவதும் விவசாயம் பார்த்தாலும் வயிறு நிரம்பாது', 'வயிற்றுப் பாட்டிற்காக பர்மாவுக்கு போனதுபோல்', 'கையில் சல்லிக்காசு இல்லை. சிம்மாசலம் போய்விட முடியுமா' போன்ற பழமொழிகளை அவர்கள் வாயிலிருந்து கேட்கும்போது சொலவடைகள் சமுதாய வாழ்க்கையைப் பிரதிபலிக்கும் கண்ணாடி போன்றவை என்று பெரியவர்கள் சொன்னது நினைவுக்கு வந்தது.

இப்பகுதியில் ஏற்பட்ட பஞ்சத்தைப் பார்த்து வருந்தித்தான் குரஜாட தன்னுடைய பாடலில்

சோர்ந்துபோன மனிதர்களால் நாடு முன்னேறுவது எப்படி
உழைப்பை மூலதனமாக்கி நாட்டைச் செழுமையால் நிரப்பி
பாலும் விளைச்சலும் பொங்கி வர உழைக்க வேண்டும்
உணவு இருந்தால்தான் தெம்பு இருக்கும்
தெம்பு இருப்பவன்தான் மனிதனாவான்.

என்று சொன்னாரோ என்று நினைத்தோம்.

அதுபோல் மக்களின் பழக்க வழக்கங்களைப் பார்த்தும், அவை உருவானதற்கான காரணங்களைக் கேட்டறிந்தும் பகல் நேரத்தில் வீடுவீடாய்ப் பிரச்சாரம் செய்தும் இரவு நேரத்தில் மேடையேறி சொற்பொழிவு ஆற்றியும், பாட்டுபாடியும் வந்தோம். உணவுவேளையில், அந்தந்தக் கிராமத்தில் அறிமுகம்

இருப்பவர்கள் வீட்டுக்கு தோழர்கள் எங்களை விருந்தாளிகளாய் அழைத்துப் போனார்கள். அந்த வீட்டுப் பெண்கள் எங்களுக்குப் பிரியத்துடன் வரவேற்பு அளித்தார்கள்.

அதிகமாக இறால், மற்றும் மீன் கலந்த உணவு தருவார்கள். அது கிடைக்காதபோது காய்ந்த இறால், கருவாடு கலந்து கத்தரிக்காய், பீர்க்கங்காய் பொரியல் பரிமாறுவார்கள். சில இடங்களில் ரசமும் இருக்கும். மோர், பருப்பு, துவையல் போன்றவை கண்ணில் பட்டதே இல்லை.

எனக்கும் ராஜம்மாவுக்கும் அசைவ உணவுப் பழக்கம் இல்லை. சூர்யாவதிக்குப் பழக்கம் இருந்தாலும் அவர்கள் செய்தமுறை ருசிக்கவில்லை; சாப்பிடவில்லை என்றால் அந்தப் பெண்கள் வருத்தப்படுவார்கள்; என்ன செய்வது என்ற பிரச்சினை வந்தது; ரசத்துடன் இரண்டு கவளம் சாப்பிட்டுவிட்டு எழுந்துவிடுவோம்.

ஒரு வீட்டில் சூர்யாவதி அந்தப் பெண்கள் வருத்தப்படக் கூடாது என்று ஏற்கனவே சாப்பிட்டுவிட்டதாகவோ, பசியில்லை என்றோ சொல்லி, சாப்பிடாமல் போனதற்குத் தவறாக நினைக்க வேண்டாம் என்றும் கேட்டுக்கொண்டு சாப்பிட அழைத்ததற்கு நன்றி தெரிவித்தாள். அந்த விதமாய் அந்த வீட்டிலிருந்து வெளியே வந்தோம். எங்கள் உணவு தோழர்களுக்கு ஒரு பிரச்சினையாக மாறியது. ஓட்டுனரிடம் வெல்லம், கரும்புத் தோட்டம், இளநீர் இருக்கும் இடத்திற்கு அழைத்துப்போகச் சொன்னோம். தோழர்கள் நாலைந்து கரும்புகளும் இளநீரும் கொண்டு வந்தார்கள். கரும்பைச் சாப்பிட்டு இளநீரைக் குடித்தோம். இளசாக இருந்த வழுக்கையைக் கையால் சுரண்டி சாப்பிடும்போது விருந்து சாப்பிட்ட திருப்தியைவிட அதிக திருப்தி ஏற்பட்டது. அங்கே இருந்த ஒரு வாரமும் அதேபோலவே சாப்பிட்டால் போதும் என்று தோன்றியது.

தேர்தல் பிரச்சாரம் முடியும் முதல் நாள், “நாம் இன்று பாருவா போகிறோம்” என்று காம்ரேட் சொன்னான். அது கௌது லச்சன்னாவின் ஊர் என்றும், அந்த ஊரில் எங்களை காங்கிரஸ் ரவுடிகள் அவமானப்படுத்த முயற்சிக்கலாம் என்றும் சொன்னான். “அது கௌது லச்சன்னாவின் ஊர் மட்டுமே இல்லை, முற்போக்குக் கவி செட்டி ஈஸ்வர ராவ் ஊரும்கூட” என்றாள் ராஜம்மா. லச்சன்னா அக்காலத் தோழர்களுடன் விவசாயிகள் பாதுகாப்பு யாத்திரை செய்தவர் இல்லையா என்று கேட்டோம். அப்படித்தான் கேள்விப்பட்டோம் என்றார்கள் தோழர்கள்.

அங்கே பெண்களின் கூட்டங்களில்,

அன்றோ இச்சாபுரத்திலிருந்து விவசாயத் தலைவர்கள்
சென்னைக்கு நடைப்பயணம் சென்றார்கள்
இன்று உழைப்பவர்களுக்காகக் கொடியைப் பறக்க விடுவோம்
எந்த சக்தி எதிர்த்தாலும் தளராது
விவசாய மக்களே அக்கொடியின்கீழ் கூடுங்கள்

என்று பாடத் தீர்மானம் செய்திருந்தோம். "நம்முடையது தெலுங்கு நாடு! நம்முடையது தெலுங்கு ஜாதி தாயே!" என்ற பாட்டையும் பாட வேண்டும் என்று தோழர்கள் கேட்டுக்கொண்டார்கள். அந்தப் பாட்டை எழுதித்தரச் சொல்லி ஒரு பூசாரியின் மகன் கேட்டான் என்றும், பாட்டு என்றால் உயிரெனக் கருதும் அந்தப் பையன் கூட்டத்திற்கு வருவான் என்றும் தெரிவித்தார்கள். நானும் எழுதிக் கொடுத்தேன்.

பாருவாவில் ஒரு ஆதரவாளரின் வீட்டுக்கூடத்தில் பெண்கள் கூட்டம் நடைபெற்றது. அக்கூட்டத்திற்குப் பத்துப் பெண்கள் வந்திருந்தார்கள். சூர்யாவதி வாக்குரிமையைப் பற்றியும், இந்தக்காலப் பெண்களின் வாழ்க்கையைப் பற்றியும் எடுத்துச் சொன்னாள். நாங்கள் பாட வேண்டும் என்று நினைத்திருந்த பாடல்களைப் பாடினோம். ராஜம்மாவை, முற்போக்கு எழுத்தாளர் விஜயநகரம் தாபி தர்மா ராவின் மருமகள் என்று அறிமுகப்படுத்தினார்கள் தோழர்கள். அப்பெண்கள் எங்களிடம் நல்லவிதமாகப் பழகினார்கள்

"நீங்கள் வரம்புமீறிய கணவனை விட்டுவிட்ட பெண்களென்றும் பைகளைத் தூக்கிக்கொண்டு கிருஸ்துவ மதப்பிரச்சாரம் போல் கம்யூனிஸ்ட் மதப்பிரச்சாரம் செய்துவருவதாகவும் கேள்விப்பட்டோம்" என்று எங்களிடம் சொன்னார்கள். "உங்கள் பேச்சைக் கேட்டபிறகு, உங்களைப் பார்த்தபிறகு அவர்கள் சொன்னதெல்லாம் பொய் என்று புரிகிறது" என்றார்கள். உண்மை தெரிந்துகொண்டதற்கு நன்றியைத் தெரிவித்துக்கொண்டோம்.

இரவு நடந்த பொதுக்கூட்டத்திற்கு ஆண்களுடன் நூற்றுக்கணக்கில் பெண்களும் வந்தார்கள். ஏற்கனவே முடிவு செய்திருந்தபடியே சூர்யாவதி பேசினாள். நானும் ராஜம்மாவும் பாடினோம். கொண்டாட்டங்களுடன் கூட்டம் நிறைவாக முடிந்தது.

கூடப்பிறந்த சகோதரர்களைவிட பாசமாயிருந்த தோழர்களுக்கும், ஜீப் டிரைவருக்கும் வணக்கம் தெரிவித்து, இரண்டு மூன்று வாரம் சேர்ந்திருந்த இந்த நட்புறவை என்றுமே மறக்க முடியாது என்று சொன்னோம். மறுநாள் விஜயநகரம்

போவதாகவும், தேர்தல் முடிவுகள் தெரிந்துகொண்ட பிறகே விஜயவாடா செல்வோம் என்றும் அவர்கள் கேட்கும் முன்பே சொன்னோம்.

ராயலசீமையில் தேர்தல் பிரச்சாரம்

எந்தத் தேர்தல் என்று நினைவு இல்லை. நான் ஒருமுறை தேர்தல் பிரச்சாரத்திற்கு ராயலசீமைக்கும் போயிருந்தேன். கஜ்ஜல மல்லா ரெட்டி, ஈஸ்வர ரெட்டி ஆகியோர் என்னையும் நாகள்ள ராஜேஸ்வரியையும் அழைத்துப் போனார்கள். அங்கே மாதர்சங்கம் உருவாகியபோதும் போயிருந்தேன். வர்தனம்மாவின் 'புர்ர கதை' (தம்பூராவுடன் இசைப்பாடலுடன் சொல்லப்படும் கதைகள்), எங்கள் சொற்பொழிவுகள் ஆகியவற்றை அங்கே இருந்த பெண்கள் ஆர்வத்துடன் கேட்டார்கள். அவர்கள் மூலமாகவும் நாங்கள் பல விஷயங்களைத் தெரிந்துகொண்டோம்.

செருப்பு அணிந்தால் தவறு, வெளியில் போனால் தவறு, இடுப்பில் புடவைத் தலைப்பை சொருகினால் 'யார்மீது போர்தொடுக்கப் போகிறாய்' என்ற குத்திக்காட்டல் போன்ற தேவையற்ற கட்டுப்பாடுகளாலும் ஆசாரங்களாலும்அப்பகுதிப் பெண்கள் நலிந்து போகிறார்கள் என்று புரிந்தது.

அம்மக்களின் அன்பும், மொழி அழகும் எனக்கு நிரம்பப் பிடித்திருந்தது. பழைமை வாய்ந்த ஏராளமான தெலுங்குச் சொற்கள் எனக்கு அறிமுகமாயின.

ஆணாதிக்கம் குறைவுதான்

ஆண் – பெண் இருவரும் சமம் என்ற உணர்வைக் கட்சிதான் எங்களுக்குள் ஏற்படுத்தியது. பெண்கள், ஆண்கள், தலித்துகள், மற்றவர்கள் எல்லாம் ஒன்றுதான்; ஏற்றத்தாழ்வுகள் கூடாது என்றும் வலியுறுத்தியது. சொல்வதோடன்றி எங்களை வீட்டிலிருந்து வெளியே அழைத்து வந்ததும் கட்சிதானே. அன்று கம்யூனிஸ்ட் கட்சி பெண்களுக்குக் கொடுத்த சுதந்திரத்தினால் தான் நாங்கள் எத்தனையோ காரியங்களைச் செய்தோம். ஆனால் ஆண்களைவிடப் பெண்கள் ஓரடி முன்னே வைத்தால் மட்டும் அவர்களின் 'ஆணாதிக்கம்' தென்படும். பெண்களிடம் அவர்களுக்கு வெறுப்போ அடக்கிவைக்கும் எண்ணமோ இல்லை என்றாலும், தான் உயர்ந்தவன் என்ற நினைப்பு ஒரேயடியாகப் போய்விடாது. அவர்களும் இந்தச் சமுதாயத்தில் பிறந்தவர்கள் இல்லையா? ஆனால் சமச்சீர் சமுதாயம் உருவானால் இதெல்லாம் தானாக மறைந்துவிடும் என்று கட்சி நம்பிவந்தது. எது எப்படி இருந்தாலும் மற்ற ஆண்களைவிட தோழர்கள் மேல்தான்.

சொந்த வீட்டில் குடித்தனம்

கிருஷ்ணா ஜில்லா கட்சிச் செயலாளராக சீதாராமய்யா இருந்தார். தலைமறைவுக் காலத்தில் இருந்தது போலவே வெளியில் வந்த பிறகும் பொருளாதாரப் பிரச்சினைகளைச் சந்திக்க வேண்டியிருந்தது. சீதாராமய்யா லிங்கவரத்தில் அவருடைய பெற்றோர் பேரில் இருந்த நிலத்தையும், என் பெயரில் இருந்த நிலத்தையும் விற்றுவிட்டு வரங்கல் அருகில் கனபுரத்தில் நிலம் வாங்க வேண்டுமென்று முடிவு செய்தார். சீதாராமய்யாவுடன் சேர்ந்து நண்பர்களும் உறவினர்களும் அங்கேயே நிலம் வாங்கலாம் என்ற முடிவுக்கு வந்தார்கள். லிங்கவரத்தில் இருந்த நிலத்தைவிட இருமடங்கு நிலமும், அதிக விளைச்சலும் கைக்கு வரும். இருபத்தைந்து ஏக்கருக்கு முதலாளி ஆவார். மருமகன்கள் துணைக்கு இருப்பார்கள். இந்தக் காரணங்களினால் என் மாமியார் லிங்கவர நிலத்தை விற்று கனபுரத்தில் வாங்குவதற்குச் சம்மதம் தெரிவித்தார். பிறந்து வளர்ந்த ஊரைவிட்டு மாமியாரும் மாமனாரும் வரங்கல் சென்றார்கள். நாங்கள் விஜயவாடாவிலேயே இருக்கவேண்டும் என்று முடிவு செய்தார்கள்.

சந்தூவை உயர்நிலைப் பள்ளியிலும், கருணாவை ஆரம்பப் பள்ளியிலும் சேர்த்தார்கள். குழந்தைகள் ட்யூஷன் எதுவும் இல்லாமலேயே நல்ல மதிப்பெண்கள் பெற்று வந்தார்கள். தடைஉத்தரவு இருந்த காலத்தில் போலீசாரின் தொல்லை தாங்காமல், பிரஜா நாட்டிய மண்டலிக் கலைஞர்கள், முன்னேற்ற எழுத்தாளர்கள் சிலர், சினிமா துறையில் வாய்ப்பு கிடைத்ததும் சென்னைக்குப் போய்விட்டார்கள். 'மா பூமி', 'முந்தடுகு' எழுதிய சுங்கர சத்யம்கூட சென்னைக்குப் போயிருந்தாலும் திரும்பவும் விஜயவாடா வந்துவிட்டார்.

காட்ரகட்ட பிரதர்ஸ் அறிவுரையின்படி அவர் தம்பிகளுடன் முகல்ராஜபுரம் மலைப்பிரதேசத்தில் வசிக்கத் தகும்படியாகச் சிறிது நிலத்தைத் துப்புரவுசெய்து அங்கே ஓலைவீடுகள் கட்டிக்கொண்டு குடித்தனத்தைத் தொடங்கினார்கள். சீதாராமய்யாவும் சுங்கர சத்யமும் நல்ல நண்பர்கள். அத்தான் – மைத்துனன் போல் பழகிவந்தார்கள். சுங்கர செய்ததைப் பார்த்து சீதாராமய்யாவும் மலைப்பிரதேசத்தில் நிலத்தைச் சமப்படுத்தி இரண்டு வீடுகளைக் கட்டினார். ஒரு வீட்டில் எங்கள் குடித்தனம். இன்னொரு வீட்டில் எங்கள் பெரிய மகன் (ராகவ ராவ்) குடித்தனம். அந்த வீடுகள் டவுன்களிலிருந்து மிகத்தொலைவு. அங்கே சாலைகள் இல்லை. பேருந்துகள் வராது. இருந்தாலும் அதுவரையில் பள்ளிக்குப் போகாமல் இருந்த குழந்தைகள், தொலைவாக இருந்தாலும் குதித்துக் கும்மாளம் போட்டபடி பள்ளிக்குப் போய்வந்தார்கள்.

வேலை நிமித்தமாக இரண்டு தோழர்கள் வருவதாக இருந்து, நான்கு பேராக வந்துவிட்டால், வரும்போதே வாழைப்பழங்களை வாங்கிவருவார்கள். இரண்டுபேருக்காகச் செய்த உணவை அந்தப் பழங்களுடன் நான்கு பேரும் சாப்பிடுவார்கள். அந்தக் காலத்தில் தோழர்கள் அப்படி முன்னோடிகளாக இருந்து வந்தார்கள். சுங்கர சத்யத்தின் வீடு அருகில் இருந்ததால், சீதாராமய்யாவைச் சந்திக்க அவர் அடிக்கடி வருவார். இருவரும் நாடகத் துறையைப் பற்றிப் பேசிக் கொண்டிருப்பார்கள். 'மா பூமி' எழுதியது போலவே, 'பூமிகோஸம்' (நிலத்துக்காக) என்ற நாடகத்தை எழுதிவருவதாகச் சொன்னார் சுங்கர. முதல் முதலாக 'முந்தடுகு' என்ற நாடகத்திற்காக லிங்கவரத்தில் ஒத்திகை பார்த்த கதையை சீதாராமய்யா அவருக்கு நினைவூட்டுவார். அதுபோலவே 'பூமிகோஸம்' நாடகத்தில் நடிப்பதற்குப் புதிய கலைஞர்களை உருவாக்க வேண்டும் என்று சொல்வார். 'முந்தடுகு' நாடகத்தில் நடிப்பதற்காக வல்லம் நரசிம்மராவ் திருவூருவிலிருந்து வந்ததுபோல், 'பூமிகோஸம்' நாடகத்தில் நடிப்பதற்கு பெனர்ஜி என்ற இளைஞனை அதே திருவூருவிலிருந்தே வரவழைப்பதற்கு ஏற்பாடு செய்தார்கள்.

நான், சுங்கர, மேலும் சில புதிய நபர்கள் நடிகர்களாக, மாகினேனி வெங்கடேஸ்வர ராவ் இயக்குனராக 'பூமிகோஸம்' நாடகம் தயாராகிவிட்டது.

முதல் நாடகம் கங்கிபாடுவில் நடந்தது. பார்த்தவர்கள் எல்லோரும் பிரஜா நாட்டிய மண்டலிக்குப் பழைய மலர்ச்சி திரும்பிவிட்டது என்றார்கள். சுங்கராவைப் பாராட்டினார்கள். நடிகனாக இல்லாவிட்டாலும் நாடகத்துறைக்கு சீதாராமய்யா அன்றும் இன்றும் நெருங்கியவன்தான் என்றார்கள். நாடக விமரிசகர் கோபால சக்கரவர்த்தி, சினிமா இயக்குனர் திலக் ஆகியோரும் நாடகத்தைப் பாராட்டினார்கள். அந்த நாடகத்தை சினிமாவாக எடுப்பதாகச் சிலர், (அழைத்தவர்களின் பெயர் நினைவு இல்லை) சுங்கராவை சென்னைக்கு அழைத்தார்கள். அத்துடன் நாடகம் நின்றுவிட்டது.

நாடகம் போடுவது நின்றுவிட்டாலும் சுங்கர எழுதிய 'ருத்ரமதேவி' புர்ர கதையைச் சிறுமிகளின் வர்த்தனம்மா தளமும், பெனர்ஜி தளமும் எங்கள் வீட்டிலேயே ஒத்திகை பார்த்து, நிகழ்ச்சிகளை நடத்தி பிரஜா நாட்டிய மண்டலியின் பெயரை நிலைநாட்டினார்கள். சிறுமிகள் தளத்தை அழைத்துச்சென்று மாதர்சங்க நிகழ்ச்சிகளில் பங்குபெறவைத்தேன்.

என்னுடைய தாய், வீட்டு வேலைகளையும் குழந்தைகளையும் பார்த்துக்கொண்டாள். "இவ்வளவு நாள் கழித்து குடும்பம் சொந்த

வீட்டில் வசிக்கும் வாய்ப்பு கிடைத்தது" என்று மகிழ்ந்தாள். அதற்குள் மாமியாரால் நிலத்தைப் பார்த்துக்கொண்டு தனியாக இருக்க முடியவில்லை என்பதால், அவளுக்குத் துணையாக இருக்க என் தாயாரை அழைத்து வர மாமனார் ஆள் அனுப்பியிருந்தார். அம்மா இல்லாமல் வீட்டையும் குழந்தைகளையும் பார்த்துக் கொண்டு கட்சி வேலைகளில் பங்குபெற முடியாதோ என்னவோ என்றேன். சீதாராமய்யா, "அதுவும் உண்மைதான். ஆனால் அப்பாவே கேட்டுக்கொண்டபோது அனுப்ப மறுத்தால் நன்றாக இருக்காது. யோசித்துப் பார்" என்றார். அம்மாவும், "நிலம்வயல் என்றால் எனக்கு மிகவும் பிடிக்கும். கொஞ்சநாள் அங்கே இருக்கிறேன்" என்று விரும்பியதால் அவளை என் மாமியாரிடம் அனுப்பிவைத்தேன்.

சீதாராமய்யாவுடன் கருத்துவேற்றுமை

சோஷலிச லட்சியத்தில் திடமான பிடிப்பு உடையவன், போர்வீரன், கம்பீரமான குரலில் சொற்பொழிவு ஆற்றுபவன் என்று பெரியவர்கள் சீதாராமய்யாவை தலைமறைவு நாட்களில் பாராட்டுவார்கள். கோந்தியாவில் இருந்தபோது இறந்துபோன வீரர்களின் மனைவியர் சிலர் இவரை பாயிஜி (அண்ணா) என்று அழைத்துவந்தார்கள். பிற்காலத்திலும் அது தொடர்ந்தது. மற்றவர்களும் அப்படியே அழைக்கத் தொடங்கினார்கள். சீதாராமய்யாவும் அவர்களைச் சகோதரிகள் போலவே பார்த்துக்கொள்வார். நாட்டுக்காக உயிரைத் தியாகம் செய்த வீரர்களின் மனைவியரைக் கூடப்பிறந்த பிறப்பாகவே மதிக்க வேண்டும் என்று சொல்லுவார்.

அவர்களில் ஒருத்தி உடல்நலத்தையும் லட்சியம் செய்யாமல் கட்சிக்காகத் தலைமறைவாயிருந்து அதற்குப் பிறகு தேர்தல் பிரச்சாரத்திலும் நிறையப் பணிபுரிந்தாள் என்றும், அமரர்கள் ஆகிவிட்ட வீரர்களின் மனைவியர் அவளை அக்கா என்று அழைத்து வருவார்கள் என்றும் சொல்லி இருந்தார். அவளுக்கு அடிக்கடி வலிப்பு வருவதாகவும், நினைவு தப்பிவிடுகிறது என்றும், அன்புடன் ஆதரவுடன் பார்த்துக்கொள்பவர்களோடு சில நாட்கள் தங்கி இருந்தால் அவள் உடல்நலம் தேறலாமென டாக்டர் தெரிவித்ததாகச் சொன்னார். அச்சமயத்தில் கட்சி இரண்டாகப் பிரிந்துபோகும் அறிகுறிகள் தென்பட்டுக்கொண்டிருந்தன.

அந்தச் சூழ்நிலையில் அவளை யாரிடம் தங்க வைப்பது என்ற கேள்வி வந்ததாம். அவள் யாரிடம் இருக்கப் பிரியப்படுகிறாளோ அவர்களோடு தங்கவைக்க முடிவு செய்தார்களாம். "அவள் நம் வீட்டில் இருக்க பிரியப்பட்டால், வரச்சொல்லுவோமா?"

சீதாராமய்யா என்னிடம் கேட்டார். "கட்டாயம். என்னால் முடிந்தவரை பார்த்துக்கொள்கிறேன்" என்று சொன்னேன்.

"அவள் வசதியாக இருந்தவள். நீயோ நிலைமைக்கு ஏற்றவாறு இருக்க பழகிக்கொண்டவள். அவளால் உன்னுடன் இருக்க முடியுமா?" என் மகன் கேட்டான். "அவளும் புரட்சி வீராங்கனைதானே. அட்ஜெஸ்ட் செய்துகொண்டு இருப்பாள்" என்றேன். தலைமறைவாய் இருந்த நாட்களில் அவள் என்னுடன் இரண்டு நாட்கள் தங்கியிருந்தாள். அமர வீரரின் மனைவியான அவளை ஆதரவுடன் பார்த்துக்கொண்டேன். அதனால்தான் அவள் என்னுடன் இருப்பதற்குப் பிரியப்படக்கூடும் என்று மகிழ்ச்சியுடன் ஒப்புக்கொண்டேன்.

அவள் இரண்டு குழந்தைகளின் தாய். அவர்களையும் அழைத்துக்கொண்டு எங்கள் வீட்டுக்கு வந்தாள். சில நாட்கள் கழிந்தன. அவள் குழந்தைகள் என்னை, "அம்மா!" என்றும், அவளைப் பெயர் சொல்லியும் அழைத்தார்கள். எங்கள் குழந்தைகளுடன் சேர்ந்து விளையாடி, எது கொடுத்தாலும் விருப்பத்துடன் சாப்பிட்டு, எந்தவிதமான தொல்லையும் கொடுக்காமல் இருந்தார்கள்.

அவளுக்கு வலிப்பு குறையாமல் மேலும் அதிகரித்தது; கீழே விழுந்துவிடுவாள். என்னால் அவளைத் தூக்கிக் கட்டில்மீது படுக்கவைக்க முடியாது. சீதாராமய்யா இருந்தால் அவரையே அந்தக் காரியத்தைச் செய்யச் சொல்வேன். அவர் இல்லாத நேரத்தில் வலிப்பு வந்தால், அடிபடாமல் கைகால்களுக்குக் கீழே தலையணை வைப்பேன். "அவள் எதற்காக விழுந்துவிடுகிறாள்? நீ பிரியமாகப் பார்த்துக்கொள்கிறாயா இல்லையா?" என்று சீதாராமய்யா கேட்கத் தொடங்கினார். தூண்டித்துருவிக் கேட்பதுபோல இருந்த அந்தக் கேள்விகள் எனக்கு வேதனையாய் இருந்தன.

கட்சியில் தலைதூக்கிய வேற்றுமைகள் அரசியல் விமரிசனத்துடன், தனிநபர் பற்றிய விமரிசனத்திற்குக்கூட வழிவகுத்தன. அம்மா வீட்டில் இல்லாததால் வெளியில் போய் வேலைசெய்ய எனக்கு வாய்ப்பு இருக்கவில்லை. அதோடு சீதாராமய்யா தனக்கு விருப்பம் இல்லாதவர்கள் வீட்டுக்குப் போகக்கூடாது என்று அதிகாரம் செய்வதுபோல் சொல்லுவார். கட்சி பிளவுபடுவதில் விருப்பம் இல்லாத எனக்கு எல்லோர் வீடுகளுக்கும் போகவேண்டும் என்று தோன்றும், எல்லோருடனும் பேச வேண்டும்போல் இருக்கும்.

அவளிடம் இருக்கும் பணத்தின் மீது மோகத்தினால் அவள் எங்கள் வீட்டில் இருப்பதற்குச் சம்மதித்தேன் என்றும்,

லட்சியப் பிடிப்பினால் இல்லை என்றும் கட்சியில் ஒரு பிரிவினர் பேசிவருவதாகத் தெரியவந்தது.

"இத்தனை தோழர்கள் இருக்கும்போது சீதாராமய்யா வீட்டுக்குப் போகிறேன் என்று அவள் சொல்வானேன்?" என்று இன்னொருவர் சொன்னாராம். எங்கள் வீட்டைப்பற்றிய இரு பக்கத்தாரின் வேண்டாத பேச்சுகள் எனக்குத் தெரியவந்தன.

பணத்திற்கு ஆசைப்பட்டுதான் சீதாராமய்யா அவளை வீட்டில் தங்கவைத்து இருக்கிறார் என்றும், ஆதரவுகாட்டும் நோக்கம் இல்லை என்றும் கட்சியில் பேசிக்கொள்வதைக் கேட்கும்போது மனதிற்குக் கஷ்டமாக இருந்தது. நான் வருத்தப்படுவதைக் கவனித்தோ, அல்லது மற்றவர்கள் எங்களைப் பற்றிச் சொல்வதைக் கேட்டதினாலோ அவள் வேறுவீடு பார்த்துக்கொண்டு போய்விட்டாள். அவள் குழந்தைகள் எங்கள் வீட்டிலேயே இருக்கிறோம் என்று பிடிவாதம் பிடித்தார்கள். அம்மா தனியாக இருந்தால் வலிப்பு வருவது அதிகரிக்கும், பார்க்க வேண்டும் என்று தோன்றும்போது வரலாம் என்று குழந்தைகளைச் சமாதானப்படுத்தி அனுப்பிவைத்தேன். அவள் வீட்டைவிட்டுப் போனபிறகு அவரவர்களுக்குத் தோன்றியவிதமாகப் பேசிக்கொண்டார்கள். விமரிசனம் செய்தார்கள். என் மகனும் கேட்டான்.

"குழந்தைகளைப் பார்த்துக்கொள்ளக் கூடிய என் தாய் நிலத்தைப் பார்த்துக்கொள்ளப் போய்விட்டாள். கட்சிப் பொறுப்பு இருப்பதால் சீதாராமய்யா வீட்டு விஷயத்தில் அவ்வளவாக சிரத்தை எடுத்துக்கொள்வது இல்லை. எல்லாப் பொறுப்புகளும் என்மீது இருந்ததால் அவள் எதிர்பார்த்த அளவுக்கு சிரத்தையாகப் பார்த்துக்கொள்ள முடியாமல் போயிருக்கலாம்" என்றேன்.

"அதுதான் காரணமாக இருந்தால் பரவாயில்லை. வருத்தப்பட வேண்டிய அவசியமும் இல்லை" என்றான். வேறு ஏதோ காரணம் இருப்பதுபோல் தோன்றியது, அவன் கேட்டவிதம்.

இரண்டு பிரிவினரும் எங்கள் வீட்டுக்கு வருவதைக் குறைத்துக்கொண்டார்கள். சீதாராமய்யாவுக்கு விருப்பம் இல்லாதபோது நாம் மட்டும் போவானேன் என்று நானும் அவர்கள் வீட்டுக்குப் போவதைக் குறைத்துவிட்டேன். சீதாராமய்யாவிற்கு வீட்டுப்பொறுப்பு மேலும் குறைந்துவிட்டது. என்னிடம் பேசுவதோ, கலந்தாலோசிப்பதோ குறைந்துவிட்டது. வீட்டுக்கு ஒரு வேளை வந்தால், அடுத்த வேளை வராமல் இருந்துவிடுவது தொடர்ந்தது.

கட்சியில் சொல்லலாம் என்றால் ஏற்கனவே பிளவு ஏற்பட்டு அதன் பிரச்சினையே பெரிதாக இருக்கும்போது, என்னுடைய பிரச்சினையை யார் லட்சியம் செய்யப் போகிறார்கள்? அந்தச் சூழ்நிலையில் ராஜம்மா, மாணிகொண்ட சூர்யாவதி ஆகியோருடன் அறிவுரைகளைக் கேட்டுக்கொண்டேன். அதுகூட தனிப்பட்ட முறையில்தான். கட்சி சார்பில் அல்ல.

சீதாராமய்யாவிடம், கொஞ்சநாள் கிருஷ்ணா ஜில்லாவை விட்டு ராயலசீமைக்கு சென்று வேலைபார்த்தால் பிரச்சினை தீர்ந்துவிடும் என்று கட்சி சொல்லியிருந்தது.

"எதற்காகப் போகவேண்டும்? நான் ராயலசீமைக்கு போனால், வேறு பெண்மணியுடன் இருக்கிறேன் என்ற சொல் போய்விடுமா? அந்த வார்த்தை சொன்னது சொன்னதுதானே," என்று போகாமல் இருந்துவிட்டார். அத்துடன் அவரைக் கட்சியிலிருந்து நீக்கிவிட்டார்கள். கட்சியிலிருந்து நீக்கப்பட்ட நபரை அவர்களால் எப்படி கேள்வி கேட்க முடியும்?

அறுந்துபோன பந்தம்

ஒருநாள் குழந்தைகள் இல்லாத நேரமாகப் பார்த்து சீதாராமய்யாவிடம், "அம்மாவும் வீட்டில் இல்லை. நீங்களும் வீட்டிற்கு வருவதில்லை. அவளிடம்தான் இருக்கிறீர்கள். வீட்டுக்கு வருபவர்களிடம் என்ன பதில் சொல்வது? வீட்டை எப்படிச் சமாளிப்பது?" என்று கேட்டேன்.

சீதாராமய்யா என்னை விநோதமாகப் பார்த்துக்கொண்டே, "இப்படிக் கேட்க உன்னை யாராவது தூண்டிவிட்டார்களா? நீயாகவே கேட்கிறாயா? அவள் ஒரு புரட்சி வீராங்கனை. இயக்கத்திற்கு உதவி செய்தவள். உடல்நலத்தைக்கூடப் பொருட்படுத்தாமல் தேர்தல் பிரச்சாரம் செய்த சிறந்த பெண்மணி என்று எல்லோரும் அவளை மதிக்கிறார்கள். அதனால்தான் உனக்கு அவள் என்றால் வெறுப்பு. நான் அவளிடம் நெருங்கிப் பழகுகிறேன் என்று உனக்குச் சந்தேகம். நீ விதவையாக இருந்தாலும் உன்னைக் கல்யாணம் செய்துகொண்டு பல்லாக்கில் ஊர்வலம் வரச்செய்து பத்துபேர் உன்னை மதிக்கும் விதமாகச் செய்தேன். நீ எல்லோருடனும் உரிமையாய்ப் பழகி வரும்போது நானும் உன்னைச் சந்தேகக் கண்ணோடு பார்க்கலாம் இல்லையா?" என்றார்.

அந்த வார்த்தைகள் என் இதயத்தை ஈட்டியால் குத்தியது போல் இருந்தன. திருமணத்தின்போது சொன்ன வார்த்தைகள் நினைவுக்கு வந்தன. "அப்பாவியாய்ப் பார்க்கும் உன் கண்களுக்குள் களங்கம் இல்லாத உன் மனம் அழகாகக் காட்சி தருகிறது. நான்

தேர்ந்தெடுத்த லட்சியத்தைச் சாதிக்க முடியும் என்ற தைரியம் வந்தது. அதனால்தான் பிரம்மச்சரியத்தைக் கைவிட்டேன். வாழ்நாள் முழுவதும் அந்தக் கண்களையே பார்த்துக்கொண்டு நிம்மதியாக வாழ்ந்துவிட நினைக்கிறேன்" என்றவாறே நெற்றியில் இதழ்களைப் பதித்த அந்த நாளைய சீதாராமய்யா இவர் இல்லவே இல்லை என்று தோன்றியது. மேலும் ஏதோ கேட்க நினைத்தேன். அதற்கு வாய்ப்பு தராமல், "உன் அழுகை முகத்தைப் பார்க்கச் சகிக்கவில்லை" என்று போய்விட்டார்.

ஒரு வாரம் கழித்து சீதாராமய்யாவின் தந்தை நிலத்தில் விளைந்த எள்ளை எடுத்துக்கொண்டு வந்தார். "வீட்டில் யாரோ பெண்மணி இருப்பதாகச் சொன்னார்களே? இல்லையா?" என்று கேட்டார்.

"போய்விட்டாள்" என்று சொன்னேன். இரண்டு நாட்கள் தங்கியிருந்தார். மகன் வீட்டுக்கு வரவில்லை. என் அம்மாவை அனுப்பிவைக்கக் கேட்டுக்கொண்டேன். துக்கம் பொங்கி வந்தது எனக்கு.

"எதற்காகக் கண்ணீர் வடிக்கிறாயம்மா? நம் நிலத்தில் அதிக விளைச்சல். எள்ளும் நன்றாக விளைந்திருக்கிறது. இனிமேல் எல்லோரும் சுகமாக வாழ்வோம். அவனுக்குக் கட்சிதான் முதல் இடம். அவனைப் பார்க்காமலேயே போகிறேன். நீ வருத்தப் படாதே அம்மா" என்றார்.

"தனியாக இருக்க முடியவில்லை.அம்மாவை அனுப்பி வையுங்கள்" என்று மீண்டும் சொன்னேன்.

சீதாராமய்யாவுக்கும் எனக்கும் இடையே தூரம் அதிகரித்துக் கொண்டிருந்தது. எங்கள் வீட்டு விஷயம் பிளவுபடத் தயாராயிருந்த கட்சியினரின் காது வரை எட்டியது. சூறாவளிபோல் கட்சி அலுவலகத்திற்குப் போய்ச் சேர்ந்தது.

கமிட்டி கூடித் தீர்மானித்தார்களோ, சீதாராமய்யாவைக் கேட்டார்களோ! எனக்கு சரியாகத் தெரியாது. ஒருநாள் இரவு சீதாராமய்யா வீட்டுக்கு வந்து தனக்கு வேண்டிய சாமான்களை லாரியில் ஏற்றிவிட்டார். என் பக்கம்கூட பார்க்காமலேயே, "நீயும் கருணாவும் இந்த வீட்டில் இருங்கள். நானும் சந்தூவும் வேறு இடத்திற்குப் போகிறோம். இது கட்சி செய்த முடிவு" என்று சொல்லிவிட்டு நள்ளிரவு வேளையில் வீட்டைவிட்டுப் போய்விட்டார்.

திகைத்துப்போய் நின்றுவிட்ட என்னால் துக்கத்தைக் கட்டுப்படுத்த முடியவில்லை. உறங்கிக்கொண்டிருந்த

குழந்தைகளைப் பார்த்து சத்தம்போட்டு அழுதேன். சந்தூ கண்களைத் திறந்து பார்த்துவிட்டு, “எதற்காக அழுகிறாய்?” என்று கேட்டான். “அப்பா வீட்டைவிட்டுப் போய்விட்டார்” என்று சொன்னேன்.

“அப்பா எப்போதும் வீட்டைவிட்டுப் போய்க்கொண்டுதானே இருக்கிறார். பயப்படாமல் கதவை மூடிவிட்டுப் படுத்துக்கொள்” என்றான்.

பெற்றோரை எதிர்த்து எனக்காக லிங்கவரத்தில் ஸ்கூலை நிறுவிய ஜோன்னபாடு சீதாராமய்யா நினைவுக்கு வந்தார். நீ இல்லாமல் என்னால் இருக்க முடியாது என்ற சீதாராமய்யா அன்று எனக்காக பெற்றோர்களைத் துறந்தார். இன்று தன்வழிக்கு குறுக்கே இருக்கிறேன் என்று என்னைத் துறந்துவிட்டார். பிடிவாதம்தான் பிரதானம் என்று நினைக்கும் சீதாராமய்யாவுக்கு ‘ஐயோ பாவம்!” என்ற இரக்கம்கூட வராதோ என்று தோன்றியது. வருத்தத்தில் ஆழ்ந்து போனவளாய்க் குழந்தைகள் எழுந்து கொள்ளும் வரையில் அப்படியே உட்கார்ந்திருந்தேன்.

சீதாராமய்யாவின் தந்தைக்கு விஷயம் தெரிந்து இருக்கும். நான் தனியாக இருக்கிறேன் என்றும் புரிந்திருக்கும். அம்மாவை எங்கள் வீட்டுக்கு அனுப்பிவைத்தார். என்னுள் எழும்பிய கலவரம் கொஞ்சம் குறைந்தது.

சீதாராமய்யா சந்தூவைப் படிப்புக்காக சென்னை அனுப்பி வைத்தார். தான் விஜயவாடாவிலிருந்து வரங்கல்லுக்குச் சென்றார். தாயைத் தன்னிடம் வைத்துக்கொண்டார். எங்கள் வீட்டில் இருந்த பெண்மணி தன் குழந்தைகளுடன் சீதாராமய்யாவுடனேயே இருப்பதாகத் தெரியவந்தது.

கருணா ஒன்பதாவது வகுப்பு தேர்ச்சிபெற்றாள். பொருளாதார நெருக்கடியில் கருணாவை மேற்கொண்டு எப்படிப் படிக்க வைப்பது என்று தெரியாத சூழ்நிலை ஏற்பட்டது. சிறுவயதில் சந்தூ, கருணாவுக்காக வாங்கியிருந்த வெள்ளிக் கிண்ணங்களை விற்று அம்மா வீட்டைச் சமாளித்துக்கொண்டிருந்தாள்.

கருணாவை விடுமுறையில் வரங்கலுக்கு அழைத்துவர சீதாராமய்யா ஆளை அனுப்பி வைத்தார். வலிப்பு வரும் அவள் இருக்கும் வீட்டுக்கு அனுப்பிவைத்தால் என்ன ஆகுமோ என்று பயமாக இருந்தது.

“அப்பாவைப் பெற்ற பாட்டியும் அங்கே இருக்கிறாள் இல்லையா? பெண்குழந்தைகளுக்குத் தந்தையிடம் பிரியம் அதிகமாக இருக்கும். உன் சிறுவயதை நினைவுபடுத்திக்

கொண்டால் உனக்குப் புரியும். கருணாவைத் தந்தையிடம் அனுப்பி வை" என்று அம்மா அறிவுரை வழங்கினாள்.

கருணா வரங்கல்லுச் சென்றாள். விஜயவாடா வீட்டின் நிலைமையை கருணா தந்தையிடம் சொன்னாளோ அல்லது அவரே புரிந்துகொண்டாரோ தெரியாது. "கருணா வரங்கல்லிலேயே படிப்பாள். விடுமுறை நாட்களில் விஜயவாடாவுக்கு வருவாள்" என்று கடிதத்தின் மூலமாகத் தெரியப்படுத்தினார்.

கணவர் இருந்தும் இல்லாதவளாகி விட்டேன். குழந்தைகள் இருந்தும் அவர்களை வளர்க்க முடியாத துர்ப்பாக்கியசாலி ஆகிவிட்டேன் என்று வருந்தினேன்.

என் பொருளாதார நிலைமையைப் புரிந்துகொண்ட கட்சி, முன்பு நெருக்கடியின்போது நான் கொடுத்த ஐம்பது பவுன் நகையின் விலையாக ஐயாயிரம் ரூபாய் எனக்கு அனுப்பிவைக்கத் தீர்மானம் செய்திருக்கிறதாம். மறுக்காமல் வாங்கிக்கொள்ளுமாறு மானிகொண்ட சூர்யாவதி என்னிடம் சொன்னாள். தற்போது தன்னிடமிருந்த ஆயிரம் ரூபாயைக் கடனாகக் கொடுக்கப் போனாள். வேண்டாமென்று மறுத்தேன்.

மூன்று நான்கு வருடங்களில் படிப்பு முடிந்துவிட்டால் குழந்தைகள் திரும்பவும் என்னிடம் வந்துவிடுவார்கள், அவரிடமிருந்து எதுவும் பெறவேண்டாம் என்று என் எண்ணம். நான் வாங்கிக்கொள்வதாக இருந்தாலும், அவர் கொடுப்பாரோ மாட்டாரோ? கட்சியிலிருந்து அவரை நீக்கிவிட்டார்கள் இல்லையா? கொடுத்துதான் ஆகவேண்டும் என்று நான் அவரிடம் கேட்கவும் முடியாது. நான் இப்போதும் கட்சியின் அங்கத்தினர்தான். மாத உறுப்பினர்க் கட்டணம்கூட செலுத்த முடியாத நிலையில் இருந்தேன்.

இதற்கிடையில் சீதாராமய்யா, "கட்சி கொடுப்பதை வாங்கிக்கொள்ள வேண்டாம்" என்று கடிதம்மேல் கடிதமாக எழுதிவந்தார். அப்படி வாங்கிகொண்டால் குழந்தைகளை நீயே அழைத்துப்போய் படிக்க வைத்துக்கொள்" என்று சொல்லவும் செய்தார். பிடிவாத குணம் கொண்ட சீதாராமய்யா சொன்னபடி செய்யவும் செய்வார். குழந்தைகளின் நலனுக்காகத் தாய் கஷ்டங்களை அனுபவிக்க வேண்டி வந்தால் தவிர்க்க முடியாது என்று நினைத்தேன். அந்த ஐயாயிரத்தை இறுதிவரை நான் வாங்கிக்கொள்ளவே இல்லை. கட்சியிலிருந்து நான் பணத்தை வாங்கிக்கொள்வதில் அவருக்குக் சிறிதும் விருப்பமில்லை. 'அம்மாவும் கொடுக்க மாட்டாள். பிச்சை எடுத்துச் சாப்பிடவும் விடமாட்டாள்' என்பதுபோல் இருந்தது என் நிலைமை.

இவ்விதமாய் எதிர்பாராத தொல்லைகள் வந்து சேர்ந்தன. குடும்ப வாழ்க்கை சின்னாபின்னமாகிவிட்டது. வேலை பார்க்கலாம் என்றால் நான் அதிகம் படித்தவள் இல்லை. உயர்நிலைப் பள்ளிப் படிப்பை நானாகவே நிறுத்திவிட்டேன். கருணாவின் படிப்பு உயர்நிலைப் பள்ளிப் படிப்புடன் நின்றுவிடக் கூடாது என்று மனப்பூர்வமாக விரும்பினேன். அதனால்தான் கருணாவை என்னிடமே வைத்துக்கொள்ள வேண்டுமென்ற விருப்பத்தை என்னுள்ளேயே புதைத்துவிட்டேன்.

வாழ்ந்து காட்டுவோம்

கட்சி கொடுப்பதை வாங்கிக் கொள்ளக்கூடாது என்ற என் முடிவைத் தெரிந்துகொண்ட நண்பர்கள், "அம்மாவின் பெயரிலும், உன் பெயரிலும் இருந்த நிலத்தை விற்று, அவர்களுடைய நிலத்துடன் வரங்கல் ஜில்லாவில் நிலம் வாங்கினான்அல்லவா? அந்த விளைச்சலில் கொஞ்சம் கொடுக்க வேண்டும் என்று கேள்" என்றார்கள்.

"பிறந்த வீட்டார் போட்ட நகையைச் சேர்ந்த பணம் தனக்கு வேண்டும் என்று சொன்ன சீதாராமய்யா பெற்றோர்கள் கொடுத்த நிலத்தின் விளைச்சலில் பங்கு கேட்டால் தருவாரா? அப்படித் தந்துவிட்டால் அவருக்கு வரும் வருமானத்தில் குழந்தைகளை வளர்க்கவும் படிக்க வைக்கவும் போதுமானதாக இருக்குமா? அப்படியானால் குழந்தைகளை அழைத்துப் போகச் சொல்லுவார். தந்தையைப் பார்க்காமல் குழந்தைகளால் இருக்க முடியுமா? வேண்டாத யோசனைகள் காரியத்திற்கு உதவாது" என்றாள் அம்மா.

எங்கள் குடும்பம் பிளவுபட்டது போலவே கட்சியும் இரண்டாகப் பிளந்துபோகும் சூழ்நிலை மேலும் நெருங்கிவிட்டது. வருத்தமாக இருந்தது. அழுதேன். ஒரு பக்கம் சுந்தரய்யா, மற்றொரு பக்கம் ராஜேஸ்வர ராவ்! இருவரையும் நேசிக்கும் என்னால் யாரை மறுக்க முடியும்? என் வேதனையை யாரிடம் சொல்ல முடியும்? அவர்களைவிட்டுப் பிரியப்போகும் வேதனை பொருளாதாரக் கஷ்டத்தைப்பற்றி யோசிக்கும் சக்தியை இழக்கச்செய்துவிட்டது. வீட்டில் இரண்டு அறைகளை வாடகைக்குக் கொடுத்துவிட்டு நானும் அம்மாவும் ஒற்றை அறையில் தங்கிக்கொள்வதாக முடிவு செய்தோம். அம்மா கொல்லையில் காய்கறி மற்றும் பூக்களைப் பயிரிட்டு அவற்றை மார்க்கெட்டில் கொடுத்து அரிசி பருப்பு வாங்கிவரத் தொடங்கினாள்.

ஒருவேளை சாப்பிட்டும் மறுவேளை சாப்பிடாமலும் இருக்கும் எங்களிடம் அல்லாமல் கருணா தந்தையிடம் இருப்பதே நல்லது

ஆளற்ற பாலம்

என நினைத்தோம். ஆனால் சிலர் "கணவனை விட்டுவிட்டதோடு அல்லாமல் குழந்தைகளையும் விட்டுவிட்டாள்" என்று கேலி செய்தார்கள். மேலும் சிலர், 'அவளுக்கு'ச் சொத்து இருப்பதால் அவளுடைய சொத்தை வைத்துக்கொண்டு குழந்தைகளைப் படிக்கவைக்கத் திட்டமிட்டு அவர்களை அனுப்பிவிட்டதாகச் சொன்னவர்களும் இருக்கிறார்கள்.

"கோடேஸ்வரம்மா எப்படி வாழ்வாள் என்பதைவிட, குழந்தைகளை விட்டுவிட்டாள், சீதாராமய்யாவையும் விட்டு விட்டாள், இவளுக்கு உள்நோக்கம் ஏதாவது இருக்குமோ?" என்பதுபோல பேச்சுகளும் அடிபட்டதாகத் தெரியவந்தது. அதையெல்லாம் பொருட்படுத்த வேண்டாம் என்று ராஜம்மா சொன்னாள். கட்சியில் வேலை செய்தவர்கள் எல்லோரும் முழுவதுமாக மார்க்சிஸ்ட் கண்ணோட்டம் கொண்டவர்கள் இல்லை. நல்லவர்களும் இருக்கிறார்கள், மற்றவர்களும் இருக்கிறார்கள். சுந்தரய்யாவிடம் மார்க்சிஸ்ட் கொள்கையுடன், கருணையும் மனிதநேயமும் இருந்ததால்தான், அவர் பக்கம் சேர்ந்துவிட்டேன் போலும். எந்த மனிதனுக்கும் அவை மிக முக்கியம். இல்லாவிட்டால் ஆந்திர மகிளா சபா சுகுணாவுக்கு நான் என்னவாக வேண்டும்? துர்க்கா பாய் தேஷ்முக்கிற்கும் எனக்கும் என்ன உறவு? கணவன் அடித்தாலும் திட்டினாலும் குழந்தைகளுக்காக விழுந்துகிடக்கின்ற பெண்களுக்கிடையில், என்னைத் 'துப்புக்கெட்டவள்' என்றார்கள் சிலர். எல்லாம் இருப்பவர்களுக்கு அல்லல்படுபவர்கள் விநோதப்பொருளாகக் காட்சி தருவார்கள் என்று தோன்றியது. யார் என்ன சொன்னாலும், யார் என்ன நினைத்தாலும் ராஜம்மாவும் சூர்யாவதியும் என்னிடம் வந்து நலம் விசாரிப்பார்கள். அவர்கள்தான் கட்சியின் தீர்மானங்களை, பிரசுரங்களைக் கொடுத்துவிட்டுப் போவார்கள். கட்சியின் பிளவுக்குப் பிறகு அவர்களும் அழைக்கவில்லை. இவர்களும் அழைக்கவில்லை.

கட்சியில் இருப்பவர்களுக்கும் ஜாதி இருக்கிறது

தோழர்களுடன் பிரஜா நாட்டிய மண்டலி கலைஞர்களும் நடமாடிய வீடு, சீதாராமய்யா கிளம்பிப்போனதும் வெறிச்சோடி விட்டது. ஏழ்மையுடன் தனிமையும் என்னை வாட்டத் தொடங்கியது. ஒரே அறையில் அம்மாவும் நானும் தங்கிக்கொண்டு பொருளாதாரக் கஷ்டம் குறையும் என்று மீதி அறைகளை வாடகைக்குக் கொடுத்தோம். வாடகைக்கு இருந்தவர்கள் பெரிய மனதுடன் நடந்துகொண்டது மனதிற்குக் கொஞ்சம் சமாதானமாக இருந்தது. அவர்கள் நிறைய நாட்கள் இருந்தால் நன்றாக இருக்கும் என நினைத்தேன். ஆனால் வெளியூருக்கு

மாற்றப்பட்டதால் அந்தப் பெரியவர் வீட்டை காலி செய்துவிட்டுப் போய்விட்டார். காலியாக இருந்த வீட்டைப் பார்த்தவுடன் துக்கம் பொங்கிவந்தது. வேறு யாராவது வாடகைக்கு உடனே வந்தால் நன்றாக இருக்கும் என்று தோன்றியது. அம்மாவும் அக்கம்பக்கத்தாரிடம் வீடு காலியாக இருக்கும் விஷயத்தை ஒருமுறைக்கு இருமுறை சொல்லி வைத்தாள்.

சரியாக, அதே சமயத்தில் பத்திரிகை அலுவலகத்தில் வேலை பார்த்த சத்யமூர்த்தி (சிவசாகர்) குடிவாடாவிலிருந்து விஜயவாடாவுக்குக் குடித்தனத்தை மாற்ற எண்ணி வீடு தேடிக் கொண்டிருந்தார். எங்கள் வீடு காலியாக இருப்பது கேள்விப்பட்டு வந்தார்.

சத்யமூர்த்தி முற்போக்கு எண்ணங்கள் கொண்டவர் என்றும், கட்சியின் கொள்கைகளுக்கு நெருக்கமாக இருப்பவர் என்றும் தெரிந்து வீடு கொடுக்கச் சம்மதித்தேன். அவர் மனைவி மனெம்மா, மகன் சித்தார்த், தம்பி கேரியுடன் அவர் குடிவந்தார். அவர் கட்சி அலுவலகத்திற்குச் சென்றுவருவதையும், நண்பர்களுடன் வீட்டுக்கு வருவதையும் அக்கம்பக்கத்தார் பார்த்தார்கள்.

அவரைவிட உயர்ந்த குலத்தைச் சேர்ந்தவர்களென்று நினைத்துக்கொள்ளும் ஓரிருவர் என்னிடம் வந்தார்கள்.

"அவன் யாரென்று நினைத்தாய்? பள்ளத்தெருவில் இருக்க வேண்டியவன். நமக்கு நடுவில் வந்துவிட்டோம் என்று தைரியமாக, துணிச்சலுடன் வளைய வருகிறான். உங்க அம்மா வீட்டு விஷயம் சொன்னபோது நம்மைச் சேர்ந்தவர்களைக் குடிவைக்க வேண்டும் என்று நினைத்தோம். இந்த ஊரில் யாரும் அவனுக்கு வாடகைக்கு வீடு தரமாட்டார்கள் என்று தெரிந்து, வீடே சொத்தாக வாழும் நீ பத்து ரூபாய் வாடகையாக கொடுத்தால் சம்மதிப்பாய் என்று நினைத்திருப்பான். நீயும் பணத்தின் மீது இருக்கும் ஆசையினால்தான் கொடுத்திருப்பாய்" என்று ஒருவர் சொன்னார்.

"தீண்டத்தகாதவன் உன் வீட்டிலிருந்தால் நாளை முதல் நாங்கள் உன் வீட்டுக்கு வரமாட்டோம்."

"அவர்கள் நம்முடைய சுத்தம் சுகாதாரம் தாங்க முடியாமல் வீட்டைக் காலி செய்துவிட்டுப் போய்விட்டால், பிறகுஅந்த இடத்திற்கு நம்மைச் சேர்ந்தவர்கள் யாரும் வர மாட்டார்கள்" என்றார் இன்னொருவர். இப்படி ஈட்டியைப் போன்ற வார்த்தைகளை வீசிவிட்டுப் போய்விட்டார்கள்.

“இது என் வீடு. என் இஷ்டம். நீங்கள் யார் என்னைக் கேட்பதற்கு?” என்று என்னால் கேட்க முடியவில்லை. சத்திய மூர்த்தியின் காதில் விழுந்திருக்குமோ என்று வருத்தப்பட்டேன். கணவரால் கைவிடப்பட்டவள் என்பதால் இளக்காரமாய்ப் பேசுகிறார்களோ என்று தோன்றியது. அவர்கள் பேசிய சமயத்தில் அம்மாவோ, மனெம்மாவோ அங்கே இல்லாததை நினைத்து சந்தோஷப்பட்டேன். அவர்களுக்குப் பதில் சொல்ல முடியாத இயலாமைக்கு வருந்தி, திசை தெரியாமல் ராஜம்மாவிடம் போனேன்.

“தாசரி நாகபூஷணம் பரிபூர்ணாவையும், சேஷாரத்தினம் திருப்பதியையும் (ஜோன்னபாடுவைச் சேர்ந்த இளைஞன்) திருமணம் செய்துகொண்டார்கள். ஆனாலும், நம்மவர்களுக்கு இன்னும் ஜாதியைப் பற்றிய உணர்வுகள் போகவில்லை. அது எவ்வளவு பலமாக வேரூன்றி விட்டிருக்கிறதென்று யோசித்துப் பார்” என்றாள் ராஜம்மா.

“சத்யமூர்த்தி நல்லிதயம் படைத்தவர். சமத்துவவாதி. விவரம் தெரிந்தவர். இது போன்றவற்றைப் பொருட்படுத்த மாட்டார். அவர் உங்கள் வீட்டில் இருப்பது அவருக்கும், உனக்கும் நல்லது” என்றும் சொன்னாள். குண்டூரில் ஒரு பிராமண இளைஞனுக்கு சமுதாயம் எப்படித் தொல்லை கொடுத்தது, கட்சியில் இருக்கும் இளைஞர்கள் எப்படி அவருக்குப் பாதுகாப்பு அளித்துப் படிப்பதற்கு உதவி செய்தார்கள் என்றெல்லாம் சொன்னாள். சத்தியமூர்த்தியும் அதேபோல் உயர்ந்துவிடுவான் என்றும் சொன்னாள்.

எங்களுடைய உரையாடலைக் கேட்ட ராஜம்மாவின் கணவர் மோகன்ராவ், “ஹிந்து மூடாச்சாரங்களை நீக்க வேண்டும் என்று எவ்வளவு முயற்சி செய்தாலும் நம்மில் சில தங்கிக்கொண்டுதான் இருக்கின்றன. சத்யமூர்த்தி உங்கள் வீட்டில் இருப்பது தெரிந்து சந்தோஷமடைந்தேன். அவர் விசாலாந்திராவில் வேலை பார்ப்பதற்காக விருப்பப்பட்டு விஜயவாடா வந்திருக்கிறார். இன்றைய விசாலாந்திரா பார்த்தீர்களா?” என்று தன் கையிலிருந்த பேப்பரை என்னிடம் கொடுத்தார். “அம்மா உனக்காகக் காத்திருப்பாள். நீ வீட்டுக்குப் போ” என்றாள் ராஜம்மா.

ஆந்திர மகிளா சபா – படிப்பு – இலக்கியம்

மோகன்ராவ் விசாலாந்திராவில் வேலைபார்த்து வந்தார். அவர், துர்காபாய் உருவாக்கிய ஆந்திர மகிளா சபாவில் கணவரால் கைவிடப்பட்ட பெண்களையும் விதவைகளையும்

மெட்ரிக்வரையில் இலவசமாகப் படிக்கவைத்துப் பயிற்சிக்கு அனுப்பிவைக்கிறார்கள் என்று விசாலாந்திராவில் வந்த அறிவிப்பைக் காண்பித்தார். ஆந்திர மகிளா சபாவுக்கு நான் போவதாகச் சொன்னதும் அவரே விண்ணப்பப் படிவத்தை வரவழைத்துக் கையெழுத்து வாங்கி இடம் கிடைப்பதற்கான முயற்சிகளைச் செய்தார்.

"கருணா தாயைவிட்டு தந்தையிடம் சென்றுவிட்டாள். நீ என்னைவிட்டு ஆந்திர மகிளா சபாவுக்குப் போகப்போகிறாயா?" என்று அழுதாள் அம்மா. சிறுவயதில் நான் பள்ளிக்குப் போவதை நிறுத்திவிட்டதை நினைவுகூர்ந்தாள்.

வேறுவழி என்ன இருக்கிறது எனக்கு? கண்ணீரை அடக்கிக்கொண்டு ஹைதராபாதில் ஆந்திர மகிளா சபாவுக்குப் போனேன். என்னைப் போன்று இருபது பெண்கள் ஹாஸ்டலில் இருந்தார்கள். இயக்கத்தில் இறங்கிய பிறகுதானே துர்காபாய் கல்வி கற்றாள். அந்த அனுபவத்தினால்தானே பெண்கள் கல்வி கற்றுப் பொருளாதாரச் சுதந்திரத்தை அடைய வேண்டும் என்று சொன்னாள். அதற்காகத்தானே முதியோர் கல்வி மையங்கள் உருவாக்கப்பட்டன என்று நினைத்துக்கொண்டேன்.

அங்கே இருந்த பெண்களில் நானும் ஒருத்தியாகிவிட்டேன் என்று வருத்தப்பட்டுக்கொண்டே ராஜம்மாவுக்குக் கடிதம் எழுதினேன். ராஜம்மா கடிதத்தைக் கண்ணீருடன் படிப்பது அவளுடைய மாமனார் (தாபி தர்மா ராவ்) கண்ணில் பட்டதாம். எங்கிருந்து வந்திருக்கிறது என்று அவர் கேட்க, கடிதத்தைக் கொடுத்திருக்கிறாள். அவர் அதைப் படித்துவிட்டு, இதை ஒரு கதையாக எழுதினால் நன்றாக இருக்கும் என்றும், பின்னால் அவளுக்கே கதையெழுத விருப்பம் ஏற்படும் என்றும் சொன்னாராம். இதை ராஜம்மா எனக்கு எழுதிய கடிதத்தில் தெரிவித்தாள். மகிளா சபாவில் சேர்க்கும்போது சுந்தரய்யா வீட்டில் இருக்கும் பாஸ்கர ராவை லோகல் கார்டியன் ஆகக் குறிப்பிட்டிருந்தார்கள். நீலம் ராஜசேகர ரெட்டியின் மனைவி, தரிமேள்ள நாக ரெட்டியின் தங்கை லீலா இவர்கள் எல்லோரும் வந்துபோவார்கள்.

ஓரிரு வருடங்களில் குழந்தைகள் வந்துவிடுவார்கள் என்ற எதிர்பார்ப்புதான் இருந்து வந்தது. எத்தனை நாட்கள் இந்த வாழ்க்கை? "பத்தாம் வகுப்பு தேர்ச்சி பெற்று, ஆசிரியர் பயிற்சிக்குப் போகவேண்டும். உன் கால்களில் நீ நின்றால்தான் குழந்தைகளுக்கு உறுதுணையாக இருக்க முடியும். நீ சாகக் கூடாது. வாழ வேண்டும்" என்று சொல்லுவார்கள்.

அம்மா சொன்ன கதை

ராஜம்மாவுக்கு எழுதிய கடிதத்தைக் கதையாக எழுதி ஆந்திரப்பிரபா பத்திரிகைக்கு அனுப்பிவைத்தேன். வித்வான் விசுவம் நன்றாக இருக்கிறதென்று வெளியிட்டார். கோடேஸ்வரம்மாவால் நன்றாகக் கதைகள் எழுத முடியும், எழுதட்டும் என்று ராஜம்மாவின் மூலம் தகவல் அனுப்பினார். பத்து ரூபாய் சன்மானமும் அனுப்பிவைத்தார். அன்று நான் இருந்த நிலைமையில் அந்தப் பத்து ரூபாய் எனக்கு ஆயிரம் ரூபாயாகத் தோன்றியது எவ்வளவு சந்தோஷமாக இருந்ததெனச் சொல்ல முடியாது. அந்தச் சந்தோஷத்தில், "என்ன எழுதட்டும்?" என்று இன்னொரு கதையை எழுதினேன். அதை *அப்யுதயா* பிரசுரித்தார்கள். என்னில் உற்சாகம் பொங்கி வந்தது. ஆனால் எழுதிக்கொண்டே உட்கார்ந்துவிட்டால் படிக்க முடியாதோ, வந்த வேலை முடியாதோ என்று மனதை அந்தப் பக்கம் திருப்பினேன். படிப்பில் கவனத்தைச் செலுத்தினேன். என்னுடன் இருந்த பெண்கள் என்னை அக்கா என்று விளித்து வந்தார்கள். அவர்களுடைய வேதனைகளை என்னிடம் பகிர்ந்துகொள்வார்கள். ஆந்திரமகிளா சபாவின் தலைவி சுகுணாமணியும் என்னிடம் பிரியமாக இருந்துவந்தாள். அரசாங்கம் கொடுக்கும் உபகாரச் சம்பளம் ஹாஸ்டல் கட்டணத்திற்குச் சரியாக இருந்தது. இதர செலவுகளுக்குத் திண்டாட்டமாக இருந்தது. நண்பர்கள் உதவி செய்தாலும் பெற்றுக்கொள்ளக்கூடாது என்று நினைத்தேன்.

ஒருமுறை என்னைப் பார்க்க வந்த கம்பம்பாடி சத்யநாராயணா பத்து ரூபாய் கொடுக்கப்போனார். வேண்டாமென்று மறுத்தேன். என் சொந்தக் கால்களில் நிற்க உதவிசெய்யச் சொன்னேன். "நல்ல முடிவுதான் எடுத்திருக்கிறாய். நம் ஆட்கள் கோடேஸ்வரம்மாவுக்கு பத்து ரூபாய் கொடுத்துவிட்டு நூறு கொடுத்ததாகப் பிரச்சாரம் செய்துகொள்ளும் விதமாக மாறிக்கொண்டு இருக்கிறார்கள்" என்று சொன்னார். யார் கொடுத்தாலும் பெற்றுக்கொள்ள வேண்டாம் என்றும் சொன்னார். அவருடைய அறிவுரையைக் கடைப்பிடிக்க எண்ணினேன்.

ஆந்திரமகிளா சபாவின் நிகழ்ச்சிகளுக்கு ரேடியோ அண்ணாவும் அக்காவும் வருவார்கள். சுகுணாமணி என்னை அவர்களுக்கு அறிமுகப்படுத்தி வைத்தாள். அவர்கள் மூலமாக எனக்கு ரேடியோ நாடகங்களில் பங்கெடுக்க வாய்ப்பு கிடைத்தது. சிறிய நாடகமாய் இருந்தால் பதினைந்தும், முழுநீள நாடகமாய் இருந்தால் நாற்பது ரூபாயும் கிடைத்தன. நிகழ்ச்சி முடிந்ததுமே காசோலையைக் கையில் தந்துவிடுவார்கள். அதைப் பார்த்ததும் நம்மாலும் வாழமுடியும் என்ற நம்பிக்கை வந்தது.

அப்பொழுது கோபிசந்த் அகில இந்திய வானொலியில் வேலைபார்த்து வந்தார். "பத்தாம் வகுப்பு முடிந்ததுமே உன்னைச் சின்ன அக்காவாக ரேடியோவில் எடுத்துக்கொள்கிறேன்" என்று சொல்லுவார். அவர்கூட கட்சியின் கண்ணோட்டத்தைவிட, மனிதநேயத்துடன் விளங்கி வந்தார். சாரதா ஸ்ரீனிவாசனும் என்னிடம் நன்றாகப் பழகுவாள். அவளுடைய அக்காவும் சகஜமாகப் பழகுவாள். அவள் என்னைப் பிராமணப்பெண் என்று நினைத்துவிட்டாள் போலும். சிலசமயம், "நம் பிராமணர்கள் இருக்கிறார்கள் இல்லையா" என்று என்னையும் சேர்த்து வேடிக்கையாகப் பேசிக்கொண்டிருப்பாள். சில சமயம் நானும் சங்கடமான நிலைமையில் மாட்டிக்கொள்வேன். அந்தச் சூழ்நிலையில் நான் பிராமணப் பெண் இல்லை என்று சொல்லவும் முடியவில்லை; ஆமாம் என்று சொல்லவும் முடியவில்லை. பதினைந்தும் இருபதுமாக வரும் அந்த நிகழ்ச்சிகள் எங்கே கையைவிட்டுப் போய்விடுமோ என்று கண்களை மட்டும் விரித்து மௌனமாகப் பார்த்துக்கொண்டிருப்பேன். அந்த நாட்களில் அந்த ரூபாய் எனக்குப் பெரும் உறுதுணை! அந்த வயதில் விவசாயக்கூலியாக என்னால் வேலை பார்க்கவும் முடியாதல்லவா? சிலசமயம் நம்மையும் மீறிச் சில விஷயங்கள் நடந்துவிடும். கடந்த காலத்தில் சத்யமூர்த்தி விஷயத்தில்கூட அதுபோல் திடமாகப் பதில்சொல்ல முடியவில்லை. "இது என் வீடு. பறையனுக்குக் கொடுப்பதோ, பள்ளனுக்குக் கொடுப்பதோ என் இஷ்டம்" என்று அழுத்தமாகச் சொல்ல முடியவில்லை. எனக்கு ஜாதி பேதம் கிடையாது. ஆனால் வேற்று மனிதர்கள் வீட்டுக்கு வந்து அப்படிக் கத்தியபோது வாயில் வார்த்தை வராமல் போய்விட்டது.

ஆந்திரமகிளா சபாவில் நான்கைந்து வருடங்கள் இருந்தேன். வகுப்புகள் இல்லாவிட்டாலும் சும்மா இருக்க மாட்டேன். ராஜம்மா வந்துபோவாள். ஹைதராபாத்திலேயே இருந்த தாபி தர்மா ராவ், சனி ஞாயிறுகளில் அவர்கள் வீட்டுக்கு அழைத்துப் போவார். அவர் மனைவி அன்பாக நடத்தி வந்தாள். அந்தச் சமயத்தில் கட்சி முழுவதுமாகப் பிரிந்துவிட்டது. சைனாவுடன் போர், அதனைத் தொடர்ந்து ரகளைகள் நடந்தன. அப்பொழுது சி.பி.எம். கட்சியில் இருந்த எல்லோரையும் சிறையில் வைத்தார்கள். ராஜசேகர் ரெட்டி சிறையில் இருந்தவர்களுக்கு வேண்டிய துணிமணி, பொருட்களை எடுத்துச்செல்வார். அந்த வேலையாக நான் எப்பொழுதாவது எம்.எல்.ஏ. குவார்டர்ஸ்க்குப் போனால், சி.பி.எம்.காரர்கள் யாருமே என்னிடம் முகம்கொடுத்துப் பேச மாட்டார்கள். திமிராக நடந்துகொள்வார்கள். சாவித்திரி, "இந்த வேண்டாத வேலை உனக்கு எதுக்கு? நீ சி.பி.ஐ.யும் இல்லை.

சி.பி.எம்.மும் இல்லை. என்றைக்காவது அவர்களே மாறுவார்கள்" என்று எனக்குத் தைரியம் சொல்லிவந்தாள்.

ரேடியோ நிகழ்ச்சிகள் மூலமாக வருவதில் என் செலவுகள் போக மீதமிருந்த பணத்தில் கருணாவுக்கு ஏதாவது வாங்குவேன்.

சீதாராமய்யா வீட்டைவிட்டுப் போகும்போது எனக்கு வயது முப்பதோ முப்பத்து நான்கோ இருக்கும். ஆந்திர மகிளா சபாவில் சேரும்போது முப்பத்தாறு இருக்குமோ என்னவோ. எப்படி வாழ்ந்தேன், எப்படி நிலைதடுமாறாமல் சமாளித்தேன்... இப்போது நினைத்துப் பார்த்தாலும் வியப்பாக இருக்கிறது.

கதைக்கு முதல் பரிசு

ஒருமுறை ஹைதராபாத்தில் ஒரு நிறுவனம் மாணவர்களுக்காக கட்டுரை மற்றும் கதைப் போட்டி வைத்திருந்தது. அந்தச் சந்தர்ப்பத்தில் எல்லாவற்றிலும் பாஸ் மார்க் வருவதாகவும், ஆனால் வாழ்க்கைப் பரீட்சையில் தோல்வி அடைந்துவிட்டேன் என்ற கருத்துடன் ஒரு கதை எழுதினேன். அந்தக் கதைக்கு முதல் பரிசு கிடைத்தது. 'இது குற்றம் என்று சொல்கிறீர்களா?' என்று ஒரு பாடலையும் எழுதினேன். அதற்கு இரண்டாவது பரிசு கிடைத்தது. மேடையேறி ஆருத்ரா, தாபி தர்மா ராவ் போன்றவர்களிடமிருந்து பரிசை வாங்கும்போது ஜோஸ்யபட்ல சுப்பம்மா, (மாநில பெண்கள் செயல்பாடு கமிட்டி மெம்பர், என்னுடைய சிநேகிதி, ஜெயிலில் ஒன்றாகச் சேர்ந்து இருந்தவள்) வந்து என்னை அணைத்துக்கொண்டு அழுதுவிட்டாள். "உனக்கு நியாயம் கிடைக்கும்படியாக எங்களால் செய்ய முடியவில்லை. உன் வாழ்க்கையை நீ வாழ்ந்து வருகிறாய். இங்கே வந்துகூட நம் கட்சியின் மதிப்பை நிலைநாட்டுகிறாய்" என்றாள். "எங்கள் கோடேஸ்வரம்மாவாக்கும்" என்று சொன்ன சுகுணாவிடம் "எங்கள் கோடேஸ்வரம்மாதான். உங்கள் கோடேஸ்வரம்மா இல்லை. அவளைக் காப்பாற்றிக்கொள்ளத் தெரியாமல் அவளை உங்களுடையவளாக்கி விட்டோம்" என்றாள். கட்சியைச் சேர்ந்தவள் என்று தெரிந்தால் மகிளா சபாக்காரர்கள் சரியாகக் கவனிக்க மாட்டார்களோ என்று கண்ணீரைத் துடைத்துக் கொண்டே, "உங்கள் கோடேஸ்வரம்மாதான். சும்மா சொன்னேன்" என்றாள்.

எனக்குத் தெலுங்கு நன்றாகத் தெரியும்; வரலாறும், கணிதமும் ஆங்கிலமும் கடினமாக இருந்தன. எனக்குத் தெரிந்தவற்றை மற்ற மாணவிகளுக்குச் சொல்லிக் கொடுப்பேன். அவர்கள் "தெலுங்கு, வரலாறு பாடங்கள் டீச்சரைவிட நீ

சொன்னால்தான் நன்றாகப் புரிகிறது அக்கா" என்பார்கள். "ரேடியோ நிகழ்ச்சிக்குச் சென்றால், அக்கா நமக்கு ஏதாவது வாங்கி வருவாள்" என்றும் சொல்லுவார்கள். நிகழ்ச்சி முடிந்ததும், அங்கே அன்னபூர்ணா கபேயில் ஏதாவது வாங்கி ஹாஸ்டலில் எல்லோருக்கும் கொடுப்பேன். தேதிகள் நினைவில்லை. 1960, 1961 வருடங்கள் என்று நினைக்கிறேன்.

ஆந்திர மகிளா சபாவில் நான் சேர்ந்தபோது குழந்தைகள், கணவனை விட்டுவிட்டாள் என்று சொன்னவர்கள் இருக்கிறார்கள். ஐயோ பாவம்! சொத்து முழுவதையும் கொடுத்துவிட்டு, இயக்கத்தில் ஈடுபட்டு, அநாதையாய் ஆந்திர மகிளா சபாவில் படித்துவருகிறாள் என்று சொன்னவர்களும் இருக்கிறார்கள். என் நிலைமை மாறியபோதும் இயக்கத்தின் உந்துதல் குறையவில்லை. அடிக்கடி குழந்தைகள் நினைவுக்கு வருவார்கள். பைத்தியம் போல் வாழ்ந்துகொண்டிருக்கிறேனோ என்று துக்கம் பொங்கிவரும். அதை மறப்பதற்காக அங்கிருக்கும் பெண்களுடன் முடிந்தவரையில் சேர்ந்தே இருந்தேன்.

ஆந்திர மகிளா சபாவில் ஆகஸ்ட் 15, ஜனவரி 26 விழாக்களைக் கொண்டாடுவார்கள். அவற்றில் நான் பங்கெடுத்துப் பாடுவேன். அப்படிப் பாடும்போது ரேடியோ அக்கா, அண்ணா ஆகிய காமேஸ்வரம்மாவும் நியாயபதி ராகவ ராவும் வந்திருக்கிறார்கள்.

அக்கா என்னிடம் ரேடியோ நாடகத்தில் நடிக்க விருப்பமா என்று கேட்டாள். முதல் நாடகத்தின் பெயர் நினைவு இல்லை. அதில் ராஜா புரட்சிக்கு எதிராக இருப்பார். மனைவி அனுகூலமாக இருப்பாள். அந்தப் பாத்திரத்தை எனக்குக் கொடுத்தார்கள். வாழ்க்கை அனுபவத்தினாலும், பிரஜா நாட்டிய மண்டலி அனுபவத்தினாலும் ஏற்ற இறக்கங்களுடன் நன்றாகச் செய்தாய் என்று எல்லோரும் பாராட்டினார்கள். பதினைந்து ரூபாய் சம்பளம் கொடுத்தார்கள். அந்தக் காலத்தில் அது மிகவும் பெரிய தொகை. அக்கா என்னை அழைத்து, "நீ நன்றாகச் செய்தாய். உன்னைப்பற்றி சுகுணா சொல்லியிருக்கிறாள். அவ்வப்பொழுது நிகழ்ச்சிகள் கொடுத்து வா" என்று சொன்னாள். கட்சிக்கு வெளியில்கூட நல்லவர்கள் இருக்கிறார்கள் என்று புரிந்தது; நாட்டுப்பற்றுடன் பணிபுரிந்த துர்காபாய் போன்றவர்கள் எத்தனையோ பேர்.

அவள் ஒரு கூட்டத்தில், "நாற்பது வயதில் நான் திருமணம் செய்துகொண்டேன். அந்தத் திருமணம் என் சுயநலத்திற்காக இல்லை, சமுதாயச் சேவைக்காக. பெண்களுக்காக இன்னும் அதிகமாகப் பணிபுரிவதில் என் கணவரின் உறுதுணையும் இருக்கும்" என்று சொன்னாள்.

அந்தத் திருமணத்தில் அவள் தன்னுடைய தேவைகளுடன் மற்ற பெண்களின் தேவைகளையும் உணர்ந்திருக்கிறாள். மிகவும் உயர்ந்த பெண்மணி என்று தோன்றியது. அவளைப் பற்றி ஒரு 'புர்ர' கதையை எழுதி அந்த நன்றிகடனைத் தீர்த்துக்கொள்ள நினைத்தேன். இரண்டு பெண்களைக் கூடப் பாடுவதற்காக ஏற்பாடு செய்தபோது, அதில் ஒரு பெண் "கதைசொல்லியாக நான் இருந்தால்தான் பங்கு எடுத்துக்கொள்வேன்" என்று சொன்னாள். அதனால் அவளையே கதையைச் சொல்லவைத்து நான் கூடப் பாடுபவளாக இருந்து கதையைச் சொன்னோம். நன்றாக இருப்பதாக எல்லோரும் சொன்னார்கள். ரேடியோ அக்கா சொன்னதன் பெயரில் ஒருநாள் கண்காட்சி அரங்கில் எங்களைப் 'புர்ர' கதையைச் சொல்ல வைத்தார்கள். அது அரசாங்கம் நடத்தும் நிகழ்ச்சி. அந்த வருடம் அரசாங்கம் பதிப்பித்த டைரியில் எங்கள் புகைப்படமும் வெளியாயிற்று. வந்த பணத்தை ஹாஸ்டலில் குழந்தைகளுக்குப் பகிர்ந்து கொடுத்தேன். அப்பொழுது ஹாஸ்டலில் எட்டுபேர் இருந்து வந்தோம். சில 'டே ஸ்காலர்'களும் இருந்தார்கள். எல்லோரையும் சேர்த்தாலும் இருபதுபேருக்குமேல் இருக்காது. ஆந்திர மகிளா சபா அப்பொழுது பர்கத்புராவில் இருந்துவந்தது. சொந்தக் கட்டிடம் இல்லை. வாடகைக்கு எடுத்துக் கொண்டிருந்தார்கள். அருகிலேயே நீலம் ராஜசேகர ரெட்டியின் குடும்பம் இருந்து வந்தது. "நம் வீட்டுப் பெண்" என்று சனி, ஞாயிறுகளில் தம் வீட்டுக்கு அழைத்துப்போவார்.

ரேடியோ நாடகங்களில் வாய்ப்புகள் நிறையவே வந்தன. யாராவது வரவில்லை என்றால் அந்த வாய்ப்பினை எனக்கே தந்துகொண்டிருந்தார்கள். அந்த நாடகங்களின் பெயர்கள் சரியாக நினைவு இல்லை. சில நாடகங்கள் பதினைந்து இருபது நிமிஷங்கள் இருக்கும். பெரிய நிகழ்ச்சி என்றால் ஒரு மணி நேரம் இருக்கும்.

ஹைதராபாதில் எம்.எல்.ஏ. குவார்டர்ஸில் ஏதாவது நிகழ்ச்சிகள் நடந்தால் லீலா அக்கா என்னை அழைப்பாள். "புர்ர கதை சொல்லு. நம் பாடல்களைப் பாடு" என்பாள். அதுபோல் ஆந்திர மகிளா சபாவில் இருக்கும்போது இயக்கத்தில் நான் நேரடியாகப் பங்கெடுத்துக் கொள்ளாவிட்டாலும் இயக்கத்தின் உந்துதல் என்னுள் மடிந்துவிடவில்லை.

விடுமுறையில் விஜயவாடா போவேன். கருணாவும் வருவாள். சந்து சென்னையிலிருந்து தந்தையிடம் போனானோ இல்லையோ தெரியாது. தந்தை போகவேண்டாமென்று மறுத்தாரோ என்னவோ, அவன் மட்டும் வந்தது இல்லை.

கருணாவைப் பார்ப்பதுபோல் சந்துரவையும் பார்க்க முடிந்தால் நன்றாக இருக்குமெனத் தோன்றும். சந்துரவையும் கருணாவையும் பற்றி நான் கண்ட கனவுகள் பொய்த்துப் போகக்கூடாது என்று நித்தியமும் வேண்டிவந்தேன்.

சில நாட்கள் கழித்து சந்துரவால் சென்னையில் இருக்க முடியாமல், படிக்கவும் முடியாமல் சீதாராமய்யாவிடம் திரும்பி வந்துவிட்டான் என்று தெரியவந்தது. சீதாராமய்யாவுடன் தங்கி இருந்தவளுக்கும் சந்துரவுக்கும் இடையே சண்டை வந்துவிட்டதால், சந்துரு ரீஜனல் இஞ்சினியரிங் கல்லூரி ஹாஸ்டலில் தங்கிப் படித்துக்கொண்டு இருப்பதாக அவனுடைய நண்பர்கள் தெரிவித்தார்கள். தாயை விட்டுப்பிரிந்தது போல் சந்துரு தந்தையைவிட்டும் பிரிந்துவிட்டானோ என்று பயமாக இருந்தது. சில நாட்கள் கழித்து சத்யமூர்த்தி, சந்துரவைத் தங்கள் வீட்டுக்கு அழைத்துப்போனதாகத் தெரிந்தது. அப்பொழுது சத்யமூர்த்தி வரங்கலில் ஆசிரியராக இருந்து வந்தார். என் இதயத்தில் ஆறிவிட்டதாக நினைத்திருந்த காயம் திரும்பவும் கிளறப்பட்டதுபோல் இருந்தது.

அந்தச் சமயத்தில் ஜொன்னபாடுவிலிருந்து சீதாராமய்யாவின் உறவினர்கள் சிலர்அதிலாபாத் லக்ஸட்டிப் பேட்டையில் நிலத்தை வாங்கினார்கள். கனபுரம் நிலத்தை விற்று ஜன்னாரத்தில் நிலத்தை வாங்கி என் மாமனார், மாமியாரையும் லக்ஸட்டிப் பேட்டையில் குடிவைத்திருக்கிறார் சீதாராமய்யா.

"அருகில் அண்ணனும் இல்லாமல், அப்பாவைப் பெற்ற பாட்டியும் இல்லாமல் அந்த வீட்டில் கருணாவால் இருக்க முடியுமா?" என்று நினைத்தேன். அங்கே இருக்கவும் முடியாமல், தன் வேதனையை யாரிடமும் சொல்லவும் முடியாமல் வருத்தப்படுவாளோ என்று தோன்றினாலும், அழைத்துவர முடியாத இயலாமைக்கு வருந்தினேன். சந்துரவுக்கு மட்டும் என்னிடமிருந்த நகைகளை அடகு வைத்துப் பணத்தை அனுப்பி வைத்தேன். வரங்கலில் சத்தியமூர்த்தியின் குடும்பம் சந்துரவுக்கு உறுதுணையாக இருந்தது.

கருணாவின் திருமணம்

'கடெம் ப்ராஜெக்ட்' நீர்ப்பாசனத் திட்டத்தின் தோல்வியால் சீதாராமய்யாவின் நிலத்தில் விளைச்சல் நன்றாக இருக்கவில்லை. விளைந்ததும் சரியாகக் கைக்கு வரவில்லை. இதனால் வீட்டை நிர்வாகம் செய்ய முடியாமல் சீதாராமய்யா காஜிபேட்டையில் பாத்திமா பள்ளியில் ஆசிரியராக வேலைபார்த்து வருவதாகத் தெரியவந்தது.

கிருஷ்ணா, குண்டூர் ஜில்லாவிலிருந்து படிப்பதற்காகச் சில இளைஞர்கள் வரங்கல் சென்று இருந்தார்கள். அவர்களில் சிலர் சீதாராமய்யாவிடம் இருந்த பிரியத்தினால் அவர் வீட்டுக்குபோய், அவருடைய அனுபவங்களைப்பற்றியும் அரசியலைப்பற்றியும் பேசிக்கொண்டிருப்பார்களாம். வீட்டின் நிலைமையை நெருக்கமாகப் பார்த்த அவர்கள், "கருணா இந்த வீட்டில் இருந்துகொண்டு மருத்துவப்படிப்பை முடிக்க முடியுமா?" என்று நினைத்து வந்தார்களாம். கருணாவின் வகுப்புத் தோழன் காவூரி ரமேஷ்பாபு அந்த இளைஞர்களில் ஒருவன். திடீரென்று ஒரு நாள், சீதாராமய்யாவிடம் "உங்களுக்குச் சம்மதம் என்றால் கருணாவைத் திருமணம் செய்துகொள்கிறேன்" என்றானாம்.

"கருணாவையே கேட்டால் நன்றாக இருக்கும்" என்றாராம் சீதாராமய்யா.

"எங்க அப்பாவிடம் மட்டுமே இல்லை. அம்மாவையும் ஒரு வார்த்தை கேட்டுவிட்டு முடிவு செய்வது நல்லது" என்று கருணா ரமேஷிடம் சொன்னாளாம்.

இந்த விஷயத்தை ஒரு காம்ரேட் என்னிடம் சொன்னபோது, சந்தோஷத்துடன் ஏதோ இனம் தெரியாத பயமும் வேதனையும் என் உள்ளத்தில் பரவியது.

கவுன் அணிந்துகொண்டு ஆட்டம் போட்டுக்கொண்டு பள்ளிக்குச் சென்ற கருணா நினைவுக்கு வந்தாள். தாவணி அணிந்து வரங்கலுக்குச் சென்ற சிறுமி நினைவுக்கு வந்தாள். புடவைகூட சரியாகக் கட்டத்தெரியாத கருணாவுக்குத் திருமணமா? திருமணம் முடிந்து குழந்தைகள் பிறந்துவிட்டால் மேற்கொண்டு படிக்க முடியுமா? எண்ணங்கள் என்னைச் சூழ்ந்து கொண்டன. கருணா, ரமேஷ் திருமண விஷயம் சுந்தரய்யா, ராஜேஸ்வர ராவ் போன்ற பெரியவர்களுக்கும் தெரியவந்தது.

"அதற்குள் கருணாவுக்குத் திருமணமா? படிப்பு முடிந்தபிறகு செய்துவிடலாம். இவன் காத்திருந்தால் சரி. இல்லை என்றால் நம்மவர்களில் மருத்துவம் படிக்கிறவர்கள் நிறையப் பேர் இருக்கிறார்கள். கருணாவை மணம்புரிபவன் கிடைக்காமல் போக மாட்டான்" என்றாராம் சுந்தரய்யா.

ஆனால் கருணாவின் திருமணம் ரமேஷுடன் நடப்பது நல்லது என்றாராம் ராஜேஸ்வர ராவ். "ரமேஷ், ராவி துர்காராவின் மருமகன். கட்சிக்காக உயிரையும் கொடுக்கும் அபிமானியிடம் வளர்ந்தவன். கருணாவுக்குத் திருமணம் முடிந்து குழந்தைகள் பிறந்துவிட்டால் படிப்பு என்னாகும் என்ற கவலை தேவை இல்லை. அவர்கள் பணம் படைத்தவர்கள். கருணா டாக்டர்

ஆகவில்லை என்றாலும் பிரச்சினை எதுவும் இல்லை. கருணா அந்த வீட்டிலிருந்து வெளியேறுவது நல்லது" என்றாராம் அவர்.

மானிகொண்ட சூர்யாவதி இந்த விஷயங்களை என்னிடம் சொல்லிவிட்டு, "சுந்தரய்யா பழங்காலத்து ஆசாமி. அவர் அப்படித்தான் சொல்லுவார். இந்தக் காலத்தில் கட்சியில் இருக்கும் இளைஞர்கள்கூட வரதட்சிணை, சீர் வரிசை எதிர்பார்க்கிறார்கள். ரமேஷ் விரும்பி கருணாவைக் கேட்கிறான். நாம் சம்மதம் சொல்லிவிடுவோம்" என்றாள்.

விடுமுறையில் கருணாவும் ரமேஷும் திருமணச்செய்தியை என்னிடம் சொல்ல விஜயவாடாவுக்கு வந்தார்கள். அம்மா என்னை உள்ளே அழைத்து அவர்களின் திருமணத்திற்குச் சம்மதம் தெரிவிக்கச் சொன்னாள். கண்ணீர் விடவேண்டாம் என்று அறிவுரை வழங்கினாள்.

என் திருமணம் முடிவு செய்யப்பட்ட நாட்கள், திருமணம் நடந்தமுறை எல்லாம் நினைவுக்கு வந்தன. கருணாவின் திருமணம் தந்தையின் முன்னிலையில் மாணவர்களுக்கு நடுவில் நடைபெறும் என்று நினைத்தேன். எங்கே நடந்தாலும், எப்படி நடந்தாலும் கருணா சந்தோஷமாக, நிம்மதியாக வாழ்ந்தால் போதும் என்று அம்மாவும் நானும் நினைத்தோம்.

திருமணத்தேதி முடிவான பிறகு கருணா எனக்கு எழுதினாள். ஆனால் சீதாராமய்யா என்னை வரச்சொல்லித் தகவல் அனுப்பவில்லை. அழைப்பிதழையும்அனுப்பவில்லை. ஒருக்கால் திருமணத்திற்கு 'அவள்' வருவாளாய் இருக்கும். அதனால்தான் என்னிடம் சொல்லவில்லை என்று நினைத்தேன். லீலா அக்காவும் சாவித்திரியும் என்னை வருத்தப்பட வேண்டாம் என்றும், தாயாரின் ஆசிகள்தான் உயர்ந்தது என்றும் சொன்னார்கள். கருணாவுக்குப் பட்டுப்புடவை ஒன்று வாங்கிச்செல்வோம் என்று சொன்னார்கள். ஆனால் எனக்கு எந்தவிதமான அழைப்பும் இல்லாததால், அவர்களே வேண்டாமென்று சொல்லிவிட்டார்கள். கோபத்தில், ஆத்திரத்தில் எல்லோரும் 'அவளை'த் திட்டினாலும் நான் என்றுமே கடிந்துகொண்டதில்லை. இறுதியில், ஒரு நண்பன் மூலமாக, கருணாவுக்கு காஷ்மீர் பட்டுப்புடவை, ரமேஷுக்கு சால்வை மற்றும் சென்ட் பாட்டிலுடன் என் ஆசிகளையும் எழுதி அனுப்பிவைத்தேன்.

மாணவர்களின் முன்னிலையில் 1962 டிசம்பர்மாதம் முற்போக்குக் கவிஞர் காளோஜி நாராயண ராவ் தலைமையில் வரங்கல்லில் திருமணம் நடைபெற்றதாகவும், புதுமணத் தம்பதிகள் வேறு வீடு எடுத்துக்கொண்டு குடும்பத்தைத் தொடங்கியதாகவும்

கேள்விப்பட்டேன். நானும் அம்மாவும் நிம்மதியாக மூச்சு விட்டோம்.

நான் மெட்ரிக் பரீட்சை எழுதி முடித்து ஹைதராபாத்திலிருந்து என் வீட்டிற்குப் போய்க்கொண்டிருப்பது தெரிந்து ரமேஷ் வரங்கல் ஸ்டேஷனில் என்னைச் சந்தித்து தங்கள் வீட்டுக்கு அழைத்துச் சென்றான். எனக்கு முன்பே சந்தூ வந்திருப்பான் போலும். ரிக்ஷாவிலிருந்து வீட்டில் அடியெடுத்து வைக்கும்போதே என் இரு குழந்தைகளையும் பார்த்து சந்தோஷம் தாங்க முடியாமல் கண்ணீர் விட்டேன். குழந்தைகளைவிட்டு விலகி இருந்து நான் அவர்களுக்கு நியாயம்தான் செய்தேன் என்று தோன்றியது.

அதன்பிறகு கருணாவும் ரமேஷும் துர்காராவின் அழைப்பின் பேரில் சல்லபல்லி போய்விட்டுத் திரும்பும் வழியில், விஜயவாடாவில் என்னுடன் நான்கு நாட்கள் தங்கி இருந்தார்கள். அம்மா பிடித்த உணவு வகைகளைக் கேட்டுக்கேட்டு அவர்களுக்குச் சமைத்துப் போட்டாள்.

"அம்மம்மா தனியாக இங்கிருப்பதைவிட எங்களுடன் வரங்கலில் இருந்தால் நல்லதல்லவா? எனக்கும் படிக்க வசதியாயிருக்கும். துணையாகவும் இருப்பாள். அம்மம்மாவின் தனிமையும் நீங்கிவிடும்" என்றாள் கருணா.

அம்மாவும் கருணாவுக்குத் துணையாக வரங்கல் செல்வதற்குச் சம்மதித்தாள். அம்மா வரங்கல் போய்விட்டால், நான் ஹைதராபாத்தில் டீச்சர் ட்ரைனிங் போவதா, வேறு வேலை கிடைத்தால் ஏற்றுக்கொள்வதா என்ற கேள்வி எழுந்தது. வேலைக்குப் போனால் குழந்தைகளுக்கு உபயோகமாக இருக்கும் என்று தோன்றியது.

மேட்ரன் வேலை

மெட்ரிக் படித்த நாற்பது வயதுக்குள் இருக்கும் பெண்களுக்கு, காகிநாடா பெண்கள் பாலிடெக்னிக் ஹாஸ்டலில் வேலை வாய்ப்பு இருப்பதாகத் தெரியவந்தது. அந்தக் கல்லூரி பிரின்சிபால் சுந்தரய்யாவின் தங்கைக்கு மருமகள். மானிகொண்ட சூர்யாவதி மூலமாய் இந்த விஷயம் தெரிந்தது. அப்ளிகேஷன் போட்டேன். இண்டர்வ்யூவுக்கு அழைத்தார்கள். ஆந்திர மகிளா சபாவில் ஹாஸ்டலில் இருந்தபோது, ஹாஸ்டல் வார்டன் இல்லாத நேரங்களில் நான்தான் அந்த வேலையைப் பார்த்துக்கொள்வேன். அந்த அனுபவத்தில் நேர்முகத் தேர்வில் கேட்ட கேள்விகளுக்குச் சரியாகப் பதிலளித்தேன். அதனாலோ அல்லது சுந்தரய்யாவின் அபிமான புத்திரி என்பதாலோ வேலை கொடுத்துவிட்டார்கள். விஜயவாடா வீட்டை வாடகைக்கு விட்டேன். வாடகைப்

பணத்தை அம்மாவுக்கு அனுப்பும்படி குடியிருப்பவர்களிடம் சொன்னேன். வீட்டிலிருந்த சாமான்களையும் கருணாவிடம் அனுப்பிவைத்தேன். காகிநாடாவுக்குச் சென்று ஹாஸ்டல் வேலையில் சேர்ந்துகொண்டேன். ஹாஸ்டல் வாழ்க்கை எனக்குப் புதிது இல்லாவிட்டாலும், அதிகாரம், அடக்குமுறை எனக் கேள்விப்பட்டுக் கொண்டிருக்கும் இந்தக் காலத்தில் எல்லோருக்கும் நடுவில் நல்ல பெயர் வாங்க முடியுமா என்று நினைத்தபடி, பணிவுடன் என்னுடைய வேலைகளைப் பார்த்து வந்தேன். பட்டப் படிப்பு இல்லை என்றாலும் பிரின்சிபாலும் வார்டனும் என்னை மரியாதையுடன் நடத்திவந்தார்கள்.

ஹாஸ்டலில் இருந்த பெண்களில் பாதிப்பேர் கட்சி (சி.பி.எம். மற்றும் சி.பி.ஐ.) ஆதரவாளரின் வீட்டுப் பெண்களாகவே இருந்தார்கள். அத்துடன் எல்லாக் குழந்தைகளுமே எனக்கு உறவினர் குழந்தைகளாகவே தென்பட்டார்கள். அவர்களுடைய பெற்றோர்கள் குழந்தைகளைப் பார்க்க வரும்போது என்னிடம் சகஜமாக உரையாடுவார்கள். பொருளாதார நெருக்கடியால் பட்டப்படிப்புக்கு அனுப்ப முடியவில்லை என்றும், உபகாரச் சம்பளம் கிடைக்கும் என்ற காரணத்தினால் இங்கே சேர்த்ததாகவும் சொல்வார்கள். “நீங்கள் ஹாஸ்டலில் வேலை பார்ப்பதாகத் தெரிந்து இன்னும் தைரியமாகத் தம் மகள்களை அனுப்பி வைக்கிறோம்” என்றும் சொல்வார்கள்.

நிர்மலா (ராதாக்கா) எங்களோடு தங்கித்தான் படித்தாள். கட்சியைச் சேர்ந்த அந்தப் பெண்ணை, சல்லிக்காசு வரதட்சிணை இல்லாமல் கிருஷ்ணா மணம்புரிந்தான். சீதாராமய்யாதான் அந்தத் திருமணத்தை நடத்திவைத்தார். அங்கே படிக்கும்போதே நக்ஸலைட்டு இயக்கத்திற்குப் போய்விட்டாள். பிறகு சந்திர புல்லாரெட்டியை மறுமணம் செய்துகொண்டாள். அவர்களுடைய மீட்டிங்குகளுக்கு என்னை அழைப்பார்கள். நான் வேலையில் இருப்பதால் வெளியில் தெரியாமல் அவர்களுடன் ஒத்துழைத்தேன். ஆனால் வெளிப்படையாகக் கூட்டங்களில் பேசுவதோ, கலந்துகொள்வதோ இல்லை. நான் இயக்கத்தைவிட்டு ஒருநாளும் விலகியதில்லை. இறக்கும்வரையில் இப்படியேதான் இருப்பேன்.

பிரின்சிபால் கமலம்மா நல்லவள் என்றும், பலருக்கும் ஸ்காலர்ஷிப் கிடைப்பதற்கு முயற்சிசெய்வாள் என்றும், ஹாஸ்டல் மெஸ் சார்ஜ் குறைவாக இருக்கும் என்றும் தெரிந்து, தம் குழந்தைகளைக் காகிநாடா பாலிடெக்னிக் கல்லூரிக்கே பெற்றோர்கள் அனுப்பிவைத்தார்கள். கிருஷ்ணா, குண்டூர் ஜில்லா தவிர, வேறு ஜில்லாக்களிலிருந்தும் பெண்கள் வந்துசேர்ந்ததால்

ஹாஸ்டலில் இடம் போதாமல் இன்னொரு ஹாஸ்டல் தொடங்க வேண்டிய அவசியம் ஏற்பட்டது.

எல்லோரையும் கட்டுப்பாட்டுக்குள் வைக்கவேண்டிய வேலையைச் செய்யும் ஹாஸ்டல் மேட்ரன்மீது எல்லோரும் சாதாரணமாகக் கோபத்துடன் இருப்பார்கள். ஆனால் நான் என்றுமே அப்படி இருந்தது இல்லை. மாணவிகளை என் குழந்தைகளைப்போல் பாவித்துவந்தேன். அவர்களுடன் எனக்கு சண்டை சச்சரவுகள் வந்தது இல்லை, அவர்களும் என்னிடம் பிரியமாக இருந்துவந்தார்கள், நான் வயதானவளல்ல என்பதால். என்னை அக்கா என்று அழைத்து வந்தார்கள். கருணாவும் சந்தூவும் வந்துவிடுவார்கள் என்பதால் அக்கா இன்னும் கொஞ்சக் காலம்தான் எங்களிடம் இருக்கப்போகிறாள் என்று சொல்லி வந்தார்கள்.

அந்த மாணவிகளில் சிலர், பிற்காலத்தில் நான் ஹைதராபாதில் சந்திர ராஜேஸ்வர ராவ் முதியோர் இல்லத்தில் இருந்தபோது என்னிடம் "கடைசி நாட்களில் முதியோர் இல்லத்திற்கு வர வேண்டியதாகிவிட்டதா, எங்களிடம் வந்துவிடுங்கள்" என்று கண்ணீர் விட்டார்கள். இந்த உலகத்தில் எல்லோருக்கும் நான் நல்லவள். ஆனால் தாலி கட்டிய கணவனுக்குத்தான் நல்லவளாகாமல் போய்விட்டேன்.

ஆந்திர மாநிலத்தில் எங்கேயும் இந்த ஹாஸ்டல் மெஸ் போல் செலவு குறைவாக இருந்தது இல்லை. குழந்தைகளைக் கேட்டுக்கொண்டுதான் உணவுப் பதார்த்தங்களைச் செய்யவைத்தேன். பொறுப்புடன் அருகில் இருந்து கவனித்துக் கொண்டேன். பிரின்சிபால் கமலம்மா மிகவும் ஒத்துழைப்பு தந்தாள். அவள் சுந்தரய்யாவின் மருமகனின் மனைவி. நிறைய கஷ்டங்களை அனுபவித்த பெண்மணி என்று சுந்தரய்யா ஏற்கனவே சொல்லியிருந்தார்.

ஒருமுறை பாட்டம் ஸ்ரீராம்மூர்த்தி, அப்போதைய கல்வித்துறை அமைச்சர், எங்கள் ஹாஸ்டலைப் பார்க்க வந்தார். "மெஸ் பில் முப்பது ரூபாய்தானா? இவர்கள் சாப்பாடு போடுகிறார்களா இல்லையா?' என்று சோதனைசெய்ய திடீரென்று வந்தார். குழந்தைகளுடன் சேர்ந்து சாப்பிடுவதாகச் சொன்னார். சமையல்காரர்கள் வேறு பொரியல் தயாரிப்பதாகச் சொன்னபோது, மாணவிகளுக்குப் போடுவதையே தானும் சாப்பிடுவதாகச் சொன்னார். சாப்பிட்ட பிறகு சமையல் கூடத்திற்குள் வந்து பார்த்தார். சமைத்த பண்டங்கள் அளவோடு, சமையல்காரர்களும் நாங்களும் சாப்பிடுவதற்கும் மட்டுமே மிஞ்சி யிருப்பதைப் பார்த்தார். இஞ்சினியரிங், மருத்துவக் கல்லூரி

ஹாஸ்டல்களில் வீணாகும் அளவுகூட இங்கே இல்லை. சிறப்பாக மேற்பார்வை பார்க்கிறாள்" என்று சொன்னார். "உங்களுக்கு இங்கே சாப்பாடு நன்றாக இருக்கிறதா?" என்று மாணவிகளிடம் கேட்டார். "நன்றாகவே இருக்கிறது. இரவு நேரத்தில் எங்களைக் கேட்டுக்கொண்டு துவையல் வகையறாக்கள் தயாரிக்க வைப்பாள் எங்கள் ஆண்ட்டீ" என்று சொன்னார்கள்.

"இவளை இஞ்சினியரிங் மற்றும் மருத்துவக் கல்லூரி ஹாஸ்டலுக்கு சில மாதங்களுக்கு அனுப்பிவைப்பீர்களா?' என்று கமலம்மாவிடம் கேட்டாராம்.

ஆனால் சுந்தரய்யா "நீ எங்கேயும் போகாதே. உனக்கு கல்லூரிப் படிப்பு இல்லை. உன்னை இளப்பமாகப் பார்ப்பார்கள். நீ உலகத்தைப் படித்திருக்கிறாய். உன்னுடைய அறிவாற்றலைப் பற்றி கமலம்மாவுக்கு தெரிந்தாற்போல் அவர்களுக்குத் தெரியாது" என்று சொன்னார். இங்கே பிரின்சிபால் இஞ்சினியரிங் படித்திருந்தாலும், நீ எங்களைச் சேர்ந்தவள் என்பதால் உன்னைச் சரிசமமாக வைத்திருக்கிறாள். உன் சிறப்பை இங்கே புரிந்து கொண்டாற்போல் அவர்கள் புரிந்துகொள்ள மாட்டார்கள். போகவேண்டாம்" என்றார் சுந்தரய்யா. அதனால்தான் ஓய்வு பெறும் வரையில் அங்கேயே இருபது வருடங்கள் பணியாற்றினேன்.

கட்சிகளுக்கு இடையே தகராறுகள்

என் பார்வையில் கட்சி என்றால் ஒன்றுதான், கம்யூனிஸ்ட் கட்சி. சி.பி.ஐ. மற்றும் சி.பி.எம்.ஆக பிரிந்து போனாலும் நான் காகிநாடாவிலிருந்து இரண்டு கட்சிகளுக்கும் தலா பத்து ரூபாய் உறுப்பினர் கட்டணம் அனுப்பிவைப்பேன். பின்னால், சுந்தரய்யாதான் அனுப்ப வேண்டாம் என்று சொன்னார். நீ கட்சியைச் சேர்ந்தவளாக நாலுபேருக்கு நல்லது செய்தால் அதுவே போதும் என்று சொன்னார். என்னிடம் இரண்டு கட்சியினரும் வருவார்கள். ஆனால் ஒரு கட்சியைச் சேர்ந்தவரின் வீட்டுக்கு நான் சென்றால், இன்னொரு கட்சியைச் சேர்ந்தவருக்கு கோபம் வந்த சந்தர்ப்பங்கள் எத்தனையோ உண்டு. அந்தப் போக்கு எனக்குப் பிடிக்கவில்லை. இப்படிப் பிரிந்துகொண்டே போனால் நம் லட்சியம் எப்போதுதான் நிறைவேறும்?

ஒருமுறை லீலாக்காவிடம் சென்று "சாவித்திரிக்கு உடல்நலம் சரியாக இல்லை. உனக்கு அவளைப் பார்க்க வேண்டும்போல் இல்லையா?" என்று கேட்டேன். உடனே என்னுடன் சாவித்திரியைப் பார்க்க வந்தாள். ஆனால் ஆண்களுக்கு மனித உறவுகளைவிட அவர்களின் அரசியல்தான் முக்கியம் என்பதால் பெண்களைக் கலந்துபழக விடமாட்டார்கள்.

என்னை கவிதாயினி ஆக்கிய காகிநாடா

சுந்தரய்யா காகிநாடா வந்து போனபிறகு அந்த ஊர்க் கட்சிக்காரர்களுடன் அறிமுகம் ஏற்பட்டது. 'சாஹித்ய லஹரி' கூட்டங்களுக்கு அழைப்பு அனுப்புவார்கள். அந்த நிறுவனம் புதுமையும் பழமையும் இணைந்த இலக்கிய சங்கமம்போல் தோன்றியது. ஞானாநந்த கவி, ஜானகி ஜானி, இஸ்மாயில், சோமசுந்தர், அதிருஷ்ட தீபக், அடவிகொலனு பார்வதி, சிரஞ்சீவினிகுமாரி போன்ற முன்னேற்ற இலக்கியக் கர்த்தாக்கள் தம் படைப்புகளை அந்தக் கூட்டங்களில் படித்துக் காட்டுவார்கள். கஷ்டங்களை மறந்துபோவதற்கும், இலக்கியத்திடம் பிரியத்தை வளர்த்துக்கொள்வதற்கும் இந்தக் கூட்டங்கள் எனக்குத் துணைபுரிந்தன. ஒரு புதிய படைப்பையோ, புதிய கவிதையையோ கேட்கும்போது என் இதயத்தில் ஏற்பட்ட காயம் குறைந்து வருவதுபோல் இருந்தது. எழுத வேண்டும் என்ற உந்துதல் பிறந்தது.

இந்தக் கூட்டங்களில் நான் கேட்டவற்றில் எனக்குப் பிடித்தமான, எழுதுவதற்குத் தூண்டுகோலாக இருந்த விஷயங்களைச் 'சூழ்ந்துகொண்ட எண்ணங்கள்' என்ற தலைப்பில் கடிதமாக எழுதி தாபி ராஜம்மாவுக்கு அனுப்பிக்கொண்டிருந்தேன். அவ்விதமாய் எனக்கு இலக்கியத்தின்மீது பற்றுதல் ஏற்பட்டதோடு அங்கே இருந்த படைப்பாளர்களுடன் நட்பு ஏற்பட்டது. சோமசுந்தர் கொடுத்த ஊக்கத்தில் கவி சம்மேளனத்தில் பங்கெடுத்துக் கொண்டு சிறிய கவிதைகளை எழுதிப் பாடி வந்தேன்.

சோமசுந்தர், சிரஞ்சீவினிகுமாரி, டாக்டர் விஜயலட்சுமி போன்ற பெரியவர்கள் சேர்ந்து ஆந்திர மாநில முன்னேற்ற எழுத்தாளர்களின் மாநாட்டைக் காகிநாடாவில் நடத்துவதற்கு ஏற்பாடு செய்தார்கள். மாநிலத்தின் நான்கு மூலையிலிருந்தும் எழுத்தாளர்களும் ரசிகர்களும் அந்தச் சபையில் பங்கெடுத்துக் கொள்ள வந்தார்கள். இரண்டு நாட்கள் வெற்றிகரமாக நடந்த அந்த மாநாட்டைப் பார்க்கும்போது, விஜயவாடாவில் 1944இல் நடந்த நிகழ்ச்சிகள் நினைவுக்கு வந்தன. மகீதர ராவ், பரகால பட்டாபி ராமா ராவ் இருவரும் "உன் படைப்புகளை *விசாலாந்திரா*வில் பார்த்து வருகிறோம். உனக்கு ஒரு நல்ல பொழுதுபோக்கு ஏற்பட்டதற்கு மகிழ்ச்சி அடைகிறோம்" என்று சொன்னார்கள். அவர்களின் பேச்சு எனக்கும் சந்தோஷத்தைத் தந்தது.

குழந்தைகள் பிறந்தாலும், அவர்களுடைய சிறுவயதிலும் பள்ளிக்குச் செல்லும் நேரத்திலும், ரகசியமாக இயக்கத்தில்

ஈடுபட்டு, பிறகு விலகித் தொலைவில் வாழ்ந்து, தாய்மையின் இனிமையை என்னால் அனுபவிக்க முடியாமல் போயிற்று. எழுத்து உருவிலாவது அதை அனுபவிக்க வேண்டும் என்ற தவிப்பில் சந்துருவுக்கும் கருணாவுக்கும் சொல்லுவதுபோல் சில கதைகளை 'அம்மா சொன்ன கதைகள்' என்ற தலைப்பில் (பாடுவதற்கு ஏற்ற விதத்தில்) எழுதினேன்.

மாலகொண்டய்யா என்ற ஒரு கலெக்டர் ஒரு எழுத்தாளராக, இலக்கிய ரசிகராக சாஹித்ய லஹரி கூட்டங்களுக்கு வருவார். வருவதோடு மட்டுமே அல்லாமல் அந்தக் கூட்டங்களைப் பெரிய அளவில் நடத்துவார். நான் எழுதிய கதையைப் பாட்டு வடிவத்தில் சபையில் பாடினேன். என் கதைகளிலிருந்து ஐந்து கதைகளைத் தேர்ந்தெடுத்து, 'அம்மா சொன்ன கதைகள்' என்ற தலைப்பில் அவர் பாட்டுப்புத்தகமாகப் பிரசுரித்தார். அதை வெளியிட்ட மொக்கபாடி நரசிம்ம சாஸ்திரி (பாரிஸ்டர் பார்வதீசம் எழுதியவர்) "இது மல்லிகை மலரைப் போன்ற கவிதைத் தொகுப்பு. அம்மாவின் அன்பின் உயர்வை எடுத்துச் சொல்லும் புத்தகம்" என்று சொன்னார். அந்த விதமாய் தாய்மையை உணருவதற்காகப் பேனாவைப் பிடித்த என்னை காகிநாடா ஒரு கவிதாயினியாக மாற்றியது.

அங்கே அரசம் (அப்யுதய ரசயிதல சங்கம்) எனப்படும் முற்போக்கு எழுத்தாளர் சங்கமும் அதற்குப் போட்டியாக விரசம் (விப்ளவ ரசயிதல சங்கம்) எனப்படும் புரட்சி எழுத்தாளர்கள் சங்கமும் இருந்தன. ஆனால் அரசம்காரர்கள் மட்டும் என்னிடம் பழகினார்கள். நான் போனது அரசம் நிறுவனத்திலிருந்துதானே. ஒரு சங்கம் நடத்தும் கூட்டத்திற்கு இன்னொரு சங்கத்தினர் போகமாட்டார்கள் (முன்பு தன்னுடன் இணைந்து பணியாற்றியவர்களின் நினைவு கூட்டமாயிருந்தால் கூட). மஹீதர ராவ் மட்டும் எல்லோருடனும் இணைந்து வேலைசெய்வோம் என்று சொல்லுவார். இந்த லட்சுமண ரேகைகளை அழித்துவிட்டு நல்ல காரியத்தை யார் செய்தாலும், அவர் நம் கட்சியோ வேறு கட்சியோ, அவர்களை ஆதரிப்போம் என்பார். சுங்கர, ராகவய்யா போன்ற சிலரும் இதுபோல் கருதினார்கள். விஸ்வநாத சத்யநாராயண குழுவினரும் நன்றாகப் பழகிவந்தார்கள். சாஹித்ய லஹரியில் ஈடுபட்டிருந்த போதுதான் நிறைய எழுதியும் பாடியும் வந்தேன்.

ஹாஸ்டல் வார்டன் பதவி நிரந்தர அரசாங்க வேலையான போது பிரின்சிபால் அதை எனக்கே வாங்கிக்கொடுத்தார். அந்தக் காலத்தில்தான் படித்துக்கொண்டிருந்த என் குழந்தைகளுக்குப் பொருளுதவி செய்யமுடிந்தது. விடுமுறையில் வரங்கலுக்கு அம்மா, கருணாவைப் பார்க்கச் சென்றுவருவேன்.

சந்தூ – கருணா – நான்

சம்பளம் கைக்கு வந்ததுமே குழந்தைகள் நினைவுக்கு வருவார்கள். அவர்களுக்கு என்ன வாங்கிப் போகலாம் என்ற எண்ணம் வரும். கருணா கருவுற்று இருப்பதாகச் செய்தி தெரிந்தது. திருமணச் செய்தியைக் கேட்டதும் ஏற்பட்டது போல சந்தோஷம், பயம், வேதனை ஒன்றாகச் சூழ்ந்து திக்குமுக்காட வைத்தது.

முதல்முறையாகக் கருவுற்றவளுக்கு என்ன பிடிக்கும்? கருணாவின் படிப்பு இனி எப்படித் தொடரும்? முதல்முறையாக நான் கருவுற்ற நாட்கள் நினைவுக்கு வந்தன.

மகள் கருவுற்று இருப்பதாகவும், பார்த்துவிட்டு வரவேண்டும் என்றும் கமலம்மாவிடம் சொன்னேன். அவள் போய் வா என்று பதினைந்து நாட்கள் விடுப்பு வழங்கினாள். வரங்கல் போனேன். கருணாவுக்குச் சாப்பிட எது வேண்டும் என்று கேட்டு செய்து கொடுத்து நாட்களைக் கழித்தேன். வேலை நிமித்தமாகத் திரும்பவும் காகிநாடாவுக்குச் சென்றேன். ஆனால் மீண்டும் எப்போது வரங்கல் செல்வோம் என்று மனம் எதிர்பார்க்கத் தொடங்கியது. பேறு சமயத்தில் கருணாவிடம் இருப்பேனோ இல்லையோ என்று நினைத்துக்கொண்டேன். விடுமுறை தொடங்கியதும் கிளம்பிப்போனேன்.

நிறைமாதக் கர்ப்பிணியாக இருந்தாலும், விடாமல் படித்ததுடன், பிரசவித்த இரண்டாவது நாளே பரீட்சை எழுதினாள் கருணா. பிறந்த பெண்குழந்தையைப் பார்த்துக்கொள்ளும் போது, "அம்மாவுக்குத் தொல்லை கொடுக்காதே தங்கமே, அவள் படித்துப் பரீட்சையில் தேர்ச்சி பெறட்டும் தங்கமே" என்று பாடியபடி குழந்தைக்கு விளையாட்டு காட்டுவேன். சந்தோஷமாக விடுமுறை நாட்கள் கழிந்தன.

இதுபோல் தேவை ஏற்பட்டபோதும், விடுமுறை கிடைத்தாலும் வரங்கலுக்குப் போய்வருவேன். நான் பாட்டியான பிறகு, 1964இல் சீதாராமய்யா விவாகரத்துக் கோரி கடிதம் எழுதி இருந்தார். சிரிப்பும் அழுகையுமாக அதைப் படித்தேன். வரங்கலுக்குச் சென்றபோது கருணாவிடம் சொன்னேன். எதற்காகச் சம்மதிக்க வேண்டும் என்றோ, இன்ன காரணத்திற்காகச் சம்மதிக்காதே என்றோ சொல்லாமல் கேட்டுவிட்டுச் சும்மாயிருந்தாள். விவாகரத்து கொடுத்துவிட வேண்டும் என்றுதான் நினைத்தேன். கொண்டபல்லி சீதாராமய்யாவின் மனைவி என்று அழைக்கப்படவில்லை என்றால் எனக்கு வந்த நஷ்டம் என்ன என்று நினைத்தேன். ஆனால் சந்தூவுக்கு இதில் விருப்பம் இல்லை.

"நீங்கள் தனித்தனியாகத்தானே இருக்கிறீர்கள்? பிரிந்து போனதற்கு நீ ஜீவனாம்சம் ஏதும் கேட்கவில்லையே? விவாகரத்து வேண்டும் என்று அவர் புதிதாகக் கேட்பானேன்?" என்றான் சந்துா. "தாத்தாவும் பாட்டியும் எங்கள் மருமகள் கோடேஸ்வரம்மா என்றுதான் சொல்லிக்கொள்கிறார்கள். அவர்களுடைய விருப்பத்தை, என்னுடைய விருப்பத்தை மறுக்காமல் நீ 'கொண்டபல்லி' கோடேஸ்வரம்மாவாகவே இருந்தால் நல்லது" என்றான்.

அப்படி இருப்பதால் எனக்குப் புதிதாக வந்து சேரப்போவது எதுவும் இல்லை என்றாலும், மாமனார் மாமியார் மற்றும் மகனின் விருப்பத்தை மறுக்க முடியவில்லை. கொண்டபல்லி கோடேஸ்வரம்மாவாகவே இருந்துவிட்டேன்.

மாமியாரின் மரணம்

சந்துா, பாட்டியும் தாத்தாவும்தான் பெற்றோர்கள் என்று நினைத்தானோ என்னவோ, கல்லூரி விடுமுறையில் அவர்களிடம்தான் சென்றுவந்தான். அவர்களும் சந்துாவின் படிப்புக்கு உதவிசெய்துகொண்டிருந்தார்கள்.

சீதாராமய்யா அதிலாபாத் ஜில்லா ஜன்னாரத்தில் நிலம் வாங்கியிருந்தாலும், கட்சிக்காரர்களை நிலத்தைப் பார்த்துக் கொள்ளச் சொல்லிவிட்டு வரங்கல்லிலேயே இருந்து வந்தார். அந்த நண்பர்கள் நிலத்தைத் தமக்கே சொந்தம் ஆக்க வேண்டும் என்ற துரோக எண்ணத்தில் சீதாராமய்யாவைக் கொலை செய்யக்கூடத் திட்டம் தீட்டி இருக்கிறார்கள்.

மகனைக் கோடீஸ்வரன் ஆக்கவேண்டும் என்று ஊர்விட்டு ஊர் வந்து நிலத்தை மேற்பார்வையிட்டுக் கொண்டிருந்தாள் சீதாராமய்யாவின் தாய். ஒருநாள் வரங்கலிலிருந்து மகன் தன்னைப் பார்ப்பதற்காக வரப்போகிறான் என்று தெரிந்ததும், மகனுக்குப் பிடித்தமான மீன்கறி தயாரித்து, மகன் உட்கார வாசலிலேயே கயிற்றுக்கட்டிலைப் போட்டிருந்தாளாம். மகனை எதிர்பார்த்துக்கொண்டே கட்டிலில் படுத்திருந்தாளாம். படுத்திருப்பது சீதாராமய்யாதான் என்று நினைத்து, அந்தத் துரோகிகள் கோடாலியால் வெட்டிவிட்டார்களாம்.

மாமியாரின் மரணச்செய்தியைக் கேட்டதும் இரண்டு சொட்டு கண்ணீர் வடித்தேன். 'மாமியார் இல்லாவிட்டால் மாமா எங்கே இருப்பார்?' நினைக்கும்போது மேலும் துக்கம் பொங்கி வந்தது.

புரட்சி அரசியலில் சந்தூ

1934இல் பெனாரஸ் ஹிந்து பல்கலைக்கழகத்தில் கம்யூனிஸ்ட் இளைஞரணி உருவானதுபோல் 1964க்கு பிறகு மேற்கு வங்கத்தில் நக்சல்பாரி இயக்கம் துவங்கியது என்று தெரியவந்தது. அதனுடைய சங்கொலியால் ஈர்க்கப்பட்டு சந்தூவைப் போன்ற வரங்கல் ரீஜனல் இஞ்சினியரிங் கல்லூரி மாணவர்களும், பிற இளைஞர்களும் ஸ்ரீகாகுளம் போராட்டத்திற்கு ஆதரவு அளிக்க இருப்பதாகத் தெரியவந்தது. தரிமெல நாகி ரெட்டியிடம், “சந்தூவைப் படித்துக்கொண்டே இயக்கத்தில் செயல்படும் விதமாகப் பார்த்துக்கொள்ளுங்கள்” என்று வேண்டுகோள் விடுத்தேன்.

“சந்தூவிடம் சொல்லலாம். ஆனால் அவன் – நீங்கள் பெனாரசில் படிப்பை நிறுத்திவிட்டு எதற்காக இயக்கத்தில் சேர்த்துக்கொண்டீர்கள்? அம்மா படிப்பை நிறுத்திவிட்டு மூவர்ணக் கொடியை ஏன் பிடித்துக்கொண்டாள் என்று கேட்டால் என்ன பதில் சொல்வது?” என்று முறுவலுடன் என் வேண்டுகோளை மறுத்துவிட்டார்.

சாரு மஜூம்தார் குத்திகொண்டாவில் நடத்திய கூட்டத்திற்குச் சத்தியமூர்த்தியுடன் சந்தூவும் போனதாகத் தெரிந்தது. பிறகு சீதாராமய்யாவும் அந்த இயக்கத்தில் பொறுப்புகளை ஏற்றுக் கொண்டுள்ளதாகத் தெரிந்தது.

கோடை விடுமுறை வந்தது. வரங்கலுக்கு வந்தேன். சந்தூ ஹாஸ்டலிலிருந்து வெளியேறி சத்தியமூர்த்தியின் வீட்டுக்குப் போய்விட்டதாகத் தெரியவந்தது. சத்தியமூர்த்தியின் வீட்டுக்குப் போனேன். “ஹாஸ்டல் கட்டணம் கட்ட முடியாமல் இங்கே தங்கி இருக்கிறாயா?” என்று நான் பணம்கொடுக்கப் போனேன்.

“ஹாஸ்டலை மட்டுமே இல்லை, கல்லூரியை விட்டும் வெளியேற நினைக்கிறேன்” என்றான். “சீதாராமய்யாவைத் தந்தை என்று மதிக்காவிட்டாலும் நக்சல்பாரித் தலைவனாக மதிக்கிறேன். நீயும் கணவன் என்று அல்லாமல் காம்ரேட் சீதாராமய்யா என்று மதிப்புக் கொடுக்க முடிந்தால் நன்றாக இருக்கும். யோசித்துப் பார்.”

“உன் தந்தையிடம் எனக்கு மதிப்பும் இல்லை. துவேஷமும் இல்லை” என்றேன். ‘உதவி செய்ய பாட்டி இல்லை என்பதற்காக படிப்பை நிறுத்திவிடப் போகிறாயா?’ என்று கேட்கத் தோன்றியது. ஆனால் உதவிசெய்ய முடியாதவர்களுக்குக் கேள்விகேட்கும் உரிமையும் இல்லை என்று நினைத்தேன்.

கருணாவுக்கு இன்னொரு குழந்தை பிறந்தாலும் பிடிவாதமாகப் படிப்பைத் தொடர்ந்து, கணவருடன் அவளும் மருத்துவப் படிப்பைத் தடையின்றி முடித்துவிட்டாள். கணவன் மனைவி வேலைக்குப் போவார்களா, பிராக்டீஸ் தொடங்குவார்களா என்று கட்சியில் கேட்கத் தொடங்கினார்கள். சில மாதங்கள் கழித்துத் தண்டகாரண்யத்தில் வேலைக்கு முயற்சி செய்வதாக கருணா கடிதம் எழுதி இருந்தாள். காகிநாடாவிலிருந்து வரங்கலுக்குப் போனேன். பெரிய பேத்தி (அனுராதா) அம்மம்மா வந்துவிட்டாள் என்று ஓடிவந்து தூக்கச் சொல்வாள். அண்டைவீட்டுக் குழந்தைகளை, "அம்மம்மா வந்திருக்கிறாள். காகிநாடாவிலிருந்து காஜாக்கள், பலாச்சுளை கொண்டுவந்திருக்கிறாள். உங்களுக்கும் தருவாள் வாங்க" என்று கூப்பிடுவாள். சாப்பாடு ஊட்டச்சொல்லிக் கேட்பாள்.ஆனால், வாயைத் திறக்காமல் பிடிவாதம் பிடிப்பாள். எப்போதும் தாத்தாவைப்பற்றியே பேசிக்கொண்டிருப்பாள். "தாத்தா நல்லவர். என்னைத் தூக்கிக்கொள்வார். கடைத்தெருவுக்கு அழைத்துப்போவார். நிறைய வாங்கித்தருவார்" என்று சொல்லுவாள்.

"போகிப்பண்டிகையின்போது பக்கத்து வீட்டு பாலாவிற்கு அவள் பாட்டி காசு, இலந்தைப்பழம், கரும்புத்துண்டு எல்லாம் தலையில் கொட்டி திருஷ்டி கழிப்பார்களே, அதுபோல் எனக்கும் நீ செய்வாயா? அப்போது தாத்தாவும் வருவாரே. உனக்கு அவரைக் காட்டுகிறேன்" என்று சொல்லிக்கொண்டிருப்பாள்

போகிப்பண்டிகை வேடிக்கை அந்த பாலாவுக்கும் அனுராதாவுக்கும் சேர்த்து கருணாவின் வீட்டு முற்றத்திலேயே நடந்தது. அனுராதா தாத்தாவை எதிர்பார்த்து உட்கார்ந்து இருந்தாள். "தாத்தா எங்கே? இன்னும் வரவில்லையே?" என்று அம்மாவிடம் கேட்டாள்.

"தாத்தாவும் லீவுக்கு தன்னுடைய அம்மா வீட்டுக்குப் போயிருப்பாரோ, என்னவோ" என்று கருணா சொன்னதும் முகத்தைத் தொங்கப் போட்டுக்கொண்டு உட்கார்ந்து இருந்தாள்.

வீட்டுக்காரம்மா 'ஏமண்டி (என்னங்க)' என்று கணவருக்குக் குரல் கொடுத்தாள். அதைக்கேட்டு அனுராதா என் புடவைத் தலைப்பை பிடித்து இழுத்துக்கொண்டே, "பாட்டி! உனக்குக்கூட தாத்தா 'ஏமண்டி'தானே?" என்று எல்லோரையும் சிரிக்க வைத்தாள்.

நான் திரும்பிப் போகும்போது, "பாட்டியுடன் நானும் காகிநாடா போகிறேன்" என்று வண்டியில் ஏறி உட்கார்ந்து

கொண்டாள். அடுத்த முறை அழைத்துப்போவதாகச் சொல்லி அவளை இறக்கிவிடும்போது மனதிற்குச் சங்கடமாயிருந்தது. சில நாட்கள் கழித்து கருணா, ரமேஷ் தண்டகாரண்யம் சென்று விட்டார்கள்.

தன் கடமை முடிந்ததற்கு அம்மா திருப்தி அடைந்தாள். இருவரும் விஜயவாடா வீட்டுக்கு வந்துவிட்டோம். அம்மா விஜயவாடாவிலேயே இருப்பதாகச் சொன்னாள். நான் காகிநாடாவுக்குப் போய்விட்டேன். மனம் சமாதானம் அடைந்ததும் இலக்கிய நிகழ்ச்சிகளின் பக்கம் பார்வை திரும்பியது. விசாகப்பட்டினத்தில் கவி ஸ்ரீஸ்ரீயின் மணிவிழா கொண்டாட்டங்களுக்கு முன்னேற்ற எழுத்தாளர்களுடன் சேர்ந்து நன்கொடை திரட்டினேன். தென்னேட்டி விஸ்வநாதம் தலைமையில் கவி சம்மேளனம் நடக்கவிருப்பதாக சோமசுந்தர் தெரிவித்தார். 'கல்யாண பாரதி' என்ற கவிதையை எழுதிப் பாடினேன். வாழ்க்கை இப்படியே கழிந்துவிட்டால் போதும் என நினைத்தேன்.

மற்றொரு திருப்பு முனை

கல்லூரி பிரின்சிபால் கமலம்மா மாற்றலில் ஹைதராபாத் சென்றாள், புதிய பிரின்சிபால் வந்தாள். ஊழியர்கள்மீது அதிகாரம் செலுத்தினாள். பண்பைவிட வருமானம்தான் முக்கியம் என்று நினைத்தாள். லஞ்சம்கூட வாங்கியதாகப் பேசிக்கொள்வார்கள். தன்னுடைய அனுமதி இல்லாமல் என்னை எங்கும் போகக்கூடாது என்று சொல்லிவிட்டாள்.

நான் இயக்கத்தில் பங்கெடுத்துக்கொண்டதாலோ, அவளுக்கு லஞ்சம் கொடுக்காத காரணத்தினாலோ இன்கிரிமெண்ட் நின்றுபோய்விட்டது. பென்ஷன்கூட வராதோ என்றார்கள். இலக்கியக் கூட்டங்களுக்குப் போவதைக் குறைத்துக்கொண்டேன். எழுத வேண்டும் என்ற வேட்கையும் குறைந்தது.

ஒன்றரை வருஷம் கழித்து கருணா, ரமேஷ் டில்லியில் வேலை கிடைத்ததால் அங்கே போய்விட்டார்கள்.

சந்துா ரகசிய இயக்கத்தில் தீவிரமாகச் செயல்பட்டுக் கைதாகியிருப்பதாகச் செய்தி தெரிந்தது. அம்மா விஜயவாடாவுக்கு, என்னை வரச்சொல்லிக் கடிதம் எழுதினாள். பிரின்சிபால் விடுப்பு கொடுப்பாளோ, மாட்டாளோ என்று எனக்குச் சந்தேகம். முதல்மழையைப் போல் அதற்குள் என் மகிழ்ச்சியெல்லாம் ஆவியாகிவிட்டதா? ஐயோ பாவம் என்று இயற்கையே நினைத்ததுபோல் விடுமுறை தொடங்கிவிட்டது.

ஜெயிலில் இருந்த சந்துருவைப் பார்க்க ஹைதராபாத்திற்கு ரயிலில் ஏறும்போது கால்கள் நடுங்கின. எப்படியோ தைரியத்தைக் கூட்டிக்கொண்டு சி.பி.ஐ. அலுவலகத்திற்குச் சென்றேன். தெரிந்த காம்ரேட்டுடன் ஜெயிலுக்குப் போனேன். ஜெயில் அதிகாரியின் முன்னிலையில் சந்துருவுடன் பேசுவதற்குப் பத்து நிமிஷங்கள் அனுமதி கிடைத்தது.

சந்துருவைப் பார்த்தேன். 'நீயும்தான் ஜெயிலுக்கு போயிருக்கிறாயே? பயம் ஏன்?' என்று கேட்பதுபோல் அவன் பார்வை இருந்தது.

என்னுடன் சந்துரு முறுவலுடன் பேசினான். சீதாராமய்யாவின் துணிச்சல் மகனுக்கும் வந்திருக்கிறதென்று நினைத்தேன். எடுத்துப்போன பழங்களைச் சந்துருவுக்கும் அந்த அதிகாரிக்கும் கொடுத்தேன். "மகனுடன் பேசுவதற்கு போலீசாருக்கு லஞ்சம் கொடுக்கிறாயா?" என்று சந்துரு உரத்த குரலில் சிரித்தான். அதிகாரியும் சிரித்தார். எனக்கும் சிரிப்பு வந்தது.

ஜாமீன் கிடைத்தால் விஜயவாடாவில் நம் வீட்டுக்கு வரச்சொல்லிவிட்டுக் காகிநாடா வந்தேன்.

ஒரு வருஷம் கழித்து பார்வதிபுரம் கொலை வழக்கில் சிக்கவைத்து, பிறகு சந்துருவை ஜாமீனில் விடுதலை செய்தார்கள். தன்னுடன் தங்கி, தினமும் போலீஸ் ஸ்டேஷனுக்கு இரண்டு வேளையும் கையெழுத்துப் போட்டுவருகிறான் என்று அம்மாவிடமிருந்து கடிதம் வந்தது. அம்மா கருணாவுடன் டில்லிக்குப் போகாமல் விஜயவாடாவுக்கு வந்தது இதற்காகத் தானோ என்று தோன்றியது.

சொந்த வீடு, சொந்த மனிதர்கள் என்று இல்லாமல் அங்கேயும் இங்கேயும் இருந்துகொண்டு, இப்பொழுதாவது வீட்டுக்கு வந்தானே என்று சம்பளம் வந்ததுமே மணியார்டர் மூலமாய் வீட்டுக்கு அனுப்பி வைப்பேன். விடுமுறையில் வீட்டுக்குப் போனபோது சந்துருவைப் பார்ப்பேன். அவன் கல்யாணம் பண்ணிக்கொண்டால் நன்றாக இருக்கும். வீட்டில் இருப்பான் என்ற எதிர்பார்ப்பு. என் விருப்பத்தை அம்மா சந்துருவிடம் சொன்னபோது, "எதுக்காக அம்மா திருமணம்? நான் கைதாவதோ, சுட்டுக் கொல்லப்படுவதோ நடக்கலாம். உனக்கு இருக்கும் வேதனை போதாதென மருமகளின் வேதனையும் சேர்ந்துகொள்ளும்" என்றான்.

மரங்களை வளர்த்தும், படம் வரைந்தும், இனிமையாகப் பாடியவாறும், நண்பர்கள் வந்தால் 'இது என் சொந்த

வீடல்லவா? சந்தோஷமாக இருக்க முடியும்' என்று சொல்லியும், அம்மம்மாவைச் சந்தோஷப்படுத்திக்கொண்டும்... ஒரு வருடம் வரையில் விஜயவாடாவில் வீட்டில் தங்கியிருந்தான். அம்மாவும் நானும் சந்துராவிடமிருந்து பெற்றுக்கொண்ட சந்தோஷப் புதையல் அது.

என் சந்தோஷச் சந்திரன் திரும்பி வரவே இல்லை.

ஒரு நாள் கோர்ட்டுக்கு என்று போலீஸ்காரர்கள் சந்துருவைப் பார்வதிபுரம் அழைத்துப்போவார்கள். அப்படிப்போகும் ஒவ்வொரு தடவையும் இரண்டு நாட்கள் கழித்து வீட்டுக்குத் திரும்பி வருவான். ஒருமுறை நான்கைந்து நாட்களாகியும் வரவில்லை. ஐந்தாவது நாள் அம்மா சென்று கேட்டதற்குப் போலீசார், "நாங்கள் அப்பொழுதே அனுப்பிவிட்டோம். எங்கே போனானோ தெரியாது" என்று சொன்னார்களாம். திரும்பவும் தலைமறைவாகப் போய்விட்டானோ என்று நினைத்தோம். சில நாட்கள் கழித்து கர்நாடகா போலீஸார் அம்மாவிடம் வந்தார்கள். உடைகள், செருப்பு முதலியவற்றைக் காண்பித்து, "இவை உங்கள் சந்துருவுடையவைதானா?" என்று கேட்டார்கள். சந்துரு விஷமருந்தி இறந்துபோனதாக அம்மாவிடம் தெரிவித்தார்களாம். சந்துருவின் பொருட்களை அம்மாவால் அடையாளம் காணமுடியும். அம்மா அவற்றைப் பார்த்துவிட்டு, "இவை எங்கள் சந்துருவுடையவை அல்ல. சந்துருவை எங்கோ மறைத்து வைத்துவிட்டு, இறந்துபோனதாகச் சொல்லி யாருடைய உடைகளையோ கொண்டுவந்து காட்டுகிறீர்களா?" என்று சத்தம் போட்டுக் கேட்டாளாம்.

அவர்கள் என்னிடம் வந்தார்கள். பிரின்சிபால் "கோடேஸ்வரம்மா பேசுவது குற்றமாகிவிடும். பேசக் கூடாது" என்று சொல்லிவிட்டாள்.

மகன் என்னவானானோ என்று கோடேஸ்வரம்மா நிலைகுலைந்து இருக்கிறாள். தாய் மனதுடன் யோசித்து, அவர்களுடன் பேசுவதற்கு வாய்ப்பு தரச்சொன்ன பிறகு சம்மதம் தெரிவித்தாள். சந்துரு என்னிடம் இருந்தது இல்லை. அதனால் செருப்பும் உடைகளும் அவனுடையதா இல்லையா என என்னால் சொல்ல முடியவில்லை. இறந்து போய்விட்டான் என்று கேட்டதும் என்னால் அழுகையை அடக்கிக்கொள்ள முடியவில்லை. என்னிடம் சில இடங்களில் கையெழுத்து வாங்கிக்கொண்டு போய்விட்டார்கள். பிணத்தைக் கண்ணில் காட்டாமல், குறைந்தது ஒரு புகைப்படம்கூட எஞ்சிடாமல் என் மகனின் உருவத்தைச் சாசுவதமாகத் துடைத்துவிட்டார்கள் அவர்கள்.

என் வேதனையை ஹாஸ்டலில் வாயைத்திறந்து பேசவும் வழியில்லை. யார் கண்ணிலும் பட்டுவிடாமல் குமுறிக் குமுறி அழுது புடவைத் தலைப்பால் கண்ணீரைத் துடைத்துக் கொள்வேன். என் வேதனைக்கு ஆறுதல் கிடைக்கும் இடத்திற்குப் போகச்சொல்லும் விதமாக காகிநாடாவில் மாணவர்களின் மறியல் போராட்டம் தொடங்கியது. ஹாஸ்டலை மூடிவிட்டு மாணவிகளை வீட்டுக்கு அனுப்பிவிட்டார்கள். அப்பொழுது அம்மாவிடம் வந்தேன்.

அம்மாவின் மார்பில் தலையைச் சாய்த்துப் பாரத்தை இறக்கிவிட நினைத்தேன். என்னைப் பார்த்ததுமே அம்மா சந்தூ விஷயம் தெரிந்ததா என்று கேட்டாள். ஹோவென்று கதறிவிட்டேன். "எதற்காக அழுகிறாய்? சந்தூ இறந்துவிட்டதாக அவர்கள் சொன்னதாலா? அவன் உயிரோடுதான் இருக்கிறான். அந்த உடைகளும் செருப்பும் சந்தூவுடையது அல்ல. போலீசாரின் கற்பனைக் கதைகளை நம்பாதே" என்றாள்.

விசாலாந்திரா அலுவலகத்திற்குச் சென்றேன். மத்துகூரி சந்திரம் தென்பட்டபோது எல்லாவற்றையும் சொன்னேன். பேப்பரில் பார்த்தேன் என்று சொன்னார். "சந்தூ தற்கொலை செய்துகொண்டு இருக்கலாமல்லவா? அல்லது, தந்தையைப் பற்றித் தகவல் தெரிவிக்கச் சொல்லி போலீசார் அவனை அடித்துக் கொன்றிருக்கலாம். எப்படிப் பார்த்தாலும் சந்தூ இறந்துபோயிருப்பான் என்றுதான் தோன்றுகிறது. உன் அம்மா போலீசாரின் பேச்சை நம்பாமல் இருப்பது ஒரு விதத்தில் நல்லதுதான். சந்தூவை அவள்தான் வளர்த்தாள். மேலும் இப்போது அவளுக்கு வயதும் ஆகிவிட்டது. வளர்த்த பாசத்தினால் அவன் இறந்த செய்தியை அவளால் தாங்கிக்கொள்ள முடியாது. அதனால் அவளுடைய வருத்தத்தையும் நீதான் தாங்கிக்கொள்ள வேண்டும்" என்றார். "அம்மா உயிரோடு இருக்கவேண்டும் என்றால், அவள் முன்னால் நீ கண்ணீர் விடக்கூடாது" என்றார். அதைக்கேட்டு நான் அனுபவித்த வேதனையை வார்த்தைகளில் சொல்ல முடியாது.

சீதாராமய்யாவிடமிருந்து நான் பிரிந்துபோனபிறகு எங்கள் வீட்டுக்கு வராத பெரிய பையன் (ராகவ ராவ்) இப்போது வீட்டுக்கு வந்தான். அவனைப் பார்த்ததும் என்ன செய்வதெனத் தெரியவில்லை. 'எதற்காக வந்தாய்? இப்போதுதான் என் நினைவு வந்ததா?' என்று கேட்கத் தோன்றியது. உள்ளே அழைக்காமல் கதவைச் சாத்திவிட வேண்டும் என்றும் தோன்றியது. ஆனால் அவன் முகத்தில் சீதாராமய்யா தலைமறைவு வாழ்க்கையில் இருந்தபோது அன்புகாட்டி ஆதரவாக இருந்த ராகவனும்,

பொக்கைவாய்ச் சிரிப்பு சந்துரவைத் தோளில் தூக்கி விளையாட்டு காட்டிய ராகவனும் நினைவுக்கு வந்தான். போ என்று சொல்ல முடியாமல் மௌனமாக இருந்துவிட்டேன்.

என் மௌனத்தைக் கவனித்துத் தானே பேசத் தொடங்கினான். சந்துர விஷயமாக முழு விவரங்களைத் தெரிந்துகொள்வதற்கு ஹைதராபாத் செல்லவேண்டும் என்பதால், மறுநாள் அழைத்துக் கொண்டு சென்றான். கண்ணபிரானுக்கு என்னை அறிமுகம் செய்துவைத்தான்.

அவர் கர்நாடகா போலீசார் என்ன சொன்னார்கள், என்ன செய்தார்கள் என எல்லாம் விவரமாக எழுதித்தரச் சொன்னார். கண்ணீர், எழுத்துகளை மறைத்தது. எல்லாம் பெரிய மகன்தான் எழுதினான். என்னைக் கையெழுத்துப் போட வைத்தான். அதைத் தார்கண்டே கமிட்டிக்கு அனுப்பி வைத்தான் என்று நினைக்கிறேன். (கமிட்டி பெயர் சரியாக நினைவு இல்லை).

கமிட்டி என்ன சொல்லப் போகிறதோ என்று எதிர்பார்த்துக் கொண்டிருந்தேன்.

ஒருநாள் கேரளாவில் காலிகட் இஞ்சினியரிங் மாணவன் ராஜன் இறந்துபோனதாகச் செய்தி வந்தது. ராஜனுக்கு நக்சலைட்களுடன் சம்பந்தம் இருப்பதாக போலீசாரின் குற்றச்சாட்டு. அவர்கள் அவனைத் துன்புறுத்திக் கொன்றுவிட்டுத் தற்கொலை செய்துகொண்டதாக அறிவித்தார்கள். ராஜன் தந்தை பிடிவாதமாக உண்மையை நிரூபிக்க வேண்டும் என்று போராடினார். இறுதியில் கேரளப் போலீசார் கொன்றுவிட்டது நிரூபிக்கப்பட்டது.

'ஆந்திர ராஜன்' என்று சந்துரவின் கொலை விஷயம் பத்திரிகையில் வெளிவந்தது. கொண்டபல்லி சந்திரசேகரை போலீசார்தான் கொன்றதாக நாளேட்டில் வந்தபோது சந்திரம் அந்தப் பத்திரிகையை என்னிடம் கொடுத்தார். அம்மாவுக்குத் தெரியாமல் படிக்கச் சொன்னார். அந்த அறிவிப்பைத் தார்கண்டே கமிட்டி கொடுத்திருந்தது.

அந்த அறிவிப்பிற்கு முன்னால் சீதாராமய்யா பிடிபட்டு விட்டாரெனத் தெரிந்தது. அவரையும் கொன்றுவிட்டு என்கௌன்டர் என்று சொல்லிவிடுவார்கள் என்ற பயத்தில் முதலமைச்சர், பிரதமர் போன்றவர்களுக்கு, "என் கணவரை உடனே கோர்ட்டுக்கு ஆஜர்படுத்த வேண்டும்" என்று என் பெயரில் பெரியமகன் தந்தி அனுப்பி இருந்தானாம். "அவர் கேட்டபோது நீ விவாகரத்து கொடுக்காமல் இருந்தது நல்லதாகிவிட்டது" என்றார் சீதாராமய்யாவின் மருமகன் நாராயண ரெட்டி.

மனைவி இறந்தபிறகு எங்கே இருப்பது என்று சீதாராமய்யாவின் தந்தை கவலைப்பட்டுக் கொண்டிருந்தபோது, அவருடைய தமக்கை மகன் ராஜா ரெட்டி இரக்கப்பட்டு ஆதரவு கொடுத்ததாக உறவினர் மூலமாகத் தெரிய வந்தது. அங்கே இருக்கும் நிலத்தை யார் பார்த்துக்கொள்கிறார்கள் என்று உறவினரைக் கேட்டேன். யாரும் பறித்துக்கொள்ள முடியாத நிலம்தானே அவருக்கு எஞ்சி இருந்தது. அவற்றை எனக்குக் கொடுக்கச் சொல்லி அவர்கள் எல்லோரும் சீதாராமய்யாவிடம் சொன்னார்களாம். "எல்லோரும் போய்விட்டார்கள். இப்போ அந்த நிலம் தனக்கு எதற்கு என்று கோடேஸ்வரம்மா சொல்லுவாள். அவற்றை நல்ல காரியத்திற்குப் பயன்படுத்திக் கொள்கிறேன்" என்று விற்றுவிட்டு, கட்சியின் பத்திரிகை *பிலுபு*க்காகவும், பிரஜா நாட்டிய மண்டலி நிகழ்ச்சிகளுக்காகவும் செலவழித்தார் என்று உறவினர்கள் தெரிவித்தார்கள்.

என் மாமனார் மாமியாரின் வாழ்க்கை இப்படி முடிவுக்கு வந்ததை நினைத்துக் கண்களில் கண்ணீர் நிறைந்தது. எனக்குத் திருமணமான புதிதில் சீதாராமய்யா தந்தையின் சொத்தில் தன் பங்கை கம்யூனிஸ்ட் கட்சிக்குக் கொடுத்தது நினைவுக்கு வந்தது. இலக்கியம் மற்றும் கலைத்துறையில் சீதாராமய்யாவின் ஈடுபாடும் நினைவில் வந்தது. பணக்காரனாக இல்லாவிட்டாலும் தியாகச் செம்மலாக எஞ்சியிருந்துவிட்டார்.

இருந்தாலும் அவர் எந்த விதத்தில் செம்மல் ஆக இருந்தால் எனக்கு என்ன? சீதாராமய்யாவைப்பற்றி நான் இவ்வளவு தூரம் எதற்காக யோசிக்க வேண்டும்? உறவினர்கள் சீதாராமய்யாவைப் பற்றி என்னிடம் எதற்காகச் சொல்லவேண்டும்? இதுதான் உலகின் போக்கு என்று தோன்றியது.

சீதாராமய்யா புதிதாக உருவான ஆயுதப் போராட்டத்திற்குத் தலைமையேற்ற செய்திகள், அவரைச் சேர்ந்தவர்களின் என்கௌன்டர்கள், சாவுகள் நாளேடுகளில் அதிகமாகத் தென்பட்டுக் கொண்டிருந்தன. தலைமறைவாய் இருந்த தலைவர்களைப் பிடித்துக் கொடுத்தவர்களுக்கு அரசாங்கம் பெரிய தொகை வெகுமதியாக வழங்க இருக்கிறதென்ற செய்திகளை நண்பர்கள், உறவினர்கள் காதில் போட்டுக்கொண்டுதான் இருந்தார்கள். என்னிடம் சொன்னது போலவே அம்மாவிடமும் சொல்லுவார்கள்.

விடுமுறையில் வீட்டுக்குப் போனபோது அம்மா அந்த விஷயங்களை என்னிடம் கேட்பாள். தனக்குத் தெரிந்தவற்றை என்னிடம் சொல்லுவாள். "நம் சந்தூரவே இயக்கத்தில் சேர்ந்துவிட்டான். சீதாராமய்யாவை நம்மால் என்ன சொல்ல முடியும்?" என்று சொல்லுவாள்.

டில்லியில் தெலுங்கு ஒளிக்கீற்று

ரமேஷும் கருணாவும் மருத்துவப் படிப்பு முடிந்தபிறகு விஜயவாடாவிலோ சல்லப்பள்ளியிலோ ப்ராக்டீஸ் தொடங்குவார்கள் என்று நினைத்தேன். ஆனால் படிப்பு முடிந்ததும் 1968இல் ராய்பூர் அருகில் இருக்கும் கொண்டகாவ் தண்டகாரண்யா பிராஜெக்ட் மருத்துவமனையில் சேர்ந்தார்கள் என்று சொன்னேன் இல்லையா! ஆனால் அங்கே வெகுநாட்கள் இருக்கவில்லை. 1970இல் அரசாங்க ஆஸ்பத்திரியில் வேலை கிடைத்ததும் டில்லிக்குப் போய்விட்டார்கள்.

ரமேஷ் மக்களுக்கு மருத்துவச் சேவைகள் செய்வதைத்தவிர மனதிற்கு மகிழ்ச்சி தரும் வேலைகளையும் செய்ய நினைத்தான். டில்லியில் இருக்கும் தெலுங்கு மக்களுக்கு இலக்கியம், கலாச்சாரம், கலைகள் மறந்து போகாமல் பல நிகழ்ச்சிகளை நடத்த முற்பட்டான். முன்னேற்ற இயக்கங்களுடன் இருந்த உறவும், கருணாவின் ஒத்துழைப்பும் அதற்குத் துணை புரிந்திருக்கும். ரமேஷின் தாய் மாமன் ஏற்கனவே 'பல்லெடூரு' என்ற சினிமாவைத் தயாரித்திருந்தார். கருணாவுக்குச் சிறுவயது முதல் பிரஜா நாட்டிய மண்டலி நிகழ்ச்சிகளைப்பற்றித் தெரியும். அத்துடன் இருவருக்கும் இலக்கியம் மற்றும் கலைகளில் ஆர்வம் இருந்தது. அதனால் டில்லியில் அவர்கள் வீடு ஒரு இலக்கிய மையமாக மாறியது. அவர்கள் வீட்டுக்கு அருகில் லஜ்பத் பவனில் பெயர்பெற்ற நூலகம் இருந்தது. ரமேஷ் அதில் தெலுங்குப் பிரிவு தொடங்கவைத்து, வேண்டிய புத்தகங்களைத் தானே சேகரித்துக் கொடுத்ததாகச் சேகூரி ராமா ராவ் தெரிவித்தார்.

தெற்கு டில்லி ஆந்திர சங்கத்தின் உறுதுணையுடன் எத்தனையோ கலாச்சார நிகழ்ச்சிகளுக்கு வடிவமைத்தான். "எந்த நாட்டிற்குப் போனாலும், எங்கே காலடி எடுத்து வைத்தாலும் புகழ்ந்து பாடுடா நம் தாய் பூமி பாரதத்தை, நிலை நாட்டுடா நம் இனத்தின் கௌரவத்தை!" என்பதுபோல் டில்லியில் தெலுங்கு நாட்டின் புகழைப் பரப்பத் தொடங்கினான்.

"இலக்கியத்தில் நாடகம் அழகு மிகுந்தது" என்றார் காளிதாஸ். நல்ல எண்ணங்களைத் தூண்டும் தெலுங்கு நாடகங்கள் போடவேண்டும் என்பது ரமேஷின் கொள்கை. நாடகத்தில் சிறந்தது 'கன்யாசுல்கம்' தானே. அந்த நாடகத்தை டில்லியில் தெலுங்குச் சங்கத்தாரைக் கொண்டு இரண்டு முறை போடவைத்தான். அதில் மீனாட்சி வேடத்தை கருணா ஏற்று நடித்தாள்.

ரமேஷ், லுப்தாவதானி வேஷமிட்டான். இரண்டு முறையும் ஹால் கொள்ளாத அளவுக்குப் பார்வையாளர்கள் என்று

கேள்விப்பட்டேன். அந்தக் காலத்தில் 1944இல் விஜயவாடாவில் நாங்கள் 'கன்யாசுல்கம்' நாடகத்தைப் போட்டதைச் சந்தோஷமாக நினைவுகூர்ந்தேன். அப்பொழுது எங்கள் வீடு கலாநிலையமாக இருந்தது போலவே டில்லியில் கருணாவின் வீடும் கலாமையமாக இருக்கிறது என்று நினைத்தேன்.

டில்லியில் இருந்த புர்ர வேங்கடப்பையா, வாசிரெட்டி ரமாதேவி போன்ற பெரியவர்களின் உதவியுடன் ஆந்திர எஜுகேஷன் சொசைட்டியை ஏற்பாடு செய்து அதன் அங்கமாகத் தெலுங்கு கற்றுக் கொடுக்கும் ஆந்திரா பள்ளியை நிறுவச்செய்தான் ரமேஷ். அங்கே மொழியுடன், பாட்டு, குச்சிபுடி நாட்டியமும் கற்றுக்கொடுப்பார்கள். கருணாவின் குழந்தைகளில் மூத்தவள் பாட்டும், இரண்டாமவள் நாட்டியமும் கற்றார்கள்.

குரஜாடா நினைவு மலர் வெளிவந்த பிறகு, அதே உற்சாகத்துடன் கிடுகு ராமமூர்த்தியின் உழைப்பையும் பாராட்ட வேண்டுமென்று ரமேஷ் நிறைய விவரங்கள் சேகரித்தான். அந்தச் சமயத்தில் டில்லியில் இருந்த அப்பூரி ராமகிருஷ்ணா குடும்பத்தாருடன் அவர்களுக்கு நட்பு ஏற்பட்டது. அதற்குள் ரமேசுக்கு அரபு நாடான யேமனில் டாக்டராக வேலை வாய்ப்பு கிடைத்தது. குடும்பத் தேவைகளின் காரணமாகச் சில வருடங்கள் அங்கே வேலை செய்வதாக முடிவுசெய்தான். முதலில் தான் போவதாகவும் கருணாவும் குழந்தைகளும் பின்னால் சேர்ந்துகொள்வதாகவும் ஏற்பாடு.

திரும்பி வராத உலகத்திற்குச் சென்றுவிட்ட ரமேஷ்

யேமனுக்குப் போவதற்குமுன் தன் பெற்றோரையும் ஆந்திராவில் இருக்கும் நண்பர்களையும் சந்தித்துவிட்டுப் போகலாம் என்று நினைத்தான் ரமேஷ். குழந்தைகளுக்கும் கோடை விடுமுறை தொடங்கிவிட்டதால் நால்வரும் சேர்ந்து முதலில் அஜந்தா, எல்லோரா குகைகள் பார்ப்பதற்குச் சென்றார்கள். அங்கே புத்தரின் காலப் பெருமையை குழந்தைகளுக்குக் காண்பித்துத் திருப்தி அடைந்தான். கருணா, குழந்தைகளுடன் சில நாட்கள் சந்தோஷமாக கழித்துவிட்டு, ஹைதராபாத்தில் இரண்டு நாட்கள் தங்கி, கிடுகு ராமமூர்த்தி புத்தகத்திற்கு வேண்டிய விவரங்களைச் சேகரித்தான். விஜயவாடாவுக்கு வந்தபிறகும் அந்த வேலையாகக் கொளுத்தும் வெயிலில் அலைந்தான். உணவுவேளை தாண்டிவிட்டாலும், சூடான காற்று வீசிக்கொண்டிருந்தாலும் எல்லோரையும் சந்திக்க வேண்டும் என்ற விருப்பத்தில் அலைந்துதிரிந்து மாலையில் வீட்டுக்கு வந்தான். மறுநாள் காலையிலேயே ஜுரம் வந்துவிட்டது. கருணா, டாக்டர் என்பதால் சிகிச்சை அளித்தாள். மாலையில் வாந்தியெடுத்தான்.

ஆளற்ற பாலம் 139

நிலைமை கை மீறிவிட்டதென்று தெரிந்து பக்கத்திலேயே இருந்த ராம்மோகன் ராவ் (நவோதயா) ரமேஷை உடனே ஆஸ்பத்திரிக்கு அழைத்துப் போனான். கருணாவுக்கு எல்லாம் குழப்பமாக இருந்தது, என்ன நடக்கிறது என்று தெரிவதற்குள் அன்று இரவு ரமேஷின் உயிர் பிரிந்துவிட்டது. கருணாவையும் குழந்தைகளையும் ஜாக்கிரதையாகப் பார்த்துக்கொள்ளும் பொறுப்பை ராம்மோகனிடம் ஒப்படைத்துத் திரும்பி வராத உலகத்திற்குச் சென்றுவிட்டான்.

அந்தச் செய்தியைக் கருணா சலனமே இல்லாமல் கேட்டுக்கொண்டாள். பிறகு அறுபட்ட மரம்போல் அப்படியே சரிந்துவிட்டாள். கருணாவின் நிலைமையைப் பார்க்க முடியாமல் என் தாய் அஞ்சனம்மா தவித்தாள். அவளை எப்படியாவது காப்பாற்ற வேண்டும் என்று எல்லோரையும் வேண்டிக்கொள்ளத் தொடங்கினாள்.

இது நடந்தபோது நான் காகிநாடாவில்தான் இருந்தேன். “உங்கள் அம்மா விழுந்துவிட்டாளாம். நீங்கள் உடனே கிளம்பி விஜயவாடாவுக்குப் போகவேண்டும்” என்று பிரின்சிபால் சொன்னாள். உண்மை விஷயத்தைச் சொன்னால் என்னால் தாங்கமுடியாது என்று அப்படிச் சொன்னாளாம். நான் உடனே கிளம்பி விஜயவாடாவுக்கு வந்தேன். வந்து பார்த்தால், என்ன இருக்கிறது? எல்லாம் முடிந்து போய்விட்டது. என் மகளின் வாழ்க்கை சீரழிந்துவிட்டது, உயிர் போய்விட்ட மாப்பிள்ளையை, உடலின்மீது விழுந்து அழுது அலறிக்கொண்டிருக்கும் மகளை, திசை தெரியாமல் இருந்த பேத்திகளைப் பார்த்தபோது அந்த காட்சி உண்மையா இல்லை பொய்யா என்று என்னால் முடிவுசெய்ய முடியவில்லை. தலைசுற்றியது. இடி விழுந்ததுபோல் இருந்தது.

எப்படியோ தேற்றிக்கொண்டு சுற்றிலும் பார்த்தபோது இலக்கிய நண்பர்களும் நெருங்கியவர்களும் கருணாவைப் பார்த்து மேலும் துக்கப்பட்டுக் கொண்டிருந்தார்கள். ராம்மோகன்ராவ் கருணாவையும் குழந்தைகளையும் தேற்றிக்கொண்டிருந்தான். என்னைப் பார்த்து, இதயத்தைக் கல்லாக்கிக்கொண்டு வாழவேண்டும் என்று சொன்னான். கருணா, அவள் குழந்தைகளின் எதிர்காலத்தைப் பற்றி நினைத்துப் பார்க்கச் சொன்னான். தான் உறுதுணையாக இருப்பதாகச் சொன்னான். குழந்தைகளுக்கு ராம் தாத்தாவாக இருந்தான். அரபு நாட்டுக்குச் செல்லவிருந்த நண்பன் திரும்பி வராத உலகிற்குச் சென்று விட்டானே என்று டில்லியில் தெலுங்கு சங்கம் கண்ணீர்விட்டது. டில்லியில் ரமேஷ் நடத்திய நிகழ்ச்சிகளை நினைவுகூர்ந்து அஞ்சலி செலுத்தியது. கருணா இந்த அதிர்ச்சியிலிருந்து

மீண்டுவந்து திரும்பவும் டாக்டர் ஆக, சமுதாயத் தோழியாக பணி புரியவேண்டுமென்ற தங்களுடைய வேண்டுகோளைக் கடிதம் மூலமாகச் சிலர் தெரிவித்தார்கள்.

ரமேஷின் ஊக்கத்துடன் தொடங்கப்பட்ட ஒரு தெலுங்குப் பள்ளிக்கு, 'ரமேஷ்பாபு மெமோரியல் ஆந்திரா ஸ்கூல்' என்று பெயர் சூட்டினார்களாம். சமீபத்தில் என் பேத்திகள் டில்லிக்குச் சென்றிருந்தபோது அந்தப் பள்ளியைப் பார்த்து வந்தார்கள். சாகேத் என்ற இடத்தில் அந்தப் பள்ளி சொந்தக் கட்டிடத்தில் சிறப்பாக இயங்குகிறதென்று குழந்தைகள் கூறியபோது என் கண்களில் நீர் தளும்பியது. அவை ஆனந்தக் கண்ணீரா அல்லது வேதனையின் கண்ணீரா? ரமேஷ் கொடுத்து வைத்தவன் என்றேன். அவன் காதலித்த கருணாவும் அதிர்ஷ்டசாலிதான் என்றார்கள் நண்பர்கள்.

துக்கத்தில் மூழ்கிவிட்ட கருணா

கருணாவுக்குத் துணையாக நான் விடுப்பு எடுத்துக்கொண்டு டில்லிக்குப் போனேன். அங்கே நண்பர்கள், நெருங்கிய உறவினர்களைவிட மேலாகப் பார்த்துக்கொண்டார்கள். அதிகாரிகள், ஆஸ்பத்திரி பணியாளர்கள் அன்புடன் பார்த்துக் கொண்டாலும் ரமேஷின் நினைவுகளிலிருந்து கருணாவால் மீள முடியவில்லை. யேமனில் ரமேஷுக்கு வேலை வாய்ப்பு கொடுத்த நண்பர்கள் கருணாவையும் அங்கே வரச்சொல்லி அழைப்பு விடுத்தார்கள். அவளிருந்த நிலைமையில் அங்கே போவது சரியில்லை என்று தோன்றியது. ஆனால் இந்தச் சூழ்நிலைக்குத் தொலைவாக இருந்தால்தான் சீக்கிரமாக தேறிக்கொள்வாள் என்று சொன்னார்கள் நண்பர்கள்.

ராகவ ராவ், ராம்மோகன் இருவரும் குழந்தைகள் விஷயம் நாங்கள் பார்த்துக்கொள்கிறோம் என்று கருணாவுக்குத் தைரியம் சொன்னார்கள். சொன்னது போலவே ராம்மோகனும் ஜான்சியும் அந்தக் குழந்தைகளுக்குத் தாயும் தந்தையும் ஆனார்கள். நான் வேலையை விட்டுவிட்டு குழந்தைகளிடம் இருக்கலாம் என்றுதான் முடிவுசெய்தேன். ஆனால், "குழந்தைகளை ராம்மோகன் பார்த்துக்கொள்வான். அம்மாவும் இருக்கிறாள். வேலைக்குச் செல்லவேண்டிய அவசியம் உனக்கு இருக்கிறது. பென்ஷன் வாங்கவேண்டிய தேவையும் இருக்கிறது" என்று என்னை பெரிய மகன் காகிநாடாவுக்குப் போகச் சொன்னான். இதயத்தைக் கல்லாக்கிக்கொண்டு சென்றேன்.

1980இல் கருணா யேமன் நாட்டுக்குச் சென்றாள். அங்கிருந்து அடிக்கடி கடிதம் எழுதுவாள். கருணாவுக்குச் செடிகள் என்றால்

மிகவும் பிடிக்கும். தோட்டம் வளர்ப்பதாக போட்டோவுடன் கடிதம் அனுப்பி இருந்தாள். அந்த போட்டோவில் கருணா இளைத்திருப்பதுபோல் இருந்தது. குழந்தைகளை வளர்த்து ஆளாக்க நினைத்து வெளிநாட்டுக்குப் போன கருணாவைப் பார்த்தால், பணம் எந்த அளவிற்குத் தேவையோ, குழந்தைகளின் அன்பு அதைவிடத் தேவை என்று தோன்றியது.

குழந்தைகள் எப்படி இருக்கிறார்களோ? வேளைக்கு சாப்பிடுகிறார்களோ இல்லையோ என்று நினைத்து அந்தக் கவலையில் இளைத்துவிட்டிருப்பாள் போலும். கருணாவின் பாலியம், படிப்பு நினைவுக்கு வந்து மனம் மேலும் வேதனைப் பட்டது. அவள் வீட்டுக்குத் திரும்பிவிட்டால் நல்லது என்று நினைத்தேன்.

நான் நினைத்தது போல் யேமனில் ஐந்து வருடங்கள் இருப்பதாகப் போன கருணா இரண்டு வருடங்களுக்குள் (1981 செப்டம்பரிலேயே) திரும்பி வந்துவிட்டாள். நடுவில் குழந்தைகளும் இரண்டு மூன்று மாதங்கள் அங்கு இருந்துவிட்டு வந்தார்கள்.

விஜயவாடாவில் கருணா

தங்கநிறத்தில் ஜொலித்துக்கொண்டிருந்த கருணா வாடிய கொடிபோல் இருப்பதைப் பார்த்து நண்பர்கள், உறவினர்கள் வருத்தப்பட்டார்கள். அரசாங்கத்தில் கேட்டிருந்த ஐந்து வருட விடுப்பை ரத்துசெய்து, திரும்பவும் விஜயவாடாவில் வேலைக்காக முயற்சிசெய்தாள். தபால்துறை ஆஸ்பத்திரியில் வேலை கிடைத்தது. விஜயவாடாவில் குழந்தைகள் உடனிருக்க வசதியாக வேலை கிடைத்ததில் ராம்மோகன் ராவ் நிம்மதியாக மூச்சு விட்டான். ராமசுப்பாரெட்டி என்ற மனநல மருத்துவரிடம் கருணாவை அழைத்துச் சென்றான். கருணாவுக்கு மனச்சிதைவு (டிப்ரெஷன்) நோய் இருப்பதாக மருந்துகள் கொடுத்தார். அவளுக்கு விருப்பமான இசை, இலக்கியத்தின் பக்கம் மனதை திசை திருப்பச் சொல்லி அறிவுரை வழங்கினார்.

விஜயவாடாவில் வசித்துக்கொண்டு, 'நவோதயா' நிறுவனத்தார் கொண்டு தரும் புத்தகங்களைப் படித்துக்கொண்டு, நோயாளிகளுக்கு மருத்துவம் பார்க்கும் கருணாவிடம் தந்தையின் கட்சியைச் சேர்ந்தவர்கள் வந்துபோகத் தொடங்கினார்கள். அவர்கள் நிர்வகிக்கும் இலக்கிய, கலாச்சார நிகழ்ச்சிகளுக்குக் கருணா உதவிசெய்துவந்தாள்.

அந்த வேலைகளுக்குச் சென்றும் ஆஸ்பத்திரிக்கு நேரத்தோடு சென்றும், கடமை செய்வதில் கருணாவை மிஞ்சியவர் இல்லை என்று பெயர்பெற்றுவிட்டாள். நோயாளிகளின்

வேதனை நிறைந்த கதைகளைத் தெரிந்துகொண்டு, சமுதாயத்தில், வீட்டில் பெண்கள்மீது நடக்கும் வன்முறைகளுக்குச் சமுதாயம் தான் தீர்வுகாண வேண்டும் என்ற ரீதியில் சில கதைகளை எழுதினாள். அந்தக் கதைகளை 'தர்ஜனி' என்ற பெயரில் தொகுப்பாகக் கொண்டுவந்தார்கள். நோயாளிகளுக்கு மருந்து மட்டுமே அல்லாமல் பழங்களை வாங்கிக்கொள்ளப் பண உதவியும் செய்துவந்தாள். டாக்டர் கருணா நல்லவள் என்று விஜயவாடாவிலும் மற்ற இடங்களிலும் பிரபலமாகிவிட்டது.

உள்நாட்டு அமைச்சர் கோடெல சிவபிரசாத், "கம்யூனிஸ்ட் தலைவர்கள் தங்கள் குழந்தைகளை டாக்டர்கள், இஞ்சினியர்கள் ஆக்கி வெளிநாட்டுக்கு அனுப்புவார்கள். மற்றவர்களை மட்டும் இயக்கத்தில் ஈடுபட வைப்பார்கள்" என்று பேசிவந்தார். கருணா அதைக் கண்டித்து எல்லாப் பத்திகைகளுக்கும் கடிதம் எழுதினாள்.

"நான் ட்யூஷனுக்குப் போகாமல் கஷ்டப்பட்டுப் படித்து மதிப்பெண்கள் பெற்றேன். நன்கொடை கொடுக்காமல் சீட் பெற்றேன். முதல் ஆண்டு படிக்கும்போது என்னிடம் படிப்புக்குப் பணம் இல்லாமல் போனபோது என் கணவர் ரமேஷ் உதவி செய்தார். என் அண்ணனும் எந்த வெளிநாட்டிலும் படிக்கவில்லை. வரங்கல் ஆர்.இ.சி.யில் மாணவனாக இருந்தபோது உங்கள் அரசாங்கம்தான் அவனை மாயமாக்கிக் கொன்றுவிட்டது. நாங்கள் வசதிகள் நிறைந்த வாழ்க்கை வாழ்வதாக நீங்கள் அறிக்கை விடும்முன் உண்மையைத் தெரிந்துகொள்ளுங்கள்" என்று எழுதி இருந்தாள். அவளுடைய கடிதம் எல்லாப் பத்திரிகைகளிலும் வெளிவந்தது.

ரமேஷை மறக்க முடியாத கருணா, பகல் முழுவதும் வேலைப் பொறுப்புடன் கழித்தாலும், இரவுகளில் தூக்க மாத்திரையுடன் வாழ்க்கையைத் தொடர்ந்தாள். ஓரிரண்டு முறை தற்கொலை முயற்சிகள்கூட செய்தாள். அம்மாவும் குழந்தைகளும் கருணாவைக் கண்காணித்துக்கொண்டுதான் இருந்தார்கள். 1983இல் என்.டி.ராமாராவ் முதலமைச்சர் ஆனார். ஓய்வுபெறும் வயது 55ஆகக் குறைக்கப்பட்டது. அதனால், நான் காகிநாடாவைவிட்டு வெளியேற வேண்டியதாயிற்று. இருபது வருடங்கள் தங்குவதற்கு எனக்கு இடம் கொடுத்த 'தாய்' காகிநாடா. புத்தகங்களுடன் நட்பு ஏற்படுத்தி, எழுத்துக்களை உணவாக்கிப் பசிதீர்த்து, வேதனையை மறக்கச்செய்து வாழ்வதற்கு வழிகாட்டிய தாய் காகிநாடா. அந்தத் தாயை விட்டுப்பிரிந்து பெட்டிப்படுக்கையோடு அம்மாவிடம் வந்தேன். என்னையும் கண்ணீர்க் கடலாகிவிட்ட கருணாவையும் தேற்றுவதற்குத்தான் அம்மா உயிரோடு இருக்கிறாள் என்று நினைத்தேன்.

கருணா, இரண்டு பேத்திகள், நான் மற்றும் அம்மா. எல்லோரும் பெண்கள்தான். ஆண்துணை இல்லாத வீடாகி விட்டது.

அந்தச் சமயத்தில்தான் சீதாராமய்யாவை நேசிக்கும் கட்சி ஆதரவாளர்களும், புரட்சி எழுத்தாளர்களின் சங்கத்தினரும் கருணாவுக்கு வேண்டியவர்களாகிவிட்டார்கள். நாட்கணக்காக வீட்டில் தங்கியிருந்தார்கள். கருணாவும் சந்தோஷமாகத்தான் அவர்களுக்கு விருந்துபசாரம் செய்துவந்தாள். அவர்கள் கருணாவையும், அவளுடைய குழந்தைகளையும் தங்களைச் சேர்ந்தவர்களாகப் பாவித்தும் என்னையும் அம்மாவையும் இளக்காரமாகவும் நடத்தி வந்தார்கள். நாங்கள் இருவரும் வேலையற்றவர்கள் என்பதுபோல் பார்ப்பார்கள். அவர்களின் பேச்சு எங்களுக்கு வருத்தமாக இருந்தாலும் வெளியில் காட்டிக் கொண்டது இல்லை. அவர்கள் கருணாவைச் சகோதரியாக நடத்தி வருகிறார்கள். அப்படியாவது கருணா மனநிம்மதியுடன் வாழ்ந்தால் போதும் என்று நினைத்து வந்தோம். எங்களுடைய வேதனைகள் புதிதாக உருவானவை இல்லையே! ஏற்கனவே இருந்தவற்றுடன் இதுவும் ஒன்று என்று நினைத்து ஒருவரை ஒருவர் சமாதானப்படுத்திவந்தோம்.

கொல்லையில் மூலிகைச் செடி

அந்தச் சமயத்தில்தான் விஜயவாடாவில் 'விகாஸ வித்யா வனம்' என்ற பள்ளியை அன்னே ராதாகிருஷ்ணமூர்த்தியின் தலைமையில் நிறுவினார்கள். அந்தப் பள்ளி மாணவர்களுக்காக ஹாஸ்டல் தொடங்கப்போவதாகவும் அதில் வேலைசெய்வதற்கு உங்கள் அம்மாவைப் போன்றவர்கள் வந்தால் நன்றாக இருக்கும் என்று தும்மல வேணுகோபாலராவ் கருணாவிடம் சொன்னாராம்.

நல்லிதயம் கொண்ட மேதாவிகள் நல்லவற்றை வளர்க்கும் எண்ணத்துடன் அந்தப் பள்ளியின் ஹாஸ்டலில் என்னைப் போன்றவர்கள் இருந்தால் நன்றாக இருக்கும் என்று அவர் சொன்னது எனக்கு மனநிறைவு கொடுத்தது.

கருணாவிடம், "நீ ஆஸ்பத்திரிக்குப் போய்விடுவாய். குழந்தைகள் கல்லூரிக்குப் போவார்கள், அப்பாவைச் சேர்ந்தவர்கள் வீட்டுக்கு வந்துகொண்டும் போய்க்கொண்டும் இருப்பார்கள். சமையல் பொறுப்பும் வீட்டுப் பொறுப்பும் யார் பார்த்துக்கொள்வார்கள்? நான் ஹாஸ்டலுக்குப் போனால் இடைஞ்சலாக இருக்குமோ? கொஞ்சம் யோசி" என்று சொன்னேன்.

"வீட்டுக்கு வருபவர்கள் எல்லோரும் நம்மைச் சேர்ந்தவர்கள் தானே? சமையல்காரிக்கு வீட்டுப்பொறுப்பும் தெரியும் இல்லையா? ஹாஸ்டல் நம் வீட்டுக்கு அருகிலேயே ஏற்பாடு செய்யப்போகிறார்கள். தினமும் வீட்டுக்கு வந்து போய்க் கொண்டே ஹாஸ்டல் வேலையும் செய்யமுடியும். நமக்கு பொருளாதாரப் பிரச்சினை இல்லை என்பதால் நீ ஹாஸ்டலில் வாலண்டரியாக வேலை பார்த்தால் மதிப்பாக இருக்கும்" என்றாள் கருணா.

நான் ஹாஸ்டலுக்குப் போவதில்தான் கருணாவுக்கு விருப்பம் என்று தோன்றியது.

"கொல்லை மூலிகைச்செடி வீட்டு வைத்தியத்திற்கு உதவாது" என்ற பழமொழி நினைவுக்கு வந்தது. வீட்டில் இருப்பவர்களுக்கு என் தேவை இல்லை என்றாலும், எதிர்கால இளைஞர்களுக்கு (மாணவர்களுக்கு) நான் பயன்படுகிறேன் என்றால் என் வாழ்க்கை வீணல்ல, பயனுள்ளதுதான் என்று தோன்றியது. பொருளாதாரப் பிரச்சினை எதுவும் இல்லாவிட்டாலும் பொழுது போவதற்காகவும், எல்லாவற்றையும் மறந்து வாழ்வதற்காகவும் வாலண்டரியாக ஹாஸ்டலில் வேலைபார்க்கச் சம்மதித்தேன். மாணவர்களுக்கிடையே இருப்பதற்கு விருப்பப்பட்டுச் சென்றேன்.

மாலையிலோ, காலையிலோ ஒருமுறை வீட்டுக்கு வந்து அம்மாவையும் கருணாவையும் பார்த்துவிட்டு, சந்தூ வளர்த்த மரத்தின் காய்களையும் கறிவேப்பிலையையும் பறித்துக்கொண்டு போவேன். என்னைப் பார்த்து கருணா, "அம்மாவுக்குக் குழந்தைகள் என்றால் எவ்வளவு பிரியம்!" என்று சந்தோஷமாகச் சொல்வாள்.

எடுத்துப்போன கொய்யாக்காயைக் குழந்தைகளுக்குக் கொடுக்கும்போதும், அவர்கள் என் பக்கத்தில் உட்கார்ந்து கதை கேட்கும்போதும் ஆனந்தமாக இருக்கும், அவர்கள் என் கண்களுக்கு அன்பு பகிர்ந்து கொடுக்கும் பூக்களைப் போல், இருள் விலக்கும் விளக்குகள்போல் காட்சி தருவார்கள்.

ஒரு புதிய யோசனையை எழுத்துருவத்தில் வடிக்க முடிந்தால் அது காயத்தை ஆற்றும் மருந்தாக வேலைசெய்யும். காகிநாடா என்னைப் பேனாவைப் பிடிக்கச் சொல்லியதுபோல், விகாஸ வித்யாவனம்கூட சொல்கிறதோ என்று தோன்றியது. கருணா கண்முன் தெரிகிறாள். சந்தூ எழுத்துருவிலாவது தென்பட்டால் நன்றாக இருக்கும் என்று தோன்றும். சந்தூ வளர்த்த கறிவேப்பிலைச் செடியை, தோட்டத்தைப் பார்த்துக் கொண்டே சில கவிதைகளை எழுதினேன். (எல்லாம்

கிடைக்கவில்லை) மனிதனை மனிதனாகப் பார்க்க முடியாத அரசியலுக்கு, மனிதநேயம் இல்லாத இலக்கியத்திற்கு எங்களைப் போன்றவர்கள் வேலையற்றவர்களாகவே தென்படுவார்கள். எழுத்துகளையே நண்பர்களாய் எண்ணினேன்.

இவ்விதமாய்க் குழந்தைகளுக்கு இடையே வசித்து, இலக்கியத்தின்மீது விருப்பத்தை வளர்த்து, நான் – என்னுடைய கட்சி என்ற லட்சுமண ரேகையைத் தாண்டி, எந்தக் கட்சிக்காரர் நல்லது செய்யும் நிகழ்ச்சிகளை நடத்தினாலும் சந்தோஷப்பட்டுக் கொண்டு, அவற்றின் மதிப்பு மேலும் உயர்வதற்குத் துணைபுரிந்து வந்தேன். பெண் போராளிகள் நடத்திய கள்ளுக்கடை மறியல் போராட்டங்களில் மேடையில் என்னுடைய அனுபவங்களை எடுத்துச் சொல்வேன். வேறு யாராவது அழைத்தாலும் அவர்களுடைய கூட்டங்களுக்குச் செல்வேன். ஏதாவதொரு பணியில் ஈடுபட்டு என் இதயத்தில் வேதனைக்கு இடமளிக்காமல் பார்த்துக்கொள்ள நினைத்தேன். ஹாஸ்டல் பணியையும் அதில் ஒரு பகுதியாகப் பாவித்தேன். வேணுகோபால ராவ் எனக்கு பல விஷயங்களில் உறுதுணையாக இருந்து வந்தார்.

எப்போதும் போலவே ஒருநாள் மாலை வீட்டுக்குப் போனேன். கருணாவையும் அம்மாவையும் பார்ப்பதற்காக உள்ளே போனேன். கண்ணில் படவில்லை. கொல்லையில் கனிந்த கொய்யாக் காயையும் கறிவேப்பிலையையும் பறித்துக் கொண்டேன். சிறிது கறிவேப்பிலையை வீட்டில் கொடுத்து விட்டுப்போக உள்ளே போனேன். இருவர் பேசிக்கொள்வது காதில் விழுந்தது. "குளிக்கப் போகும்முன் கைக்கடிகாரத்தை மேஜைமீது வைத்துவிட்டுப் போனேன். குளித்துவிட்டு வந்து பார்த்தால் இல்லை. யாராவது வந்தார்களா?" என்று ஒருவன் கேட்டுக்கொண்டிருந்தான். இரண்டாவது நபர், "கருணாக்காவின் அம்மா வந்திருந்தாள். எடுத்தாளோ என்னவோ" என்றான்.

என் இதயத்தை சம்மட்டியால் அடித்ததுபோல் இருந்தது. உள்ளே போய்க் கறிவேப்பிலையைக் கொடுக்கவும் முடியாமல், நீங்கள் இப்படி பேசுவது நியாயமா என்று கேட்கவும் முடியாமல் நின்றுவிட்டேன். கருணா உள்ளே இருக்கிறாளோ என்று நினைத்தாலும் எட்டிப்பார்க்காமலேயே அவமானச் சுமையுடன் ஹாஸ்டலை நோக்கி நடந்தேன்.

அரசியல் மனிதனை வெறிபிடித்து வாய்க்கு வந்தபடி பேசவைக்குமோ? கட்சி வேற்றுமைகள் மனித உறவுகளை நசிந்து போகச் செய்துவிடுமோ? 1948இல் அச்சமாம்பாவை அவமானப்படுத்தியது நினைவுக்கு வந்தது.

திரும்பவும் வீட்டுக்கு

விகாஸ வித்யாவனத்தைச் சொந்தக் கட்டிடத்திற்கு (குணதல) மாற்றிவிட்டார்கள். என்னையும் அழைத்தார்கள். அது எங்கள் வீட்டிலிருந்து தொலைவு என்பதால் தினமும் அம்மாவையும் கருணாவையும் பார்க்க வசதிப்படாது என்பதால் மறுத்துவிட்டேன். பள்ளி மாணவர்களின் முன்னேற்றத்தை விரும்பி நான்கு வருடங்கள் பணியாற்றி இருக்கிறீர்கள். உங்கள் வேலைத்திறனை எங்களால் மறக்க முடியாது. அதற்கு அடையாளமாக கருணைமூர்த்தி புத்தரின் விக்கிரகமும், சன்மானமாக பத்தாயிரமும் தருவதாக இருக்கிறோம் என்று வேணுகோபால ராவ் சொன்னார். வாலண்டரியாக வேலை பார்ப்பதாகச் சொல்லிவிட்டு, வேலை முடிந்தபிறகு பத்தாயிரம் பெற்றுகொள்வது சரியில்லை என்று கருணா சொன்னாள்.

கொடுப்பதை ஏற்றுகொள்ள மறுத்தால் பெரியவர்கள் மனம் வருத்தப்படுவார்களோ? வாங்கிக்கொண்டால் கருணா என்ன சொல்லுவாளோ? இறுதியில் "புத்தர் விக்கிரகத்தை வாங்கிக் கொள்கிறேன். ஆனால் அந்தப் பத்தாயிரத்தை சந்தூ பெயரில் வங்கியில் வைத்து வரும் வட்டியிலிருந்து பள்ளி வருடாந்திர விழாவில் பாடுவதிலோ, ஓவியம் வரைவதிலோ சிறந்து விளங்கிய மாணவனுக்குப் பரிசு வழங்குங்கள்" என்று சொன்னேன். பள்ளிப் பெரியவர்கள் மகிழ்ச்சியுடன் சம்மதித்தார்கள். எல்லோரும் மறந்துவிட்ட சந்தூவை வருடத்திற்கு ஒருமுறை விகாஸ வித்யாவனமாவது நினைவுகூரும். புத்தர் விக்கிரகத்தைப் பெற்றுக்கொண்டேன். அதுதான் கடைசி உத்தியோகம். பிறகு வீட்டில்தான் இருந்தேன்.

ஒருநாள் சென்னையில் ஸ்ரீஸ்ரீ (மாபெரும் கவி) இறந்த செய்தி தெரிந்தது. விரசம் (புரட்சி எழுத்தாளர்களின் சங்கம்) அங்கத்தினர் எங்கள் வீட்டிலேயே சிவப்புக் கொடிகளைத் தயாரித்து, அவற்றைக் கையில் பிடித்துக்கொண்டு ஸ்ரீஸ்ரீயின் இறுதி யாத்திரைக்கு கிளம்பிப் போனார்கள். ஸ்ரீஸ்ரீ எழுதிய, 'நிலங்களை எல்லாம் உழுது உழுது' என்ற பாடலை அரசம் (முன்னேற்ற எழுத்தாளர்களின் சங்கம்) நாட்டிய நாடகமாக எங்கள் வீட்டில் ஒத்திகை பார்த்தது நினைவுக்கு வந்தது. ஸ்ரீஸ்ரீயை முதல்முதலாய்ப் போற்றிய அரசம் எழுத்தாளர்களுக்கும், பிரஜா நாட்டிய மண்டலியின் கலைஞர்களுக்கும் மையமாகத் திகழ்ந்த எங்கள் வீட்டிலிருந்தே, விரசம் அங்கத்தினர்கள் இப்படிக் கொடிகளைத் தயாரித்து எடுத்துப்போனது மனதிற்குத் திருப்தியாக இருந்தது.

வயதாகிவிட்ட அம்மா கருணாவின் நிலையைப் பார்த்து வேதனையுடன் நோய்வாய்ப்பட்டாள். சாப்பிடச் சொன்னால் மறுப்பாள். "கருணாவுக்கு முன்னால் நான் போகவேண்டும்" என்பாள். "உன் வேதனைகளைப் பார்த்துப் பார்த்து இனியும் தாங்கும் சக்தி எனக்கு இல்லை" என்பாள்.

"அம்மா! நீயும் போய்விட்டால் என் கண்ணீரைத் துடைக்க வேறு யார் இருக்கிறார்கள்?" என்று நான் சொன்னால், "வாழ்நாள் முழுவதும் அழுவதற்காகவே நீ பிறந்து இருக்கிறாய் போலிருக்கிறது" என்பாள்.

ஒருநாள் அருகில் அழைத்து, "நான் இனி பிழைக்க மாட்டேன். உன் தம்பி அமெரிக்காவிலிருந்து வந்து என் இறுதிக் காரியங்களை நடத்துவது சாத்தியம் இல்லை. சிறுவயது முதல் ராம்மோகன் ராவ் (நவோதயா) என்னை அம்மா என்று அழைத்தான். சில நாட்கள் என்னுடனே தங்கி இருந்தான். அவனைக்கொண்டே இறுதிக் காரியங்களைச் செய்யச் சொல். எனக்குப் பத்துநாள் காரியங்கள் செய்யத் தேவையில்லை. உங்கள் கட்சியின் வழக்கப்படி நடக்கும் எனது அஞ்சலிக் கூட்டத்தில், இரண்டு கட்சிகளும் இணைந்து வேலை செய்யவேண்டும் என்று அஞ்சம்மா கேட்டுக்கொண்டதாகச் சொல். இரண்டு கட்சியினருக்கும் என் சார்பில் தலா ஆயிரம் ரூபாய் கொடு. வேமூரி நாகேஸ்வர ராவிடம் அந்த இரண்டாயிரம் இருக்கிறது" என்று சொன்னாள்.

ஒரு வாரத்திற்குள் அம்மா என்னையும் இந்த உலகத்தையும் விட்டுவிட்டுப் போய்விட்டாள். கருணா, அம்மா சொன்னது போலவே செய்தாள். அம்மாவின் அஞ்சலிக் கூட்டத்திற்கு காட்ரகட்ட ஸ்ரீனிவாச ராவ் உட்பட பல பெரியவர்கள் வந்திருந்தார்கள். கூட்டத்தில், தலைமறைவு நாட்களில் விஜயவாடாவில் அவளுடன் இணைந்து வேலைசெய்த பரகால பட்டாபி ராமாராவ் போன்றவர்கள் கம்யூனிஸ்ட் கட்சியின் முன்னேற்றத்தில் அவள் பங்கினைப்பற்றிச் சொன்னார்கள். "ரஷியப் புரட்சி இயக்கத்திற்குத் தன் சேவைகளை அர்ப்பணம் செய்த கோர்கி எழுதிய 'தாய்' போன்றவள் அஞ்சனம்மா" என்று அம்மாவைப்பற்றித் தங்களுக்குத் தெரிந்ததை எல்லாம் சொன்னார்கள்.

"மலபார் போலீசார் நம்மவர்களைக் குருவிகளைப்போல் சுட்டுக் கொன்றுகொண்டிருந்தபோது, எல்லாம் தெரிந்திருந்தும் அஞ்சனம்மா நம்மைக் காப்பாற்றி, பசியைப் போக்கி, 'தாய்க்கு மேலாக ஆதரவு காட்டினாள்" என்றுசொல்லி அம்மாவுக்கு புரட்சிப் புகழஞ்சலி செலுத்தினார்கள். வந்தவர்கள் எல்லோரும்

அவளுடைய வாழ்க்கையை இனிவரும் தலைமுறையினருக்குத் தெரியப்படுத்துவது அவசியம் என்றார்கள்.

வாழ்க்கையில் வீசிய புயல்களுக்கு நான் தளர்ந்து போகாமல் உறுதுணையாக இருந்த என் அம்மாவை, வாழ்க்கையில் எனக்கு ஏற்பட்ட சூழல்களில் காணாமல் போகாமல் என்னைத் தன் மடியில் ஏந்திக் காப்பாற்றிய அம்மாவை, எல்லோரும் 'கோர்கியின் 'தாயா'கப் போற்றுகையில் என் கண்களிலிருந்து ஆனந்தம் மற்றும் துக்கம் கலந்த கண்ணீர் ஒரே சமயத்தில் வந்தது.

எனக்குத் திருமணம் ஆனது முதல் அம்மா என்கூடவே இருந்தாள். என் தம்பி வெங்கட ரெட்டி என்றுமே அருகில் இருந்தது இல்லை. தம்பியும் சிறுவயதில் மாணவர் இயக்கத்தில் பணி புரிந்தான். பிறகு ரயில்வேயில் வேலை பார்த்துக்கொண்டே கூரியர் ஆகவும் இருந்துவந்தான். அந்தச் சமயத்தில் போலீசாரின் கையில் சிக்கி ஆறுமாதங்கள் ஜெயிலில் இருந்தான். அவர்கள் அடித்த அடியில் காது கேட்காமல் போய்விட்டது. இதையெல்லாம் பார்த்த அவன் மனைவி கொஞ்ச நாட்கள் புத்திபேதலித்த நிலையில் இருந்தாள். யூனியன் மூலமாக வேலை திரும்பக் கிடைத்தாலும் அன்று முதல் அரசியலுக்கும், எங்கள் குடும்பத்திற்கும் தொலைவாகவே இருந்தான். ஓய்வுபெற்ற பிறகு மகளோடு அமெரிக்கா சென்றுவிட்டான். அரசியல் காரணமாக ஏதாவது பிரச்சினைகள் திரும்பவும் வரக்கூடும் என்று அவன் மனைவியும் அதிகமாக உறவு கொண்டாடியது இல்லை. அவனுடையது நல்ல மனம். ஆனால் மனைவியின் பேச்சுக்குப் பயப்படுவான். இறுதியில் பெற்ற தாய் மறைவிற்கும் அவனால் வர முடியவில்லை.

அம்மாவுக்குக் காரியங்களைச் செய்யச் சொல்லி மகள் ஜோதி பத்தாயிரம் ரூபாய் அனுப்பி வைத்தாள். பெண்கல்வி என்றால் அம்மாவுக்கு பிடிக்கும். நான் சிறுவயதில் இருந்தபோதே பெண்கள் நன்றாகப் படிக்க வேண்டுமென்று சொல்லி வந்தாள். கருணாவின் மருத்துவப்படிப்புக்காகத் தேவைப்பட்டால் நாம் அவளை விட்டு விலகியிருப்போம் என்று அறிவுரை சொன்னது அம்மாதான். அதனால் நன்றாகப் படித்து, நல்ல மதிப்பெண்கள் பெற்ற பெண் குழந்தைகளுக்கு ஒவ்வொரு வருடமும் அம்மா அஞ்சனம்மாவின் பெயரில் ஸ்காலர்ஷிப் வழங்கச்சொல்லி பாமர்றுவில் பணம் கொடுத்தேன்.

விட்டுவிட்டுப் போன கருணா

யார் எவ்வளவு முயற்சி செய்தாலும் கருணாவால் பழைய நிலைக்குத் திரும்ப முடியவில்லை. கணவனை, அண்ணனை

இழந்து, தந்தையை எப்போது சுட்டுக் கொன்றுவிடுவார்களோ என்று தெரியாத நிலையில் அவளால் நிம்மதியாக வாழ முடியவில்லை. வளர்ந்துவரும் குழந்தைகளின் பொறுப்பு தன்மீது இருக்கிறது என்று தெரிந்தும், வாழ்க்கையில் பற்றுக்கோல் இல்லாமல் போய்விட்டது. இறுதியில் ஒருநாள் எங்கள் எல்லோரையும் விட்டுவிட்டுப் போய்ச் சேர்ந்துவிட்டாள்.

ஒருநாள் வீட்டில் யாரும் இல்லாத நேரமாகப் பார்த்து கதவை மூடிக்கொண்டு தூக்க மாத்திரைகளை விழுங்கிவிட்டாள். எல்லோரும் அவள் ஆஸ்பத்திரிக்குச் சென்று இருக்கிறாள் என்று நினைத்தோம்.

நேரத்திற்கு ஆஸ்பத்திரிக்கு வரும் டாக்டர் இன்னும் வரவில்லையே என்று நர்சுகள் போன் செய்தார்கள். என்ன ஆனாள் என்று நாங்கள் தேடத் தொடங்கினோம். ஜன்னல் கதவைத் திறந்து பார்த்தால் கருணா நினைவு இல்லாத நிலையில் கட்டிலில் கிடந்தாள். கதவை உடைத்து, அவளை டாக்டரிடம் அழைத்துச் சென்றோம்.

ஒரு மணி நேரம் முன்னால் அழைத்து வந்திருந்தால் ஏதாவது செய்திருக்கலாம். உயிர் போகும்முன்தான் அழைத்து வந்திருக்கிறீர்கள் என்றார் டாக்டர். என் மடியில்தான் கருணா உயிரை விட்டாள். அம்மாபோன துக்கம் தீரும்முன்னே, என் துக்கத்தை மேலும் அதிகரிக்கக் கருணாவும் போய்விட்டாள்.

"உனக்கும் குழந்தைகளுக்கும் அநியாயம் செய்கிறேன். அண்ணாவும் உனக்கு அநியாயம் செய்துவிட்டுப் போய் விட்டான். எங்களை நம்பி வாழ்க்கையைத் தொடங்கினாய். இருவருமே உனக்கு அநியாயம் செய்துவிட்டோம். ரமேஷிடம் சென்றுவிடுகிறேன். என்னை மன்னித்துவிடு" என்று கடிதம் எழுதி இருந்தாள். அதை என்னால் முழுவதுமாகப் படிக்க முடியவில்லை. இரண்டு வரிகளை மட்டும் படித்தேன். அழுவதைப் பார்த்து அதை என் கையிலிருந்து எடுத்துக்கொண்டு விட்டார்கள்.

நான் என்னவானேனோ... என் மடியில் கிடந்த கருணாவை பார்த்து என்ன யோசித்துக்கொண்டிருந்தேனோ ... எனக்கே தெரியாத மனநிலை. அந்த நிமிஷம் நான் இருந்த நிலையை வார்த்தைகளில் வெளிப்படுத்த முடியாது.

தற்கொலை என்று தெரிந்தால் போலீசார் வருவார்கள். போஸ்ட்மார்டம் செய்ய வைப்பார்கள், வழக்கு நடக்கும் என்று துக்கத்தை விழுங்கிக்கொள்ளச் சொன்னான் ராம் மோகன் ராவ். கருணாவின் மூத்தமகள் ஊரில் இருக்கவில்லை. செய்தி போயிற்று,

எனக்குத் திருமணம் செய்துவைத்த அம்மாவும் இல்லை. திருமணத்தின் அடையாளமாகப் பிறந்த குழந்தைகளும் இல்லை. என் திருமணம் நடந்ததே ஒரு கனவுதானோ என்று தோன்றியது.

> குளிர்ந்த கடலின் கர்ப்பத்தில் மறைந்திருக்கும் எரிமலை எத்தனையோ,
> கருத்த வானத்தில் கண்ணுக்குத் தெரியாத சூரியன் எத்தனையோ

என்று தாசரதி ரங்காச்சாரியா எழுதிய கவிதை வரிகள் எண்ணங்களில் சுழன்றது.

என் வாழ்க்கையே ஒரு கனவுதானா? இல்லை கண்ணீர்த் தாரைகளின் வடிவமா? எரிமலையாய்க் கொந்தளிக்கும் இதயத்துடன் என்னால் வாழமுடியுமா?

மாலையில் அனுராதாவை அழைத்துக்கொண்டு தும்மல கிருஷ்ணாபாயி வந்தாள். தாங்கமுடியாத வேதனையுடன் நாங்கள் அழுதுகொண்டிருந்தபோது, எல்லோரும் "கருணா அமர் ரஹே" என்று முழக்கமிட கருணாவின் இறுதி யாத்திரை முடிந்தது.

நான் அண்ணா என்றுஅழைக்கும் நீலம் ராஜசேகர ரெட்டி ஆறுதல் சொல்லுவதற்காக வந்தார்.

இதயத்திலிருந்து துக்கம் பொங்கிவந்தது. அழுகையைத்தவிர என் வாயிலிருந்து வார்த்தை வெளிவரவில்லை. அந்த அண்ணன் என் கையைப்பற்றி, "எதற்காக அழுகிறாய் அம்மா? கருணா இறக்கவில்லை. கருணை இறந்துபோனால் மனித வாழ்க்கை சூனியமாகிவிடும். அதனால் கருணா இறக்கமாட்டாள். உன் கண்களில் கருணா இருக்கிறாள். அதனால்தான் இந்தக் கண்ணீர். என் கண்களிலும் கருணா இருக்கிறாள். அதுதான் என்னை உன்னிடம் அழைத்துவந்தது. எல்லோரிடமும் கருணா இருக்கிறாள். அந்தக் கருணாவை வளர்த்துக்கொண்டு நீ வாழ வேண்டும் அம்மா" என்று ஆறுதல் சொன்னார்.

சத்யமூர்த்தி (சிவசாகர்) வந்தார். தன் கண்ணீரால் எனது கண்ணீரைத் துடைப்பதற்கு வந்ததாகச் சொன்னார்.

"உன்னால் இதைத் துடைக்க முடியாது சத்யம். தலைமுறை தலைமுறையாய் எத்தனை பெண்கள் என்னைப்போல் இப்படி கண்ணீர் வடித்துக்கொண்டே இருக்கிறார்களோ?" என்றேன். சீதாராமய்யாவின் கட்சியைச் சேர்ந்தவர்தான் என்றாலும் என்னிடம் பிரியமாக இருந்தார்.

'கண்ணீர் அஞ்சலி'யை எழுத்தில் வடித்தேன். அந்தத் தலைப்பிலேயே என் கவிதைத் தொகுப்பை வெளியில் கொண்டுவந்தேன்.

சீதாராமய்யா கிளம்பிப் போனபிறகு நான் இறந்துவிட்டால் நன்றாக இருக்கும் என்று நினைத்த நாட்கள் இருந்தன. ஒருமுறை கிணற்றில் விழுவோம் என்று வீட்டைவிட்டு வெளியே வந்தேன். எதற்காகவோ எழுந்து வந்த கருணா "எங்கே அம்மா போகிறாய்?" என்று கேட்டாள். ஒன்றும் சொல்லாமல் வீட்டுக்குள் போய் விட்டேன்.

ரமேஷ் இறந்துபோன பிறகு கருணா தூக்க மாத்திரைகளைப் பயன்படுத்தி வந்த நாட்களில்கூட இரண்டாவது முறை இறந்துபோகும் எண்ணம் வந்தது. கருணாவிற்கு முன்பே போய்விட வேண்டும் என்ற எண்ணத்தில் கருணா பயன்படுத்தி வந்த தூக்க மாத்திரைகளை எடுக்க முயற்சித்தேன். கருணா அதைக் கவனித்துவிட்டாள். அதன் பிறகு என் கைக்கு எட்டாமல் வைப்பாள். என் விஷயத்தில் அவள் கவனத்தை மேற்கொண்டாள். ஆனால் தன் விஷயத்தில் மட்டும் தன் வழியைப் பார்த்துக்கொண்டாள்.

ஏழ்மையில் இருக்கும் நோயாளிகளுக்கு உறுதுணையாய், தோழியாய் இருந்து வந்த கருணா, சமுதாயச் சீர்கேடுகளைச் சுட்டிக்காட்டி தர்ஜனி போன்ற கதைகளை எழுதிய கருணா, தந்தை இல்லாத தன் குழந்தைகளைத் தாயும் இல்லாதவர்களாக்கிவிட்டுப் போய்விட்டாள்.

கருணா இறந்த பிறகு புரட்சி வாதத்தைச் சேர்ந்த கட்சியினர் எங்கள் வீட்டுக்கு வருவதைக் குறைத்துக்கொண்டார்கள். சீதாராமய்யா பற்றிய செய்திகளை நான் விரும்பாவிட்டாலும், என் காதுவரை வந்துகொண்டுதான் இருந்தன. சைனாவுக்குப்போய் கம்யூனிஸ்ட் கட்சியுடன் கொள்கைச் சர்ச்சைகளை நடத்தினார் என்றும், தான் உருவாக்கிய கட்சியை விரிவுபடுத்துவதற்கு யோசித்துவருகிறார் என்றும், அவருக்கும் கட்சித் தலைவர்களுக்கும் இடையே கருத்து வேற்றுமைகள் உருவாகி இருப்பதாகவும், புத்தி பேதலித்ததுபோல் பேசுகிறார் என்றும்... இப்படி எத்தனையோ செய்திகள்.

வயோதிகம் வந்துவிட்ட மனிதனுக்கு மனம் ஒரு நிலையில் இருக்காது என்ற காரணத்தினாலோ, வேறு எந்த காரணத்திற்காகவோ கட்சியினர் சீதாராமய்யாவை ஒதுக்கி வைத்திருப்பதாக ஒரு பெரியவர் வந்து என்னிடம் சொன்னார்.

கொண்டபல்லியின் உடல்நலக் குறைவு, கைது, இறுதிக்கால வாழ்க்கை

நம்பிய கொள்கைகளை அமல்படுத்தும்போது, அவை உருமாறிவிட்ட வேதனையினாலோ, தலைவர்களாக நம்பித்

தேர்ந்தெடுக்கப்பட்டவர்கள் ஒதுக்கி வைத்துவிட்டார்கள் என்ற வருத்தத்திலோ, வேறு எந்தக் காரணமோ தெரியவில்லை. சீதாராமய்யா பீபுல்ஸ்வாரிலிருந்து விலகி, தன்னைப் பின்பற்றியவர்களுடன் வேறு ஒரு கட்சியைத் தொடங்கி இருப்பதாகவும், யாருக்கும் தெரியாமல் அந்தக் கட்சியை முன்னுக்குக் கொண்டு வரும் முயற்சியில் குடிவாடா தாலூகாவிற்கு வந்து, உடல்நலக் குறைவினால் ஒரு வீட்டில் தலைமறைவாக இருந்த நிலையில் பிடிபட்டதாகவும், ஜெயிலில் வைத்திருக்கிறார்கள் என்றும் தெரிந்தது.

அந்தச் செய்தி பேப்பரிலும் வந்தது. கருணாவின் குழந்தைகள், தாத்தா கைதாகிவிட்டதாகப் பேசிக்கொள்வதைக் கேட்டேன். எங்கே, எப்போது என்றுகூட குழந்தைகளைக் கேட்கத் தோன்றவில்லை எனக்கு.

இதற்குள் எனக்கு உறவு முறையில் தம்பியான வீரா ரெட்டி, "சீதாராமய்யாவுக்கு உன்னைப் பார்க்கவேண்டும்போல் இருக்கிறதாம். அழைத்துப் போகிறேன். வருகிறாயா?" என்று கேட்டான்.

"அவருக்குப் பார்க்கவேண்டும்போல் இருந்தால் மட்டும் போதுமா? எனக்கு அவரைப் பார்க்க வேண்டும் என்று இருக்க வேண்டாமா? என்னால் வர முடியாது" என்று பதிலளித்தேன்.

ஜெயில் வாழ்க்கை அனுபவித்துக்கொண்டிருந்த சீதாராமய்யாவின் உடல்நலம் மிக மோசமாக இருக்கிறதென்றும், நடக்கக்கூட முடியவில்லை என்றும், மனவேதனையாலும் வயோதிகத்தாலும் பலவீனமாக இருக்கிறார் என்றும் அவரைப் பார்த்துவிட்டு வந்த நண்பர்கள் தெரிவித்தார்கள்.

எத்தனை பெரிய புரட்சிக்காரனாக இருந்தாலும் உடல்ரீதியாகத் தளர்ந்துவிட்டவன், உருவாக்கிய இயக்கத்திலிருந்து விலக்கிவைக்கப்பட்டவன், இனி போராடுவது சாத்தியமில்லை என்ற முடிவில் அந்த நாளைய N.T.R. அரசாங்கம் சீதாராமய்யாவை விடுதலை செய்துவிட்டது என்று பத்திரிகையில் பார்த்தேன்.

சீதாராமய்யா ஜெயிலைவிட்டு வெளியே வந்ததும் அவருடைய மருமகன் (சகோதரியின் மகன்) நாராயண ரெட்டி தன் வீட்டுக்கு அழைத்துப் போனதாகக் கேள்விப்பட்டேன். பேத்திகள் (கருணாவின் மகள்கள்) தாத்தாவைப் பார்ப்பதற்கு ஹைதராபாத் போனார்கள். இரண்டு நாட்கள் கழித்து சுதாவும், அவள் கணவன் கங்காதரும் தாத்தாவை அழைத்துக்கொண்டு விஜயவாடா வீட்டிற்கு வந்தார்கள்.

அவரிடம் எனக்கு அப்போது எந்த ஆர்வமும் இருக்கவில்லை. அன்பும் இல்லை, துவேஷமும் இல்லை. தொடக்கத்தில், இவ்வளவு கொடூரமா என்று இருந்தது. ஆனால் போகப்போக அவர் மட்டும் என்ன சுகத்தை அடைந்துவிட்டார் என்று தோன்றியது. அவருடைய அரசியல் அவருக்கு, என்னுடைய அரசியல் எனக்கு. என்னால் முடிந்த காரியங்களை நான் செய்துவந்தேன்

ஒருமுறை சுந்தரய்யா ஒரு வார்த்தை சொன்னார். "உயிரோடு இருந்து என்ன சாதித்துவிட்டேன்?" என்று நான் கேட்டபோது, "நீ நாட்டிற்கு உபகாரம் செய்யாவிட்டாலும் தீங்கு மட்டும் செய்யமாட்டாய். இன்று தீங்கு செய்யாமல் இருக்கும் மக்கள்தான் நாட்டிற்கு அதிகமாக வேண்டும்" என்று சொன்னார்.

தலைமறைவாய் இருந்த சமயத்திலும் சீதாராமய்யா ஐந்தாறு முறை வரச்சொல்லி செய்தி அனுப்பினார், எனக்குப் போகவேண்டும் என்று தோன்றவில்லை. எதற்காகப் போக வேண்டும்? என் குழந்தைகளே என்னைவிட்டுப் போனபிறகு, இனி அவரைப் பார்க்கவேண்டிய தேவை என்ன என்றுதான் போகவில்லை. வரவில்லை என்று தெரிந்ததும் குமுறிக்குமுறி அழுவாராம். அநியாயம் செய்துவிட்டேன் என்று நினைத்தாரோ என்னவோ. எனக்குத் தெரியாது. ஜெயிலில் இருந்தபோதும், வெளியில் வந்த பிறகும் கேட்டார். நான் போகமாட்டேன் என்று சொல்லிவிட்டேன். இத்தனை வருடங்களில் அவரை மறுபடியும் எங்கேயும், எப்போதும் பார்க்கவில்லை. வீட்டிலிருந்து போனபிறகு, திரும்பவும் வீட்டிற்கு வந்தபோதுதான் பார்த்தேன்.

புதிய பழைய நண்பர்கள் எல்லோரும் சீதாராமய்யாவைப் பார்க்க எங்கள் வீட்டுக்கு வருகை தந்துகொண்டிருந்தார்கள். காட்ரகட்ட நாராயண ராவ், மகீதர ராமமோகன் ராவ், காளோஜி நாராயண ராவ் சீதாராமய்யாவைப் பார்த்தபிறகு என்னிடம் வந்தார்கள். "சீதாராமய்யா மிக வருத்தப்படுகிறான். நீ அவனைப் போய்ப் பாரம்மா" என்றார்கள்.

"எனக்கு அவரைப் பார்க்கவேண்டும்போல் இல்லை" என்றேன். "எத்தனை வேதனைகளை அனுபவித்தாலும், பதிவிரதையைப் போல் கணவனை ஆதரிப்பேன் என்ற மனு சாஸ்திர ஹிந்து மனத்தத்துவம் என்னுள் படிந்து இருந்தால், அது தவறு என்று தடுக்கவேண்டிய கம்யூனிஸ்ட்டுகளாகிய நீங்கள், ஒடுக்கப்பட்ட பெண் இனத்திற்கு அநியாயம் செய்வாயா என்று அவரைக் கடிந்துகொள்ள வேண்டிய நீங்கள், அவரை ஆதரிக்கச் சொல்வது வேடிக்கையாக இருக்கிறது" என்று எந்தத் தயக்கமும் இல்லாமல் கேட்டுவிட்டேன்.

"அப்படிச் சொல்லாதே அம்மா. அவனும் சுகமாக வாழவில்லை. அவன் கெட்டவனாக இருந்தால் நாங்களும் அவனைப் பார்க்க வந்திருக்க மாட்டோம். அவனிடம் உள்ள பலவீனங்களைப் பார்க்காமல் அவனுள் இருக்கும் சீர்திருத்தவாதியைப் பார். தியாகச் செம்மலைப் பார். மதிப்புடன் நடத்து. தாய்மை உணர்வுடன் அவனைப் பார்க்கமுடிந்தால் அவனுக்கும் உனக்கும் ஆறுதலாய் இருக்கும்" என்றார்கள்.

"பச்சாத்தாபத்துடன் உன்னைப் பார்க்கவேண்டும் என்று பரிதவித்துக் கொண்டிருந்த அவனை ஒரு நண்பனாய், ஒரு மேதாவியாய்ப் பார்" என்று அண்ணன்போல் மதிக்கும் அந்தத் திருமூர்த்திகள் என்னை வற்புறுத்தினார்கள். அவரிடம் அழைத்துப் போனார்கள். என்னைப் பார்த்ததுமே அவர் அழுதார்.

"எதற்காக அழுகிறீர்கள். உங்களுக்காக, உங்கள் குழந்தை களுக்காக, சாப்பாட்டுக்காக, உறுதுணைக்காக அழுது அழுது என் கண்களில் கண்ணீர் எப்பொழுதோ வற்றிப்போய்விட்டது. உங்கள் கண்களில் இன்னும் கண்ணீர் மிச்சம் இருக்கிறது" என்றேன். சீதாராமய்யா இன்னும் உரத்தக் குரலில் அழுதார்.

அவர் அழும்போது எனக்கும் அழுகை வந்தது. நீலம் ராஜசேகர ரெட்டி சொன்ன வார்த்தைகள் நினைவுக்கு வந்தன.

தாங்க முடியாத துக்கத்தில் இருந்த சீதாராமய்யாவை அந்த நண்பர்கள் மூன்று பேரும் கைத்தாங்கலாக ஒரு பக்கமாக அழைத்துப் போனார்கள்.

முப்பத்து ஆறு வருடங்கள் முன்பு, நள்ளிரவு நேரத்தில் வீட்டைவிட்டு வெளியேறிய சீதாராமய்யாவை, இன்று பகல் நேரத்தில் நண்பர்களுக்கு நடுவில் பார்க்கிறேன். வாழ்க்கையே விசித்திரம் என்று தோன்றியது.

அத்தனை வருடங்கள் கழித்துப் பார்க்கும்போது சீதாராமய்யா என் கண்களுக்கு என் மாமனாரைப்போல் தென்பட்டாரே தவிர சீதாராமய்யா தென்படவில்லை. எனக்கும் அழுகை வந்தது.

சுதா – கங்காதர் குடும்பத்தார் அவரைப் பார்த்துக் கொண்டார்கள். அவர் மாடியில் தங்கியிருந்தார். நான் நான்கைந்து நாட்கள் தென்படவில்லை என்றால் "அம்மா இன்றைக்கு வரவில்லை. அவளைப் பார்க்கவேண்டும். ஒரு தடவை வரச்சொல்" என்று சொல்லி அனுப்புவார்.

போய்ப் பார்த்துவிட்டு வருவேன். சீதாராமய்யா வந்தபிறகு ஒரு வருடமோ, ஒன்றரை வருடமோ அங்கே இருந்தேன்.

அவருக்கு விருப்பமான பொரியல் ஏதாவது செய்தால் கொடுத்து அனுப்புவேன். நாங்கள் இருவரும் சேர்ந்து இருக்க அவர் பிரியப்பட்டாராம். இருப்போமா என்று அவர் கேட்டபோது வேண்டவே வேண்டாம் என்றேன். நண்பர்களைப்போல் இருப்பது வேறு. இந்த கணவன் மனைவி என்றெல்லாம் வேண்டாம் என்று சொல்லிவிட்டேன்.

அவருக்கு விருப்பமான சமையல் எனக்குத் தெரியுமல்லவா. சந்தூவுக்கும் கருணாவுக்கும் அனுப்பிவைத்ததுபோல் அனுப்பி வைத்தேன். பணிவிடை எதுவும் செய்யவில்லை நான். சுதா இல்லாதபோது செய்தி அனுப்பினால் சாப்பாடு அனுப்பி வைப்பேன்.

அவரைப் பார்க்கப் போகும்போது அழுகை வந்துவிடும். அவ்வளவு உயர்ந்த வாழ்க்கையை வாழ்ந்துவிட்டு இன்று பைத்தியம்போல் இருக்கிறாரே, ஐயோ பாவம் என்று தோன்றியது. அந்த வேதனை வேண்டாம் என்று விஜயவாடாவை விட்டு வெளியேறிவிட்டேன்.

கட்சிக்காரர்கள் யாராவது வந்து போய்க்கொண்டிருந்தாலும் யாரும் தொடர்ந்து இருக்க மாட்டார்கள். சுதா ஒருத்திதான் பார்த்துக்கொண்டாள்.

“சீதாராமய்யா என்னை மறுத்தார், அதுபோல சீதாராமய்யா உருவாக்கிய கட்சி அவரை ஒதுக்கித்தள்ளிவிட்டது. சில வாழ்க்கைகள் இப்படித்தானோ” என்று நினைக்கும்போது வெள்ளமாய்த் துக்கம் பெருகிவரும். வாழ்க்கையில் தொல்லைகளால் நான் குன்றிப்போய்விடாமல் அப்போதைக்கப்போது என்னைத் தேற்றி வாழவைத்த அம்மா நினைவுக்கு வந்தாள்.

சிலசமயம் சீதாராமய்யா “நாம் பாமர்றுவுக்கு போய்விடலாம்” என்று சொல்லுவார். அங்கே யார் இருக்கிறார்கள் என்று கேட்டால் அவரால் பதில் சொல்ல முடியாது. அம்மா இறந்து விட்டாள் என்று சொன்னால், விசும்பி விசும்பி அழுவார். தன்னுடைய போட்டோவையே காண்பித்து, “என்னுடைய அப்பா” என்று சொல்லுவார். “எங்க அப்பா, அம்மா இறந்தபோது நீ வரவில்லை இல்லையா?” என்று அழுவார். சீதாராமய்யாவுக்கு புத்திசுவாதீனம் இல்லை என்று தெரிந்தாலும் கடந்தகாலம் நினைவுக்கு வரும்போது வருத்தமாக இருக்கும்.

இறுதிக் காலத்தில் எல்லோரும் போய்விட்டது போதாது என்று சீதாராமய்யாவுக்கு மூளையும் செயல்பட மறுத்துவிட்டது என்று நினைக்கும்போது வருத்தமாக இருந்தது. வேதனைகளுக்கு நான் உறவினராக வாழ்ந்து வருகிறேன் என்று தோன்றியது.

யாருடைய வாழ்க்கை எப்படி கடைத்தேறுமோ என்ற வைராக்கியத்துடன் அங்கிருந்து முதியோர் இல்லத்திற்குச் சென்றேன்.

முதியோர் இல்லம்

இயக்கத்தில் பங்கு பெற்றவர்கள், நாட்டிற்காகத் தியாகம் செய்தவர்கள், வயோதிகத்தில் ஆதரவற்றவர்களுக்காக சந்திர ராஜேஸ்வர ராவ் பெயரில் ஹைதராபாதில் முதியோர் இல்லம் தொடங்குவதாகவும், அந்த விழாவுக்கு (1999 அக்டோபர் 2ஆம் தேதி) தாசரி நாகபூஷணராவ் அழைப்பிதழ் அனுப்பியிருந்தார். விஜயவாடாவிலிருந்து மஹீதர ராம்மோகன்ராவும், நானும் போயிருந்தோம். மரங்களுக்கு இடையில் ஆசிரமம் கண்ணுக்குக் குளிர்ச்சியாக இருந்தது.

விஜயவாடா வீட்டில் இருந்துகொண்டு கடந்த காலத்தை நினைத்து வருத்தப்படுவதைவிட, அதை மறப்பதற்கு ஆசிரம வாசியாக இருந்தால் நன்றாக இருக்கும் என்று தோன்றியது. மஹீதர ராவ் அதுதான் நல்லது என்று சொன்னார். தாசரியும் "நீ வந்தால் நன்றாக இருக்கும்" என்றார். சாமான்களுடன் அங்கு சேர்ந்துவிட்டேன்.

இல்லத்தில் மஹீதர ராவ் இருந்தவரையில் நன்றாகத்தான் இருந்தது. அரசியல் பேச்சுடன், எழுத்துகளுடன், எண்ணங்களுடன் நன்றாகப் பொழுதுபோயிற்று. அவர் இறந்தபிறகு சலிப்பு ஏற்பட்டது. யாருடனும் பேசாமல் இலக்கியம் படித்துக்கொண்டும் எழுதிக்கொண்டும் இருந்துவிடலாம்தான். ஏதோ கொஞ்சம் பென்ஷன் வந்துகொண்டிருக்கிறது. அதை அவர்களிடம் கொடுத்துவிட்டால் தீர்ந்தது என்ற நினைப்பு இருந்தது. கட்சியின் காரியமாகவோ, கட்சியின் அழைப்பின் பெயரிலோ நான் அங்கே போகவில்லை. இறுதிநாட்களில் சற்றேனும் நிம்மதியாக வாழவேண்டும் என்பதற்காக அங்கே போனேன்.

வீட்டுக்கு வந்துவிடுமாறு பேத்திகள் சொல்லிக்கொண்டிருந்தார்கள். அவர்களுக்கு நான் ஆசிரமத்தில் இருப்பதில் விருப்பம் இல்லை. நாங்கள்தான் இருக்கிறோமே, எங்களிடம் இரு என்று சொல்வார்கள். அவர்களுக்கு நான் என்ன செய்திருக்கிறேன்? நான் அவர்களுக்குப் பாரமாக ஏன் இருக்க வேண்டும்? தெம்பு இருக்கும் வரையில் அங்கேயே இருப்போம் என்று நினைத்தேன்.

இருபது முப்பது வருடங்கள் ஹாஸ்டலில் வாழ்க்கையைக் கழித்த எனக்கு, ஹாஸ்டலில் மாணவிகளைப் பார்த்துக்கொண்டது போலவே ஆசிரமவாசிகளையும் பார்த்துக்கொள்ள வேண்டும்

என்று தோன்றும். அவர்கள் இளம் பெண்கள், இவர்கள் முதியோர்கள். பார்வை இல்லாதவர்களுக்குப் பத்திரிகை படித்துக்காட்டுவது, டைனிங் ஹாலுக்கு வர முடியாதவர்களுக்கு காபி போன்றவற்றைக் கொண்டுபோய் கொடுப்பது, தோட்ட வேலைகளில் உதவிசெய்வது போன்ற வேலைகளைச் செய்து வந்தேன்.

தனிமையும் வேதனையும் சூழ்ந்துகொண்டால் படிப்பேன். ஆசிரமத்தில் நூலகம் இருந்தது. தூக்கம் வராதபோது புத்தகத்தைப் படித்து வந்தேன். இலக்கியத்துடன் நட்பு தொடர்ந்தது. நிறைய புத்தகங்களை நூலகத்திற்குக் கொடுத்தேன்.

ஜாதியைப்பற்றி, பெண்களைப்பற்றி யோசித்துப் பார்க்கும் போது நிலைமை சற்று மாறியிருப்பதாகத் தோன்றியது. 'நாங்கள் ஏன் இப்படி இருக்கவேண்டும்' என்று தலித்துகள் ஒரு காலத்தில் கேள்வி கேட்கமாட்டார்கள். இப்பொழுது கேட்கிறார்கள்.

பெண்கள் விஷயத்திற்கு வந்தால், இந்தக் காலத்தில்தான் அதிக துன்பம் அனுபவித்து வருகிறார்கள் என்று தோன்றியது. வேலைக்குப்போகும் பெண்களைப் பார்க்கும்போது, சில வீடுகளில் அவர்களுக்கு ஓய்வே இருக்காது. வேலை... வேலை... வேலை. மற்றவர்களுக்கு இரக்கம்கூட இருக்காது. அலுவலகத்திலிருந்து களைத்து வந்திருந்தாலும் பெண்கள்தான் டீ போட்டுத் தரவேண்டும், கணவன் நிம்மதியாக உட்கார்ந்து இருப்பான். அவர்களுக்கு வேண்டிய உணவு வகைகளையும் தயாரிக்க வேண்டும். எப்படித்தான் இந்தப் பெண்கள் வாழ்ந்து வருகிறார்களோ என்று தோன்றும். என்ன சுகம் இருக்கிறது இந்தக் காலத்துப் பெண்களுக்கு! சில வீடுகளில் சுகம் இருக்கலாமோ என்னவோ. பல வீடுகளில் இருக்காது.

சீதாராமய்யாவின் இறுதிப் பயணம்

இல்லத்தில் இருப்பவர்கள், கொண்டபல்லி சீதாராமய்யா மறைந்த செய்தியை டிவியில் பார்த்திருந்தாலும் என்னிடம் சொல்லவில்லை. என்னை வருத்தப்பட வைப்பதில் அவர்களுக்கு விருப்பமில்லை போலும். சீதாராமய்யாவின் மருமகன் நாராயண ரெட்டி அந்தச் செய்தியைக் கொண்டுவந்தான். இடிவிழுந்தது போலாகிவிட்டது எனக்கு.

விஜயவாடாவுக்குச் சென்றேன். பேத்தி சுதா, சீதாராமய்யாவின் பக்கத்தில் அமர்ந்து அழுதுகொண்டிருந்தாள். நினைவுகள் ஒவ்வொன்றாகச் சூழ்ந்து மனதைப் பிழிந்தன.

‘சல் சல் குர்ரம், சலாகி குர்ரம்’ என்று தாத்தாவின் தோளில் வரங்கல் தெருக்களை வேடிக்கை பார்த்த அனுராதா, தாத்தா வாங்கித் தந்த பொம்மைகளுடன் விளையாடி மகிழ்ந்த சுதா, தாத்தா பாட்டிக்கு ‘ஏமண்டி’ ஆவார் என்று கண்டுபிடித்த அனுராதா . . .

தாத்தா, பாட்டிக்கும் ‘ஏமண்டி’ ஆகாமல், தன்னைச் சேர்ந்த மற்றவர்களுக்கும் எதுவும் ஆகாமல், வீட்டைவிட்டு வெளியேறி கட்சிக்காக இரவுபகலாய் உழைத்து, அலைந்து திரிந்து, களைத்து, ஆதரவு அளிக்க வேண்டிய கட்சியால் வெளியேற்றப்பட்டு, பைத்தியமாகி, எதுவும் செய்யமுடியாமல் ஆகிவிட்ட சீதாராமய்யா . . .

பேத்திகள் ‘ஐயோ பாவம், தாத்தா!’ என்று வருத்தப் படுகிறார்களா அல்லது முதலில் வீட்டில் வென்று, பிறகு வெளியில் வெல்லவேண்டும் என்ற பழமொழியை நினைவுப்படுத்திக் கொள்கிறார்களா என்று நினைத்தேன். துக்கமும் ஆவேசமும் பொங்கி வந்தன.

“குடும்பத்துக்கு முக்கியத்துவம் தராமல் என் மக்கள், என் கட்சி என்று வாழ்க்கையை அர்ப்பணித்துக் கொண்டீர்களே, இறுதிக்காலத்தில் புத்தி பேதலித்துவிட்ட உங்களை யார் பார்த்துக்கொண்டார்கள்? உங்கள் பேத்தி சுதாதான்” என்று ஆவேசமடைந்தேன்.

உயிரற்ற சீதாராமய்யாவைப் பார்க்கும்போது எத்தனையோ நினைவுகள்! ‘வாழ்க்கை என்றால் இதுதானா? எண்பத்தி எட்டு வருட வாழ்க்கையில் அறுபது வருடங்கள் கட்சிக்காக வாழ்ந்ததுதானே. திரும்பத்திரும்ப சிறைவாசம், தலைமறைவு இருபது வருடங்கள் வெளியே இருந்திருப்பார். வாழ்க்கையையே கட்சிக்காகவும், மக்களுக்காகவும் அர்ப்பணித்துவிட்டவரை இறுதியாகப் பார்ப்பதற்குக் கட்சிக்காரர்கள் யாருமே வரவில்லையே ஏன்? கருத்து வேற்றுமைகள் வந்துவிட்டால், ஒரு தலைவன் இறந்துபோனாலும் பார்க்க வரக்கூடாதா? தனக்கு அனுகூலமாக இல்லை என்று அன்று என்னைத் துறந்தார் சீதாராமய்யா. அந்தச் சீதாராமய்யாவை இன்று கட்சியினர் துறந்துவிட்டார்கள். இவ்வளவுதானா வாழ்க்கை? அவருடன் சேர்ந்து பணியாற்றி, பல விஷயங்களைக் கற்றுக்கொண்டவர்கள் யாருமே வரவில்லை. ஏன் இப்படி நடக்கவேண்டும். ஏதோ தெரியாத ஆக்ரோஷம்... பலவிதமான நினைவுகள். திருமணமான புதிதில் கொடிபிடித்து ஊர்வலத்தில் பங்கெடுத்துக்கொண்ட சீதாராமய்யா நினைவுக்கு வந்தார்.

வீட்டைவிட்டு வெளியேறிய பிறகு அவரைப்பற்றிய செய்திகள் எனக்கு அவசியமில்லை. என்னையும் கட்சியில் ஈடுபடச்செய்து, தன் சகலத்தையும் தாரை வார்த்து, இரவு பகலாய் சேவைசெய்து, செங்கொடி எங்கும் பறக்க வேண்டும் என்றும், தொழிலாளர்களும் விவசாயிகளும் கைகோர்த்துச் செயல்பட வேண்டும் என்ற கொள்கைகொண்ட சீதாராமய்யாவின் கட்சி என்னவாயிற்று? கம்யூனிஸ்ட் கட்சி ஏழாகப் பிரிந்துவிட்டது. அந்தக் கட்சிகளில் எந்தக் கட்சி சமச்சீர் சமுதாயத்தை உருவாக்கப் போகிறது? "தொழிலாளர்களே, ஒன்று சேருங்கள்! உலகத் தொழிலாளர்களே, இணைந்து செயல்படுங்கள்!" என்று மே தினத்தன்று முழக்கமிடுவார்கள். ஆனால் இவர்கள் மட்டும் இணையமாட்டார்கள். முட்டிமோதி சண்டை போடுவார்கள். இனி தொழிலாளர்கள் என்ன ஆவார்கள்? யார் கொண்டுவரப் போகிறார்கள் புரட்சியை? எந்தக் கட்சி கொண்டுவரப்போகிறது? கொந்தளிக்கும் எண்ணங்களுடன் சீதாராமய்யாவுக்கு அஞ்சலி செலுத்தினேன். ஒரு சில இடதுசாரி இயக்க அபிமானிகள் செங்கொடி, மாலைகளுடன் நண்பனுக்குப் பிரியாவிடை தந்தார்கள்.

பேசமுடியாத சீதாராமய்யாவின் கழுத்தில் என்னை உறவினர்கள் பூமாலை போடவைத்தார்கள். அப்போது, கண்களைத் துடைத்துக்கொண்டு அவருடைய முகத்தைப் பார்த்தேன். கம்பீரமான குரலில் சீதாராமய்யா குரலெடுத்துப் பாடுவதுபோல் இருந்தது. 1940 மே தினத்தன்று, தொண்டர்களின் முழக்கங்கள் என் காதில் ஒலித்துக்கொண்டே இருந்தன.

பறக்க வேண்டும் பறக்க வேண்டும் எங்கள் செங்கொடி
தயங்காமல் மிரளாமல் தடை எதுவும் இல்லாமல்
ஏகாதிபத்தியம் நசிந்து போக
முதலாளித்துவம் சாம்பலாக
வேகமாய்க் கிளம்பி வா தொழிலாளனே
வேகமாய்க் கிளம்பி வா உழவனே
சேர்ந்து இணைந்து நடந்து செல்லுங்கள்
செங்கொடிக்கு ஜே

தாசரதி கிருஷ்ணமாச்சாரியின் பாடலும் நினைவுக்கு வந்தது.

பட்டினி கிடப்போர் இல்லாத புது யுகம்,
அது எத்தனை தூரம்
பஞ்சமும் பசியும் காணமுடியாத காலம்,
அது எப்போது வரும்
மானிட நலனுக்காகச் சிந்தவேண்டிய இரத்தம்
அது எவ்வளவு
காயமுற்ற கவி மனதில் எழுதப்படாத காப்பியங்கள்
அது எத்தனையோ

வயதாகிவிட்டாலும் இயக்கத்தில் ஈடுபாடு குறையாததால் இயக்கத் தலைவரின் பெயரிலேயே நிறுவப்பட்ட ஆசிரமத்தில் தங்கியிருப்பது நல்லது என்று திரும்பவும் ஹைதராபாத்தில் அதே ஓய்வு இல்லத்திற்கு வந்துவிட்டேன்.

புத்தகங்கள் வழங்கும் ஆறுதலுடன், இலக்கிய நண்பர்கள் கொடுக்கும் ஊக்கத்தில் சின்னச்சின்னப் படைப்புகள் எழுதியும், பெரியவர்கள் நடத்தும் நிகழ்ச்சிகளில் கலந்துகொண்டும், ஏமாற்றத்திற்கு இடம் கொடுக்காமலும் 2009 வரையில் ஆசிரமத்திலேயே வாழ்க்கையைக் கழித்தேன்.

2009இல் ஒருமுறை என் பெரிய பேத்தி அனுராதாவின் வீட்டுக்கு, விசாகப்பட்டினம் சென்றேன். நன்மையை வளர்க்கச் சொன்ன குரஜாடா இருந்த விஜயநகரத்தை 1955இல் பார்த்திருந்த எனக்குத் திரும்பவும் அந்த ஊரைப் பார்க்கவேண்டும்போல் இருந்தது. பார்த்துவிட்டு வந்தேன். அதே சமயத்தில் அங்கு சாகண்டி சோமயாஜுலுவின் நினைவுக் கூட்டம் நடைபெற்றது. பிறகு அனுராதா, சுதா, கிருஷ்ணா (அனுராதாவின் கணவன்) ஆகியோருடன் ஶ்ரீகாகுளத்தில் காளிபட்டணம் ராமாராவ் உருவாக்கிய கதாநிலையத்திற்கும், தேலிநீலாபுரத்தில் பறவை சரணாலயத்திற்கும், அமர வீரர்கள் பலர் அவதரித்த பொட்டபாடு கிராமத்திற்கும் போய்வந்தோம். அப்படியே மந்தாஸா கோட்டையையும் பார்த்து வந்தோம்.

ஶ்ரீகாகுளத்தில் கதா நிலையத்திற்குள் சென்றதும், “கதை காஞ்சிக்கு, நாம் வீட்டுக்கு” என்ற பழமொழி நினைவுக்கு வந்தது. ஆனால் அந்தப் பழமொழியைப் பொய்ப்பிப்பதுபோல் கதைகள், “நாங்கள் காஞ்சிக்குப் போகமாட்டோம். எல்லா மொழிகளும் எங்களுக்குச் சமம்” என்றும், “வட்டார மொழியின் அழகை எடுத்துச் சொல்லாமல் ஒளிந்துகொள்ள மாட்டோம்” என்றும் சொல்லுவதுபோல் இருந்தது.

இரண்டு அடுக்கு மாடியில் வீற்றிருந்த அந்தக் கதைத் தொகுப்புகள், நாங்கள் பிரபலமானவர்களால் படைக்கப் பட்டவர்கள், சாதாரணமானவர்களால் படைக்கப்பட்டவர்கள் என்று தற்பெருமையாகவோ தாழ்வாகவோ நினைக்காமல் பண்புடன் காட்சியளித்துப் பார்ப்பவர் மனதில் எத்தனையோ எண்ணங்களை உருவாக்கின.

தேலிநீலாபுரத்தில் காலெடுத்து வைத்ததும் வண்ண வண்ணப் பறவைகள் அழகாக வரவேற்பு தந்தன. நீலவானில் விரிந்த வானவில்லையும், வசந்தகாலப் பூங்கொத்துகளையும் நினைவூட்டின. பறவைகளின் கலகல சத்தம் உயிரினத்திற்கெல்லாம் இயற்கை

அருளிய நட்புறவு என்று தோன்றியது. காதல் கடிதங்களைக் கொண்டுசேர்த்த புறாக்கள், நாட்டியம் கற்றுக்கொடுத்த மயில்கள், அன்னநடை கற்றுக்கொடுத்த பறவைகள், மேலும் பல்வேறு நாட்டுப் பறவைகள் காப்பியங்களுக்குள்ளேயே இருந்துவிட முடியாமல் அங்கே வந்துவிட்டனவோ என்று நினைக்கத் தோன்றியது.

அந்த இடத்தில் அனல் மின்நிலையம் ஒன்றை நிறுவ இருக்கிறார்கள் என்றும், மக்கள் அதற்கு எதிர்ப்பு தெரிவிக்கிறார்கள் என்றும் கிருஷ்ணா சொன்னான். இந்த ஜில்லாவே போராட்டங்களுக்குப் பிறந்தவீடு என நினைத்தேன்.

பொட்டபாடு நினைவகத்தில் அமர வீரர்களின் புகைப்படங்கள் இருந்தன. வரலாற்றை நினைவுறுத்தி அந்த அமரர்கள் எங்களை அழைப்பதுபோல் இருந்தது. கண்ணீரை விரல்களால் துடைத்துக்கொண்டே அஞ்சலி செலுத்தினேன். போட்டோக்களைப் பார்த்துக் கொண்டிருந்த பெரியவர் ஒருவர், "இதில் உங்களைச் சேர்ந்தவர்கள் யாராவது இருக்கிறார்களா?" என்று கேட்டார்.

"அவர்கள் என்னைச் சேர்ந்தவர்கள் மட்டுமே இல்லை. எல்லோரையும் சேர்ந்தவர்கள். நல்லது செய்வதற்காக இயக்கத்தில் இணைந்தார்கள்" என்றேன். அவர்களின் தியாகங்கள் என்றென்றும் நினைவில் கொள்ளப்பட வேண்டும் என்று இந்த நினைவகத்தை உருவாக்கி இருப்பார்கள் என்று சொன்னேன்.

எங்கள் உரையாடலைக் கேட்டுக்கொண்டிருந்த இன்னொருவர், "நீங்கள் கொண்டபல்லி கோடேஸ்வரம்மாதானே? நீங்கள் வரப்போவதாகத் தெரிந்தது. நீங்கள் 1952இல் எழுதிய 'நம்முடையது தெலுங்கு நாடு! நம்முடையது தெலுங்கு ஜாதி தாயே!' என்ற பாட்டை இப்பொழுதும் பாடி வருகிறோம்" என்றார். அவர் பாடியும் காண்பித்தது என்னை வியப்பிலும் மகிழ்ச்சியிலும் ஆழ்த்தியது.

அவர், "நம்முடையது தெலுங்கு நாடு அம்மா!" என்று முதல்வரி பாடியதும் "நம்முடையது தெலுங்கு ஜாதி தாயே" என்று இரண்டாவது வரியைப் பாடினேன். அவருடன் சேர்ந்து முழுப் பாடலையும் பாடக் குரல் ஒத்துழைக்கவில்லை. இறுதி வரியை மட்டும் பாடிவிட்டு அமரர்களுக்குப் புரட்சி வணக்கம் சொன்னேன்.

தியாகி சுப்பா ராவ் பாணிக்கிராகியின் நினைவாக, அந்தக் காம்ரேட் பூஜாரியாக வேலைபார்த்த ஆலய வளாகத்தில்

ஊர்மக்கள் எல்லோரும் சேர்ந்து இந்தக் கட்டிடத்தை உருவாக்கினார்கள் என்று சொன்னார். பாணிக்கிராகி அந்த பாட்டை 1955இல் தேர்தல் மேடையில் "நீங்கள் பாடியதைக் கேட்டு, உங்களிடம் எழுதி வாங்கிக்கொண்டு பாடிவந்தான். அவனுடன் கற்றுக்கொண்டவர்களில் நானும் ஒருவன்" என்று சொன்னார். அந்தப் பாட்டை நானும் ராஜம்மாவும் பாருவாவில் பாடியதும், எழுதிக் கொடுத்ததும் நினைவுக்கு வந்தது.

அமர வீரர்களின் நினைவகத்தில் அஞ்சலியாய் நான் எழுதிய பாட்டைக் கேட்டதும் பாடியதும் அதிர்ஷ்டம். என் பேத்திகளும், அவர்களின் நண்பர்களும் மகிழ்ச்சி அடைந்தார்கள்.

சுவரின் மீது இருந்த புகைப்படங்களை மற்றொரு முறை பார்த்தேன். ஸ்ரீஸ்ரீ எழுதிய கவிதை நினைவுக்கு வந்தது.

எங்கே அம்மா!
தெலுங்கு வீரர்களின் வீரவாரிசுகள்
எங்கே அம்மா!
நேற்றுப் பெய்த பனி மழையின் துளிகள்
எங்கே அம்மா!
தங்கச்சிறகுடன் காலம் பயணித்த சாலைகள்

மற்றொருமுறை நினைவுகூர்ந்துவிட்டு அங்கிருந்து புறப்பட்டோம்.

சிதைந்துபோன வாழ்க்கையின் இறுதி அங்கம்

வயதாகிவிட்டது. ஊன்றுகோல் இல்லாமல் நடக்க முடிய வில்லை. குளிர் நாட்களைத் தாங்க முடியவில்லை. ஒவ்வொரு வருடமும் நவம்பர் மாதத்தில் தன்னிடம் அழைத்துப்போகும் பேத்தி சுதா, 2010இல் என் நிலையைக் கவனித்துவிட்டு, "இனி உன்னால் பயணம் செய்வது கஷ்டம். ஆசிரமத்தில் உன் காரியங்களை நீ பார்த்துக்கொண்டு இருப்பதும் சாத்தியம் இல்லை. அதனால் எங்களோடு இருப்பதுதான் நல்லது" என்றாள்.

சொந்தக் காரியங்களைச் செய்துகொள்ளும் வயோதிகர் களுக்குத்தான் ஆசிரமம் என்பதால், நிர்வாகிகள் என்னைப் போகச்சொல்லும் முன்பே பேத்திகளிடம் திரும்பிப்போவது என்று நினைத்தேன். நண்பர்களையும் ராஜேஸ்வர ராவின் சிலையையும் வணங்கிவிட்டு இல்லத்திலிருந்து வைசாகில் பேத்திகளிடம் வந்துவிட்டேன்.

புரட்சி வீராங்கனையாக நாட்டில் பல இடங்களுக்குச் சென்றிருக்கிறேன். சிதைந்த வாழ்கையின் இறுதி முகாம் விசாகப்பட்டினமாக இருக்க வேண்டும் என்று விரும்புகிறேன்.

ராவிகொண்டல விஸ்வநாத சாஸ்த்ரியின் 'ஆறு சாரா கதலு' கதைத் தொகுப்பினை வெளியிட்ட நகரம், இன்னொரு உலகத்திற்கு மக்களை ஸ்ரீஸ்ரீ அழைத்த நகரம், காளிபட்டணம் ராமாராவைக் கதையெழுத வைத்த நகரம், தென்னேட்டி விஸ்வநாதம் போன்ற வீரர்களால் புகழ்பெற்ற நகரம், இயற்கையின் அழகுடன் படைப்பாளிகளை ஊக்குவிக்கும் நகரம் என் வாழ்க்கையில் இறுதி முகாமாக இருக்கப்போவதில் வருத்தம் எதற்கு?

என் இரண்டு பேத்திகளும், அனுராதாவின் கணவன் கிருஷ்ணாவும் மனிதஉரிமைச் சங்கத்தில் தீவிரமாக ஈடுபட்டு இருப்பவர்கள். அந்தச் சங்கத்தினர் வந்து அடிக்கடி பேசிக் கொண்டிருப்பார்கள்.

"நீ தனியாள் இல்லை. மனம் இருக்கும் இரண்டு பேத்திகளுக்கு அம்மம்மா! எங்கள் எல்லோருக்குமே அம்மம்மாதான்!" என்பார்கள். அவர்கள் நடத்தும் கூட்டங்கள், விஜயவாடாவில் நானும் சீதாராமய்யாவும் இருந்த வீட்டையும், அதற்குப் பிறகு கருணா இருந்த வீட்டையும் நினைவுபடுத்தின. பேத்திகளும் எங்களைப் பின்பற்றுகிறார்கள் போலும்.

ஒருநாள் பத்திரிகை படித்துக்கொண்டிருந்த என்னைப் பார்த்து ஒரு இளைஞன், "இப்போதும் உங்களுக்குப் படிக்க முடிகிறதா? உங்களுக்கு எத்தனை வயது?" என்று கேட்டான்.

"குளிர்காற்றுக்கு நடுங்கினாலும், வெயில் தாக்கத்திற்கு வாடினாலும், இலையுதிர்காலத்தில் உதிர்ந்து போகாமல் தொண்ணூறு வருடங்களைக் கடந்துவிட்டேன்" என்றேன்.

"அடேயப்பா! தொண்ணூறு வருடங்களா? உங்கள் வாழ்க்கை வரலாறு எல்லோருக்கும் தெரியவேண்டியதுதான்" என்றான்.

"அது ஒரு பெரிய கதை. எனக்கு வாயால் சொல்வது சாத்தியம் இல்லை. உங்களால் கேட்கவும் முடியாது. எழுத்து வடிவத்தில் கொண்டு வரப்போகிறேன்" என்றேன்.

"நாட்டிற்காகவும் புரட்சிக்காகவும் இரு பக்கத்திலும் எரிந்த மெழுகுவர்த்தி கோடேஸ்வரம்மா" என்றார் ஒரு நண்பர்.

"மூன்று தலைமுறைக்கு நாட்டுப்பற்று கொண்டவர்களின் பிரதிநிதி கொண்டபல்லி கோடேஸ்வரம்மா" என்றார் இன்னொருவர்.

"கடந்த காலமான தாயின் தலைமுறைக்கும், எதிர்காலமான குழந்தைகளின் தலைமுறைக்கும் பற்றுக்கோலாய், பாலமாய்

இருந்த வாழ்க்கையில், இப்போது இரு பக்கத்தினரும் இல்லாமல் ஆளற்ற பாலமாய், நிர்ஜன வாரதியாய் எஞ்சிவிட்டாள், கோடேஸ்வரம்மா" என்று என் நண்பரும் கவியுமான சோமசுந்தர் சொன்னார். அவர் சொன்ன 'நிர்ஜன வாரதி'யையே என் சுயசரிதைக்குத் தலைப்பாக எடுத்துக்கொண்டேன். என்னுடன் சேர்ந்து நடந்த எல்லோரும் மறைந்தபிறகு இறுதியில் நான் ஒருத்தி மட்டும் எஞ்சி இருந்துவிட்டேன்.

இருந்தாலும்
தனியளாகத் தனிமையில் ஒடுங்காமல்,
துக்க சம்பவங்களால் பெருகிய கண்ணீர் ஆறாகி
விண்ணைத்தொட்ட இயக்கத்தின்
 கலாச்சார நினைவுகளில் கடலாகி
கொள்கை முத்துகளை எதிர்காலத்திற்காகத்
 தவிப்புடன் பாதுகாத்து
வயது கடந்தும் பொறுமையுடன் அம்முத்துகளை
 எழுத்தில் வடித்து
ஆறுதலடைகின்றேன்.

இதுதான் வேதனைகள் நிறைந்த என் வாழ்க்கையின் கதை. நினைவுகளிலிருந்து வெளிவந்த கதை. எழுத்துருவத்தில் நிர்ஜன வாரதியாய்ப் பதித்த கதை. கொண்டபல்லி (மிச்சமிருக்கும் குடும்ப அடையாளம்) கோடேஸ்வரம்மாவின் கதை.

இணைப்பு

என் கண்ணின் ஒளி சுந்தரய்யா

பெண்களையும் தீண்டப்படாதவர்களையும் சமுதாயம் அடக்கி வைப்பது ஏன் என்ற கேள்வி சுந்தரய்யாவுக்குச் சிறுவயதிலேயே ஏற்பட்டதாம். அவருடைய வாழ்க்கை வரலாற்றைக் கூர்ந்து நோக்கியவர்களுக்கு இது புரியும். அக்காவின் கணவன் அக்காவை ஆணாதிக்கத்துடன் துன்புறுத்தித் தாழ்த்திப் பேசுவதை அவரால் சகித்துக்கொள்ள முடியவில்லை. அக்கா வேதனையை விழுங்கிக் குடும்பம் நடத்துவதைப்போல், பாரதநாட்டில் பெண்கள் எல்லோரும் கணவனின் ஆணைகளுக்குப் பணிந்து அடிமைகளாய் வாழ்க்கையை நடத்து கிறார்களே என்று வேதனைப்பட்டார். பெண்களின் மீது அடக்குமுறைக்குக் காரணங்களை ஆராய்ந்து, சமச்சீர்ச் சமுதாயம் நிறுவப்பட்டால்தான் அவற்றைத் தடுப்பது சாத்தியப்படும் என்று உணர்ந்து இருக்கிறார். அடிமைகளின் மீட்சிக்காக அவர் சிறு வயதிலேயே இயக்கத்தில் சேர்ந்துவிட்டார் என்பது பலருக்குத் தெரியும்.

அந்த லட்சிய சாதனைக்காக நேரம் கருதாத உழைப்பு, சொத்துசுக நிராகரிப்பு, கடைப்பிடித்துக் காண்பித்த வழிமுறைகள், விலைமதிப்பற்ற எளிமை எல்லாவற்றையும் நானும் தெரிந்துகொண்டேன்.

மறக்க முடியாத அந்த மாபெரும் ஆளுமையின் உரைகளிலும் செயல்களிலும் எனக்குத் தெரிந்த சில, என மனதிலேயே புதைந்து போய்விடாமல் நண்பர்களின் ஊக்கத்தால் எழுத்துருவில் பதிக்கிறேன்.

மாபெரும் வேள்வியாய் விளங்கிய தெலுங்கானா போராட்டத்தின் ஜுவாலை தெலுங்கு நாட்டில் நான்கு மூலை களிலும் வெளிச்சமாய்ப் பரவியது. அந்தப் புரட்சி இயக்கத்தை அடக்கிவைக்க அரசாங்கம் (தம்மை வீழ்த்திவிடுமோ என்ற பயத்தில்) வன்முறையை ஆயுதமாகப் பிரயோகித்தது; அரக்கத் தனமாகச் செயல்பட்டது. மக்கள் சங்கத் தொண்டர்களைச் சிறைச் சாலையில் அடைத்தது. காம்ரேட் சிந்தபல்லி பாப்பா ராவ் போன்ற இளம் சிங்கங்களை நிராயுத பாணியாக்கிச் சுட்டுக்கொன்றது. தலைதூக்கினாலே சுட்டுக் கொன்றுவிடுவதாக மலபார் போலீஸ் மக்களைப் பயமுறுத்தியது.

புரட்சிக்காரர் வீட்டுப் பெண்களுக்குப் பாதுகாப்பு இல்லாமல் போய்விட்டதாலும், தலைமறைவு நாட்களில் பெண்களின்உதவி தேவைப்பட்டதாலும் சில பெண்களை மறைவிடத்திற்கும் அழைத்துச்செல்ல நேரிட்டது. பிடிபட்டாலும், எதிரிகளிடமிருந்து தப்பிக்க வேண்டும் என்றாலும் கருவுற்ற பெண்கள் தடையாக இருப்பார்கள் என்பதால், தலைமறைவாய் இருக்கும் பெண்களுக்கு கருக்கலைப்பு செய்விக்க வேண்டிய நிலைமை ஏற்பட்டது.

ரகசிய வாழ்க்கையில் டாக்டரின் உதவி கிடைப்பது அரிது. ஏதோ மருந்து கொடுத்து எனக்குக் கருச்சிதைவு ஏற்படச் செய்தார்கள். என் உடல்நிலை பாதிக்கப்பட்டது. அந்த நேரத்தில் புயல் வந்தது. தூக்குத் தண்டனையை நிறைவேற்றக் கொண்டுசெல்லும் ஸ்ரீமன் நாராயணாவை போலீசாரிடமிருந்து தப்பிக்கவைத்து அழைத்துவந்தார்கள். கட்டுப்பாடுகள் அதிகரித்தன. வாழ்வுக்கும் சாவுக்கும் இடையே இருந்த அந்த நிலையில் என் ஆரோக்கியம் மேலும் மோசமாகியது. நான் இருந்த இடத்திலிருந்து வேறிடத்திற்கு அழைத்துப்போனார்கள். அந்த ரகசிய இடத்தில் சுந்தரய்யா இருந்தார்.

அரசாங்கக் கெடுபிடிகளுக்கு இடையில், கட்சித் தோழர்களையும் கட்சியின் பெயரையும் காப்பாற்றும் லட்சியத்துடன் இடையறாது வேலைகளில் மூழ்கியிருந்த சுந்தரய்யா நடுவில் எப்படியோ நேரத்தை ஏற்படுத்தி, என்னிடம் “பாலும், முட்டையும் சாப்பிடுகிறாயா? நம்மிடம் பணம் இல்லையென்று நிறுத்திவிட்டாயா? பெண்கள் உடல்நலத்தைப் பொருட்படுத்தாமல் வேலையில் மூழ்கிவிடுவார்களே” என்று

அன்புடன் விசாரித்து, அவற்றை வரவழைத்துத் தருவார். அவருடைய அக்கறை மற்றும் அன்பும் இருந்ததால், அந்தக் கண்டத்திலிருந்து நான் சீக்கிரமாகத் தேறிக்கொண்டேன். மறைந்த என் தந்தை, சுந்தரய்யாவின் உருவில் எனக்கு ஆதரவு தந்தார் என்று தோன்றியது.

ஒருநாள் இரவு அந்த டென்னில் இருந்தவர்கள் எல்லோரும் சாப்பிட்டுக் கொண்டிருந்தோம். சுந்தரய்யாவைத் தவிர மற்றவர்கள் எல்லோரும் இன்னொருமுறை பரிமாறிக்கொண்டுவிட்டோம். அவர் தனக்காக எடுத்துக்கொள்ளும் சமயத்தில் "அம்மா! ஒரு கவளம் சாப்பாடு இருந்தால் போடு தாயே" என்ற குரல் வாசலில் கேட்டது. அவர் பாத்திரத்தைப் பார்த்தார். ஒரு நபருக்குப் போதுமான உணவு இருந்தது. அவளுக்கு உணவு கொடுப்பதற்காகத் தான் எழுந்து கைகழுவிவிட்டார். அவளுக்கு உணவு எடுத்துப்போவதற்கு நான் தயங்கிக் கொண்டிருந்தேன்.

"நான் சாப்பிடவில்லை என்று வருத்தப்படுகிறாய் என்று எனக்குத் தெரியும். கணவனின் அடக்குமுறையில் அந்தக் கிழவியின் முதுகு வளைந்துவிட்டது. தண்ணீர் சுமந்து வாழ்க்கையை நடத்திவந்தாள். மகன்கள் தலையெடுக்கையில் தெம்பு குறைந்துவிட்டது. வேளைக்குச் சாப்பாடு கிடைக்காமல் தன்மானத்தையும் விட்டுவிட்டுப் பிச்சை எடுக்கிறாள். ஒரு பெண்ணாய் அவளுக்கு உதவி செய்யம்மா" என்றார். அந்தக் கிழவியைப்பற்றி அவருக்கு ஏற்கனவே தெரியுமா? அல்லது உலகப்போக்காகப் பொதுவாகச் சொன்னாரா? எனக்குப் புரியாவிட்டாலும் கிழவிக்குச் சாப்பாடு கொடுத்துவிட்டு வந்தேன். அவளுடைய இரக்க நிலையை நினைத்துப் பார்த்தேன். தமக்கென இடம் கேட்ட கருணைக்கும் மனிதநேயத்திற்கும் தம் கண்களில் இடமளித்துவிட்டார் போலும் என்று நினைத்து வழிபடுவதுபோல் அவர் கண்களைப் பார்த்தேன்.

"நீ இங்கே இருக்கும் வரையில் வடிகஞ்சியில் சிறிது சோறு போட்டு அந்தக் கிழவிக்கு ஊற்று. அதைவிட நம்மால் வேறு எதுவும் செய்ய முடியாது" என்றார்.

அன்று இரவு சுந்தரய்யா அந்த இடத்தைவிட்டுப் போய் விட்டார். போகும் முன் "கோடேஸ்வரம்மா நான் கொடுத்த எழுத்து வேலையைக் குளிரைக்கூட பார்க்காமல் இரவு நேரத்திலும் செய்து வருகிறாள். இந்தக் கம்பளியை அவளிடம் கொடுங்கள்" என்று தோழர்களிடம் சொல்லிவிட்டுப் போனாராம். அவருடைய கம்பளியை எனக்காக விட்டுச் சென்றிருக்கிறார். எனக்கு அழுகை பொங்கி வந்தது. "பயணத்தின்போது அவருக்கு குளிருமா? வீட்டில் இருக்கும் எனக்குக் குளிருமா? நீங்கள் ஏன்

வாங்கிக்கொண்டீர்கள்?" என்று அவர்களிடம் கேட்டேன். அவர்களும் வருந்தினார்கள். "நம் சுகம்தான் அவருடைய சுகம் என்று நினைப்பார். அவர் நமக்காகவும் நம் நாட்டுக்காகவும் பிறவி எடுத்திருக்கிறார்" என்று சொன்னார்கள். அன்று பந்தம் அப்படி இருந்ததா அல்லது அது சுந்தரய்யாவின் நல்லிதயமா? இன்றும் எனக்குப் புரியாத விஷயம் இது. தலைமறைவிலிருந்து வெளியில் வந்த பிறகு ஐந்தாறு வருடங்கள் நான் ஆந்திர மகிளா சபாவில் வாழ்க்கையைக் கழிக்கவேண்டிய நிலை ஏற்பட்டது. நான் அங்கே இருந்தபோது, சுந்தரய்யா உடல்நலக் குறைவு காரணமாக மாஸ்கோவில் இருந்தார் என்று நினைக்கிறேன். லீலாம்மா வந்து பார்த்துவிட்டுப் போனாள்.

"உடுத்திக்கொள்ளத் துணிமணி இருக்கிறதா?" என்று கேட்டாள். "இருக்கிறது" என்றேன்.

"சுந்தரய்யா திரும்பி வந்துவிட்டார். உன்னைப் பார்க்க வேண்டுமாம்" என்றாள்.

போவதற்குப் பயந்தேன். பிரச்சினையின் வெப்பத்தைத்தவிர ஆறுதலின் குளிர்ச்சியை அனுபவித்திராத நான், வெளியில் பெண்விடுதலைப் பிரச்சாரம் செய்தாலும் வீட்டில் பெண்களைத் துன்புறுத்தும் ஆசாமிகளையே பார்த்திருந்த நான், குடும்பத்தை விட கட்சிதான் முக்கியம் என்று குடும்பப் பொறுப்புகளைத் தட்டிக் கழிப்பவர்களைப் பார்த்திருக்கும் நான், பிரச்சினைகளில் பெண்கள்தான் சமாதானமாகப் போகவேண்டும் என்று ஆண்களை ஆதரிப்பவர்களைப் பார்த்திருக்கும் நான்... அவரும் ஒரு ஆண்தானே, என்ன சொல்லுவாரோ என்று பயத்துடன் அவரிடம் சென்றேன். அவர் என்ன கேட்டாலும் பதில் சொல்லாமல் கல்லாக நிற்க வேண்டும் என்று முடிவு செய்து கொண்டுதான் போனேன்.

என்னைப் பார்த்ததும் அந்தக் கருணைவள்ளல் முதலில், "சாப்பிட்டாயா?" என்று கேட்டார்.

பயம் சற்று விலகியது. சாப்பிட்டேன் என்று தலையை அசைத்தேன். "சாப்பிடாவிட்டாலும் சாப்பிட்டோம் என்றுதான் பெண்கள் சொல்லுவார்கள். லீலா! நம் மூவருக்கும் பரிமாறு" என்றார். அந்த வார்த்தைகளின் நெருக்கமும், அந்தப் பார்வையின் கருணையும் என்மீது மழைச்சாரலாய்ப் பொழிந்தது. சமீப காலத்தில் அதுபோன்ற ஆதரவை அனுபவித்திராத என் கண்களிலிருந்து நீர்வீழ்ச்சியாய் கண்ணீர் பொங்கிவழிந்தது. அந்த மனிதாபிமானி என் கண்ணீரைத் துடைத்து, அழுதால் கண்கள் பாதிக்கப்படும் என்று தடுத்தார்.

குழந்தைகளை இழந்து, உணவுக்கும் உடைக்கும் அவதிப்பட்டு, ஆதரிப்பவர்கள் யாருமின்றி, வாழ வேண்டும் என்ற விருப்பம் நசிந்து அநாதை இல்லத்திற்கு வந்துசேர்ந்தேன் என்று சொல்ல நினைத்தேன். என் கண்ணீர் அலைகளைத் தன் கையால் நிறுத்திய அவரிடம் என் கசப்பு வேதனைகளை ஆலகால விஷம்போல் விழுங்கச் சொல்வோம் என்று நினைத்தேன். ஆனால், அவருடைய மென்மையான இதயம் வருத்தப்படும் என்று சும்மாயிருந்தேன். அவர் அளித்த உணவு எனக்குத் தெம்பைக் கொடுத்தது. அவர் என் முகத்தைக் கூர்ந்துபார்த்து "நாம் கம்யூனிஸ்ட்கள் இல்லையா? பொருளாதார ரீதியான பிரச்சினைகள் வந்தாலும் தற்கொலைபற்றி நினைக்கக்கூடாது. உனக்குப் பொருளாதாரப் பிரச்சினைகள் இருக்கிறதா?" என்று கேட்டார். தலையை உயர்த்திப் பார்த்தேன். அவர் கண்களில் தலைமறைவில் இருந்தபோது தென்பட்ட அதே கருணையும் கனிவும் நிரம்பி வழிந்துகொண்டிருந்தன.

"யாரிடமும் கையேந்தி நிற்காமல், நண்பர்கள் கொடுத்தாலும் வாங்கிக்கொள்ளாமல் வாழ முயற்சி செய்கிறேன்" என்றேன்.

"நல்ல முடிவுதான்" என்று சொன்னவர், "நான் உன் தந்தை போன்றவன் இல்லையா? நான் கொடுத்தால் வாங்கிக் கொள்ளலாம்" என்றார்.

"கட்சி வேலை எதுவும் செய்யாமல் கட்சியின் பணத்தை வாங்கிக்கொள்ளச் சொல்கிறீர்களா?" என்றேன். (அவருடைய சகலமும் கட்சிதான் என்பதால்)

"கட்சி எனக்குக் கொடுப்பதிலிருந்து பெற்றுக்கொள்ளலாம் இல்லையா?" என்றார் முறுவலுடன்.

மறுப்பு தெரிவிப்பதுபோல் தலைகுனிந்தேன். 'உங்களுடைய எளிமையில் கடுகளவேனும் பின்பற்ற முடிந்தால் கம்யூனிஸ்ட் பெண்ணும் உழைத்து வாழமுடியும் என்று நிரூபிக்க நினைக்கிறேன்' என்று சொல்ல நினைத்தேன். எதுவும் பேசமுடியாமல் வழியும் கண்ணீரை மௌனமாய்ப் புடவைத் தலைப்பால் ஒற்றிக் கொண்டேன்.

பதில் சொல்லாத என்னைப் பார்த்துவிட்டு, "ஹாஸ்டலில் தங்கி இருக்கிறாய். அவசரத் தேவைக்கு வேண்டியவற்றை வெளியில் வாங்கிக்கொள்ள வசதிப்படாது. வீட்டுக்கு வந்து லீலாவிடமிருந்து உதவியைப் பெற்றுக்கொள்" என்றார். அவர் போகும்முன் பாஸ்கர ராவை எனக்கு கார்டியனாக நிறுத்தி விட்டுப் போனார். அவ்வப்பொழுது அவர்கள் வற்புறுத்திக்

கொடுத்த விட்டமின் மாத்திரைகள், டானிக் முதலியவற்றைப் பெற்றுக்கொண்டு ஹாஸ்டலில் நான்கு வருடங்கள் கழித்தேன்.

பிறகு காகிநாடா பெண்கள் ஹாஸ்டலில் வேலை கிடைத்தது. ஒருநாள் அங்கே (காகிநாடா) சுந்தரய்யாவின் மீட்டிங் இருக்கிறது என்று போயிருந்தேன். அதே பரிவுடன் என்னைக் குசலம் விசாரித்தார். மாணவிகளுக்கு நீ பயன்படுகிறாய் என்பதால் மகிளா சங்கத்தில் வேலை பார்த்த அளவுக்கு இங்கும் திருப்தி ஏற்படும் என்றார். கடமையைச் செய்து, நற்சேவை புரியும் கம்யூனிஸ்ட் வீராங்கனையாய்ப் பெயர் வாங்க வேண்டும் என்றார்.

நாட்டிற்கு நன்மையைச் செய்யாவிட்டாலும், தீமையைச் செய்யாமல் இருந்தாலே, இயக்கத்தில் பங்கெடுத்துகொள்வதுதான் என்பது அவர் சொற்பொழிவின் சுருக்கம். அதைச் செய்தியாக எடுத்துக்கொண்டேன். 1985இல் மே மாதம் 19ஆம் தேதியன்று அந்த மாமனிதர் மறைந்தார் என்ற செய்தியை ரேடியோவில் கேட்டுத் துயரம் அடைந்தேன். லட்சக்கணக்கான தொண்டர்கள் கண்ணீருடன் அவருக்கு அஞ்சலி செலுத்தினார்கள். நானும் என் கண்ணீர்த் துளிகளையே மலர்களாய் அவருக்கு அர்ப்பணித்தேன். நான் ஆராதித்துவந்த காம்ரேட் சுந்தரய்யாவின் கண்ணின் ஒளியை, பொறாமையினால் மரணம் மூடிவிட்டது. அந்த ஒளியைத் தொண்டர்கள் தம் கண்களில் நிலைநிறுத்திக்கொண்டால், அந்த ஒளியின் உயிரோட்டத்தில் சுந்தரய்யா சிரஞ்சீவியாய் எல்லோரின் இதயத்திலும் இருப்பார் என்று எதிர்பார்த்தேன். 'உறவுகளில் நெருடல்கள் நீங்காமல், பெண்களுக்குச் சமஉரிமையும் சுதந்திரமும் இன்றும் கானல் நீராகத்தான் இருக்கிறது. அந்த மாபெரும் தலைவரின் லட்சியம் என்று நிறைவேறுமோ?' என்று நினைத்தேன். அவரைப் பின்பற்றுபவர்களில் சிலராவது அந்த லட்சியத்தை நிலைநாட்டுவார்கள் என்று எதிர்பார்த்தேன். கஷ்டங்கள் வந்தாலும், கண்ணீர் வந்தாலும் என் நினைவுகளில் சுந்தரய்யா இனியும் எனக்கு ஆறுதல் சொல்லிக்கொண்டுதான் இருப்பார். நானும் அவருக்கு என் வீரவணக்கத்தைத் தெரிவித்துக் கொண்டுதான் இருப்பேன். அவருடைய வார்த்தைகளை, செயல்களை நினைவுகூர்ந்துகொண்டுதான் இருப்பேன்.

பிரஜாசக்தி

நெஞ்சிற்கினிய ராஜேஸ்வர ராவ்

மாலையில் ஆசிரமவாசிகள் எல்லோரும் குளிர்ந்த காற்றுக்காகத் தோட்டத்திற்கு வரும் நேரம் அது. பச்சைமரங்கள் வெயிலின் தீவிரத்தையும் மனவேதனையையும் குறைத்தன. குளிர்ந்த காற்றுடன் மலர்ந்த பூக்களுடன் திகழ்ந்துகொண்டிருந்த தோட்டம் குசலம் விசாரித்தது. சந்திர ராஜேஸ்வர ராவ் எண்ணங்களையும் கொள்கைகளையும் கலந்து தோட்டம் உருவாகி இருந்தது. எந்த அரளிச்செடியில் பூக்கள் சிவப்பாய் மலர்ந்து இருக்கிறதோ, எந்த செம்பருத்திச் செடியில் பூக்கள் புதிதாக வந்திருக்கிறதோ, எந்த ரோஜாவில் மொட்டு வந்திருக்கிறதோ என்று பரிசீலித்துக்கொண்டே முன்னால் நடந்தேன். அமரவீரர்களின் ஸ்தூபி அரிவாள் – சுத்தியலுடன் தென்பட்டது. சிறிது நேரம் உட்கார்ந்துகொண்டேன்.

இருட்டிற்கு முன் அறைக்குப் போய்ச்சேர வேண்டும் என்று எழுந்துகொண்டேன். யோசனையுடன் நடந்தவாறு ஹால் அருகில் வந்தேன். ‘நேற்றைய தலைமுறைக்கு வழிகாட்டிய முந்தைய தலைமுறை’ என்ற எழுத்துகளுடன் ராஜேஸ்வர ராவ் சிலை தென்பட்டது. “வா அம்மா” என்ற அழைப்பு ஒலித்ததுபோல் இருந்தது. கடந்த காலம் கண்முன்னே நிழலாடியது.

அது 1935–1955க்கு இடைபட்ட காலம். தேசிய இயக்கத்தில் இடதுசாரி எண்ணங்கள் துளிர்த்த காலம். சோஷலிசத்தின் எண்ணங்கள் உலகத்தில் எங்கும் பரவி இருந்த நாட்கள். சமச்சீர் சமுதாயத்தை உருவாக்குவதை ஒரு கொள்கையாக, சமுதாய நலனை லட்சியமாக சந்திர ராஜேஸ்வர ராவ் படிப்புக்கு முற்றுப்புள்ளி வைத்துவிட்டு ஆந்திர மாநிலத்திற்கு ஒரு கங்கையைப்போல் பெனாரஸிலிருந்து வந்தார். அந்த லட்சியத்துடனே யமுனையைபோல் சுந்தரய்யா, சரஸ்வதியைப் போல் மத்துகூரி சந்திரம் இருவரும் தேசிய இயக்கத்திலிருந்து வந்து சங்கமித்தார்கள். அவர்களுடைய புனிதமான எண்ணங்கள் நதியாய் ஓடி, நாட்டைப் பசுமையாக்கி, முன்னேற்றம் எனும் விளைச்சலைக் கொடுக்க கிருஷ்ணாவாய், கோதாவரியாய் மாநிலத் தலைவர்கள் இணைந்தார்கள்

சமுதாயத்தில் இருக்கும் மூடப்பழக்கங்கள், மூட நம்பிக்கைகள், கல்வி இல்லாமை, தீண்டாமை, களவு ஒழிக்கவும், கொள்ளை மற்றும் வன்முறையை அழிக்கவும் அவர்கள் சபதம் செய்தார்கள். கலாச்சாரத்தை முன்னேற்றப் பாதையில் செலுத்துவதற்குக் கங்கணம் கட்டிக்கொண்டார்கள். முன்னேற்றத்திற்கும் சுதந்திரத்திற்கும் முட்களாயிருந்த பிற்போக்கு எண்ணங்களைக் களைந்தெறிய அடிகோலிட்டார்கள். “வெட்டிப் பேச்சை நிறுத்தி விடு! செயலில் துணிச்சலைக் காட்டிவிடு!” என்ற குரஜாட அப்பாராவின் வார்த்தைகளை நடைமுறைப்படுத்தினார்கள். இளைஞர்களுக்கு ஊக்கமளித்தார்கள்.

சாதி கடந்த திருமணங்களையும், விதவைத் திருமணங்களையும் இயக்கத்தின் அங்கமாகக் கருதினார்கள். சந்திர ராஜேஸ்வர ராவ் கம்ம இனத்தில் ஒரு பிரிவைச் சேர்ந்தவர். சாவித்திரியுடையது அதே இனத்தில் வேறு பிரிவு. ஒரே பந்தியில் சாப்பிடுவதும், திருமணம் பண்ணிக்கொள்வதும் இரு பிரிவினருக்கும் இடையே விரும்பத்தகாதது. ராஜேஸ்வர ராவின் தந்தை, சந்திர சுப்பையா, சல்லபல்லி ஜமீன்தாருக்குக் கடன் கொடுத்து நிறைய சம்பாதித்தவர். ராஜேஸ்வர ராவிற்கு லட்சக் கணக்கில் வரதட்சிணையுடன் ஆடம்பரமாய் ஐந்து நாட்கள் திருமணத்தை நடத்த அவருடைய பிரிவில் பலர் தயாராக இருந்தார்கள். ஆனால் ராஜேஸ்வர ராவ் தந்தையை, வரதட்சிணையை, தன் பிரிவை ஒதுக்கிவிட்டு, கலாச்சாரங்களை எதிர்த்து மந்திரங்கள், தாலிச்சரடு எதுவும் இல்லாமல் சாவித்திரியை மனைவியாய் ஏற்றுக்கொள்கிறேன் என்று பிரமாணம் செய்து மாலைமாற்றி மணம்புரிந்தார்.

மனைவி கணவனை ‘என்னங்க, நீங்க’ என்று பன்மையில் விளிக்கத் தேவையில்லை என்று பெயர் சொல்லி அழைக்கச்

செய்தார். மனைவியை வாடி, போடி என்று தாழ்த்திப்பேசி அழைப்பது தவறு என்று சாவித்திரியைப் பெயர் சொல்லித்தான் அழைத்தார். மற்றைய காம்ரேட்களுக்கு இப்பழக்கத்திற்கு முன்னோடியாக இருந்தார்.

சுமங்கலியாய் வாழ்வதற்கு நோன்புகள், விரதங்கள் கடைப்பிடிக்க வேண்டாம் என்றும் அன்பு, அன்னியோனியம், சுயகௌரவம் ஆகியவையே ஆயுளை வளர்க்கும் என்றும் சொல்லி, நோன்புகள், விரதங்கள், விதி மற்றும் தலையெழுத்து போன்றவற்றை நம்புவதை விட்டுவிடச் செய்தார். ஒருவருக்கு ஒருவர் துணையாய் இருப்பது, பரஸ்பரம் மதிப்புடன் நடத்துவது சிறந்த கொள்கை என்றார். தனது திருமணம் நடந்த முறையிலேயே பல திருமணங்களை நடத்தி வைத்தார். கட்சியைச் சேர்ந்த குடும்பங்கள் என்பதால், செலவு குறையும் என்பதோடு, சீர்வரிசை வைக்கும் தொல்லை இருக்காது என்ற நினைப்பில் தம் குழந்தைகளுக்கு இதுபோன்ற திருமணத்தை நடத்திவைத்த சாதாரண மக்களும் இருக்கிறார்கள்.

சந்திர ராஜேஸ்வர ராவ் ஆசிரியராக கொத்தபட்ணம், மன்தெனவாரிபாலம் போன்ற இடங்களில் அரசியல் பாட சாலைகளை நிறுவினார். சோஷலிஸ எண்ணங்கள் கொண்ட இளைஞர்கள் அதில் சேர்ந்தார்கள். அப்படிச் சேர்ந்தவர்களில் சீதாராம ரெட்டி, குலத்தின் அடையாளமான 'ரெட்டி'யை நீக்கிவிட்டு, கொண்டபல்லி சீதாராமய்யாவாக பெயரைப் பதிவு செய்துகொண்டார். அவரை ராஜேஸ்வர ராவுக்கு மிகவும் பிடிக்கும் என்று தெரிந்த ராமசுவாமிதான் என்னைப்பற்றி முழுவதுமாக ராஜேஸ்வர ராவிடம் சொல்லி இருக்கிறார். ராஜேஸ்வர ராவின் வார்த்தையை வேதவாக்காக மதிக்கும் சீதாராமய்யா எங்கள் திருமணத்திற்குச் சம்மதித்தார். பெண்பார்த்தலையும், நிச்சயதார்த்தச் சடங்கையும் ராஜேஸ்வர ராவ் புதிய முறையில் நடத்தினார்.

திருமணத்தைத் தடுப்பதற்கு எங்கள் ஊரில் சிலர் முயற்சி செய்கிறார்கள் என்று கேள்விப்பட்ட ராமசுவாமி பயந்துபோய் ராஜேஸ்வர ராவிடம் வந்தார். எல்லாவற்றையும் யோசித்துவிட்டு, "ஆவணி மாதத்தில் நடத்தப்போகிறோம் என்று சொல்வோம். ஆனால், ஆடி மாதத்திலேயே நடத்திவிடுவோம். நமக்குத்தான் திதி, வார நட்சத்திரங்கள் தடை இல்லையே" என்றாராம். ராஜேஸ்வர ராவ், மத்துக்கூரி சந்திரம், கொசராசு சேஷய்யா போன்ற கட்சித் தலைவர்கள் வசித்துவந்த, சாவித்திரி பிறந்த ஊரான வென்ட்ரபிரகடவில் எங்கள் திருமணத்தை நடத்த முடிவுசெய்தார்கள்.

ஆடி மாத நள்ளிரவில், கழிகளுடன் நாற்பது இளைஞர்களின் பாதுகாப்புடன், என்னை பஸ்ஸில் வெண்ட்ரபிரகடவிலுள்ள சாவித்திரியின் வீட்டுக்கு அழைத்துவந்தார்கள். சீதாராமய்யாவை அவரின் ஊரிலிருந்து அழைத்து வந்தார்கள். புகுந்த வீட்டுக்குப் போகும் பெரிய இடத்துப்பெண் எனத் தோன்றும்படி இரட்டை மாட்டு வண்டிக்கு இரண்டு பக்கமும் படுதா கட்டி அழைத்து வந்தார்கள். சாவித்திரி கந்துகூரி ராஜலக்ஷ்மியை நினைவுறுத்தும்படியாக எனக்குத் தன்னுடைய பட்டுப்புடவையை உடுத்தி மணமகளாய் அலங்காரம் செய்தாள். அக்காவைப்போல் தோளைப் பிடித்து மணமேடைக்கு அழைத்து வந்தாள்.

கட்சிப் பிரமுகர்களும் தலைவர்களும் திருமணத்திற்கு வந்திருந்தார்கள். ஜோஸ்யபட்ல சத்யநாராயணா, சீதா ராமய்யாவையும் என்னையும் திருமணப் பிரமாணம் செய்ய வைத்தார். புது மனிதர்களுக்கு நடுவில் படிக்கும்போது என் கை நடுங்கியது. வார்த்தைகள் தடுமாறின. “பயப்படாமல் படி அம்மா” என்றார் ராஜேஸ்வர ராவ். செட்டிபல்லி வேங்கடரத்னம் தேசபக்திப் பாடலைப் பாடினார். ராஜேஸ்வர ராவ் சாவித்திரி தம்பதியரைப் போலவே மாலைமாற்றி சீதாராமய்யாவும் நானும் கணவன் மனைவி ஆனோம்.

ஆளுயரத் தோற்றமுடைய ராஜேஸ்வர ராவ், கம்பீரமான குரலில் புதிய வழிமுறைகளைப்பற்றிச் சொற்பொழிவாற்றினார். சீதாராமய்யாவின் மீது அட்சதை போட்டு “காம்ரேட்! எல்லா வற்றிலும் நீ முதலில் இருக்கவேண்டும்” என்றார். சாவித்திரி என்மீது அட்சதை போட்டு, “பெண்கள் அபலைகள் அல்ல என்று நிரூபிக்க வேண்டும்” என்று சொன்னாள். அதுவரையிலும், “பதினாறும் பெற்று பெருவாழ்வு வாழ்க”, “தீர்க்க சுமங்கலி பவ” போன்ற ஆசிகளையே கேட்டிருந்த எனக்கு இந்த ஆசிகள் வித்தியாசமாக இருந்தன. பெண்கள் அபலை நிலையிலிருந்து வெளிவருவது சாத்தியமா என்று நினைத்துக்கொண்டேன்.

சீதாராமய்யாவின் பெற்றவர்கள் இருக்கும் ஊருக்கு அழைத்துப் போவதா அல்லது என்னுடைய பிறந்த ஊருக்கு அழைத்துப்போவதா என்ற கேள்வி எழுந்தது. இரு வீட்டினரில் யாரேனும் ஒருவர் அழைத்துப்போகும் வரையில் தன் வீட்டிலேயே இருக்கட்டும் என்றாள் சாவித்திரி. ஒரு வாரம் கழித்து, காம்ரேட் ரங்கா ரெட்டி கொடுத்த ஊக்கத்தினால், சீதாராமய்யாவை வளர்த்த பாட்டி (அம்மாவின் அம்மா) தங்கள் வீட்டுக்கு அழைத்துப்போனாள். அந்த ஊர்ப் பெண்கள் என்னை வேடிக்கை பார்க்க வந்தார்கள். அங்கு எங்களால் தொடர்ந்து இருக்க முடியவில்லை. கட்சியினர் சமாதானப்படுத்திய பிறகு தந்தை எங்கள் ஊருக்கு அழைத்துச் சென்றார்.

என்னைத் திருமணம் செய்துகொண்ட சீதாராமய்யாவுடையது வேறு பிரிவு என்பதால், எங்கள் ஊர் ரெட்டிகள் எங்கள் குடும்பத்தை விலக்கி வைத்தார்கள். விதவையாக இருந்த நான் திருமணம் செய்துகொண்டு குலத்திற்கு மானக்கேட்டை உண்டாக்கிவிட்டேன் என்று ஒரு பெண்மணியைக்கொண்டு என்னைத் திட்டவைத்து அடிக்கவும் வைத்தார்கள். கட்சித் தொண்டர்கள் மூலமாக இதையெல்லாம் கேள்விப்பட்ட ராஜேஸ்வர ராவ் மற்றவர்களுடன் கலந்து பேசி சீதாராமய்யாவை ஹிந்தி ஆசிரியராக்கி, அந்த ஊரிலேயே தனிக்குடித்தனம் தொடங்க வைத்தார்கள். கட்சியினர் எங்களை உறவினராய்ப் பார்த்துக்கொள்ளும் விதமாய் ஏற்பாடு செய்தார். நாங்கள் கட்சி நடத்தும் நிகழ்ச்சிகளில் பங்கெடுத்தும், சாதி கடந்த மற்றும் விதவைத் திருமணங்களுக்குப் போய்க்கொண்டும் இருந்தோம். அதிகக் குழந்தைகள் கூடாது இன்று அரசாங்கம் வலியுறுத்துவதுபோல் அன்றே இதுபோன்ற திருமணங்களில் சொல்லிவந்தார்கள்.

ராஜேஸ்வர ராவ் தலைமையில் கட்சித் தொண்டர்கள் எல்லோரும் ரத்தபந்தத்தைவிட கட்சிப்பந்தம் பெரிது என்று நினைத்துவந்தோம்.

கட்சியின் எதிர்காலத்திற்காகவும் மக்கள் சங்கங்களை உருவாக்குவதற்காகவும், மக்கள் குரலான *பிரஜாசக்தி* பத்திரிகைக்காகவும் ராஜேஸ்வர ராவ், சுந்தரய்யா இருவரும் சொத்துகளைத் தியாகம் செய்தார்கள். அவர்களின் தியாகத்தின் ஒளி எங்கும் பரவி பலபல தொண்டர்கள் சொத்துகளை விற்றுக் கட்சியை விஸ்தரிக்கச் செய்தார்கள். கம்யூனிஸ்ட் தொண்டர்கள் மென்மையான இதயம் கொண்ட, எளிமையான, நேர்மையான செயல்வீரர்கள் என்றும் தியாகச் செம்மல்கள் என்றும் இலக்கியப் பிரியர்களும் சீர்திருத்தவாதிகளும் கருதினார்கள்.

அன்றுமுதல் ராஜேஸ்வர ராவ் மறையும்வரையில் எங்களுக்கு இடையே இருந்த பந்தம் அப்படியே இருந்தது. எங்கள் குடும்பத்தைப்பற்றி அவர் எப்போதும் யோசித்துவந்தார். எங்களை மட்டுமே இல்லை, எல்லோரைப்பற்றியும் அவர் யோசித்துவந்தார். நான் எப்போது தென்பட்டாலும், "வா அம்மா" என்று வாய் நிறைய அழைப்பார். அந்த அழைப்பை யார் வாயிலிருந்து கேட்டாலும் எனக்கு ராஜேஸ்வர ராவ் நினைவு வந்துவிடும்.

நான் தனியளாகிவிட்ட பிறகு காம்ரேட்களிடம் என்னை அலுவலகத்திற்கு அழைத்துவரச் சொல்லி இருக்கிறார். அலுவலகத்தில் என்னைப் பார்த்ததும், "வா அம்மா" என்று

தந்தையைப்போல் தலையை வருடிக் கொடுத்து, "எழுத்து உன்னைத் திடமாக வைக்கும். புத்தகங்களை நண்பர்களாக ஏற்றுக்கொண்டு கம்யூனிஸ்ட் பெண்ணாக திடமாக நிலைத்து நிற்பாய். இது மிகைப்படுத்திய வார்த்தை இல்லை" என்றார். ஆனந்தமும் துக்கமும் கண்ணீராய் வெளிவந்தன எனக்கு.

மக்களுக்கு ஒரு வழிகாட்டியாய் இருந்த அவரது சிலையைப் பார்த்துக் கடந்த காலத்தை நினைவுகூர்ந்தேன், அவர் பெயரில் நிறுவப்பட்ட ஆசிரமத்தில் வசிக்கும் வாய்ப்பு தந்த பெரியவர்களை வணங்கி, அந்த மாபெரும் மனிதர் ராஜேஸ்வர ராவுக்கு என் புரட்சி வணக்கத்தைத் தெரிவித்துக்கொள்கிறேன்.

முன்னோரின் வீரதீரக் கதையெனும் நாற்றுநட்டு,
தியாகமெனும் நீர்பாய்ச்சடா
வளமாகச் செழிப்பாக விளையும்
மதிப்பிலடங்கா நிலம் நம்நாடடா

– (புலுபுல)

நெருங்கியவர்களின் நினைவுப் பெட்டகத்தில் 'சி. ஆர்.'
(சி. ஆர். பௌண்டேஷன் பதிப்பு)

பெண்மை போற்றிய, மனிதநேயம் கொண்ட மாமனிதர் சந்திரம்

கடந்த காலமும் எதிர்காலமும் நிகழ் காலத்திற்கு இருபக்கங்கள் என்றும், காலச்சக்கரம் சுழலச் சுழல கடந்த காலத்தைப் பொறுத்து நிகழ் காலமும், நிகழ்காலத்தைப் பொறுத்து எதிர்காலமும் அமைந்து வரலாறு ஆகிறது என்று பேராசிரியர்கள் சொல்லக் கேட்டிருக்கிறோம்.

கம்யூனிஸ்ட் கட்சி நடத்திய அரசியல் பள்ளிகளில் மத்துகூரி சந்திரசேகர ராவ் சொற்பொழிவுகளில், "மனிதனின் உழைப்புதான் வரலாறாக உருமாறும். மனிதன் தனக்காக உழைத்த உழைப்பைவிட மற்றவர்களுக்காக உழைக்கும் உழைப்புதான் உத்தமமானது. உழைப்பாளியை வரலாறு உயர்ந்த மனிதனாக அடையாளம் கண்டுகொள்ளும்" என்று குறிப்பிடுவதைக் கேட்டிருக்கிறேன்.

மாநில கம்யூனிஸ்ட் கட்சியை உருவாக்குவதற் காகவும் அதன் முன்னேற்றத்திற்காகவும் உழைத்த முன்னோடித் தோழர்கள் பலர். அவர்கள் எல்லோரும் பாராட்டுக்கு உரியவர்கள்தான். முப்பெரும் ஆளுமைகளாக, இயக்கத் தலைவர்களாக, வழிகாட்டிகளாகத் தெலுங்கு மக்கள் தோழர்கள் சுந்தரய்யா, ராஜேஸ்வர ராவ் மற்றும் சந்திரம் அவர்களை அடையாளம் கண்டுகொண்டுள்ளார்கள்

என்று சொல்லப்படுகிறது. அவர்களுடைய தியாகத்தையும் பின்பற்றிய கொள்கைகளையும் புகழ்பாடி, அவர்களுடைய செயல்முறைகளை இளைஞர்கள் தெரிந்துகொள்ள வேண்டும் என்றும் கூறப்படுகிறது. உத்தமர்களின் வரலாற்றைத் தெரிந்து கொண்டால் தன்னம்பிக்கை அதிகரிப்பதோடு, அவர்கள் அளவிற்கு இல்லாவிட்டாலும், சிறிதேனும் சமுதாய நன்மைக்காக உழைக்க வேண்டும் என்ற விருப்பம் ஏற்படும். இதைத் தீவிரமாக நம்பியவர்களில் நானும் உண்டு.

வயோதிகம் கவிழ்ந்துகொண்டுவிட்டது. தனிமை தூக்கத்தை விரட்டிவிட்டது. வாழ்க்கையை ஒரு தண்டனையாக காலம் தீர்ப்பளித்தது. பழைய நினைவுகள் துரத்திக்கொண்டுதான் இருந்தன. ஆனாலும் விதியை நொந்துகொண்டு உட்கார்ந்து இருக்க முடியாது அல்லவா? அதுபோன்ற ஒருநாளில், காம்ரேட் ஒருவர் சந்திரம் அவர்களின் நினைவுநாள் குறித்துக் குறிப்பிட்டார். மேஜையிலிருந்த கோகலே அவர்களின் கதைத்தொகுப்பைப் பார்த்த அவர், அதற்கு விமரிசனம் எழுதினால் நல்ல பொழுது போக்காக இருக்கும் என்றும் கருத்து தெரிவித்தார். விமரிசனம் என்றதும் சந்திரம் முன்பு சொன்னது நினைவுக்கு வந்தது.

"விமரிசனம் செய்தால், அந்தந்தக் கதைகளின் பாத்திரங்கள், எழுத்தாளர்கள் உன் எண்ணங்களில் சூழ்ந்துகொண்டு, உன் தனிமையைப் போக்குவார்கள். பாரபட்சமின்றி விமரிசனம் செய்யச் சொல்லுவார்கள். தன்னிலை மறந்து போகும்விதமாகச் செய்வார்கள். மனம் அவர்களையே சுற்றிச்சுற்றி வரும்படி செய்வார்கள். அதனால்தான் *பிரகதி* பத்திரிகைக்காக, என்னைப் புத்தக விமரிசனம் செய்ய சந்திரம் சொல்லியிருந்தார்" என்றேன்.

அந்த காம்ரேட், "முன்பு 'என் கண்ணின் ஒளி சுந்தரய்யா' எழுதியது போலவே உங்கள் நினைவுகளில் சந்திரம் பற்றி எழுதுங்கள். அவரை இந்தத் தலைமுறையினருக்குத் தெரியப் படுத்தினால் நன்றாக இருக்கும்" என்று சொன்னார். பலமுறை சொல்லி என்னை மேலும் ஊக்குவித்தார். கடந்த வருடம் ஜூலை 26ஆம் தேதி அன்று சந்திரம் அவர்களுக்கு நினைவஞ்சலிக் கூட்டம் நடைபெற்றது என்று நாளேட்டில் படித்தபோது அவருடன் எனக்கு இருந்த பழக்கம், அவரது சொற்பொழிவுகள் கேட்ட அனுபவம், பெண்கள்மீது அவருக்கு இருந்த மதிப்பு மரியாதை எல்லாம் நினைவுக்கு வந்தன.

'சுதந்திரம் எனது பிறப்புரிமை!' என்ற தேசிய இயக்க முழக்கத்தை நகரங்கள் மட்டுமல்லாமல் பட்டிக்காடுகளுக்கும் கொண்டு போனவர் மத்துகூரி சந்திரசேகர ராவ் (நாங்கள் எல்லோரும் சந்திரம் என்றுதான் அழைத்து வந்தோம்). படிப்புக்கு

முற்றுப்புள்ளி வைத்துவிட்டுப் பதினெட்டு வயதிற்கு முன்பே சுதந்திரப் போராட்டத்தில் கலந்துகொண்டவர். கிருஷ்ணா ஜில்லா வென்ட்ரபிரகட கிராமத்தைச் சேர்ந்தவர்.

ரஷிய மற்றும் பிரஞ்சுப் புரட்சிகளின் பாதிப்பு

பிரஞ்சுப்புரட்சி உலகத்தை யோசிக்க வைத்தது. ரஷியமக்கள் புரட்சிசெய்து அரசாங்கத்தை வீழ்த்தினார்கள். உலகத்தின் கவனம் ரஷியாவின் பக்கம் திரும்பியது. காரல்மார்க்ஸை மாபெரும் பேராசிரியராகவும், லெனினை மாமேதாவியாகவும் இடதுசாரியினர் அடையாளம் கண்டு கூர்ந்து பரிசீலித்தார்கள். சுதந்திரத்துடன் சமத்துவமும் சகோதரத்துவமும் உருவாக வேண்டும் என்று முடிவு செய்தார்கள். இந்தியாவிலும் புரட்சி இயக்கங்கள் தொடங்கின. 'காங்கிரஸ் சோஷலிஸ்ட் கட்சி' உருவானது. சந்திரம் மற்றும் சிலர் அந்தக் கட்சி தொடங்கிய அரசியல் பள்ளிகளில் அரசியல் மற்றும் சமுதாய முன்னேற்றத்திற்காகச் சொற்பொழிவுகள் ஆற்றினார்கள். அதன் விளைவாக நூற்றுக்கணக்கான இளைஞர்கள், இளம்பெண்கள் ஊக்கம் பெற்றார்கள். ஆயிரக்கணக்கான உறுப்பினர்களுடன், பெரும் ஆதரவாளர்களும் கொண்ட காங்கிரஸ் சோஷலிஸ்ட் கட்சி 'கம்யூனிஸ்ட் கட்சி'யாக உருமாறியது. விஜயவாடாவில் கட்சியின் பெண்கள் பள்ளியிலும் சந்திரம் பாடம் நடத்தி இருக்கிறார். அவருடைய வரலாற்றினைத் தெரிந்துகொண்ட பெண்களிடம் அவருக்குப் பெருமதிப்பு ஏற்பட்டது.

பிரபுத்துவ (*Feudal*) சமுதாயம், குழந்தைபெறும் இயந்திரமாகப் பெண்களைக் கருதிய முறை, நவீன காலத்தில் மாறிய அக்கருத்துகள், சீர்திருத்தவாதிகளின் உழைப்பு, பெண்களிடம் அவர்களுக்கு இருந்த முழுமையான இரக்கம், உருவாக்கப்பட்ட சீர்திருத்தங்கள் போன்றவற்றைப் பெண்களுக்குப் புரியும் வகையில் சந்திரம் விளக்குவார். தம்முடைய பிரச்சினைகளைப்பற்றித் தாமே யோசிக்க வேண்டும் என்றும், தம்மிடம் இரக்கம் உடையவர்களின் ஒத்துழைப்பைப் பெற்றுக்கொள்ள வேண்டும் என்றும் சொல்லி, பெண்கள் தம்முடைய மீட்சிக்காகப் புதிய இயக்கத்தைத் தொடங்கவேண்டும் என்ற ஆர்வத்தை வகுப்புகளுக்கு வந்த பெண்களிடம் ஏற்படுத்தினார். அவருடைய சொற்பொழிவைக் கேட்டு ஊக்கமுற்ற பெண்கள்தான் பெண்கள் இயக்கத்திற்கு முன்னோடியாக இருந்தார்கள்.

ஆண்டுகள் பலவாயினும், பெண்களின் வாழ்க்கையில் முன்னேற்றம் சிறிதளவே தென்படுகிறது என்பதை நடுத்தரவர்க்க மற்றும் கல்வி அறிவு இல்லாத பெண்களுக்கும் புரியும் வகையில் அன்று ஊர் ஊராகச் சென்று பிரச்சாரம் செய்தார்.

கம்யூனிஸ்ட் கட்சி ஒரு கட்சியாக உருவாகுவதுடன், சீர்திருத்தத்தையும் கைப்பற்றியது. மாதர் சங்கங்கள் தாலுகா, ஜில்லா, மாநில அளவில் விரிவடைந்தன. சாதி கடந்த திருமணங்களையும் விதவைத் திருமணங்களையும் நடத்த கட்சியிலும், மக்கள் சங்கங்களிலும் தீர்மானம் நிறைவேற்றினார்கள். இளைஞர்கள் உற்சாகத்துடன் முன்வந்தார்கள். சிறு வயதிலேயே விதவையாகிவிட்ட சிறுமி தென்பட்டால் திருமணம் செய்து வையுங்கள் என்று அவளுடைய பெற்றோரிடம் நயந்து சொன்னார்கள். சமுதாயக் கட்டுப்பாடுகளைப் பின்பற்றவில்லை என்று தள்ளி வைத்துவிடுவார்கள் பயந்தால், "எங்களுடைய உறுதுணை இருக்கும். திருமணத்திற்குச் சம்மதியுங்கள்" என்று எடுத்துச்சொல்லுவார்கள். அபயம் அளிப்பார்கள். பெருமுயற்சி செய்து அதுபோன்ற திருமணங்களை அதிக எண்ணிக்கையில் நடத்தி வைத்தார்கள். கந்துகூரி வீரேசலிங்கம் அவர்களின் உண்மையான வாரிசுகள் என்பதை இந்த இளைஞர்கள் நிலைநாட்டினார்கள்.

நானும் சிறு வயதில் விதவையானவள்தான். எனக்குத் திருமணம் செய்துவைப்பதற்கும் மிகவும் சிரமப்பட வேண்டியிருந்தது. சீர்திருத்தம் வேண்டும் என்ற எண்ணத்துடன் பெருமுயற்சி செய்து அப்பாவை என் திருமணத்திற்குச் சம்மதிக்க வைத்தார்கள். கர்ம பூமியில் பிறந்தவள் என்னும் கருத்தினால் முதலில் நான் மறுமணத்திற்குச் சம்மதிக்கவில்லை. ஹிந்துசாஸ்திரத்தில் இருக்கும் உள்ளர்த்தத்தை, தவறாகப் பின்பற்றப்படும் கருத்துகளை எடுத்துரைத்து என்னைத் திருமணத்திற்குச் சம்மதிக்க வைத்தார்கள். ஊரில் இருக்கும் பழைமைவாதிகள் ரகளை செய்தால் அப்பா பின்வாங்கலாம் என்று யோசித்து சந்திரம், ராஜேஸ்வர ராவ், கொசராஜு சேஷய்யா ஆகியோரின் சொந்தக் கிராமமான வென்ட்ரபிரகடவில் என் திருமணத்தை நடத்திவைக்க முடிவுசெய்தார்கள்.

எதிர்காலத்தில் நல்லதைக் காண மாட்டோமா?

ஒரு சமயம், விதவையின் திருமணத்திற்கு அவளுடைய அண்ணனே, "அவள் தலையெழுத்துக்கு நீங்கள் பொறுப்பா?" என்று கேட்டபோது, சந்திரம், "உங்களுக்குக் கர்மவினைமீது நம்பிக்கை இருக்கிறதா? அல்லது விதவைத் தங்கையை சம்பளம் இல்லாத வேலைக்காரியாய் வீட்டு வேலைகளைச் செய்யவைக்கும் எண்ணமா? அவளுக்கு வீட்டில் இடம் கொடுத்திருப்பதால் கிடைக்கும் ஜீவனாம்சம் உங்களுக்கே கிடைக்கும் என்றா?" என்று பயமோ தயக்கமோ இல்லாமல் கேட்டாராம். எதற்காக விதவைப் பெண்களுக்குத் திருமணம் நடத்த வீடுவீடாகப்

போய்ப் பிரச்சாரம் செய்து அவர் இவ்வளவு சிரமங்களை மேற்கொண்டார்? அந்தப் பெண்களிடம் அவருக்கு எந்த அளவுக்கு இரக்கம் இருந்திருக்க வேண்டும்? இக்காலத்தில் அதிகரித்துவரும் வரதட்சிணைச் சாவுகள், தகுந்த சாட்சியம் இல்லையென வழக்குகளை மூடிவிடுவது, கொலைக்கு உடந்தையாக இருந்தவர்கள் ஒரு மாதத்திற்குள் திருமணம் செய்துகொள்வது, பெண்களை பாலியல் வன்புணர்வுக்கு உள்ளாக்கியவர்கள் குற்றமற்றவர்கள் என்று விடுதலையாவது, பாலியல் வன்புணர்வுக்கு உள்ளாக்கப்பட்ட அந்தப் பெண் வாழ்நாள் முழுவதும் குமுறிப்போவது, குளிர்விட்டுப் போன கிராதகர்கள் மேலும் மேலும் அக்கிரமச் செயல்களில் ஈடுபடுவது . . . இதையெல்லாம் பார்க்கும்போது "எங்கே தாயே நேற்று பெய்த பனித்துளிகள்?" என்ற ஸ்ரீஸ்ரீயின் கவிதை நினைவுக்கு வரும். "கடந்த காலத்தில் நன்மை குறைவுதான்" என்று சொன்ன குரஜாடா உயிரோடு இருந்தால், "எதிர்காலத்திலும் நன்மையைக் காணமுடியாதோ?" என்றும் எழுதியிருப்பார் எனத் தோன்றுகிறது.

கம்யூனிஸ்ட் கட்சி உருவாக்கிய மக்கள் சங்கங்கள் முன்னேற்ற எண்ணங்களுடன் பரவியிருந்த அந்தக் காலத்தில் சந்திரம் அவர்களுக்குக் கட்சிப் பொறுப்புடன் பிரஜா நாட்டிய மண்டலியுடன் நல்லுறவும் இருந்து வந்தது. குரஜாடா அப்பாராவின் நினைவுநாள் அன்று கன்யாசுல்கம் நாடகத்தில் பெண்பாத்திரங்களைப் பெண்களே ஏற்று நடித்த போதெல்லாம், சாதாரணமாக மௌனமாக காட்சி தரும் சந்திரம் சந்தோஷத்தில் பூரித்துப் போய்விடுவார். ஜோஸ்யபடல சுப்பம்மா வெங்கம்மா வாகவும், கொமர்ராஜு பத்மா புச்சம்மாவாகவும், நான் மீனட்சியாகவும் நடித்தோம். நாடகத்தில் பெண்வேடத்தை 'வேசிகள்' மட்டுமே நடித்துவந்த நாட்கள் அவை. சந்திரம் போன்ற முற்போக்கு எண்ணங்கள் கொண்ட கலை ரசிகர்களின் ஊக்கத்தினால்தான் நாடகமேடையில் குடும்பப் பெண்கள் அடியெடுத்து வைத்தார்கள் என்று நினைக்கத் தோன்றுகிறது.

ஒடுக்கப்பட்டோர் முன்னேற்றத்தைக் கருத்தில்கொண்டு, சுங்கர, வாசிரெட்டி இருவரும் இணைந்து 'முந்தடுகு' (முன்னேற்றத்திற்கு முதல் படி என்னும் பொருளில்) என்ற நாடகத்தை எழுதினார்கள். அதனை ஒத்திகை பார்த்து எல்லா மையங்களிலும் அரங்கேற்ற கிருஷ்ணா ஜில்லா கட்சி முடிவுசெய்தது. கதாநாயகி வேடத்தில் என்னையும், நாயகனின் தாய் வேடத்தில் சுப்பம்மாவையும் நடிக்கச் சொன்னார்கள். நாங்கள் முதலில் பயந்தாலும் இயக்கத்தின் மீதுள்ள ஈடுபாட்டினால் சம்மதித்தோம். எதற்கும் இருக்கட்டும்

என்று அந்தப் பாத்திரங்களுக்கு ஆண்களும் ஒத்திகை பார்த்துக் கொண்டார்கள். ஒத்திகையின்போது நாடகத்தைப் பார்த்தவர்கள் அற்புதமாக இருக்கிறதென்று சொன்னார்கள்.

ஒத்திகைக்கு ஆன செலவுகளுக்காக நான்கு காட்சிகளை டிக்கெட் போட்டு அரங்கேற்ற செயலாளர்கள் முடிவு செய்தார்கள். நாடகத்தை காண்ட்ராக்ட் நபர்களிடம் கொடுத்தார்கள். அவர்கள் வியாபார நோக்கில் துண்டுச்சீட்டுகள் விநியோகித்து நடிகை மற்றும் நடிகர்களின் பெயர்களை வெளியிட்டார்கள். அதைப் பார்த்த சில கட்சிப் பிரமுகர்கள் பெண்கள் நடிக்க வேண்டாம் என்றும், போக்கிரிக் கும்பல்களால் ரகளை ஏற்படும் என்றும் ஏற்கனவே இருக்கும் பிரச்சினைகள் போதாது என்று புதிதாகப் பிரச்சினைகள் வந்து சேரும் என்றும் சொன்னார்கள். விஜயவாடாவில் ரவுடிகளை அடக்கி வைத்திருந்த நாட்கள் அவை. அதைக்கேட்ட சந்திரம், "எந்தப் பிரச்சினை வந்தாலும் தைரியமாக எதிர்த்து நிற்க வேண்டிய நாம் இந்த விஷயத்தில் பின்வாங்குவதா? எல்லாவற்றிலும், எல்லோருக்கும் பயந்து கொண்டிருந்தால் முன்னேற்றத்தைச் சாதிக்க முடியுமா? எல்லோரையும் போலவே நாமும் பெண்களைச் சில துறைகளுக்கு மட்டுமே கட்டுப்படுத்துவதா? பெண்களின் திறமை எல்லாத் துறைகளிலும் இருக்கும் என்று நிரூபிக்க வேண்டிய பொறுப்பு நமக்கு இல்லையா? பெண்கள் கலை, இலக்கிய, கலாச்சாரத் துறைகளிலும் பங்கெடுத்து முன்னேறுவதற்கு நாம் துணைபுரிய வேண்டும்" என்று திடமாக வாதிட்டார்.

சீர்திருத்த நாடகமும் கட்சியின் பிற்போக்கும்

அப்படி இருந்தபோதிலும் தெனாலி உழவர் மாநாட்டில் 'முந்தடுகு' நாடகத்தில் ஆண்களே நடித்தார்கள். காட்சியைப் பார்த்தவர்கள் நாடகத்தைப் பாராட்டினாலும் பெண்களின் பாத்திரங்களில் பெண்களே நடித்து இருந்தால் இன்னும் நன்றாக இருந்திருக்கும் என்று சொன்னார்கள்.

"பெண்கள் நடித்து இருந்தால் இயற்கையாக இருந்திருக்கும். சமுதாயத்தின் பெரிய மனிதர்கள் மாறுதலைக் கவனிப்பதற்கு வாய்ப்பு கொடுத்தவர்கள் ஆகி இருப்போம்" என்று சந்திரம் சொன்னார். அன்றைய அகில இந்திய கம்யூனிஸ்ட் கட்சிச் செயலாளர் பி.சி. ஜோஷி நாடகத்தைப் பாராட்டிவிட்டு, "நாடகத்தின் தலைப்பு 'முந்தடுகு' என்னும் முற்போக்குதான் என்றாலும், பெண் வேடங்களை ஆண்களைக் கொண்டு நடிக்கவைத்துக் கட்சி பின்னோக்கிச் சென்றுவிட்டது போலும்" என்றார். அத்துடன் சந்திரம் அவர்களின் எதிர்கால நோக்கிற்குப் பலம் சேர்ந்தது. 'மா பூமி' நாடகத்தில் பெண் வேடங்களைப்

பெண்களே நடித்துப் பாராட்டு பெற வாய்ப்பு ஏற்பட்டது. சந்திரம் குறைவாகத்தான் பேசுவார். ஆனால் முன்னேற்றத்தை அடைய மாறுதல் எவ்வளவு தேவை என்று தீவிரமாக யோசிப்பவர் என்று நாங்கள் புரிந்துகொண்டோம். அவரிடம் முற்போக்கு எழுத்தாளர்களுக்கும் பிரஜா நாட்டிய மண்டலி கலைஞர்களுக்கும் மிகுந்த மதிப்பு இருந்தது.

அதற்குப் பிறகு மாதர் சங்க நிகழ்ச்சிகள்தவிர, கலாச்சார நிகழ்ச்சிகளிலும் பெண்கள் அதிக எண்ணிக்கையில் பங்கு எடுத்துக் கொண்டார்கள். ஜில்லா, தாலூகா, கிராம நிலைகளிலும் நாட்டியக் குழுக்கள், புர்ர கதைத்தளங்கள் பெண்களைக்கொண்டு உருவாயின.

கம்யூனிஸ்ட் கட்சி எதை எடுத்துக் கொண்டாலும் பிடிவாதமாக முயற்சி செய்து அதில் வெற்றிபெறும் என்ற நம்பிக்கை அன்று மக்களுக்கு இருந்தது. வெளிப்பார்வைக்குத் தெரியாவிட்டாலும் காங்கிரஸ் கட்சியினர்கூட கம்யூனிஸ்ட் கட்சி நிகழ்ச்சிகளை உள்ளூரப் பாராட்டிவந்தார்கள்.

1949க்குப் பிறகு தடை உத்தரவு வந்ததால் எல்லாத் துறைகளிலும் இருந்த தொண்டர்கள் தலைமறைவு வாசத்திற்குச் சென்றுவிட்டது தெரிந்த விஷயம்தான். ஜெயிலிலிருந்து திரும்பி வந்தவர்களுக்கு மாநிலத்தில் பாதுகாப்பு இல்லாமல் போய்விட்டது. மலபார் போலீசாரின் கூட்டம் ஆதரவாளர்களைத் துரத்திக்கொண்டு இருந்தது. பழனியப்பனின் கிராதகச் செயல்கள் உச்சத்தை அடைந்தன. பாப்பாராவ் தொடங்கி பல இளம் சிங்கங்களை நிராயுதபாணியாக்கி அடக்குமுறை அரசாங்கம் தரையில் சரியவைத்தது.

பெண் தோழர்கள்கூட கட்சித் தலைவர்களுடன் மாநிலத்தை விட்டு வெளியே ரகசியமாகப் போகவேண்டிய நிலைமை ஏற்பட்டது. அந்த நிலையில் சந்திரம் அவர்களுடன் சில நாட்கள் சேர்ந்து இருக்கும் பாக்கியம் எனக்குக் கிடைத்தது. என்னுடன் என் இரு குழந்தைகளும் என் தாயாரும் வீட்டைவிட்டு வெளியே வந்துவிட்டார்கள். என் தாய் ஒரு இடத்தில் டென்னில் வேலைபார்த்து வந்தாள். நான் இரு குழந்தைகளுடன் இன்னொரு டென்னில் தங்கி இருந்தேன். அந்த இடத்திற்கு சந்திரம் வருகை தந்தார்.

சிறைப்பட்ட குழந்தைகள்

இளம் பெண்களோ இளைஞர்களோ இருக்கும் டென்களை விட, வயோதிகர்கள், குழந்தைகள் இருக்கும் டென்கள் அதிகப் பாதுகாப்புடன் இருப்பதுபோல் தோன்றின. ஐந்து வயது நிரம்பிய

எங்கள் பாப்பாவுக்கும், ஏழு வயது நிரம்பிய என் மகனுக்கும் சந்திரம் அவர்களை "சுருட்டுத் தாத்தா" என்று அறிமுகப்படுத்தி வைத்தார்கள். அங்கே இருந்த தோழர்களுடன், முக்கியமாக சந்திரமுடன் எங்கள் பாப்பா அதிகம் பேச வேண்டும் என்று எதிர்பார்ப்பாள். அது நடக்காதபோது "அவர் ஏன் பேச மாட்டேன்கிறார்" என்று கேட்பாள். அவர் எழுத்தாளர் என்றும், எப்போதும் எதையாவது எழுதிக்கொண்டும் படித்துக்கொண்டும் இருப்பார் என்றும் சொன்னபோது, அவரிடமே சென்று, "தாத்தா! எழுத்தாளர்கள், கலைஞர்கள் யாருடனும் பேச மாட்டார்களா?" என்று கேட்டுவிட்டாள். அவர் சிரித்துவிட்டு "உன்னைப் போலவே பேசுவார்கள். எல்லோரையும் பேச வைப்பார்கள்" என்று சொன்னார்.

ஒரு காம்ரேட், "பாப்பா! முகத்தில் மச்சத்துடன் கறுப்பாக, கொஞ்சம் பருமனாக இருப்பாரே, அவரை உனக்குத் தெரியுமா?" என்று கேட்டபோது. "அவர் என் அப்பா" என்று சொல்லிவிட்டு நாக்கைக் கடித்துக்கொண்டு, "நான் உங்களிடம் இதையெல்லாம் சொல்லக்கூடாது" என்றாள். ஏதேதோ பேசிக்கொண்டிருக்கும் குழந்தைகளிடம் பெரியவர்கள் போனால், டென்னில் இருக்கும் தோழர்கள் குழந்தைகளிடம் சொல்லுவது போலவே, "நீங்கள் எங்களுடைய பேச்சைக் கேட்கக்கூடாது. போங்கள்" என்று கடிந்துகொள்வாள். அவர்களின் பேச்சையும் செயல்களையும் பார்த்து, "அக்கம்பக்கத்துக் குழந்தைகளுடன் நிம்மதியாக ஆடிப்பாடி விளையாடிக்கொண்டிருக்க வேண்டிய குழந்தைகளின் சிறுபிராயம் பெரியவர்களின் கட்டுப்பாடுகளுக்கு இடையில் கரைகிறதே என்று வருத்தப்பட்டுக்கொண்டார் சந்திரம். ஆர்வத்துடன் குழந்தைகளின் கேள்விகளுக்குப் பதிலளிக்க முடியாமல் வேதனைப்படுவார்.

"பெரியவர்கள் பழக்க வழக்கங்களை, ரசனைகளை ஒரு கொள்கைக்காகக் கொன்று புதைத்துவிட்டோம். குழந்தைகள் தம் சந்தோஷத்தையும் விளையாட்டுகளையும் மறந்துபோய் வீட்டிலேயே சிறைப்பட்டு இருப்பதைத் தியாகம் என்று சொல்ல முடியுமா?" என்றார் மனிதநேயம் படைத்த அந்த மாமனிதர்.

குழந்தைகள், பெண்கள், வயோதிகர்கள் என்ற பாகுபாடும், தாய், தந்தை, தெய்வம், குரு என்று போற்றும் சென்டிமெண்ட்டும் புரட்சிக்குத் தடையாயிருக்கும் என்று சொல்பவர்களைப் பார்த்திருக்கிறேன் நான். கொள்கைப் பற்றுடையவர் சந்திரம் அவருக்கு அந்த நிமிடத்தில் அது நினைவு இல்லையா? மனிதனின் இயற்கை குணம் அந்த நிமிடம் அவரை ஆட்கொண்டுவிட்டதா என நினைத்தேன். அவரைப் பார்க்கும்போது கண்களில்

கருணையும் இரக்கமும் ததும்பிக் கொண்டிருப்பதுபோல் தோன்றியது.

ரகசிய வாழ்க்கையில் அல்லல்பட்டுக்கொண்டிருந்த கட்சித் தொண்டர்களுக்குப் பொருளாதார நெருக்கடியும் சேர்ந்து கொண்டது. சிலர் கூலி வேலை செய்தால், மற்றவர் ரிக்ஷா இழுக்கும் நிலைமை வந்தது. சோறு மற்றும் ரொட்டியை (சோள ரொட்டி) ரேஷன் முறையில் சாப்பிட முடிவு செய்தார்கள். கம்யூனிஸ்டுகளைக் கொள்ளைக்காரர்கள் என்று சொல்பவர்களுக்கு, அவர்கள் கொள்கைக்காகப் பசியையும் தாங்கிக்கொண்டு இருக்கிறார்கள் என்ற விஷயம் தெரிந்தால் நன்றாக இருக்கும் என்று நினைத்தேன்.

அமரவீரர்களைப் பற்றியும், பசியையும் பொருட்படுத்தாமல் அலைந்து திரியும் கூரியர்ஸ்பற்றியும் யோசித்துக்கொண்டிருப்பேன். ஒருநாள் சோறு அடிப்பிடித்துவிட்டது போலும். நான் கவனிக்க வில்லை. வெளியில் செல்பவர்கள் மேலாக இருந்ததைச் சாப்பிட்டுவிட்டுப் போய்விட்டார்கள். சந்திரம் அவர்களுக்குத் தீய்ந்து இருந்ததைப் பரிமாற மனம் வராமல் திரும்பவும் சமைக்க எழுந்துகொண்டேன். அவர் சமைக்க வேண்டாம் என்று தடுத்துவிட்டு, “காபிக்கொட்டையைத் தீய்த்துவிட்டுத் தானே காபி குடிக்கிறோம். தீய்ந்துபோன சோற்றையும் அது போலவே சாப்பிடலாம்” என்று சொல்லிவிட்டு அதைத் தானே பரிமாறிக்கொண்டு சாப்பிட்டார். மற்றவர்களைச் சிரமப்படுத்துவதில் அவருக்கு விருப்பம் இல்லை.

தோழர்கள் சிலர் வாய்ப்பு கிடைக்கும்போது அவர்களுக்குப் பிடித்த உணவை, பல நாட்களாகக் கிடைக்காமல் இருந்தவற்றை செய்துதரக் கேட்பார்கள். சந்திரம் அவர்களுக்கு என்ன பிடிக்குமென எனக்குத் தெரியாது. கிருஷ்ணா ஜில்லா சமையல் ருசிகளைப்பற்றி ஓரளவு தெரிந்திருக்கும் எனக்கு, ஏதாவது செய்துதர நினைத்தாலும் டென்னில் போதுமான மளிகைப் பொருட்கள் இருந்ததில்லை.

ஒருநாள் கவலையுடன் உட்கார்ந்திருந்த என்னைப் பார்த்துவிட்டு, “நீ சாப்பிட்டாயா அம்மா?” என்று கேட்டார். “நான் தீய்ந்து போனதைச் சாப்பிட்டேன் என்று வருத்தப்படுகிறாய் போலும். உனக்கு அதுகூட மிஞ்சவில்லை போலிருக்கிறது. அதிதிகளுக்குப் பரிமாறிவிட்டுத் தாம் சாப்பிட்ட திருப்தியை அடைவார்கள் பெண்கள்” என்று சிரித்தார் அவர். அதற்கான காரணத்தைக் கேட்டுத் தெரிந்துகொண்டால் நன்றாக இருக்கும் என்று தோன்றியது எனக்கு.

ஒரு காம்ரேட் வந்து, சந்திரம் மறுநாள் கிளம்பப்போகிறார் என்றும், யாரிடமும் பணம் இல்லை என்றும், பணம் கொண்டு வந்து தரவேண்டிய காம்ரேட் வரவில்லை என்றும் சொன்னார். வீட்டுச் செலவுகளுக்காகக் கொடுத்ததில் ஏதாவது மிச்சம் இருந்தால் தரச்சொல்லி என்னிடம் கேட்டார். பணம் என்னிடம் எதுவும் இருக்கவில்லை. ஒரு வாரத்திற்கு வேண்டிய மளிகைப் பொருட்களை வரவழைத்து இருந்தேன். ஒரு வாரம் தாண்டியும் விட்டது. இல்லை என்று சொல்லாமல் என் கைவளையல்களைக் கழற்றிக் கொடுத்தேன். அந்த காம்ரேட், "உன்னுடைய எல்லாவற்றையும் விற்றுவிட்டோம். இதையும் எடுத்துக்கொள்ளச் சொல்கிறாயா?' என்று சொன்னார்.

பெண்களைப் பற்றிய கருத்துகளின் மீது சந்திரம் அவர்களின் விமரிசனம்.

"சாவுக்கும் வாழ்வுக்கும் இடையே இருக்கும் நாட்களில் எங்கேயாவது போக நேர்ந்தால், கையில் சல்லிக்காசு இல்லாத போது கை வளையல்களாவது உதவும் என்று நினைக்காமல் எடுத்துத் தருகிறாய்" என்று வேறுவழி இல்லாமல் எடுத்துக்கொண்டார் அந்த காம்ரேட். "பெண்களுக்கு எல்லாவற்றையும் விட நகைகள்மீது ஆசை அதிகம் என்று சொல்லுவார்களே?" என்றார்.

அதற்குப் பதிலளிப்பதுபோல் சந்திரம், "அவர்களைப்பற்றி நிறையவே சொல்லி இருக்கிறார்கள். பொறாமையும் பெண்ணும் ஒரே நேரத்தில் பிறவி எடுத்ததாகச் சொல்வார்கள். பெண்கள் வாயில் எதுவும் நிற்காது என்றார்கள். எவ்வளவு பொறாமை இருக்கிறதென்று டென்களில் எல்லோருக்கும் உழைத்துக் கொண்டிருக்கும் தாய்மார்களைப் பார்த்தால் தெரியும். மலையளவு ரகசியத்தையும் மனதில் புதைத்துக் கட்சியின் ரகசியச் செயல்களில் ஈடுபடுவதைப் பார்க்கும்போது தெரியும்" என்றார். அவருடன் நடந்துகொண்டிருந்த காம்ரேட், "இந்தப் பழமொழிகள் எப்படி வந்திருக்கும்?" என்று கேட்பது என் காதில் விழுந்தது.

சந்திரம், 1942–1943 வருடங்களில் அரசியல் பள்ளிகளில் சொற்பொழிவு ஆற்றுவார். மற்றவர்கள் சொல்லும் பாடங்களை அன்று அந்த அளவுக்குப் புரிந்துகொள்ளாத நான் இன்று அவற்றை விவரமாகத் தெரிந்துகொள்ள நினைத்தேன். அவ்விருவரும் ரகசியமாக ஏதாவது பேசிக்கொள்ளக்கூடும். நான் இடையில் போவது சரியில்லை என்று சும்மா இருந்துவிட்டேன்.

அந்த காம்ரேட், சந்திரம் இருந்த அறையைவிட்டு வெளியே வந்ததும், "நீங்கள் கேட்டதற்கு அவர் என்ன பதில் சொன்னார்?" என்று கேட்டேன். "ஆண்களைப் போல் பெண்களும் வரலாறு

படைத்தவர்கள்தான். கோர்கியின் தாயைப் போன்ற அம்மாக்களை நாம் இப்போது பார்த்துக்கொண்டிருக்கிறோம். அந்த அம்மாவைப்போல் நற்குணம் கொண்ட தாய்மார்கள் நம்மவர்களிலேயே நமக்குத் தெரியாத பலர் இருப்பார்கள். வரலாறு உருவாகுவதற்கு அவர்களின் உறுதுணை எல்லா காலத்திலேயும் இருந்தது, இருக்கிறது. அவர்கள் ஆண்களுக்குச் சமமாக, சிலசமயம் அதிகமாகவே வேலை செய்தார்கள் என்றும், செய்கிறார்கள் என்றும் நமக்குத் தெரியும். சாஸ்திரங்களையும் கொள்கைகளையும் பழமொழிகளையும் தமக்கு அனுகூலமாக ஆண்கள் உருவாக்கிக்கொண்டார்கள். பெண்களின் சக்தியையும், வேலையையும் திறமைகளையும் சமத்துவத்தையும் அலட்சியம் செய்தார்கள். அபலை என்றும், பலவீனமானவள் என்றும், கொடி போன்றவள் என்றும் (படருவதற்குக் கொம்பு வேண்டும் என்ற அர்த்தத்தில்) மென்மையாகப் பெண்களை ஒப்பிடும் போதே, வேறொரு இடத்தில் ஆதிசக்தி, பராசக்தி என்றும் சொல்லுவார்கள். பெண்களின் சார்பில் சிலர் பேசினாலும் அதிலும் சுயநலம் வெளியில் தெரிந்துவிடாமல் கர்மவினை என்றும், விதி என்றும் கொள்கைப்படுத்தித் தங்களைக் காத்துக் கொண்டார்கள். உற்பத்திப் பொருள்களாகப் பெண்களைப் பயன்படுத்திக்கொண்டார்கள். கல்வியும் சட்டமும் ஆண்களுக்கு அனுகூலமாக இருக்கும் விதமாகப் பார்த்துக்கொண்டார்கள். வேதம் போன்றவற்றைப் பெண்கள் கற்கக்கூடாது என்றார்கள். இன்னும் சொல்லப் போனால் அவர்களுக்கு நடந்த அநியாயம் கொஞ்ச நஞ்சமில்லை என்கிற பின்னணியில் சீர்திருத்தவாதிகளின் அனுபவங்கள் மற்றும் மேதாவிகளின் பரிசீலனையின் வழியாய் தர்மசாஸ்திரத்தை விமரிசனக் கண்ணோட்டத்துடன் பார்க்கும்போதுதான் எல்லோருக்கும் புரிகிறது" என்று சந்திரம் சொன்னாராம்.

அன்று இரவுதான் சந்திரம் அவர்களின் பயணம். அவர் நான்கு நாட்கள் பயணம் செய்தாலும், இரயிலில் வரும் உணவைச் சாப்பிடுவதில்லை என்று அந்த காம்ரேட் சொன்னார். சப்பாத்தியும் முட்டையும் செய்து தருகிறேன், அவரிடம் வாங்கிவரச் சொன்னேன். சந்திரம் தடுத்துவிட்டார். பசியுடன் இருப்பாரே என்று வேதனைப்பட்டாலும் அவரிடம் இருக்கும் பக்தி கலந்த பயத்தினால் மறுபேச்சு பேசமுடியவில்லை. பைத்தியம்போல் பார்த்துக்கொண்டிருந்த என்னிடம், "தண்ணீர் பாட்டில் இருக்கிறது. சர்க்கரை இருந்தால் பொட்டலம் கட்டிக்கொடு. அதை கலந்து குடித்தால் பசி இருக்காது" என்றார். கொஞ்சம் துணிச்சல் பெற்றவளாய், "சர்க்கரைத் தண்ணீர் ரொட்டிக்குச் சமமாகிவிடுமா?" என்றேன்.

ஆளற்ற பாலம்

"அரிசியில் மாவு சத்து இருப்பது போலவே சர்க்கரையிலும் இருப்பதால் பசி எடுக்காது. உடல்நலம் கெடாது. எடுத்துப்போக வசதியாகவும் இருக்கும்" என்றார் அவர்.

சந்திரத்துக்குப் புண்யவதியுடன் திருமணம் நடைபெற்றது. அவளுக்கு அதற்கு முன்பே உடல் ஊனமுற்ற ஒரு மகள் இருந்தாள். பிறகு இரண்டு பெண் குழந்தைகள் பிறந்தார்கள். புண்யவதி இறந்தபிறகு தாய் இல்லாத தன் குழந்தைகளையும் புண்யவதியின் முதல் கணவன் மூலம் பிறந்த குழந்தையையும் சந்திரம் பார்த்துக் கொண்ட விதத்தை என்னைவிட அதிகம் தெரிந்த தோழர்கள் நிறைய இருக்கிறார்கள்.

தாமதமாகத் திருமணம் செய்துகொண்டு, வயோதிகத்தில் குழந்தைகளை வளர்த்து ஆளாக்குவதில் சந்திரம் நிறைய அல்லல் பட்டார். எல்லாவற்றையும் பொறுமையுடன், விவேகத்துடன் தாங்கி, கண்மூடும் வரையில் கடமைகளைச் செய்துவந்தார். அதுபோன்ற கடினமான சமயத்திலும் சந்திரம் சுபாவமோ, கம்பீரமோ சிறிதும் தளராமல் மனோதிடத்துடன் இருந்தார். அவருடைய வாழ்க்கையில் உண்மையாகக் கொஞ்சம் சந்தோஷம் அனுபவித்த நாட்கள் என்றால் மனைவியுடன் ரஷியா, மங்கோலியா சுற்றுலா போயிருந்த சில நாட்கள்தானோ என்னவோ!

மாதர் சங்க முன்னேற்றத்தையும், அதன் இடர்பாடுகளையும் ராஜேஸ்வர ராவ்தான் அதிகமாகக் கவனித்துக்கொண்டார். அவரிடம்தான் எங்களுக்குச் சற்றுப் பழக்கம் இருந்து வந்தது. ஆனால் போகப்போக சந்திரம் அவர்களிடமும் எங்களில் சிலருக்கு அந்த உரிமை ஏற்பட்டது. வளர்ந்துவிட்ட பெண்களுக்குத் தந்தையைவிட அண்ணனிடம் அதிகம் உரிமை இருப்பதுபோல். புண்யவதியுடன் சந்திரம் அவர்களுக்குத் திருமணமானபோது நான் ஆந்திர மகிளா சபாவில் இருந்தேன். திருமணத்திற்குப் பிறகு சந்திரம் குடும்பத்தாருடன் ராயலசீமைக்குச் சென்று விட்டதாகவும், அங்கே விவசாயம் செய்துவருவதாகவும் தெரியவந்தது. விவசாயியான கவி போதனா பாகவதம் எழுதியதுபோல், சந்திரம் கட்சி வரலாறு எழுதினால் மற்ற இயக்கங்களைவிடப் பெண்களின் இயக்கத்தைப்பற்றி உயர்வாக எழுதுவார். வரும் தலைமுறையினருக்கு உபயோகப்படும் என்று நினைத்துக்கொண்டேன்.

தனி மாநிலத்திற்காக தெலுங்கானா போராட்டம் நடந்த நாட்கள் அவை. கல்லூரிகளை மூடிவிட்டார்கள். நான் காகிநாடாவிலிருந்து விஜயவாடாவுக்கு வந்துவிட்டேன். என் சிநேகிதிகளுடன் சேர்ந்தோ, தனியாகவோ சந்திரம் அவர்களைச்

சந்தித்து வந்தேன். பெண் இலக்கியத்தைப்பற்றியும் மாதர் சங்கங்களைப்பற்றியும் தெரியாத விஷயங்களைக் கேட்டுத் தெரிந்துகொள்வோம்.

இலக்கிய சர்ச்சை: பெண்களின் கண்ணோட்டம்

ஒருநாள் சரத்சந்திரரின் இலக்கியத்தைப்பற்றி சர்ச்சை ஏற்பட்டது. "பெண்களிடம் இரக்கத்தை வெளிப்படுத்தி, சகபிறவியாய் மதித்து இலக்கியத்தைப் படைத்தார் என்று சொல்லுவார்கள். ஓரளவுக்கு அது உண்மையாகவே இருக்கலாம். ஆனால் தேவதாஸ் நாவலில் பார்வதியை, "உன் காலடியில் எனக்குக் கொஞ்சம் இடம் கொடு!" என்று தேவதாஸிடம் கேட்க வைப்பார். பெண் அடிமைத்தனத்திற்கு அது எடுத்துக்காட்டு இல்லையா? இன்று வரும் படைப்புகளில் பெண் எழுத்தாளர்களும் அதே போக்கைக் கடைப்பிடித்து, அதையே மேற்கோள்காட்டி எழுதி வருகிறார்கள். பெண்ணைச் சுயமரியாதை உடையவளாகச் சித்திரித்த முன்காலத்துப் படைப்பாளர்கள் இருக்கிறார்களா?" என்று கேட்டேன். அதற்கு சந்திரம், "எழுத்துத் துறையில் ஆண்களுக்குச் சமமாகப் பெண்களும் எழுதிக்கொண்டு இருக்கிறார்கள். அதற்கு மகிழ்ச்சி அடைய வேண்டியதுதான். ஆனால் அந்தப் படைப்புகளில் பழைய வாசனைகள், பழைய செண்டிமெண்டுகள், பத்தினித் தன்மை ஆகியவையே இடம்பெறுகின்றன. ரங்கநாயகம்மா, வாசிரெட்டி சீதாதேவி போன்ற சில பெண் எழுத்தாளர்கள் மட்டும் புதிய கருத்துகளைச் சமுதாய உணர்வுடன் படைத்து வருகிறார்கள். பழைமையும் புதுமையும் கொண்டதே சிறந்த கலவை என்று சொல்லுவார் குரஜாட அப்பாராவ்." வால்மீகி, புராண காலத்திலேயே சீதையின் பாத்திரத்தைச் சிறப்பாக சித்திரித்து இருக்கிறார். பெரும்பாலானவர்கள் வழிபடும் தெய்வமான ஸ்ரீராமன் லவகுசர்களின் வித்தையின் சிறப்பைப் பாராட்டி, அவர்களை சீதையின் மகன்களாக அடையாளம் புரிந்துகொண்டு, சீதையையும் மகன்களையும் ஏற்றுக்கொள்வதாய்ச் சொல்லுவான். அக்கினிப்ரவேசம் செய்தாலும், ராமனால் அவமானப்படுத்தப்பட்டாலும் சீதை சுயாபிமானத்தை இழக்காத பெண்மணி. 'ராமனின் வாரிசுகளை அவனிடமே ஒப்படைத்துவிடுகிறேன். என் கடமையை முடித்துவிட்டேன். என்னை உன் மடியில் சேர்த்துக்கொள்' என்று தாய் பூதேவியிடம் கேட்கிறாள். பெற்ற பாசத்துடன் பூதேவி தன் இதயத்தில் இடமளிப்பதாக லவகுசா சினிமாவைப் பார்த்தால் புரியும்" என்றார். இராமாயணத்தைப் புதிய கோணத்தில் சொன்ன ஒரு புத்தகத்தை என்னிடம் கொடுத்தார்.

சீதையைக் காட்டுக்கு அனுப்பிவைத்தது அதர்மம் என்றும், அநியாயம் என்றும் அந்த நாளில் யாரும் துணிந்து கேட்காத கேள்வியை, ராமாயண காப்பியத்தில் முக்கியத்துவம் எதுவும் இல்லாத ஊர்மிளா கேட்கிறாள்.

“ராமச்சந்திரா! உன்னை அரசனாகக் கேட்கவில்லை. அக்காவை ஆதரிக்கச்சொல்லி அத்தான் என்ற முறையிலும் வேண்டுகோள் விடுக்கவில்லை. இதயமுள்ள சாதாரண மனிதனாக இருந்தால், அந்த இதயத்தைக் கேட்டுப்பார். சீதைக்கு அநியாயம் செய்துவிட்டதாக அது முழக்கமிடும். அதர்மம் என்று சொல்லும். சுயம்வரத்தில் உன்னைக் கைப்பிடித்த இல்லாள் என்றும் பாராமல், உயிருக்கும் மேலாக உன்னை நேசித்துக் காட்டுக்கு உன்னுடன் வந்தவள் என்றும் நினைக்காமல், ‘வம்ச கௌரவத்தை முன்னிட்டு, எல்லோருக்கும் நியாயம் பொது என்று சொன்னான் ‘ராமச்சந்திரன்’ என்ற பெயரைப் பெறுவதற்கும், ‘சாதாரண மனிதனின் வார்த்தையை ராமன் மதித்தான்’ என்று எதிர்காலத் தலைமுறையினர் உன்னைக் கொண்டாட வேண்டும் என்றும் நிறைமாதக் கர்ப்பிணியைக் காட்டுக்கு அனுப்பி வைத்தாய். நீ ஒரு புகழ்விரும்பியே தவிர, சீதையின் ராமன் இல்லை” என்று அந்தப் பெண் ஊர்மிளை கேட்பதாக அந்தப் படைப்பில் இருந்தது. புராணங்களிலிருந்து இதுபோன்றவற்றை மேற்கோள் காட்டாமல், முன்னேற்றத்தைத் தடைசெய்யும் இலக்கியத்தை இன்றும் எதற்காகப் படைக்கிறார்கள் என்று தோன்றியது. அதைப்பற்றி சந்திரம் அவர்களால்தான் சொல்லமுடியும் என்று நினைத்தேன். *பிரகதி* பத்திரிகையில் தன் பொறுப்பை மறவாத அந்த உத்தம காம்ரேட் அலுவலகத்திற்கு நேரமாகிவிட்டதென எழுந்துகொண்டார்.

ஆஸ்திகர்கள் கோவிலுக்குப் போவதுபோல் எங்கள் கால்கள் எங்களை அறியாமலேயே சந்திரம் அவர்களிடம் அழைத்துப் போகும். ஒருநாள் சந்திரம் எழுத்துலகத்தைப் பொறுத்தவரையில் பெண்ணை ஆண் வெறுப்பதும், ஆணைப் பெண் துவேஷிப்பதும் குறித்து விவரமாகச் சொன்னார்.

“ஆண்கள் பெண்ணுக்கு நியாயம் வழங்கவில்லை என்று ஆணே படைத்த காவியம் இருக்கிறதா?” என்று கேட்டேன்.

“வித்யாவதி காளிதாசனை துஷ்யந்தீயம் எழுதச் சொல்லுவாள். துஷ்யந்தன் ராஜாவாகவும் ரசிகனாகவும் இருக்கலாம். ஆனால் பல மனைவியர் கொண்டவன். பெண்ணுக்கு தீங்கு செய்ய நினைத்தவனை வெறுப்பேனே தவிர காவியத் தலைவனாக்க மாட்டேன்” என்று காளிதாசன் சொன்னாராம். அப்பொழுது வித்யாவதி, “உங்கள் அபிமானத்தை

பெற்ற பெண்மணி சகுந்தலை என்றால், நாடகத்தை அவள் பெயரில் எழுதக் கேட்டுக்கொண்டாளாம். அவள் விருப்பத்தை ஏற்று, 'அபிஞான சாகுந்தலம்' எழுதினார்" என்று சொன்னார்.

மேலும் "உன் ரசனைகள் எல்லாம் முற்போக்குப் பாதையைச் சேர்ந்தவை. நீ முடிந்தவரையில் வரலாற்றினைக் கூர்ந்து படி. வெளிவரும் புத்தகங்களை, அனைத்தையும் இல்லாவிட்டாலும், நல்லது என்று நினைப்பவற்றை, விமரிசனம் செய். நீ வளரக்கூடிய வாய்ப்பு இருக்கும்" என்று அறிவுரை வழங்கினார்.

கட்சி நடத்திய அரசியல் பள்ளியில் அன்று ஜீரணம் ஆகாத இரும்புக் கடலையைப் போன்ற விஷயங்கள் இன்று சுண்டல்போல் செரித்துக்கொள்ளக்கூடிய பக்குவம் எனக்கு இருப்பதாக அங்கீகரிக்கப்பட்ட திருப்தியை அடைந்தேன். தத்துவ சாஸ்திரமோ, விஞ்ஞானமோ சம்பந்தப்பட்ட விஷயங்களைவிட சாதாரண மற்றும் வரலாற்றுப் பெண்களைப்பற்றித் தெரிந்து கொள்ள வேண்டும் என்ற விருப்பம் அதிகரித்தது. கணவனால் கைவிடப்பட்ட சீதையைப் போலவே சகுந்தலையும் இன்னல்களை அனுபவித்து பரதனை வளர்த்து ஆளாக்கினாள். கண்வ முனிவரின் ஆசிரமத்தில் அவரிடம்கூட தன் கஷ்டங்களைப் பகிர்ந்துகொள்ளாமல் வாழ்க்கையை நடத்திய அபிமானவதியாய் சகுந்தலையைப் புரிந்துகொண்டேன்.

எல்லாப் பழமையும் வேண்டாததோ எல்லாப் புதுமையும் வரவேற்கத்தக்கதோ அல்ல.

பழமை வேண்டாத சமாசாரம் இல்லை என்றும், புதிதாக வருபவை எல்லாமே வேண்டியவை அல்ல என்றும், இப்பொழுது வரும் குப்பை இலக்கியத்தைப்பற்றிப் பேச்சு வந்தபோது சந்திரம் சொல்லுவார். குரஜாட, கந்துகூரி வீரேசலிங்கம், சலம் முதலிய முன்னேற்றவாதிகளின் படைப்புகளை ஆராய்ந்து நோக்கச் சொல்லுவார். அந்தக் காலத்திலும் அடக்கி வைக்கப்பட்ட ஹரிஜனங்களைப் பற்றியும் பெண்களைப் பற்றியும் ஆதரவாகப் படைப்புகள் வெளிவந்து உள்ளன. அக்காலத்தில் அது மிக உயர்ந்த இலக்கியம். இப்பொழுது இரக்கம் காட்டுவதோடு மட்டுமே அல்லாமல், துணிச்சலையும் ஏற்படுத்தக்கூடிய இலக்கியம் வர வேண்டும். இந்நாளைய இயக்க இலக்கியக் கர்த்தாக்களின் கடமை அது என்று சந்திரம் அபிப்பிராயம் கொண்டிருந்தார்.

நவீனப் பெண்மணி முன்னேற்றப் பாதையில் அடியெடுத்து வைப்பாளா? சொற்பொழிவுகள், இலக்கியங்கள் அதற்கு உறுதுணையாக இருக்கின்றனவா? இயக்கங்கள் வேண்டிய

அளவுக்கு சக்தியைத் தருகின்றனவா? எது வேண்டுமானாலும் இருக்கலாம். இந்த நாளைய பெண்ணால் அடிமைத்தனத்திற்குத் தலைவணங்க முடியவில்லை. எத்தனை அவதிகள்பட நேர்ந்தாலும், எத்தனைக் கஷ்டங்கள் வந்தாலும் சுதந்திரமாக வாழ்வதற்குத் தான் முடிவு செய்கிறாள். இந்த உண்மை நமக்கு ஆங்காங்கே தென்படுகிறது. இந்தப் பரிணாமத்தை நாம் கவனிக்க வேண்டும். இந்த மாறுதல் வராமல் தடுக்க நினைக்கும் சுயநலக்காரர்களான பழமைவாதிகள், குல மத நம்பிக்கைளை இலக்கிய வழியாகவும், சமுதாய ரீதியாகவும் திணித்து வருகிறார்கள் என்று தெரிவித்தார். என் மூளை சுறுசுறுப்பாக இயங்குவதற்கு வேண்டிய சூழலை உருவாக்கித் தருகிறார் என்று சந்தோஷமடைந்தேன்.

தனிமையைத் தாங்க முடியாமல் ஆறுதல் கிடைக்கும் என்று தினமும் சந்திரம் அவர்களைச் சந்தித்து, அவரைத் தொல்லைப்படுத்துகிறோமோ என்ற எண்ணம் வந்தது. ஒரு வாரம் போகாமல் இருக்க நினைத்தேன். நான்கு நாட்கள் கழியும் முன்பே திரும்பவும் போனேன். "என் வேதனைகளைச் சொல்லி உங்களுக்கு வருத்தத்தை ஏற்படுத்துகிறேன்" என்றேன். அந்த மாமனிதர், "இல்லையம்மா. உன் வேதனைகளைப் பகிர்ந்து கொள்வதற்கு யாருமில்லை என்ற வருத்தம் அதிகரிக்கும்முன் அந்த வேதனையைக் குறைக்க முடிந்தது என்ற நிம்மதி எனக்குக் கிடைக்கிறது. என்னால் உனக்குக் கொஞ்சம் ஆறுதல் கிடைக்கும் என்றால் நீ இங்கே இருக்கும்போது தினமும் வந்துவிட்டுப் போ" என்றார். மலையளவுத் தெம்பு எனக்கு வந்து சேர்ந்தது.

மனிதனை மனிதனாக மதித்து சகமானுடரின் வேதனையில் பங்கெடுப்பதை முதல் கடமையாக அவர் எண்ணி இருந்தார். மனிதநேயத்தையும் மானுடத்தையும் உயர்வாகப் போற்றிவந்த அந்த மாபெரும் மனிதரை முழு மனதுடன் வணங்கினேன். "நன்மை என்பது பறையனாக இருந்தால் நான் பறையனாகவே இருப்பேன்" என்றார் குரஜாட அப்பாராவ். "பெண்மையைப் போற்றுவது பெரும்பாக்கியம்" என்றார் சந்திரம்.

கல்லூரிகள் திறந்துவிட்டார்கள். நான் காகிநாடா போய்விட்டேன். விடுமுறைக்கு வரும்போதுதான் சந்திரம் அவர்களைச் சந்திக்கும் வாய்ப்பு கிடைக்கும். வீட்டுப் பொறுப்பு, குழந்தைகளின் பொறுப்பு, பத்திரிகை நடத்தும் பொறுப்பு இவற்றுடன் நிலத்தையும் மேற்பார்வை செய்யும் பொறுப்பையும் ஏற்றுக்கொண்டிருக்கும் சந்திரம் அவர்களுக்கு கொஞ்சமும் உதவ முடியாத என் நிலைக்கு வருந்தினேன். ராஜம்மா தன்னால் முடிந்த உதவியை சந்திரம் அவர்களுக்குச் செய்துகொண்டிருப்பதைப் பார்த்து மகிழ்ச்சி அடைந்தேன்.

மனிதனை நல்லவனாக்கிய நல்லவர், நன்மைக்காகத் தவித்து உழைத்த மாமனிதரை ஜூலை இருபத்தாறாம் தேதி அன்று காலதேவன் அழைத்துச் சென்றுவிட்டான் என்ற செய்தியை நாளேட்டில் படித்தேன். அவர் மனைவி புண்யவதி முன்பே இறந்துவிட்டார்

இனி காணமுடியாத அந்தக் கலை இதயம் கொண்டவருக்கு, நன்மையைப் பல்லவியாக்கி, மனிதநேயத்தை அனுபல்லவியாக்கி, எளிமை, பிரியம், ஒழுக்கம், தியாகம் ஆகிய சரணங்களுடன், உண்மை எனும் நவராகத்தில் வரலாற்றுக் கீதமாய் என் நினைவுப் பெட்டகத்தில் அஞ்சலி செலுத்தினேன். செலுத்திக்கொண்டே இருப்பேன் வாழ்நாள் முழுவதும்.

விஷாலாந்திரா, 9 & 18.1.1990

சத்யம் அண்ணனுக்குச் சொல்லஞ்சலி

சத்யம், எல்லாவற்றையும் விட தேசபக்தி உயர்வானதெனக் கருதியவர், மாணவப் பருவத்திலேயே உப்பு சத்யாக்கிரகத்தில் பங்கெடுத்துக்கொண்டவர். வெள்ளையர் மீது கனல் பறக்கும் வார்த்தைகளால் "கப்பலேறி உன் லண்டன் பட்டணத்திற்குச் சென்றுவிடு இன்றே, போடா போ போ" என்று ஆசுகவியால் கூட்டங்களில் தன் கோபத்தை வெளிப்படுத்தியவர் சத்யம்.

தான் தேர்ந்தெடுத்த தேசபக்தி மார்க்கத்தைப் புனிதமாகக் கருதித் தன் மூன்று சகோதர சகோதரிகளையும் அந்த வழியில் நடத்திச் சென்றவர். தன் குடும்பத்தைத் தேசபக்தர்கள் குடும்பமாக மாற்றி அமைத்தவர். இரண்டாவது உலகப்போர் காலத்தில் ஏகாதிபத்தியத்திற்கு எதிராக இயக்கத்தைத் தொடங்கியவர். இளைஞர்களைப் புரட்சியின் பக்கம் திருப்பியவர்.

கம்யூனிஸ்ட் இயக்க கலைப்பிரிவின் பொறுப்பை ஏற்றுக்கொண்டவர். 'முந்தடுகு', 'மாபூமி', 'கொரில்லா' ஆகிய நாடகங்களையும், 'வீர குங்கும' உட்பட பதினைந்து குறுநாடகங்களையும், 'கஷ்டஜீவி', 'அல்லூரி சீதாராமராஜு' முதலிய பத்துப் பதினைந்து புர்ர கதைகளையும் அயராமல்

எழுதியவர். இயக்கத்திற்காகப் பாடல்கள் எழுதிக் கலைஞர்களைக் கொண்டு பாடவைத்தவர். பிரஜா நாட்டிய மண்டலி உருவாவதற்குக் காரணமாக இருந்தவர், ராஜாராவுக்கு வலது கரமாக இருந்து, பிரஜா நாட்டிய மண்டலியின் பெருமையை அதிகரிக்கச் செய்தவர்.

நாடகத்துறையின் அழகுகளைப் புதுமையான முறையில் காண்பித்தது மட்டுமின்றி, சினிமாத் துறையிலும் தடம் பதித்தவர். 'புட்டில்லு' முதலிய கதைகளை, சில பாடல்களை, சில திரைப்படங்களுக்கு வசனங்களை எழுதியவர்.

அவர்தான் சுங்கர சத்யநாராயணா!

தான் நம்பிய கொள்கையை முன்னிறுத்தி இறுதிவரை ஓய்வின்றி நேர்மையாக உழைத்த தொழிலாளி. சாதாரண மக்களுக்கு இடையே சாதாரணமாக வாழ்ந்த அசாதாரண மனிதர். பதவிகளை, விருதுகளை எதிர்பார்க்காதவர். சொத்துசுகம் தேடாதவர். தியாகச் செம்மல்களுக்கு உற்ற உறவினனாகத் திகழ்ந்தவர்.

செங்கொடிகளுடன் ஒளிவீசிக்கொண்டிருந்த விஜயவாடாவில், சோஷலிசத்துடன் கைகுலுக்கிக் கொண்டிருந்த கிருஷ்ணா நதிக்கரையில் கம்யூனிஸ்ட் கட்சி ஏற்பாடு செய்யும் எல்லா நிகழ்ச்சிகளிலும் பிரஜா நாட்டிய மண்டலியின் கலாச்சாரக் கொண்டாட்டங்கள் இருந்தன. முற்போக்குக் கவிகளின் கவிதைகளுடன் சுங்கர சத்யநாராயணா எழுதிய புர்ர கதையைக் கலைஞர்கள் நிகழ்த்துவார்கள். ஆயிரக்கணக்கில் திரண்டு வரும் மக்கள் 'புர்ர கதை உண்டல்லவா?' என்று கேட்பார்கள். தலைவர்களின் சொற்பொழிவுகளைக் கவனமாகக் கேட்பதுடன் புர்ர கதையை ஆவலுடன் எதிர்பார்ப்பர்கள்.

கதைசொல்லி வீராவேசத்துடன் கதை சொல்லும்போது, ஊடாடிப் பளிச்சிடும் அரசியல் கருத்துகளாலும், அள்ளி வீசப்படும் நகைச்சுவையாலும் மக்கள் கட்டுண்டுபோவார்கள். இந்திர கீலாத்ரி* கைத் தட்டல்களை எதிரொலிப்பது போலிருக்கும். நகரமே சிலிர்த்துப்போகும் ஒருமுறை வாலண்டியர்களாக இருந்த ராஜம்மாவும் நானும் அந்த கோலாகலத்தைப் பார்த்து, "சுங்கரசத்யம் இந்தத் தாக்கத்தை ஊகித்துதான் இவ்வளவு அழகாக உருவாக்கி இருப்பார்" என்று வியந்துபோனோம்.

---

* மலை

எங்களுடைய உற்சாகத்தையும் பேச்சையும் கவனித்த ஒரு காம்ரேட், "சுங்கர புர்ர கதை எழுதுவது, சொல்லுவது தவிரக் கதைச்சொல்லிகளையும் உருவாக்கி இருக்கிறார்" என்றார். சுங்கர கதைசொல்லியாகவும், அவர் தம்பி வீரபத்திர ராவ் மற்றும் சுந்தரம் இணைந்து பாடுபவர்களாகவும் நிகழ்ச்சிகள் நடத்தியிருக்கிறார் என்று அவர் எங்களிடம் தெரிவித்தார். அதனை நாங்கள் கண்டதில்லை. அவருடைய மைத்துனி தமயந்தி, பேட்டை ராமா ராவின் மனைவி சாயம்மா, மேலும் ஒரு பெண்மணி ஆகியோரைக் கொண்டு ஒரு பெண்கள் புர்ர கதைத்தளத்தையும் உருவாக்கி இருந்தார் என்றும் அந்த காம்ரேட் சொன்னார். அவருடைய பேச்சுகளைக் கேட்ட எங்களுக்கு உற்சாகமும் சுங்கர சத்யம்மீது மதிப்பும் மரியாதையும் மேலும் அதிகரித்தன.

மக்களிடம் நாட்டுப்பற்று, சீர்திருத்த வேட்கையை அதிகரிக்கச் செய்துவந்த புர்ர கதைத் தளங்களை அதிகப்படுத்த வேண்டும் என்று கம்யூனிஸ்ட் கட்சி நினைத்தது. பெண்கள் தளம், சிறுமிகள் தளம் ஆகியவையும் உருவாயின. அந்தத் தளங்களில் கொண்டே பூடி ராதம்மாவும் தாபி ராஜம்மாவும் வீர மாச்சநேனி சரோஜினியும் பங்குபெற்றக் குழு என்றென்றும் அழியாப் புகழை பிரஜா நாட்டிய மண்டலிக்குச் சம்பாதித்துக் கொடுத்தது.

ராதம்மா, வல்லம் நரசிம்மாராவ் போன்ற கலைஞர்களைச் சுங்கர சத்யம் உற்சாகப்படுத்தி, ஊக்கம் கொடுத்து பிரஜா நாட்டிய மண்டலியுடன் இணைத்தார்கள் என்று அவர்மீது மேலும் மதிப்பு கூடியது. வங்க நாட்டு வறட்சியின்போதும் இரண்டாவது உலகப்போரை மக்கள் யுத்தமாகக் கட்சி அறிவித்தபோதும் கோகண்டி கோபால கிருஷ்ணய்யா, சுங்கர போன்ற மக்கள் கலைஞர்கள் நாட்டுப்புறப் பாணியில் மக்கள் மனதில் பதியும் பாடல்களை எழுதினார்கள். நாங்களும் பாடினோம்.

பச்சைப் பசேலென்று விளைந்துசாய்ந்து இருக்கிறேன்
மக்களிடம் என்னைக் கொண்டு சேருங்கள்
இந்த வறட்சியைத் துரத்தி அடியுங்கள்

என்று சுங்கர எழுதிய 'விளைச்சல் நிலம்' பாட்டை நானும் ராஜம்மாவும் விரும்பிப் பாடுவோம். வறட்சி நிவாரணமும் உணவு உற்பத்தி அதிகரிப்பதும் வெறும் பேச்சோடு நின்றுவிடாமல் செயலிலும் காண்பிக்கப்பட வேண்டும் என்று கட்சி நினைத்தது. கட்சியின் அழைப்பை ஏற்றுக்கொண்டு மக்கள் சங்கத்தினர், விவசாயக் கூலிகள் சங்கத்தினர் நூற்றுக்கணக்கில் பந்தர் கால்வாயைச் செப்பனிட முன்வந்தார்கள்.

கோடை காலத்தில் விஜயவாடாவில் வெயில் கொளுத்தும். மாதர் சங்கத்தினர்களை அழைப்பதா வேண்டாமா என்று கட்சி தயங்கியது. எல்லாவற்றிலும் பெண்கள் முன்வர வேண்டும் என்று கட்சி சொல்கிறதல்லவா! இந்தக் காரியத்திலும் மாதர் சங்கம் அடியெடுத்து வைத்தது. அவர்களுடன் நானும் இருப்பதாகச் சொன்னபோது சுங்கர சத்யம் என்னைப் பார்த்து,

அபலை என்போர் வாயடைத்து நிற்க
தலைப்பைச் சொருகி முன்னே வா சகோதரி
கடப்பாரையைக் கையில் எடுத்து
பெண்களுக்கு வழிகாட்டியாய் நில் சகோதரி
உறுதியுடன் நிலம் அகழ்ந்து தூர்வாரி
மண்சுமந்து போவாய் சகோதரி

என்று பாடினார். கூடப்பிறந்த அண்ணனே ஊக்குவித்ததுபோல் மகிழ்ச்சி அடைந்தேன். இந்த அண்ணனுக்கு அருகில் இருந்தால் எனக்கும் கவிதை வந்துவிடும் என நினைத்தேன். அன்று முதல் 'சத்யம் அண்ணா' என்று அழைக்கத் தொடங்கினேன். எல்லோரும் 'சத்யம் அண்ணா' அல்லது 'சுங்கர' என்றே விளிப்பார்கள். சுங்கர சத்யநாராயணா என்ற முழுப் பெயர் எழுத்தில் மட்டுமே தவிர அழைப்பதில் இருந்தது இல்லை. அவர் அவ்வளவு உரிமையுடன் வித்தியாசம் எதுவும் இல்லாமல் கலைஞர்கள் எல்லோருடனும் கலந்து பழகுவார்.

1944இல் முற்போக்கு எழுத்தாளர்களின் இரண்டாவது மாநாடு விஜயவாடாவில் நடந்தது. அந்த மாநாட்டில் குரஜாட நினைவு நாளில் 'கன்யாசுல்கம்' நாடகத்தை நடத்தி அவருக்கு மரியாதை செலுத்தினார்கள். ராஜாராவின் இயக்கத்தில் பெண்களும் பங்குபெற்றார்கள். அந்த நாடகம் பார்வையாளர்களை மிகவும் ஈர்த்தது. சாதாரண மக்கள் மட்டுமின்றி மேதாவிகளும் பாராட்டினார்கள். புர்ர கதைகளையும் மற்ற கலைகளையும் நிகழ்த்துவதுபோல், நாடகங்களையும் பிரஜா மண்டலி நடத்தினால் நன்றாக இருக்கும் என்று கருத்து தெரிவித்தார்கள்.

சுங்கர சத்யம் நாடகத்தின் முக்கியத்துவத்தை உணர்ந்தார். புராணம் அல்லாத நாடகத்தை உருவாக்க நினைத்து 'முந்தடுகு' நாடகத்தை எழுதினார்.

'கன்யாசுல்கம்' நாடகத்தைப் போலவே இதிலும் பெண் பாத்திரங்களைப் பெண்களே நடிக்க வேண்டும் என்றார்கள். கன்யாசுல்கத்தில் நடித்த ஜோச்யபடல சுப்பம்மாவையும் என்னையும் அழைத்தார்கள். நான் பயந்தேன். ஆனால் மத்துகூரி

சந்திரம், சுங்கர சத்யம் போன்றோர் ஊக்கப்படுத்தினார்கள். "கொம்மூரி பத்மாவதி, தேவிகா ராணி போன்ற குடும்பப் பெண்கள். நாடகங்களில் நடித்தார்கள். அந்தச் சம்பிரதாயத்தை நாமும் கொண்டுவர வேண்டும்" என்றார் சந்திரம்.

சுங்கர சத்யம், கொண்டபல்லி சீதாராமய்யா இருவரும் மாமன் மைத்துனன்போல் இருந்து வந்தார்கள். சீதாராமய்யாவின் ஊரான லிங்கவரத்தில் இந்த நாடகத்தின் ஒத்திகையை முதல் முதலாகப் பார்த்தோம். ஒரு காட்சியில் கதாநாயகி.

தேசத் தொண்டர்களின் இதயமோ
வெண்ணெயின் வெண்மை
அதன் தன்மையோ
கருணை, எளிமை, நேர்மை

என்று புத்தகம் படித்துக்கொண்டே பாடும்போது எனக்கு சுந்தரய்யாதான் மனக்கண்முன் வருவார். அந்த மாமனிதரின் நினைவில்தான் சத்யம் இந்தப் பாடலை எழுதியிருப்பார் என்று தோன்றும். கசங்கிய சட்டையுடன், தெலுங்குப் பண்பாட்டு வேட்டிக்கட்டுடன் எளிமையாகத் தென்படும் சத்யம் அண்ணாதான் அந்த தேசத்தொண்டனோ என்று சில சமயம் தோன்றும். ஓரிரு முறைதான் அந்த நாடகத்தில் நடித்தேன். இறுதிவரையில் நடிக்க முடியாமல் போய்விட்டது.

'முந்தடுகு'க்குப் பிறகு, 'அபநிந்தா' (அவதூறு), 'மா பூமி' ஆகிய நாடகங்களையும் சத்யம் எழுதினார். இரண்டு நாடகங்களிலுமே பெண்கள் நடித்தார்கள். 'மா பூமி' நாடகம் நாட்டையே உலுக்கி எடுத்துவிட்டது. 'மா பூமி' நாடகக் குழுக்கள் நூறுக்கு மேல் ஆந்திர மாநிலத்தில் உருவாயின. நாடகத் துறைக்கே அந்த நாடகம் அழகைச் சேர்த்தது என்பது சான்றோரின் கூற்று. புரட்சியைத் தூண்டும் என்ற பயத்தில் ஆளுபவர்கள் அந்த நாடகத்திற்குத் தடை விதித்தார்கள். சத்யம் மக்கள்கவி அல்லவா! அவருடைய பேனா, அம்பு போன்றது. பயந்துபோன அரசாங்கம் 'மா பூமி', 'முந்தடுகு', 'அல்லூரி சீதாராமராஜு' (புர்ர கதை) முதலியவற்றையும் தடை செய்தது. சுங்கர சத்தியம் அவர்களை அரசாங்கம் புரட்சிக்கவியாக முத்திரை குத்தியது. ஆனால், சாதாரண மக்களும் சீர்திருத்தவாதிகளும் அவரை மக்கள் கலைஞனாக, எழுத்து வீரனாகவே அடையாளம் கண்டுகொண்டார்கள்.

1946இலிருந்து தெலுங்கானா போராட்டம், 1947க்கு பிறகு கம்யூனிஸ்ட் கட்சியின் மீது தடை உத்தரவு, கைதுகள், தலைமறைவு ஆகியவை எல்லோருக்கும் தெரிந்ததுதான்.

அந்தச் சமயத்தில் கலைஞர்களும் கவிகளும் எங்கே என்று தெரியாத நிலையில், முற்போக்கு எழுத்தாளர் K.V. ரமணா ரெட்டி, "சுங்கர சத்யம் கல்லுடைக்கிறார் என்று யாரோ சொல்லக் கேள்விப்பட்டேன்" என்று எழுதிய கவிதையைப் பார்த்து வருத்தமடைந்தேன். அந்த நேரத்தில் நான் தலைமறைவாக ராய்பூரில் இருந்தேன். ரமணா ரெட்டியின் கவிதைக்குச் சத்யம் பதில் கொடுப்பது போன்ற கவிதை அதே பத்திரிகையில் (*ஜனவாணி* என்று நினைக்கிறேன்.) வெளிவந்ததெனக் கேள்விப்பட்டேனே தவிர படிப்பதற்குப் பத்திரிகை கிடைக்கவில்லை. அர்ப்பணிப்பு எண்ணம் கொண்ட ஒரு கம்யூனிஸ்ட் வேதனைகளைப் பொருட்படுத்த மாட்டான் என்று 'முந்தடுகு' பாட்டின் தேசத்தொண்டனை நினைவுபடுத்திக் கொண்டேன்.

1952இல் கட்சிமீது இருந்த தடை உத்தரவு நீங்கியபிறகு புலம்பெயர்ந்திருந்த பறவைகளாய் ஒவ்வொருவராய்க் கூட்டிற்கு வந்துசேர்ந்தோம். மக்கள் சங்கங்கள் மீண்டும் உருவாக்கப்பட்டன. பிரஜா நாட்டிய மண்டலியின் கலைஞர்களில் பலர் சினிமாத் துறைக்குச் சென்றார்கள். சுங்கர மற்றும் சிலர் மட்டும் நாடகத் துறையிலேயே இருந்துவிட்டார்கள். பெனர்ஜி போன்ற புதியவர்களும் சேர்ந்துகொள்ள பிரஜா நாட்டிய மண்டலி திரும்பவும் மலர்ந்தது.

சுங்கர சத்யம் அவர்கள் எழுதிய 'மா பூமி' நாடகத்தையும், 'ருத்ரமதேவி', 'மொல்ல' புர்ர கதைகளையும் ஒத்திகை பார்த்து அரங்கேற்ற பெனர்ஜி குழுவினர் நினைத்தார்கள். சுங்கர சத்யமும் நானும் திரும்பவும் நடிகர்கள் ஆனோம். 'முந்தடுகு' நாடகத்தை ஊக்கப்படுத்தியது போலவே கொண்டபல்லி சீதாராமய்யா இந்த நாடகத்தையும் ஊக்குவித்தார். எங்கள் இருவரின் பாத்திரங்களும் உயர்வாக இருந்தன என்று நாடகத்தைப் பார்த்த பெரியவர்கள் சொன்னார்கள். கோபாலச்சக்கரவர்த்தி போன்ற நாடக விமரிசகர்கள், சத்யம் சிறந்த நாடகத்தை எழுதியிருக்கிறார் என்றும், என்னுடைய நடிப்பு இயற்கையாக இருந்தது என்றும் பாராட்டினார்கள். இந்த நாடகம் இயக்கத்திற்கு மறுமலர்ச்சியைக் கொண்டுவரும் என்ற எதிர்பார்ப்பையும் வெளியிட்டார்கள். இந்த நாடகத்தைத் திரைப்படம் எடுப்பதாக, சினிமாக்காரர்கள் சத்யத்தைச் சென்னைக்கு அழைத்தார்கள்.

சுங்கர சத்யம் சென்னைக்குப் போனதுடன் நாடகம் நின்றுவிட்டது. சத்யம் எழுதிய 'மொல்ல', 'ருத்ரமதேவி' புர்ர கதைகளை அரங்கேற்றிக்கொண்டிருந்தோம். வர்த்தனம்மா சிறுமியரின் குழுவிற்கு நான் ராகம், தாளம், நெளிவு

சுளிவுகளைக் கற்றுக்கொடுத்து தேவைப்பட்டால் அவர்களுடன் கிராமங்களுக்குச் சென்று நிகழ்ச்சிகளை நடத்துவதற்கு உறுதுணையாக இருந்தேன்.

தவிர்க்கமுடியாத காரணங்களினால் நானும் சத்யம் போலவே வாழ்க்கைப்பாட்டிற்காக சிறிய வேலை கிடைத்தபோது காகிநாடா சென்றேன். ஒருமுறை வல்லம் நரசிம்மாராவ் நாடகம் போடுவதற்குக் காகிநாடாவுக்கு வந்திருந்தார். சுங்கர சத்யம் பற்றி அவரிடம் கேட்டேன். அவருக்கு உடல்நலம் சரியாயில்லாததால் சென்னையிலிருந்து விஜயவாடாவுக்கு வந்துவிட்டதாகத் தெரிவித்தார். சிலரைக் கஷ்டங்கள் துரத்திக்கொண்டே இருக்கும் என்று நினைத்தேன்.

விடுமுறையில் விஜயவாடாவுக்குச் சென்றபோது சத்யத்தைப் பார்க்க நினைத்தேன். சினிமாத் துறையில் காலடி எடுத்து வைத்த சத்தியம் பெரிய பங்களாவில் ஹோதாவுடன் இருப்பாரோ என்று நினைத்தேன். முகவரி தெரிந்துகொண்டு போனபோது முகல்ராஜபுரம் மலை அருகில் ஓலை வேய்ந்த வீட்டில், 'முந்தடுகு' நாடகத்தில் இருப்பதுபோலவே எளிமையாக இருந்தார். 'கவியின் வாழ்க்கையே காப்பியம்' என்ற வார்த்தைகள் உண்மை போலும். வசதியாக வாழும் வாய்ப்பு கிடைத்தாலும் சிலர் மறுத்துவிடுவார்களோ? அது தெரிந்துதான் அந்தப் பாட்டை எழுதி இருப்பாரோ எனத் தோன்றியது.

விஜயவாடாவில் இருக்கும்போது சத்யத்தைப் பார்க்கச் சென்று வருவேன். சில சமயம் இருவரும் சேர்ந்து சந்திரத்தைப் பார்க்க பிரகதி அலுவலகத்திற்குச் செல்வோம். சந்திரம் என்னைப் புத்தக விமரிசனம் எழுதச் சொல்வார். எழுத முடிந்தால் கஷ்டங்களை ஒதுக்கிவிடலாம் என்று சத்தியம் சொல்வார். கஜ்ஜல மல்லா ரெட்டி, எங்கள் மூவரையும் 'ஒரே இனத்தைச் சேர்ந்த பறவைகள்' என்று வேடிக்கையாகச் சொல்வார்.

சந்திரம் அவர்களின் அறிவுரையின்படி 'மாகோகலே' கதைத் தொகுப்பினையும், மேதரமெட்ல சீதாராமய்யா (தெலுங்கானா போர்வீரன்) பற்றி எழுதிய புத்தகத்தையும் விமரிசனம் செய்தேன். சத்யம் அவர்களின் அறிவுரையைப் பின்பற்றி சிறிய சிறிய படைப்புகளை எழுதவும் ஆரம்பித்தேன். இறுதி நாட்களில் சந்திரம் விவசாயத்திற்காக வெயிலில் வாடுவது வேதனையாக இருந்தது. சத்யம் *சோவியத் பூமி* நாளேட்டைக் கட்டுக்கட்டாக வைத்து சைக்கிள் மிதிப்பதைப் பார்க்கும்போது வருத்தமாக இருக்கும். என் வேதனையைப் புரிந்துகொண்ட

சத்யம், "நாம் கம்யூனிஸ்டுகள். வேலை செய்யமுடிகிற வரையில் செய்யவேண்டும்" என்று சொல்லுவார். தான் புதிதாக எழுதிக் கொண்டிருந்த 'கொரில்லா' நாடகத்தைப் படித்துக் காண்பிப்பார். ஒரு வாரம் சேர்த்தாற்போல் பார்க்கவில்லை என்றால் வீட்டுக்கு வருவார். அன்புடன் அம்மா என்றழைத்து மேலும் எழுதச் சொல்லுவார்.

எழுத்து அழியாதது, ரசனை மிகுந்தது. என்றென்றும் நிலைத்திருக்கக் கூடியது. எத்தனையோ படைப்புகளைப் படைத்த, என்னைப் போன்றவர்களுக்கு அக்ஷராபியாசம் செய்துவைத்த எழுத்துத் தவசிலர் சத்யம் அண்ணாவுக்கு அக்ஷராஞ்சலி.

பிரஜாசாஹிதி, ஏப்ரல் 2009

ஒரு அம்மாவின் கதை

அந்தக் காலத்து ஒரு அம்மாவின் கதையைச் சொல்லுகிறேன். பாலியம், இளமை, நடுவயது, வயோதிகம் எல்லாவற்றையும் செங்கொடிக்கு அர்ப்பணித்துவிட்ட ஒரு அம்மாவின் கதையை உங்களுக்குச் சொல்லப் போகிறேன்.

தாவணி போட்ட அன்றே கோர்கியின் 'தாயை'ப் படித்துவிட்டு, பெற்றோர்களை விட்டுவிட்டு, கர்நூலைத் தாண்டி, செங்கொடிகளால் அலங்கரிக்கப்பட்ட விஜயவாடா நகரத்திற்கு வந்து, அந்த நகரத்து அரசியல் பள்ளியில் பல நாடுகளின் வரலாற்றினை ஆழ்ந்து படித்த அந்த அம்மாவின் துணிச்சல் மிகுந்த கதையைச் சொல்கிறேன்.

படிப்பு முடிந்து போனாலும், பிறந்த ஊருக்குத் திரும்பிப் போகாமல், அம்மாவை விட்டுவிட்டு வந்துவிட்டோம் என்ற ஏக்கம் எதுவும் இல்லாமல், கம்யூனிஸ்ட் கட்சி முறைகளைப் பின்பற்றி சந்திர ராஜேஸ்வர ராவ், புச்சலப்பல்லி சுந்தரய்யா, மத்துகூரி சந்திரசேகர ராவ் முதலியவர்களுக்குப் பெற்ற மகளைவிட அதிகமாய் இருந்துகொண்டு, கட்சி அலுவலகத்திலும், கட்சி கம்யூனிலும் அர்ப்பணிப்பு உணர்வுடன், எளிமையாய் இருந்த அந்த அம்மா, 'காம்ரேட் ராஜம்மா'வானாள்.

சலசலக்கும் செங்கொடியின் கீழ், குரஜாட எழுதிய தேசபக்திப் பாடல்களையும், தும்மலா வெங்கட்ராமய்யா எழுதிய 'செங்கொடி' பாட்டையும் பாடியதால், 'ராகமயி ராஜம்மா'வானாள்.

மாதர்சங்க அலுவலகத்தில் தங்கி, கட்சித்தொண்டு செய்து, கந்துகூரி வீரேசலிங்கம், குரஜாட போன்றோர் இயற்றிய படைப்புகளைப் படித்து, பூர்ணம்மா, கன்யக போன்ற கதைகளைப் பாட்டாகப் பாடி அந்த அம்மா, "சீர்திருத்தவாதி ராஜம்மா"வானாள்.

பிரஜா நாட்டிய மண்டலி என்னும் கலாச்சாரச் சங்கத்தில் அங்கத்தினராக, அடக்குமுறைக்கு எதிராகப் பாடல்களைப் பாடி, ரஷியாவின் 'ரெட் ஆர்மி'க்கு ஜெயகோஷமிட்டு, வங்க நாட்டு வறட்சியைப் பாடல்களில் எடுத்துச்சொல்லி அந்த அம்மா முற்போக்கு எழுத்தாளர்களுக்கு, 'உடன்பிறவா சகோதரி ராஜம்மா'வானாள்.

தாபி தர்மா ராவ், கொமர்ராஜு லக்ஷ்மண ராவ் ஆகியோரின் இலக்கியத்தைப் படித்து, முற்போக்கு எண்ணங்களை வளர்த்து, தாபி தர்மா ராவ் மகனும், ஜர்னலிஸ்ட்டுமான தாபி மோகன் ராவுடன் நட்புகொண்டு, பிறகு அவருக்கு மனைவியாகி, 'தாபி ராஜம்மா'வானாள்.

பிரஜா நாட்டிய மண்டலி ரத சாரதியான ராஜா ராவிற்கு மாணவியாய், சுங்கரவும் வாசி ரெட்டியும் இணைந்து எழுதிய 'மா பூமி' நாடகத்தில் சீதம்மாவாக தெலுங்கானா போராட்டத்திற்கு ஆதரவு அளித்தபடி, கலை என்றும் மக்களுக்காக என்று பறைசாற்றி, பெண் வேடங்களைப் பெண்கள் ஏற்று நடித்தால் தான் நாடகம் சிறப்பாக இருக்கும் என்று நிரூபித்து அந்த அம்மா 'கலாகாரிணி ராஜம்மா'வானாள்.

1943இலிருந்து 1947 வரையில் பிரஜா நாட்டிய மண்டலி மாதர் சங்கத்தில் தீவிரமாக வேலைபார்த்து, 1948இல் கட்சியையும், கட்சிப் பத்திரிகையையும் அரசாங்கம் தடை விதித்துள்ளது என்று தெரிந்து மிக வருந்தி, மாதர்சங்கம் நடத்தும் ஆந்திர வனிதா பத்திரிகையும் தடை செய்யப்பட்டது தெரிந்து தன் வேதனையைக் கோபமாக மாற்றி, அந்தத் தடைக்கு எதிர்ப்பு தெரிவிக்கும் வகையில் பாடல்களைப் பாடி, ஜெயிலுக்குப் போய், மூன்று மாதக் குழந்தையுடன் சிலநாட்கள் ஜெயிலில் இருந்து அந்த அம்மா, 'போர் வீராங்கனை ராஜம்மா'வானாள்.

கட்சியைத் தடை செய்தபிறகு மக்கள் சங்கத்தொண்டர்களைத் துரத்தி அரசாங்கம் தொல்லை கொடுத்தபோது, அந்த அம்மா சென்னையில் இருக்கும் மாமியார் வீட்டுக்குப் போனாள். தர்மா ராவ் ஆசிரியராக இருந்த ஜனவாணி பத்திரிகையில் இயக்கத்தின் ரகசியச் செய்திகளை, போலீசாரின் அக்கிரமச் செயல்களை, அரக்கத்தனத்தைப் பயமின்றி வெளிப்படுத்துவதில்

மாமனாருக்கும், கணவனுக்கும் உறுதுணையாக இருந்தாள். தலைமறைவாய் இருந்த தலைவர்களுக்கு ஆதரவாக இருந்த அம்மா, 'சாகச நாரீமணி ராஜம்மா'வானாள்.

தடை நீங்கியபின் வெளிவந்து விஜயவாடாவில் திறந்த வெளிக் கூட்டத்தில், மேடையிலிருந்த தலைவர்களுக்கு ஜெயகோஷமிட்டுக் கொண்டிருந்த மக்கள் மத்தியில் மேடையேறி, தனக்கு மாமனார் தர்மா ராவ் கொடுத்த இருபது பவுன் ஆபரணங்களைக் கட்சிக்கு நன்கொடையாக சுந்தரய்யாவிடம் அளித்து, 'தியாகி ராஜம்மா'வானாள்.

தலைமறைவிலும் சிறைவாசத்திலும் இருந்தவர்கள் வெளியில் வந்தபிறகு கம்யூனிஸ்ட் கட்சி 1952 தேர்தலில் போட்டியிட்டது. தியாகங்கள் செய்த கம்யூனிஸ்ட் கட்சிக்கு முதல் இடம், நிர்ப்பந்தப்படுத்திய ஆளும்கட்சி காங்கிரசுக்கு இரண்டாவது இடம் என மக்கள் தீர்ப்பு அளித்தார்கள். அந்தத் தேர்தல்களில் பாடல்கள் பிரச்சார சாதனங்கள் ஆயின. உணவு, உறக்கம் இல்லாமல் மேடையேறிப் பாடல்களைப் பாடி 'களைப்பு அறியாத ராஜம்மா'வானாள்.

மொழி அடிப்படையில்ஆந்திர மாநிலம் உருவாகி, அதில் மக்களரசு ஏற்பட வேண்டும் என்று சுந்தரய்யா அழைப்பு விடுத்தார். சகபாடகர்களுடன் குரல் இணைத்து, ஒன்றுபட்ட ராகத்துடன், "ஜெய் விஷாலாந்திரா ஜனனி! செல்வச் செழிப்பு நிறைந்த தாரணி!" என்று தெலுங்கு முழக்கம் எங்கும் பரவ, "பாடுடா ஆந்திரவீரனே" என்று பாடி முற்போக்கு எழுத்தாளர்களின் சங்கத்துடன் வளர்த்துக்கொண்ட பந்தத்தினால் பேனாவைப் பிடித்து, 'எழுத்தாளர் ராஜம்மா'வானாள்.

அப்படிப் பேனாவைப் பிடித்ததோடு, கணவன் வேலை பார்த்துக்கொண்டிருந்த விசாலாந்திரா பத்திரிகையில், கணவனுக்கு உறுதுணையாகப் புதுக்கவிதைகளும் கட்டுரைகளும் எழுதி 'சிறந்த இல்லத்தரசி ராஜம்மா'வானாள்.

1964இல் கம்யூனிஸ்ட் கட்சி இரண்டாகப் பிரிந்தது, தன் குடும்பமே பிரிந்து போவதுபோல் வேதனை அடைந்து, 'ஒன்றுபட்டால் உண்டு வாழ்வு' என்னும் கருத்தில் அந்த வேதனையை, "நாம் மாற்றான் தாயின் குழந்தைகள் இல்லை. இரட்டைக் குழந்தைகள் நாம்" எனக் கவிதையாக்கி அந்த அம்மா, 'ஒற்றுமைவாதி ராஜம்மா'வானாள்.

உடல்வலிமை குறைந்தாலும் இயக்க ஈடுபாடு குறையாது, இயக்க அனுபவங்களை எழுத்தில் வடித்தும் இயக்கத் திற்கும் தொண்டர்களுக்கும் தேவைப்பட்டபோது தன்

நகைகளை அவர்களுக்குக் கொடுத்து உதவியும், 'வழிகாட்டி ராஜம்மா'வானாள்.

வயோதிகத்தால் இயக்கத்தில் தான் பணியாற்ற இயலாத நிலையில், தன் மகள்களுக்கு 'சோஹன்சிங்' என்றும் 'பெர்னாட்ஷா' என்றும் வரலாற்றுப் பெயர்கொண்ட, சிறந்த குணம்கொண்ட, அவர்களே இயக்கமாய்ப் பணியாற்றும் திறம்கொண்ட மருமகன்கள் வந்திருக்கிறார்களென வானளாவிய மகிழ்ச்சியடைந்து 'ஆனந்த லஹரி ராஜம்மா'வானாள்.

தெம்பு குறைந்தாலும் ஈடுபாடு குறையாத அவளிடம் மரண தேவதைக்குப் பொறாமை ஏற்பட்டதோ என்னவோ, ராஜம்மாவுக்கு உடல் நலக் குறைவு ஏற்பட்டது. கட்டிலில் அசைய முடியாமல் கிடக்க வேண்டியதாயிற்று. அரசாங்கத்துடனும் சமுதாயத்துடனும் போராடியஅவள், சக்தியைத் திரட்டிக் கொண்டு அதனுடன் மூன்று மாதங்கள் போராடி வேதனையால் களைத்துப் போனாள். ஆனாலும் மரணத்தைக் கண்டு அஞ்சவில்லை. அமரர்களாகிவிட்ட அச்சமாம்பா, மானிகொண்ட சூர்யாவதி, சந்திர சாவித்திரி, ராஜேஸ்வர ராவ் மற்றும் சந்திரம் ஆகியோரை நினைவுகூர்ந்து, அவர்களுடன் தன்னையும் சேர்த்துக் கொள்ளக் கைகளை நீட்டினாள். கருணை உள்ளம் படைத்த அந்த அமரர்கள் அவள் வேதனையைத் தீர்க்கத் தம்மிடம் அழைத்துக் கொண்டார்கள்.

30–7–2008 அன்றுஅந்த அம்மாள் கண்ணை மூடி 'அமரஜீவி ராஜம்மா'வாகி விட்டாள்.

அந்த அம்மாவுக்குப் புரட்சி அஞ்சலியை செலுத்தி, உங்களையும் அஞ்சலி செலுத்த வேண்டுகிறேன். 'நேற்றைய தலைமுறையின் கடமை தவறாத சேனாதிபதி, இன்றைய தலைமுறைக்கு வழிகாட்டி'யாகிய அந்த அம்மாவின் கதையை இத்துடன் முடிக்கிறேன்.

விசாலாந்திரா, **17.8.08**

உதயம், ஆர்வம், உற்சாகம், ஆவேசம்

'மோட்டூரு உதயம்' அஸ்தமித்துவிட்டது என்ற செய்தியைக் கேட்டதும் எங்கள் இருவரின் கடந்த காலம், ஜெயிலில் 'உதயத்துடன்' ஆர்வத்துடனும் உற்சாகத்துடனும் ஆவேசத்துடனும் பகிர்ந்து கொண்ட நினைவுகள் இதயப் பெட்டகத்தில் அசைந்தன.

1938–47க்கு இடைப்பட்ட காலத்தில் சமச்சீர் சமுதாயம் உருவாக்கும் லட்சியத்துடன் கம்யூனிஸ்ட் கட்சி மக்களிடையே விழிப்புணர்வு ஏற்படுவதற்கு மக்கள் சங்கங்களை நிறுவியது. அதன் பின்னணியில் கிருஷ்ணா ஜில்லாவில் மாதர்சங்கம் உருவானது. கந்துகூரி வீரேசலிங்கம் ஏற்படுத்திய தாக்கத்தில் சமுதாயச் சீர்கேடுகளின்மீது போர்தொடுத்து, புதிய கலாச்சாரச் சீர்திருத்தங்களை உருவாக்கி அந்தச் சங்கம் பெண்களுக்கு ஆர்வத்தை ஏற்படுத்தியது. வாசலைத் தாண்டி வெளியில் வந்திராத எத்தனையோ நடுத்தர வர்க்கத்துப் பெண்கள் சங்கத்தில் அங்கத்தினர்களாகச் சேர்ந்து நிகழ்ச்சிகளுக்கும் கூட்டங்களுக்கும் வரத்தொடங்கினார்கள். சங்கம் விரிவடைந்தது. மற்ற மாவட்டங்களுக்கும் பரவியது.

சாதி கடந்த திருமணங்களையும், விதவைத் திருமணங்களையும் ஆதரித்து, பெண்கள் ஆரோக்கியத்திற்கு அவசியமான நவீன முறைகளையும், நாட்டுப்பற்று மற்றும் பெண் கல்வியின் தேவைகளையும் பிரச்சாரம் செய்ததோடு

நாற்பதாயிரத்துக்கு மேற்பட்ட அங்கத்தினர் இணைந்த கிராமச் சங்கங்களை நிலைநாட்டியது. மாநில மாதர்சங்கம் உருவானது. அதற்குத் தலைவராக டாக்டர் கொமர்ராசு அச்சமாம்பா, செயலாளராக மானிகொண்ட சூர்யாவதி மற்றும் டாக்டர் வை.வி. லக்ஷ்மி, சந்திர சாவித்திரிதேவி, மெல்லிஷோலிங்கர், மோட்டூரு உதயம், வெல்லங்கி அன்னபூர்ணம்மா, காட்ரகட்ட ஹனுமாயம்மா, ஜோயபட்ல சுப்பம்மா ஆகியோர் நிர்வாகக் குழு உறுப்பினர்களாகவும், மாவட்டப் பிரதிநிதிகளாகச் சிலரும் தேர்வுசெய்யப்பட்டார்கள்.

திடசங்கல்பத்துடன் மாநில மாதர்சங்கம் பணியாற்றி சுதந்திரமும் அமைதியும் கொண்ட முன்னேற்றக் கொடியை உருவாக்கியது. அகில பாரத மாதர்சங்கத்திற்கு இணைச்சங்கமாக அடையாளம் கண்டுகொள்ளப்பட்டது. 1947 பிப்ரவரியில் சிலுமூரில், பிற மாநில மாதர்சங்கப் பிரதிநிதிகளும் கலந்துகொண்ட மாநாட்டைப் பெரிய அளவில் நடத்தியது. மாதர் தம் குரல் ஒலிப்பதற்கும் பெண்களின் முன்னேற்றத்தை விரும்பியும் *ஆந்திரவனிதா* பத்திரிகையை வெளியிட்டது. ஆசிரியராக தர்ஷி சுப்பம்மாவை நியமித்ததாக நினைவு.

கம்யூனிஸ்ட் கட்சியின்மீதும், கட்சி நடத்தும் *பிரஜாசக்தி* பத்திரிகையின் மீதும் காங்கிரஸ் அரசு தடை அஸ்திரத்தைப் பிரயோகித்தது. அந்த நிலையில் பிரஜா சங்கங்களை எப்படி நடத்துவது என்ற கேள்வி எழுந்தது. மாநில மாதர்சங்கம் இதைப்பற்றி ஆலோசிக்க, 1948 மே மாதத்தில் மாநிலமாதர் மாநாட்டை விஜயவாடாவில் நடத்துவதாக முடிவுசெய்தது. அது நடக்கும் முன்பே அரசாங்கம், *ஆந்திரவனிதாவைத்* தடை செய்துவிட்டது.

மாநாடு நடக்கவிடாமல் 144 பிரிவை அமலாக்கியது. அச்சுக்கோர்ப்பு முடிந்த நிலையில் *ஆந்திரவனிதாவின்* அடுத்த இதழ் அச்சகத்திலேயே தங்கிவிட்டது. பெண்களின் நெடுநாளைய விருப்பத்தைத் தகர்த்தெறிந்த அரசின் செயலை எதிர்த்து, '144' தடையை மீறிப் பெரிய அளவில் ஊர்வலம் மற்றும் பொதுக்கூட்டம் நடத்த மாதர்சங்கம் முடிவுசெய்தது. ஊர்வலத்தில் மாநிலத்தின் நான்கு திசைகளிருந்தும் ஐநூறு பிரதிநிதிகள் கலந்துகொண்டார்கள். அச்சமாம்பாவின் தலைமையில் ஆயிரம் பெண்கள் விஜயவாடா நகரவீதிகளில்,

அபலை என்போர் வாயடைத்து நிற்க
தலைப்பைச் சொருகு சகோதரி,
பெண்மையின் சக்தியைப் பறைசாற்று சகோதரி

என்று இந்திரகிலாத்ரி மலையே எதிரொலிக்கும் முழக்கத்துடன் ஊர்வலம் சென்றார்கள். ஊர்வலம் 'காந்திநகர் சென்டர்' பகுதிக்கு வந்தது. போலீசார் முன்னெச்சரிக்கையின்றி ஊர்வலத்தின்மீது கண்ணீர்ப் புகையைப் பிரயோகித்தார்கள். புகைமூட்டம் சூழ்ந்ததில் பெண்கள் வழிதெரியாமல், கண்ணெரிச்சல் தாங்கமுடியாமல் திக்குமுக்காடிச் சிதறினார்கள். பல வயோதிகர்களும் கர்ப்பிணிப் பெண்களும் சாலையிலேயே சரிந்தார்கள். அருகில் இருந்த வீடுகளில் தண்ணீர் பெற்று எரிச்சலைத் தணித்துக்கொண்டிருந்த பெண்களை, போலீசார் வருவதைப் பார்த்துவிட்ட வீட்டிலுள்ளவர்கள் வெளியேற்றி விட்டார்கள். வெளியில் வந்த பெண்களைப் போலீசார் வலுக்கட்டாயமாக போலீஸ் வேனில் ஏற்றி, விஜயவாடா சிறைக்கு அழைத்துப் போனார்கள்.

மாதர்சங்க அலுவலகத்திலும், அச்சமாம்பாவின் வீட்டிலும் இருந்த பெண்களைத் "துணிச்சல் இருந்தால் வெளியில் வா" என்று உசுப்பேற்றி சுலபமாக அவர்களையும் வேனில் ஏற்றினார்கள். ஜெயிலில் அடைக்கப்பட்ட சுமார் நூறு பெண்களை, எங்கே அழைத்துப் போகிறோம் என்றுகூடச் சொல்லாமல், இரவு நேரத்தில் வேறு ஜெயிலுக்குக் கொண்டுசென்றார்கள். சிறைச்சாலையில் அறைகள் காலியாக இல்லாததால், பட்டியில் மாடுகளைப்போல சிறை வளாகத்திற்குள் அடைத்து வைத்தார்கள். அந்த இடம் நந்திகாம என்பதை எதிரே ஒரு செல்லில் இருந்த கைதியிடம் கேட்டுத் தெரிந்துகொண்டாள், மோட்டூரு உதயம். "நள்ளிரவில் நமக்கு சுதந்திரம் வந்ததல்லவா? நம்மையும் நள்ளிரவில் சிறைவைத்து சுதந்திரத்தை நினைவுப் படுத்துகிறது அரசாங்கம்" என்று உதயம் நக்கலாய்ச் சொன்னபோது அழமுடியாமல் அவளுடன் சேர்ந்து நாங்களும் சிரித்தோம். நமது சுதந்திரம் எப்போதோ என்று யோசித்தபடி உட்கார்ந்துவிட்டோம். பேச்சில் மூழ்கி உடலெரிச்சலை மறந்தோம்.

வேதனை, தவிப்பு, யோசனைகளுக்கு நடுவில் பொழுது விடிந்தது. அருணோதயமாக இருக்குமென எதிர்பார்த்தோம். போலீசார் எங்களைக் காலைக்கடன் தீர்த்துக்கொள்வதற்காக வெளியில் அழைத்துப் போனார்கள். நாங்கள் ஜெயிலுக்கு வந்த செய்தியைக் கேட்டு ஆதரவாளர்கள் கும்பல் கும்பலாகத் திரண்டு வந்து எங்களுக்குத் தைரியம் சொன்னார்கள். எங்களுக்குப் பெயில் வாங்குவதற்காக வந்தார்கள். அவர்களை எங்கள் அருகில் வரவிடாமல் போலீசார் லத்தியால் தடுத்தார்கள். அவர்கள் சாலையில் இருந்த கற்பாறைகள்மீது ஏறி, முழக்கமிட்டு எங்களை உற்சாகப்படுத்தினார்கள்.

"சுதந்திரம் கிடைப்பது சாதாரண விஷயமா?" என்ற பாடலை ராஜம்மாவும் நானும் பாடத்தொடங்கினோம். அதைத் தொடர்ந்து, "ஜான்சியைப்போல் போராடி புகழ் சேர்க்கவேண்டும். குன்னம்மாவைப் போல் நிலைத்து நிற்க வேண்டும்" என்று உதயம் இரண்டு கைகளையும் வாயருகில் குவித்து சத்தமாகப் பாடினாள். மற்றவர்களும், "நம்முடையது பாரத தேசம்" என்று கோரஸ் பாடினார்கள். ஜெயில் வளாகத்திலேயும் கிணற்றடியிலும் சாலையிலும் சந்தடி தொடங்கியதால், ஜெயிலில் கூட்டம் நடைபெறுவது போலவும். மக்கள் புரட்சி தொடங்கிவிட்டது போலவும் இருந்தது. அதனைச் சகிக்க முடியாத போலீசார், "உங்கள் வேலைகளை முடிக்காமல் மீட்டிங் நடத்துகிறீர்களா? உள்ளே செல்லுங்கள்" என்று லத்திகொண்டு மிரட்டினார்கள். சாலைகளில் இருந்த பெரியவர்கள், "பயப்படாதீர்கள். பெயில் கொடுத்து உங்களை வெளியில் கொண்டு வருகிறோம்" என்று கைகளை அசைத்தார்கள். பெண்களும் கைகளை உயர்த்தி அசைத்தார்கள். போலீசார் லத்தியால் கைகள்மீது அடித்து 'போ போ' என்று துரத்தியதால், சில பெண்களின் கைவளையல்கள் உடைந்து ரத்தம் வந்தது. அதைப் பார்த்த உதயம் "உங்கள் கையிலும் என்னைப்போல் வளையல்கள் இல்லாமல் இருந்தால் உங்களுக்கு இந்த வேதனை இருந்திருக்காது இல்லையா?" என்று ஒரு பக்கம் நகைச்சுவையாகப் பேசிக்கொண்டே, இன்னொரு பக்கம், "போலீசாரின் அடக்குமுறை நசிக்க வேண்டும்" என்று கையிறுக்கி அசைத்து எல்லோரையும் புன்முறுவல் பூக்கச் செய்தாள்.

அனைவரும் உள்ளே செல்லும்போது, ஓரிருவர் "ஜனநாயகம் வளர்க!" என முழக்கமிட்டார்கள். "ஜனநாயகம் ஒடுக்கப்பட்டு விட்டது" என்றும் சிலர் சொன்னார்கள். அவரவர்களுக்குத் தோன்றியபடி ஜெயில் சுவரில், "பத்திரிகையின் மீது தடையை நீக்க வேண்டும்" என்று கவிதைகளையும் முழக்கங்களையும் கரித்துண்டுகளால் எழுதினோம்.

புரட்சி வீரன் அல்லூரி சீதாராமராஜு புர்ர கதையைத் தட்டின் மீது தாளம் போட்டுக்கொண்டே பாடினோம்.

கைக்குழந்தை உள்ள தாய்மார்களின் வேதனைகள்

கைதானவர்களில் பச்சிளம் குழந்தையின் தாய்மார்கள் சிலர் இருந்தார்கள். குழந்தைகளை விட்டுவிட்டு தாய்மார்களை மட்டும் அழைத்து வந்துவிட்டதால் அவர்களுக்குப் பால்கட்டு ஏற்பட்டு ஜுரம் வந்துவிட்டது. அவர்களின் வேதனையைப் பார்த்து ஆவேசமுற்ற டாக்டர் அச்சமாம்பா ஜெயில் அதிகாரிகளிடம்,

"பெண்களை நீங்கள் ஆடுமாடுகள் போல் நடத்துகிறீர்கள். பிள்ளையைப் பெற்றவர்களை அடைத்து வைத்திருக்கிறீர்கள். கோடை வெயிலில் வெந்துபோய், கண்ணீர் புகை எரிச்சலுடன் அவதியுறும் பெண்களை உட்காரக் வைக்கக்கூட இடம் போதாமல் அடைத்து வைத்திருக்கிறீர்கள். இருமுறை குளித்தாலும் வியர்வை போகாத நாட்களில், இரண்டு நாட்களாக நெருங்கி உட்கார்ந்துகொண்டு குளியல் எதுவும் இல்லாமல் எப்படி இருப்பார்கள் என்ற யோசனை உங்களுக்கு வரவில்லையா?" என்று கேட்டாள். அவள் உலுக்கி எடுத்ததினாலோ அல்லது அவள் வார்த்தைகளில் இருந்த உண்மையை உணர்ந்தோ, பிள்ளைபெற்ற தாய்மார்களுக்குப் பால்கட்டு குறைய மருந்தும், ஒத்தடத்திற்கு வெந்நீரும் அனுப்பி வைத்தார்கள். ஒத்தடம் யார் கொடுப்பது என்ற கேள்வி எழுந்தபோது, உதயம், "நர்ஸ் பயிற்சி எடுத்துக்கொள்ள வேண்டும் என்று அச்சமாம்பா இதற்காகத்தான் சொன்னாள்" என்று அரசியல் பள்ளியில் நடத்திய பாடத்தை நினைவுபடுத்தினாள்.

அன்றே அச்சமாம்பாவையும் சூர்யவதியையும் தடைக் காவல் கைதிகளாக அங்கிருந்து ராயவேலூருக்கு அழைத்துச் சென்றார்கள். அவர்களுடன் மேலும் பதினான்கு பேர்மீது வழக்கு போட்டு எஞ்சியிருந்த பெண்களை விடுதலை செய்தார்கள். வழக்கு தொடரப்பட்டவர்களில் காட்ரகட்ட ஹனுமாயம்மா, வெல்லங்கி அன்னபூர்ணம்மா, மோட்டூரு உதயம், டி.சாவித்திரி, தாபி ராஜம்மா, நான், ஜோஸ்யபட்ல சுப்பம்மா, கோகராஜு வெங்காயம்மா, கடியால புல்லெம்மா (கடியாலகோபால ராவின் அண்ணி), வித்யா கநூக (பம்பாயிலிருந்து வந்திருந்தாள்) தவிர மேலும் பெயர்கள் நினைவில் இல்லாத நான்கு பேர் இருந்தோம். நாங்கள் குளிப்பதற்காக ஆளுக்கு அரை வாளித் தண்ணீர் அனுப்பிவைத்தார்கள். ஆண் கைதிகளைக் காலி செய்யவைத்து இரண்டு செல்களைக் குளியல் அறைகளாக மாற்றினார்கள். "உடுத்திய உடையுடன் ஜெயிலுக்கு கொண்டுவந்து விட்டீர்கள். மாற்றுப் புடவை எங்கிருந்து வரும்?" என்று பெண்கள் கேட்டார்கள். "உங்களால் எங்களுக்குத் தொல்லைதான்" என்று சலித்துக்கொண்டு ஜெயில் அதிகாரியிடம் சொன்னார்கள் போலீசார். பத்தாறு வேட்டியைக் கிழிக்காமல் அப்படியே உடுத்தி, புடவை காய்ந்த பிறகு வேட்டியைத் திருப்பித்தரட்டும் என்று வேட்டிகளைக் கொடுக்கச் சொன்னார். உதயம், "உங்களைப் போல் எதிர்ப்பு தெரிவித்தால், உங்கள் கணவர்களைக் கொன்று விடுவோம். நீங்கள் விதவையாகி இதுபோன்ற வெள்ளை ஆடைகளைத்தான் அணிய வேண்டிவரும் என்பதைக் குறிப்பாக உணர்த்துவதற்கு நமக்கு இவற்றை அனுப்பி இருக்கிறார்கள்"

என்றாள். "தோழர்கள் இறந்து போனாலும் மக்கள் இதயத்தில் அமரர்களாக இருப்பார்கள் என்பதால் நாம் என்றுமே சுமங்கலி தான்" என்றார்கள் பெண்கள்.

சட்டப்படி கொடுக்க முடியாது

மறுநாள் பெயிலில் அந்தப் பதினான்கு பேரை விடுதலை செய்தார்கள். எங்கள் தரப்பில் வாதாடுவதற்குப் பொன்னம் வீரராகாவய்யாவை கட்சி ஏற்பாடு செய்திருந்தது. கோர்ட்டு வாய்தாக்களுக்கு வெளியூர்களிலிருந்து வருவதும் கோர்ட்டார் அழைக்கும் வரையில் மணிக்கணக்கில் காத்திருப்பதும் பெண்களுக்கு இடைஞ்சலாக இருந்தது. கருவுற்ற பெண்கள், உடல்நலம் சரியில்லாதவர்கள் டாக்டர் சர்டிபிகேட் வாங்கி, வாய்தாக்களுக்கு வராமல் பார்த்துக்கொண்டார்கள். எஞ்சிய பேருக்கு வேறுவழியில்லை. கிராமங்களில் கம்யூனிஸ்டுகள் வீடுகளின்மீது போலீசாரின் தாக்குதல் அதிகரித்துவிட்டது. எங்களில் சிலரின் கணவன்மார்கள் தலைமறைவு வாசத்தில் இருந்தார்கள். வழக்கை உடனே விசாரிக்காமல் மேலும் மேலும் வாய்தாக்கள் போட்டு எங்களை கோர்ட்டைச் சுற்றி அலைக்கழித்தார்கள். பயணக் கட்டணத்தைச் செலவழித்துக் கொண்டு கோர்ட்டுக்குப் போவது, நாள் முழுவதும் அங்கே காத்திருப்பது கடினமாக இருந்தது. ஒருநாள் இனி வாய்தாக்களுக்கு வரமுடியாது என்றும், உடனே விசாரணை நடத்தச்சொல்லியும், கையெழுத்துப் போடாமல் உட்கார்ந்துவிட்டோம். அது சட்டத்தை மறுப்பது போலாகும் என்றார்கள். இருந்தாலும் கையெழுத்துப் போடமாட்டோம் என்று பிடிவாதம் பிடித்தோம். கோர்ட்டை மறுத்த குற்றத்திற்காக தரையில் உட்கார்ந்திருந்த பெண்களைப் போலீசார் விஜயவாடா சிறைச்சாலையில் வைத்தார்கள். செல்லில் போடும்முன் நகைகளைக் கொடுத்துவிடச் சொன்னார்கள். ஒருவர் முகத்தை ஒருவர் பார்த்துக்கொண்டோம். விடுதலை ஆகும்போது அவரவர்களின் நகைகளைத் திருப்பிக் கொடுத்துவிடுவோம் என்று அதிகாரி உத்தரவாதம் கொடுத்தார். தாலிச்சரடைக் கழற்றுவது என்றால் சாஸ்திர விரோதம் இல்லையா என்று கேட்டோம். அதிகாரிக்கு இந்து தர்மத்தில் நம்பிக்கை இருக்கும் போலும். எதுவும் சொல்ல முடியாமல் திகைத்துப் போனார். உதயம் எழுந்து "இதுபோன்றவை வரும் என்றுதான் நாங்கள் மாலை மாற்றிக் கல்யாணம் செய்துகொண்டோம்" என்று சொன்னாள். கம்யூனிஸ்டுகள் செய்யும் மாலை மாற்றி கல்யாணம் பற்றி அதிகாரிகளுக்கு விளக்கினாள். அதிகாரி உதயத்தின் கழுத்தைப் பார்த்துவிட்டு மௌனமானார். மாலைமாற்றித் திருமணம் நடந்திருந்தாலும் மாமியார் வீட்டில் கொடுத்த தாலிச்சரடை அணிந்திருந்தவர்கள், தயங்காமல் எடுத்துக்கொடுத்தார்கள்.

காட்ரகட்ட ஹனுமாயம்மா பத்திரிகை ஆசிரியரின் மனைவி என்பதால், முதல் வகுப்பு கைதியாகத் தனியாக வைப்பதாகச் சொன்னார்கள். அவள் மறுத்துவிட்டு, "என் குழந்தையை தினமும் என்னிடம் அழைத்து வருவதற்கு அனுமதி வழங்க வேண்டும்" என்று வேண்டுகோள் விடுத்தாள். பிரகாசம் அவசரச் சட்டப்படி (ஆர்டினன்ஸ்) பெரிய பெரிய செல்கள் கட்டி இருக்கிறார்களாம். ஹனுமாயம்மா உட்பட எல்லோரும் குறுகலாக இருந்தாலும் ஒரே செல்லில் இருப்பதாகச் சொல்லிவிட்டோம். நந்திகாம ஜெயிலைவிட மேல் இல்லையா என நினைத்துக்கொண்டோம். முதல் வகுப்பு செல்லில் தங்கக்கூடிய வாய்ப்பை மறுத்து எங்களுடன் தங்கிய ஹனுமாயம்மாவைப் பாராட்டினோம்.

வெட்டு ஒன்று துண்டு இரண்டு

ஒருநாள் காலைக்கடன்களுக்காக ஜெயில் வளாகத்திற்கு வந்தபோது உதயம் அங்கே இருந்த வேப்பமரத்தைக் காண்பித்து "எவ்வளவு அடர்த்தியாக இருக்கிறது, பார்" என்று சொன்னாள். "போலீஸ் கான்ஸ்டபிள் இன்னும் பல்தேய்க்கும் குச்சிகளைக் கொண்டு தரவில்லை. ஏன் தாமதம் செய்கிறான்?" என்றாள். 'வெட்டு ஒன்று துண்டு இரண்டு' என்று பேசும் மோட்டூரு உதயம் "மரத்தில் ஏறி கிளையை வளைக்கிறேன். குச்சிகளை ஒடித்துக் கொள்ளுங்கள்"என்று செயலிலும் இறங்கினாள். மளமளவென்று ஏறிக் கிளையை வளைத்தாள். அதற்குள் வேப்பங்குச்சிகளைக் கொண்டுவந்த போலீஸ், "கோபியரைப்போல் மரத்தில் ஏறுவதற்கு வந்தீர்களா? லட்சியத்தைச் சாதிக்க வந்தீர்களா?' என்று ஏளனமாகச் சொன்னார். "வாயை மூடு" என்றாள் அன்னபூர்ணம்மா. உதயம் மரத்திலிருந்து இறங்கி வந்தாள். மொழி தெரியாத வித்யா கனுகா, என்னவென்று ஆங்கிலத்தில் கேட்டாள். எல்லாவற்றையும் கேட்டுவிட்டு, "அவன் மன்னிப்பு கேட்கும்வரையில், அவன் கொடுத்த வேப்பங்குச்சிகளை எடுத்துக்கொள்ள வேண்டாம்" என்றுசொல்லிவிட்டாள்.

கொண்டுவந்த குச்சிகளைக் கீழே போட்டுவிட்டு, "லத்தி அடி வேண்டுமா?" என்று போலீஸ் கடுமையான குரலில் கேட்டான்.

"அடி பார்ப்போம்" என்று பெண்கள் முன்னால் வந்தார்கள். எங்களை எதுவும் செய்யமுடியாமல் அவன் அதிகாரிகளிடம் ஓட்டமெடுத்தான். ஹெட் கான்ஸ்டபிள் எல்லாவற்றையும் கேட்டுவிட்டு அவன் சார்பில் மன்னிப்பு கேட்டுக்கொண்டு பல்தேய்த்துவிட்டு வரச்சொன்னார். அவன்தான் மன்னிப்பு கேட்க வேண்டும் என்று பிடிவாதம் பிடித்தோம்.

"அவனுக்கு உங்கள் முன்னால் வருவதற்கு வெட்கமாக இருக்கிறது. அதிகாரி அவனை நன்றாகக் கடிந்துகொண்டார்" என்று சொன்னார்.

விஷயத்தை இனியும் நீடிக்க வேண்டாம் என மேற்கொண்டு வேலைகளைப் பார்த்தோம். ஏதோ வெற்றிபெற்றுவிட்ட உற்சாசம் கொண்டோம்.

ஆண்கள் செல்களில் இருந்த தோழர்கள் துப்புரவுப் பணியாளர்கள் மூலமாக நடந்ததைக் கேள்விப்பட்டுச் சிரித்தார்களாம். எல்லா நாட்களும் நமக்கு அனுகூலமாக இருக்காது என்றும், சமய சந்தர்ப்பத்தை உணர்ந்து செயல்பட வேண்டும் என்று சொன்னார்களாம். "கைதிகள் செய்யும் சமையலை எங்களால் சாப்பிட முடியவில்லை. பெண் தோழர்கள் சமைத்தால் நன்றாக இருக்கும்" என்று சொன்னார்களாம்.

அந்த வார்த்தைகளைக் கேட்ட உதயம், "காங்கிரஸ் அரசு எங்களுக்குச் சமையலிலிருந்து விடுமுறை கொடுத்திருக்கிறது. ஆணாதிக்கத்துடன் அதை ரத்துசெய்ய நினைக்கிறீர்களா?" என்று ஜெயில் கம்பிகளுக்கு அருகில் நின்று உரத்த குரலில் கத்தினாள்.

"பெண் என்பவள் சமையல் அறைக்காகவே படைக்கப் பட்டவளா? ஆணின் வசதிகளுக்காகவே உருவாக்கப்பட்டவளா?" என்று எங்களை நாங்களே கேட்டுக்கொண்டோம். இல்லவே இல்லை என்று எங்களுக்கு நாங்களே பதில் சொல்லிக்கொண்டு (உதயம் போலவே), "வேண்டுமானால் அரிசியில் கல்லைப் பொறுக்கித் தருகிறோம். ஆனால் சமையல் செய்ய மாட்டோம்" என்று சொன்னோம். சுப்பம்மா கல்நீக்கிய அரிசியைக் கொண்டு வடித்த கஞ்சியை நீர்க்கச் செய்து உப்பு போட்டு கண்ணாடித் தம்ளர்களில் (ஹனுமாயம்மாவின் வீட்டிலிருந்து வந்தவை) எடுத்து வந்தாள். தம்ளர்களைப் பார்த்த உதயம், "காங்கிரஸ் அரசு தரும் காபியா?" என்று பெற்றுக்கொண்டாள். ஆடுபுலி போன்ற ஆட்டங்களை ஆடிக்கொண்டும் பாடிக்கொண்டும் செல்லில் காலத்தைக் கழித்து வந்தோம்.

எங்கள் பாடல்களைக் கேட்டுவிட்டு, ஓய்வுபெறும் வயதில் இருந்த போலீசார் ஒருவர் "அம்மா! கிரிஜனப் போர்வீரன் கதையைப் பாடம்மா" என்றார். "அந்தக் கதையில் போலீசாரை வசை பாடுவோம் இல்லையா? அது உங்களுக்குப் பரவாயில்லையா?" என்று கேட்டதற்கு, "நீங்க வசைபாடுவது வெள்ளைத் துரைமார்களைத்தானே. எங்களை இல்லையே" என்றார். நம்மூர் போலீசார் அப்படி நடந்துகொண்டாலும்,

உங்களைச் செய்யவைத்தாலும் அதுபோலவே வசைபாடுவோம்" என்று சொன்னோம். "வெள்ளைத் துரைமார்களே சில சமயம் மேல், இந்த கறுப்புத் துரைகளைப் பார்க்கும்போது" என்று உதயம் ராகம் போட்டுப் பாடினாள்.

விளையாட்டு உதயம்

எங்களைக் கதைகளைச் சொல்லவைத்துக் கேட்கும் வயதான போலீஸ் பெரியவரை உதயம், 'பெரியப்பா' என்று விளிப்பாள்.

அவர் எல்லோரையும் 'அம்மலு' என்று கூப்பிடுவார். எங்களை வெளியில் அழைத்துப்போகும் போதும், திரும்பவும் செல்லுக்குள் அனுப்பும் போதும் இரண்டு வரிசையில் நிற்கவைத்து எண்ணுவார்கள். வெளியில் சென்றவர் எண்ணிக்கையும் திரும்ப வருபவர் எண்ணிகையும் ஒன்றாக இருந்தால்தான் உள்ளே அனுப்புவார்கள். ஒருமுறை உதயம் பின்வரிசையில் இருந்த பெணகளுக்குப் பின்னால் மறைந்துகொண்டாள். போலீஸ் இரண்டு வரிசைகளையும் எண்ணிவிட்டு ஒன்று குறைகிறதே, கழிப்பறையில் இருக்கக்கூடுமோ என்று ஓடிப்போய்ப் பார்த்தார். எங்கும் தென்படாததால் விசில் ஊதி அதிகாரியிடம் சொன்னார். அதிகாரி எண்ணியபோது உதயம் சாதாரணமாக வரிசையில் நின்றுவிட்டாள். அதிகாரி, "எல்லோரும்தான் இருக்கிறார்களே? ஒருத்தர் குறைகிறார் என்று பயமுறுத்திவிட்டாயே?" என்று அந்த போலீஸைக் கடிந்துகொண்டார். அவ்வளவு பயப்பட வேண்டிய அவசியம் என்ன என்று நாங்கள் கேட்டபோது, "கைகலூர் என்ற இடத்தில் கம்யூனிஸ்டுகள் தப்பித்துக்கொண்டு போய்விட்டார்கள். ட்யூட்டியைச் சரியாக நிறைவேற்றாமல் போனதால் அவர்கள் தப்பித்துவிட்டார்கள் என்று அதிகாரிகள் ஓரிரு போலீசாரைத் தற்காலிக நீக்கம் செய்துவிட்டார்கள்" என்று சொன்னார்கள். "உங்களுக்கு அதுபோன்ற ஆபத்து வரவிடமாட்டோம்" என்று சொன்ன உதயம் எங்களைப் பார்த்துவிட்டு, "அந்த அளவுக்காவது இவர்களுக்குப் பயம் இருக்க வேண்டும். நான் இப்படிச் செய்ததால் மேலும் பத்து நிமிடங்கள் நாமெல்லோரும் வெளிக்காற்றைச் சுவாசிக்க முடிந்தது இல்லையா?" என்றாள். தான் எது செய்தாலும் அது பெரிய காரியம்தான் என்பதுபோல் எல்லோரையும் பார்த்துவிட்டு செல்லுக்கு நடந்தாள்.

ஹனுமாயம்மாவின் மகள் சிறையில் இருக்கும் பெணகளுக்கு இனிப்பு, பழங்கள் முதலியவற்றுடன் ஷூக்கள் அடியில் ரகசியப் பத்திரங்களைக் கொண்டு தருவாள். நாங்கள் அவற்றைப் படித்த

பிறகு, நாளேட்டிற்குள் மறைத்துப் பக்கத்து செல்லில் இருக்கும் தோழர்களுக்குப் போலீஸ் பெரியவரிடம் அனுப்பிவைப்போம். ஒரு முறை பேப்பருக்கு நடுவிலிருந்து ஒரு ரகசியத் துண்டுப்பிரசுரம் நழுவி வராண்டாவில் விழுந்துவிட்டது. அதைக் கவனிக்காமல் கான்ஸ்டபிள் பேப்பரை பக்கத்து செல்லில் கொடுத்துவிட்டுப் போய்விட்டார். 'வேப்பங்குச்சி' தகராறு செய்த போலீஸ் அதை எடுத்துப் படித்துவிட்டு, "உங்களை ஒரு கை பார்க்கிறேன்" என்பதுபோல் முறைத்துவிட்டு ஜேப்பில் வைத்துக்கொண்டு போய்விட்டான். நாளேட்டின் நடுவில் சரியாக வைக்காததால் விழுந்துவிட்டதென்றும், உதயத்திற்கு எல்லாமே அவசரம்தான் என்றும் கோபித்துக்கொண்டோம். அது எப்படி வந்தது என்று கேட்டு போலீசார் தொல்லைக் கொடுக்கக்கூடும் என்று கவலையுடன் உட்கார்ந்திருந்தோம்.

நாளேட்டைக் கொண்டு கொடுத்த பெரியவர் ஏதோ வேலையாய் வராந்தாவுக்கு வந்தபோது, "பெரியப்பா!" என்று அழைத்து, "எங்களிடம் வந்த ரகசியப் பத்திரங்கள் உங்கள் கண்ணில்பட்டால் அதிகாரிகளிடம் கொடுத்துவிடுவீர்களா? எங்களைத் தண்டிப்பீர்களா? என்ன செய்வீர்கள்? ஜெயில் ரூல்ஸ் தெரிந்துகொள்வோம் என்று கேட்கிறோம். சொல்லுங்களேன்" என்று கேட்டாள் அன்னபூர்ணம்மா.

"உங்களிடம் அதுபோன்ற காகிதங்கள் இருந்தால் உங்களுக்கு எவ்வளவு ஆபத்தோ, எங்களுக்கும் அந்த அளவுக்கு ஆபத்து. இத்தனை போலீசார், சிப்பந்தி, அதிகாரிகள் இருக்கும்போது அவை எப்படி வந்தது என்று எங்களை உலுக்கி எடுப்பார்கள். எங்கள்மீது வழக்கும் போடுவார்கள். பணி நீக்கமும் செய்வார்கள். நீங்கள் பெண்கள். அதுபோன்ற எண்ணமே உங்களுக்கு வேண்டாம்" என்று சொல்லிவிட்டுப் போய்விட்டார்.

"அவனுடைய பிரதாபம் வேப்பங்குச்சிகளைக் கீழே போட்டபோதே புரிந்துவிட்டது, அந்தக் காகிதத்தைப் படித்தாலும் அவனால் புரிந்துகொள்ள முடியாது. பெரியப்பா சொன்னதுபோல் அதிகாரிகளிடம் ஒப்படைத்து வலிய ஆபத்தை வரவழைத்துக்கொள்ள மாட்டான். நீங்கள் நிம்மதியாக இருங்கள்" என்றாள் உதயம்.

அந்தப் போலீஸ் என்ன செய்தார் என்று எங்களுக்குத் தெரியவில்லை. அன்று மட்டும் பயமாக இருந்தது. ஆனால் மறுநாள் அதிகாரிகள் எங்களிடம் வரவில்லை. அதைப்பற்றிக் கேட்கவும் இல்லை என்பதால் நிச்சிந்தையாக இருந்தோம். இந்த நிகழ்ச்சியால் ஜெயில் கட்டுப்பாடுகளையும் கைதிகளிடம் போலீசாருக்கும் இருக்கும் பொறுப்பு மற்றும் தொல்லைகளையும்

ஓரளவுக்குப் புரிந்துகொண்டோம். வயிற்றுப் பாட்டுக்காகத்தானே போலீஸ் உத்தியோகம் என்று நினைக்கத் தோன்றியது. இரவு முழுவதும் காவல் காத்து வெளி உலகத்தையே பார்க்க முடியாத சென்ட்ரியைப் பார்க்கும்போது அவனும் ஒரு விதத்தில் கைதிதான் என்று தோன்றியது.

நான்கு நாட்கள் கழித்து பத்திரிகைகளில் ஆகஸ்ட் 15, சிப்பாய்களின் அணிவகுப்பு புகைப்படங்கள் தென்பட்டன. பெரியப்பா போலீஸ் சந்தோஷமாக எங்களிடம் வந்து, "இன்று கொடிக்கு மரியாதை செய்ய வைப்பார்கள். வெளியில் நிறைய நேரம் இருக்கவிடுவார்கள். கைதிகளுக்கு புளிசாதம், லட்டு கொடுப்பார்கள். சுதந்திரம் வந்துவிட்டது அல்லவா" என்றார்.

"பெரியப்பா! சுதந்திரம் வந்துவிட்டால் நாங்கள் ஏன் ஜெயிலில் இருக்கப் போகிறோம்?" என்று கேட்டோம். "கொடிக்கு மரியாதை தெரிவிக்காவிட்டால் புளிசாதமும் லட்டும் கொடுக்க மாட்டார்களா?" என்றாள் உதயம்.

"எனக்குத் தெரியாது அம்மா" என்றார் அவர்.

"வழக்கை விசாரிக்கச் சொன்னதால் ஜெயிலில் வைத்திருக்கிறார்கள் என்று நாங்கள் உண்ணாவிரதம் இருக்கப் போகிறோம். அதிகாரிகளிடம் தெரிவியுங்கள்" என்று அவரிடம் சொன்னோம். தேவைப்பட்டால் எழுதித் தருவதாகச் சொன்னாள் உதயம்.

"வேண்டாம்" என்று அவர் போய் ஹெட் கான்ஸ்டபிளிடம் தெரிவித்துவிட்டு வந்தார்.

"கொடிக்கு மரியாதை தெரிவிக்காவிட்டாலும் புளிசாதம், லட்டுவை மறுக்க வேண்டாம்" என்று ஹெட் கான்ஸ்டபிள் அறிவுரை வழங்கினாராம். "நாங்கள் ஒன்றும் புளிசாதத்திற்கு ஏங்கி இங்கே வரவில்லை" என்றாள் அன்னபூர்ணம்மா. கைதிகள் எல்லோரும் சாப்பிட்ட பிறகு ஹெட் கான்ஸ்டபிள் திரும்பவும் எங்களிடம் "சாப்பிடுவீர்களா? மாட்டீர்களா?" என்றார். அவர் பக்கத்தில் அன்று வேப்பங்குச்சிகளைத் தரையில் போட்டுவிட்டு எங்களை நக்கல் செய்த போலீஸ் கண்களை உருட்டியபடி நின்றுகொண்டிருந்தான். "நாங்கள் கலவரம் செய்பவர்கள். சின்னக் குழந்தையை அடிப்பதுபோல் அடித்து வலுக்கட்டாயமாகச் சாப்பிட வைப்பீர்களா என்ன?" என்று கேலியாகச் சொன்னாள் உதயம். அவர்கள் இருவரும் தரையை ஷு கால்களால் உதைத்துக்கொண்டே போய்விட்டார்கள். நாங்கள் சிரித்துக்கொண்டே, "சுயநம்பிக்கை பசியையும் அடக்கிவிடும், தைரியத்தையும் கொடுக்கும்" என்று நினைத்துக்கொண்டோம்.

சூரியன் பரங்கிப் பழம்போல் மலைகளுக்கு மேலே காட்சி தந்துகொண்டிருந்தான். குளிர்ந்த காற்று வீசுவதுபோல் "பெரியப்பா" எங்களிடம் வந்தார். "பாட்டு கேட்கிறீர்களா?" உதயம் கேட்டாள்.

"பசியில் வயிறு வாடியிருக்கும் போது எப்படிப் பாடமுடியும்? ஆகஸ்ட் 15 சந்தர்ப்பத்தில் சில குற்றவாளிகளை விடுதலை செய்யப் போகிறார்களாம். அதில் நீங்களும் இருப்பதாகக் கேள்விப்பட்டேன். பகல் முழுவதும் பச்சைத் தண்ணீர் வாயில் வைக்கவில்லை நீங்கள். விடுதலை ஆகப்போவது உண்மை என்றால் வெளியில் போகும் முன்பு கொஞ்சமாவது சாப்பிட்டுவிட்டு போங்கள், அம்மா. வழக்கு நடந்து தண்டனையை அனுபவிக்க நேர்ந்தால் நீங்கள் இந்த ஜெயிலுக்குத்தான் வருவீர்களோ, வேறு ஜெயிலுக்குத்தான் போவீர்களோ? என் ட்யூட்டி முடிந்துவிட்டாலும் இந்தச் செய்தியைத் தெரிவிக்கத்தான் இந்த வராந்தாவுக்கு வந்தேன். கண்மணிகளே! போய் வருகிறேன்" என்றார்.

இப்பொழுதும் மனக்கண்முன் தென்பட்டுக் கொண்டிருக்கும் அந்தச் சகோதரி உதயத்திற்கு புரட்சி வணக்கம் தெரிவிக்கின்றேன்.

கடந்த தலைமுறையினரின் வீரக் கதைகளை உரமாக்கி,
தியாகத்தை நீர் பாய்ச்சிப் பயிர் செய்யடா –
மலர்ந்து சுகங்களைத் தருமடா
இந்தப் பூமி விலைமதிப்பற்ற புஞ்சையடா!

மாணவி, ஜூலை 2002

கருணை ததும்பும் விழிகளில் ராஜண்ணா

கடந்த பத்தாண்டு நினைவின் சாட்சியாய்
சி.ஆர்.க்கு வலது கரமாக
அன்பும் பாசமும் கலந்த மேடையில்
இளைஞர்களை ஊக்கப்படுத்தி
உற்சாகமாய்க் காட்சி தருவான் ராஜண்ணா!

அனந்தபுரத்து நல்லனுபவங்களை நண்பர்கள்
சொல்லக் கேட்டிருக்கிறேன்
அவ்வளவு சிறப்பா
அதன் முக்கியத்துவம் யாதெனக் கேட்டால்
சமச்சீர் சமுதாயம் உருவாக
நாகி, ராஜண்ணா, ஐ.எஸ்., வீ.கே.
புரட்சியைத் தொடங்கிய நகரம்!
வேறுசிறப்பும் வேண்டுமோ என்பர்.

அன்று...

சாவித்திரியின் பொங்கல் விருந்து
ராஜசேகரரெட்டி பேச்சின் நிலவின் குளிர்ச்சி
முதல்முறையாய் அண்ணா என்று விளிக்க விழைந்தேன்
பொங்கல் பண்டிகை மேன்மைதனை
இரட்டைக் கவியாய் ராஜண்ணா, ராஜேஸ்வர ராவ்
சொல்லக் கேட்டேன்
கூறுக சாவித்திரியின் சமையல் சிறப்பு
எனக் கேட்ட என்னை நோக்கி
எழுத்துகளையே அமுதாக்கித் தாய்போல் படைத்தால்
அமிர்தமாய்ப் பருகி ஆனந்தமாய்ச்
செப்புவேன் என்றார் ராஜண்ணா
எப்படி எழுதவென
நான் பார்த்த வானம்
தொலைந்த கருணை
பசி பட்டினியின் தீனக் குரல்கள்
ஒவ்வொரு துளியாய் விழுந்து

எழுத்தாகி வரிகளாகிப் பாடலாகி
அமுதமாய் மக்கள் இதழில்
கானமாகி விட்டது என்றது
அது தந்த ஆவேசம்
இலக்கியமே உணவாய்த் தோன்றிற்று

பின்னொருநாள்...

லீலா செய்த உகாதி பச்சடி கண்டு
பார்கத்புராவில் அண்ணன் கேட்டான்
"லஞ்சம் வாங்காது கடமைசெய்யும்
மாங்காய், துளிர் வேப்பிலை,
கரும்பு, பலாச்சுளை போல்
அமைச்சரும் அதிகாரியும் இருந்தால்
ஆந்திர மாநிலமே பிருந்தாவனமாகாதோ
உண்மை உழைப்பின்
உண்மை அழகு வெளிப்படாதோ
புது வசந்தம் மலராதோ!
ஏர்முனையும் சிறக்காதோ"

புரட்சியே பல்லவியாய்,
மக்கள் நலமே கீதமாய்,
கற்பனையே சுருதியாய்,
நற்குணமே லயமாய்
பாடுவாயோ தங்கச்சி
என்று கேட்ட அண்ணனின்
முற்போக்கு எண்ணங்கள் அலையாய்
என்னைத் தூண்டி கானமாய் வெளியேறின
என் குரலில்

வேறொருநாள்...

மகள் கருணா மறைவின் துக்கக்
கண்ணீரை துடைத்த ராஜண்ணா
"கருணை என்றேனும் சாகுமோ
அது மானுட ஜீவிதம்
பூண்டற்றுப் போகாதல்லவோ
புரட்சி தோன்றியதே
கருணை துளிர்க்கத்தானல்லவோ
இளகும் இதயங்களில்,
கண்ணீர் சிந்தும் கண்களில்
கருணையைப் பார்
அதுவே கருணா அல்லவோ"
அண்ணனின் பாசமிகு ஆறுதல்
கண்ணீரை நிறுத்தியது
அவர் கண்களின் கருணை
வாழ்க்கை வீணாக்காதே என்றது

இன்றோ...

ராஜண்ணா இனி இல்லை என்றார்கள்
நண்பர்கள் அழுகையோடு

நம்பமாட்டேன்
கருணை ததும்பும் விழியெல்லாம்
அண்ணனின் லட்சிய வழிகாட்டல் அன்றோ
லட்சியத்தின்மேல் அமாவாசை இருள் படிய
காலம் கண்ணீர் வடிக்கிறதே ஏன்?
எனினும் துக்கம் கொள்ளாதீர்
பார்வையும் தெம்பும் குறைந்து
வயோதிகர்களாகி விட்டாலும்
நம் இதயத்தில் செங்கொடி பதித்த
அமரர்தம் லட்சியம் காப்போம்

அஞ்சலி செலுத்துகையில்
சற்று இளைப்பாற ஆசிரமம் செல்கிறேன் எனச்
சொல்ல நினைத்தேன்
அந்த முதியோர் இல்லத்தில்
சி.ஆருக்கு வலப்புறம் ஆராய்ச்சி மையம்
மையத்திற்கு உறுதுணையாக,
அவ்விடத்திற்குப் பின்புலமாய்,
ஆராய்ச்சிக்கு அனுசரணையாய்
முற்போக்குவாதிகளுக்கு நண்பனாய்
ஜனநாயகத்திற்குப் பிரதிநிதியாய்
வியப்பும் திகைப்பும் மேலிட
அங்கே ராஜண்ணா!

நினைவுப்பெட்டகத்தில் நீலம் ராஜசேகர ரெட்டி
(சி.ஆர். பௌண்டேஷன் பதிப்பு)

மானிகொண்ட சூர்யாவதி

மாதர் புரட்சி இயக்கப் புகழ் மகுடத்தில்
என்றும் மின்னும் மாணிக்கமே!
உன்னை மறக்காது இந்தத் தெலுங்கு பூமி
மானிகொண்ட சூர்யாவதி!

வந்தே மாதரம் கீதம் பாடினாய்
தேசமாதாவை நேசித்தாய்
ஜனகனமன கானம் செய்தாய்
மாதர்களின் இதயத்துடிப்பை அறிந்தாய்.

மார்க்ஸையும் கந்துகூரியையும் படித்தாய்
சோஷலிச இயக்கத்தைத் தழுவினாய்
குரலிழந்த பெண்களைச்
சுதந்திரமாய்ப் பாடவைத்தாய்

அணிகலன்தான் பெண்களுக்கு அழகோ என்றாய்
இயக்கம் கதிர்விட்டு ஒளிசேர்க்க
கொள்கையோடு நகைகளைக் கொடுத்தாய்
தியாகமே ஆபரணமாய்ப் பெண்ரத்தினம் ஆனாய்
மூடாச்சாரங்களை நோய் என்றாய்
ஜாதி ஒழிய நீதியே மருந்தென்றாய்
நோயற்ற வாழ்வே குறைவற்ற செல்வம்
என்ற கொள்கை பரவ
அறுபதாயிரம் பெண்களை ஒன்றாக்கி
ஆந்திர மகிளாசங்கம் படைத்தாய்
ஒடுக்கப்பட்ட பெண்குரல்
வெளிச்சத்திற்கு வரச்செய்தாய்
ஆந்திரவனிதா பத்திரிகை கொணர்ந்தாய்
பொறாமை அரசு தடைசெய்ய
பிடிவாதமாய் மகளிரை அணிதிரட்டி
எதிர்க் குரல் கொடுத்தாய்
விஜயவாடா தெருக்களில் ஆயிரம்பேர்
அணிவகுத்துப் போர்முழங்கப்
படைத்தலைவியானாய்

புகை வீசி மிரட்டிய போலீசாரிடம்
ஜான்சிராணி வாரிசாய்
அச்சமில்லை என்றாய்
பழிவாங்க அரசு உனை வைத்த
இருள் நிறைந்த கடலூரு சிறையில்
ஒளிக்கிரணமாய் மிளிர்ந்தாய்.
புரட்சி இயக்க விளக்காய்
போர்வீரர்களுக்குப் புரட்சித் தாயானாய்
காற்றுப்புகா அறைதனில் மூன்றாண்டுகள் கழித்து
பசுமைக் காற்று வீசும்
ஆந்திர மண்ணிற்கு வந்தாய்
இரத்த வரலாறு படைத்த
அமரர்களை வணங்கினாய்
அவர் தம் மனைவியரை நெஞ்சோடணைத்து
கருணையுடன் கண்ணீரைத் துடைத்தாய்
மார்க்ஸிசம் என்றும் அழியாதது என்றாய்
கொள்ளையரின் அழிவு நிச்சயம் என்றாய்
பரந்த விசாலாந்த்ரா அமையப்
போராடும் மாந்தர்களுக்கு உறுதுணையாய் நின்றாய்
இறுதி மூச்சுவரையில் அயராது
போராட்டப் பாதையில் நடந்தாய்
இத்தனை நற்குணவதி உனக்கு
நான் எதைத் தருவது?
உன் ஊக்கத்தால் எழும்பிய என் எழுத்துகளை
மலர்க்கொத்தாக்கி கொடுக்கின்றேன்
பெற்றுக்கொள்வாய் சிநேகிதியே!

மாணவி, ஜூலை, செப்டம்பர் 2003

அக்காலத்துப் பெண் இயக்கங்கள்

சுமார் அறுபது ஆண்டுகள் வரலாறுகொண்ட ஆந்திர மகளிர் இயக்கம் பல திசைகளில் முன்னேற்றம் அடைந்துள்ளது. கந்துகூரி வீரேச லிங்கம், குரஜாட, கொமர்ராசு லக்ஷ்மணராவ் போன்றவர்கள் சமுதாயத்தில் ஆண்களுக்குச் சமமாக இருக்க வேண்டிய பெண்களின் அவல நிலையைப் பற்றி நிறைய யோசித்தார்கள். சீர்திருத்த இயக்கங்களை நடத்தினார்கள். பிறகு, மகாத்மா காந்தியின் தலைமையில் நடந்த சுதந்திரப் போராட்டம் பெண்களிடையே ஓரளவுக்கு அரசியல் விழிப்பை ஏற்படுத்தி, தேசியப் போராட்டத்திற்குள் கொண்டுவந்தது. அதற்குப் பிறகு சுதந்திர சோஷலிஸ்ட் சமுதாயத்தை உருவாக்கும் லட்சியத்துடன் கம்யூனிஸ்ட் இயக்கம், சமுதாய விழிப்பையும் ஏற்படுத்தி மாதர் இயக்கங்களைக் கிராமங்களுக்கும் பரவச்செய்தது. ஃப்யூடல் நாகரிகம், பழைமைவாதங்கள், தவறான சமுதாயக் கட்டுப்பாடுகள் ஆகியவற்றை எதிர்த்தும் அவலமான பொருளாதார நிலையிலிருந்து பெண்கள் மீட்சிபெறுவதற்கும் போராட்ட உணர்வு வழி ஏற்படுத்தியது. நடுத்தர, கீழ்த்தர வர்க்கப் பெண்களும் இயக்கத்தில் பங்கெடுக்கப் பெருமுயற்சி செய்தது.

கந்துகூரி வீரேசலிங்கம் யுகம்

கந்துகூரி வீரேசலிங்கம் அவர்களின் சீர்திருத்த இயக்கத்தின் பலனாய்ப் பிரபுத்துவ கலாச்சாரத்திற்கு எதிராக முதல்முதலாகப் பெண்கள் விழிப்புணர்வு கொண்டார்கள். பெண்களுக்காகப் பள்ளிகள் நிறுவப்பட்டன. விதவைகள் வீரேசலிங்கம் தம்பதியரின் ஆதரவில் மறுமணம் செய்துகொண்டார்கள். *சதீஹிதபோதினி* பத்திரிகை தொடங்கப்பட்டது. பெண்களின் முன்னேற்றத்திற்காக, படித்த பெண்களான பாலாந்திர புசேஷம்மா *(ஹிந்துசுந்தரி)*, புலகுர்த்தி லக்ஷ்மிநரசம்மா *(சாவித்திரி)*, வெங்கடரத்னமாம்பா *(அனசூயா)* பத்திரிகைகள் தொடங்கினார்கள்.

பண்டாரு அச்சமாம்பாவின் ‘அபலாசச்சரித்ராமாலா’, கனவர்த்தி வரலக்ஷமம்மாவின் ‘சாரதாலேகலு’ போன்ற படைப்புகள் பெண்களிடம் விழிப்புணர்வை ஏற்படுத்தின. முக்கியமாகச் சீர்திருத்த இயக்கக் கண்ணோட்டத்தில் பலர் முயற்சி செய்தார்கள். ஐரோப்பாவில் நடந்த ஜனநாயகப் புரட்சி இயக்கத்தின் பாதிப்பு இவர்களிடம் இருந்தது.

கந்துகூரி வீரேசலிங்கம் மனைவி ராஜலக்ஷ்மி, அவருக்கு வலுவான வலதுகரமாக இயங்கினாள். அந்தத் தம்பதியர் பிராமணப் பழைமைவாதிகளினால் அவமானப்படுத்தப் பட்டார்கள்; கல்லடிபட்டார்கள். பூர்விகச் சொத்துகளைச் செலவழித்தார்கள். பெண்களின் முன்னேற்றத்தை விரும்பும் பெருந்தன்மையாளர்களிடமிருந்து உதவிகளும் பெற்றார்கள். சமுதாய முறைகேடுகளுக்குப் பலியாகிக்கொண்டிருக்கும் பெண்களைக் காப்பாற்றக் களமிறங்கினார்கள். இயக்கத்தைத் தொடங்கி, பெண்கள் கல்வி கற்க வேண்டும் என்றும், பாலிய திருமணங்கள் ரத்து செய்யப்பட வேண்டும் என்றும், விதவைப் பெண்கள் மறுமணம் செய்துகொள்ள வேண்டும் என்றும், ஆண் பெண் இருவரும் சரிசமம் என்றும், சமுதாயத்தில் மனிதர்கள் எல்லோரும் சமம்தான் என்றும் பறைசாற்றினார்கள். பத்திரிகைகளை நிறுவினார்கள்; புத்தகங்களைப் பிரசுரித்தார்கள். பாதிக்கப்பட்ட பெண்களுக்குப் பாதுகாப்பு மையங்களை உருவாக்கினார்கள். அதுபோலவே மகாராஷ்டிராவில் ஜோதிபா புலே, சாவித்ரிபாய் புலே தம்பதியினர் முயற்சிசெய்தார்கள். பெண் கல்விக்காகவும் ஆண் பெண் பாரபட்சத்திற்கு எதிராகவும் வேலைசெய்தார்கள்.

தேசிய இயக்கம்

ஒத்துழையாமை இயக்கம் *(1919–22)*, உப்பு சத்தியாகிரகம் *(1930–32)* போன்ற இயக்கங்களில் ஆந்திரப் பிரதேசத்திலிருந்து

பெண்களும் பெரும் எண்ணிக்கையில் பங்கெடுத்தார்கள். கள்ளுக் கடைகளுக்கும் வெளிநாட்டு ஆடைகளை விற்கும் கடைகளுக்கும் முன்னால் மறியல் போராட்டங்கள் நடத்தினார்கள். கைது செய்தாலும் தூற்றினாலும் பின்வாங்காமல் பெண்கள் சத்தியாக்கிரகத்தில் பங்கெடுத்துக்கொண்டார்கள். பெண்களுக்குத் தங்கத்திடம் மோகம் அதிகம் என்ற கூற்று உண்மை இல்லை என்பதை நிரூபிப்பதுபோல் மாகண்டி அன்னபூர்ணாவைப் போன்ற பல பெண்கள், நகைகளைக் காந்திஜியிடம் கொடுத்து முன்னோடியாக இருந்தார்கள். மகாத்மா காந்தி 1933இல் ஆந்திரப் பிரதேசத்திற்குச் சுற்றுப்பயணம் வந்தபோது, அங்கிருந்த பெண்கள் பலர் ஏழுமலையானுக்குச் சமர்ப்பிப்பதுபோல் நகைகளைக் கழற்றி காந்திஜியிடம் கொடுத்தார்கள்.

சுதந்திரப் போராட்டத்தில் பெண்களின் பங்களிப்பு சிறியதல்ல. ஒத்துழையாமை இயக்கம், சுதேசி இயக்கம், கள்ளுண்ணாமைப் போராட்டங்களுக்காக வீதிக்கு வந்தார்கள். ஊர்வலத்தில் பங்கெடுத்துக்கொண்டார்கள். லத்தியால் அடி வாங்கினார்கள். சிறை சென்றார்கள். சுதந்திரப் போராட்டத்துடன் சமுதாய, அரசியல், பொருளாதார வசதிகளுக்காகவும் போராடினார்கள். கிராமத்தில் நிலச்சுவான்தார்களின் முறைகேடுகளுக்கும் மூடநம்பிக்கைகளுக்கும் எதிராகப் போராடினார்கள்.

எனக்கு அப்பொழுது பத்து அல்லது பன்னிரண்டு வயது இருக்கும். என்னைப் போன்ற சிறுமிகள் (நான் உட்பட) கடவுள் பக்தியைவிட நாட்டுப் பற்றே சிறந்தது என்று பறைசாற்றும் வகையில் சிறு கரங்களால் அணிந்திருந்த நகைகளை காந்திஜியிடம் கொடுத்தோம்.

அன்று தேசிய இயக்கம் பெண்களிடம் புதிய உற்சாகத்தை உண்டாக்கியது. துவ்வூரு சுப்பம்மா, விதவைக் கோலத்தைக் குறிக்கும் முட்டாக்கு போட்டநிலையில் மேடையில் சொற்பொழிவு ஆற்றுவது, தேசபக்திப் பாடல்களைப் பாடுவது, மக்களுக்கிடையே நாட்டுப்பற்றை ஏற்படுத்துவது போன்றவற்றைச் செய்தார். சிறைசென்று லத்தியால் அடி வாங்கினார். கும்மடிதல துர்காபாயம்மா (துர்காபாய் தேஷ்முக்) உன்னவ லக்ஷ்மிபாயம்மா, சூர்யதேவரராஜ்ய லக்ஷ்மம்மா, கம்பம்பாடி மாணிக்யாம்பா, பாரதிதேவி ரங்கா போன்ற நூற்றுக்கணக்கான பெண்கள் இயக்கத்தில் பங்குபெற்றார்கள்.

தெலுங்கானாவில் 1935இல் ஆந்திர மக்கள் சங்கத்தின் மாநில மாநாட்டில் பெண்கள் பங்கெடுத்துக் கொண்டார்கள். மாடாடி ஹனுமந்தராவுடன் அவருடைய மனைவி மாணிக்யாம் பாயும், ஆருட்ல ராமச்சந்திரா ரெட்டியுடன் அவருடைய மனைவி

கமலாதேவியும் பங்கெடுத்துக் கொண்டார்கள். மாநில காங்கிரஸ் ரகசியச் செயல்பாடுகளில் எல்லாப்ரகட சீதாகுமாரி, சங்கம் லக்ஷ்மிபாயம்மா, மசூமாபேகம் முதலானவர்கள் பங்கெடுத்துக் கொண்டார்கள். பெண் வாரிசுரிமை, பாலியத் திருமணங்கள் தடை, விதவை மறுமணம் போன்ற சீர்த்திருத்தங்களை அமலுக்குக் கொண்டுவந்தார்கள்.

ஓட்டுரிமை

1920இல் பெண்களின் வாக்குரிமைக்காக மான்டேகு கமிஷனிடம் வேண்டுகோள் விடுத்தார்கள். கல்கத்தா காங்கிரஸ் மாநாட்டில் அனிபெசன்ட் தலைமையில் பெண் வாக்குரிமைக்காகத் தீர்மானம் கொண்டுவந்தார்கள். மதராஸ் சட்டசபையில் முத்துலட்சுமி ரெட்டி முதல் துணைத் தலைவராகத் தேர்வு செய்யப்பட்டாள். அவள்தான் தேவதாசித் தொழிலை ஒழிக்கும் சட்டத்தைக் கொண்டுவந்தாள். 1937இல் ஹிந்துப்பெண்களின் சொத்துரிமைச் சட்டம் வந்தது. தேவதாசி முறை ஒழிப்பு மசோதாவை ராஜ்யசபையில் அம்மன்னராஜா கொண்டுவந்தார். அது 1947இல் சட்டமாகியது. மாதர் சங்கங்களின் தொடர் போராட்டங்களும் தீர்மானங்களும் வேண்டுகோள்களும் இந்தச் சட்டம் அமலில் வருவதற்குக் காரணமாக இருந்தன. வாரிசு, சொத்துரிமை, சுவீகாரம், பலதார மணத்திற்குத் தடை போன்ற விஷயங்களைப் பற்றிய ராவ் கமிட்டி பரிந்துரைகளுக்குப் பல முக்கியமான திருத்தங்களை எடுத்துரைத்து, மாதர் சங்கங்கள் ஆயிரக்கணக்கான கையெழுத்துகளுடன் விண்ணப்பங்களைச் சமர்ப்பித்தன. அந்தச் சட்டங்கள் வந்ததற்கு மூலகாரணம் பெண்கள் செய்த போராட்டங்கள்தான். பெண்களின் உரிமைகளையும் போராட்டங்களையும் வலுப்படுத்தும் விதமாய் மனுக்கள் அனுப்பி வைத்தார்கள். பொதுக்கூட்டங்களில் ஆயிரக் கணக்கானவர்களைக் கூட்டினார்கள்.

கம்யூனிஸ்ட் கட்சி உருவாக்கிய பெண்கள் இயக்கம்

காங்கிரஸ் தலைமையின் கீழ் தொடங்கப்பட்ட ஆங்கில ஆட்சி எதிர்ப்புப் போராட்டத்தை ஜமீன்தாரி, பிரபுத்துவ எதிர்ப்புப் போராட்டமாக கம்யூனிஸ்ட் இயக்கம் பரப்பியது. பிரபுத்துவ நாகரிகத்தையும் முன்னேற்றத்திற்குத் தடையாயிருந்த கட்டுப்பாடுகளையும் எதிர்த்துப் போராட வேண்டும் என்று சொன்னது. பிறரைச் சார்த்திருக்கும் பெண்களின் இயலாமை, அடக்குமுறை, சமுதாயத் தகுதியின்மை, முறைகேடான ஆச்சாரங்கள், ஜாதிமதப் பழமைவாதங்கள் ஆகியவற்றுக்கு

எதிராகப் போராட வேண்டும் என்று அந்த இயக்கம் விரும்பியது. சமுதாயத்தில் சமபாகமாகப் பெண்கள் விழிப்புணர்வுடன் செயல்பட வேண்டும் என்று நினைத்தது. விஞ்ஞான அறிவு, தனித்தன்மை, சுதந்திரம், முன்னேற்றம் ஆகியவையும் அவர்கள் அடையவேண்டும் என்ற கொள்கையின் அடிப்படையில் கம்யூனிஸ்ட் இயக்கம் ஆந்திர மாநிலத்தில் பெண் இயக்கம் உருவாவதற்கு அடிகோலிட்டது.

தேசிய இயக்கத்துடன் கம்யூனிஸ்ட் இயக்கமும் கிருஷ்ணா ஜில்லாவில் முக்கியப் பங்குவகித்தது. அதனால்தான் 1937இலேயே கிருஷ்ணா ஜில்லாவில் பெண்கள் இயக்கம் தொடங்கியது. பதினோராயிரம் பேரை அங்கத்தினர்களாகச் சேர்க்க, கிராம அலுவலகங்களும் ஏற்பாடு செய்யப்பட்டன. அவர்கள் நடத்திய மாநாட்டிற்கு மாநிலத்தில் எல்லா ஜில்லாக்களிலிருந்தும் பெண் பிரதிநிதிகள் கலந்துகொண்டார்கள். பார்வையாளர்களாக ஆயிரத்திற்கு மேற்பட்ட பெண்கள் வந்திருந்தார்கள். பண்டிகையைக் கொண்டாடுவதுபோல் காடூர் பெண்கள் மாநாட்டிற்கு உறவினர்களுக்கும் நண்பர்களுக்கும் அழைப்பு விடுத்தார்கள். ஏறக்குறைய ஆயிரத்து ஐநூறு பேர் கலந்துகொண்ட மாநாடு மிகவும் உற்சாகமாக நடந்தேறியது. வீரப்பெண்மணி கல்பனாதத் (சிட்டகாங் பெண்மணி) உட்பட பலர் வாழ்த்துச் செய்திகளை அனுப்பிவைத்தார்கள். அதற்குப் பிறகு குண்டூர், கோதாவரி ஜில்லாக்களில் சங்கங்கள் நிறுவப்பட்டன. ஒவ்வொரு கம்யூனிஸ்டும் தன் மனைவி, சகோதரி, தாய் ஆகியோரையும் கூட்டங்களுக்கு அழைத்து வரவேண்டும் என்றும், சங்கங்களில் இணைய வேண்டும் என்றும், அவர்களைப் புத்தகங்களையும் கட்சி சர்குலர்களையும் பத்திரிகைகளையும் படிக்கவைக்க வேண்டும் என்றும் ஆணையிட்டார்கள். கோர்கி எழுதிய 'தாய்' நாவலைப் பல பெண்கள் படித்தார்கள். முதலில் தம் வீட்டில் இருக்கும் பெண்களைக் கல்வி அறிவு இருப்பவர்களாக மாற்றுவதைக் கம்யூனிஸ்டுகள் தம் கடமையாக நினைத்தார்கள்.

குண்டூரில் பத்தாயிரம் புகையிலைப் பெண்தொழிலாளர்களின் வேலைநிறுத்தப் போராட்டம் நடந்தது. சம்பள உயர்வுக்காகப் பெண்தொழிலாளர்கள் மறியல் நடத்தினார்கள். அறுபத்தி ஐந்து பெண்களுக்குத் தண்டனை கிடைத்தது. பெண்தொழிலாளர்களும் மாணவிகளும் சிறை சென்றார்கள். பெண்தொழிலாளர்கள் சொற்பொழிவாற்றும் அளவுக்கு ஆற்றலை வளர்த்துக்கொண்டார்கள். ஆறு அணா கூலி பதினாறு அணாவாக உயர்ந்தது. சங்கம் அமைத்துக் கௌரவமாக வாழ்ந்தார்கள்.

விஜயவாடாவில் அரசியல் பள்ளி

1943–47க்கு இடையில் சங்கங்கள் நிறுவுதல் அதிக அளவில் நடந்தன. கிராமம் மற்றும் ஜில்லா சங்கங்களில் வேலைபார்க்கும் பெண்களுக்காக அரசியல் பள்ளிகளை ஏற்பாடு செய்தார்கள். வரலாறு, அரசியல், புவியியல், உடல்நலம், மக்கட்பேறு, இயக்கம், பெண்களின் பிரச்சினைகள் ஆகியவற்றைப் பற்றிய சர்ச்சைகள் நடைபெறும். சுயபாதுகாப்புக்காக சிலம்புப் பயிற்சி மற்றும் முதலுதவிப் பயிற்சியும் எடுத்துக்கொண்டார்கள். தொடங்கிய நான்கைந்து மாதங்களில் அந்தப் பள்ளிகளுக்கு எண்ணூறு பெண்கள் வந்திருப்பார்கள். கம்யூனிஸ்ட் தலைவர்கள் புச்சலப்பல்லி சுந்தரய்யா, சந்திர ராஜேஸ்வர ராவ், கம்பம்பாடி சத்யநாராயணா, மத்துகூரி சந்திரம் போன்றவர்கள், உலக வரைபடம், பல்வேறுநாடுகள், வெவ்வேறு ஜாதிகள், வெவ்வேறு மொழிகள், ஏகாதிபத்திய நாடுகள் காலனித்துவ நாடுகளைக் கொள்ளையடித்தல், நம் நாடு அடிமைத்தனத்தில் ஆழ்ந்த விதம் ஆகியவற்றை விளக்கினார்கள். டாக்டர் அச்சமாம்பா சுகாதார அறிவியல், உடல்கூறு, மக்கட்பேறு, குழந்தை வளர்ப்பு முதலிய விஷயங்களைக் கற்பித்தார்கள். தந்தைவழி வம்சாவளி மற்றும் தாய்வழி வம்சாவளி பற்றியும் அந்தப் பள்ளியில் சொல்லித்தந்தார்கள். ராஜேஸ்வர ராவ் உடற்பயிற்சி கற்றுக்கொடுத்தார். காகிநிக்கர் மற்றும் சட்டை அணிந்து பள்ளிப் பெண்கள் அணிவகுப்பு நடத்தும்போது தெருவில் மக்கள் விநோதமாகப் பார்ப்பார்கள். ஜப்பான்காரர்கள் நம் நாட்டைத் தாக்கவந்தால், எப்படி எதிர்க்க வேண்டும் என்றுகூடக் கற்றுக்கொடுத்தார்கள். சாஸ்த்ரீய, விஞ்ஞான, தர்க்கக் கண்ணோட்டப் பாடங்களையும் நடத்திவந்தார்கள்.

பயிற்சிக்குப் பிறகு

பெண்கள் செருப்பு அணிந்து தெருக்களில் நடப்பது குற்றமாகக் கருதப்பட்ட காலத்தில், காலைக்கடன்களைக் கழிப்பதற்குப் பகல் நேரங்களில் அவர்கள் வெளியில் வரக்கூடாது என்று இருந்த நாட்களில் பெண்களை வெளியே அழைத்துவருவது மிகவும் கஷ்டமாக இருந்தாலும், மாதர்சங்கத்தினர் பிடிவாதமாகத் தன்னம்பிக்கையுடன் கிராமங்களுக்குச் சென்று பெண்களின் பிரச்சினைகளைத் தெரிந்துகொண்டு, ஊருக்கு ஒரு பெண்கள் பாடசாலையும் மருத்துவமனையும் உருவாவதற்கு ஏற்பாடு செய்தார்கள். குளத்தங்கரையில் அசுத்தம் செய்வதால், குளத்துநீர் மாசுபடும் என்று நயமாக எடுத்துச்சொல்லி பெண்களுக்காகக் கழிப்பறைகளைக் கட்டித்தருவதற்கு ஏற்பாடு செய்தார்கள்.

மானிகொண்ட சூர்யாவதி தன்னுடைய இடத்தை இலவசமாகக் கொடுத்துக் கழிப்பறைகள் கட்டுவதற்கு உதவி செய்தாள்.

பெண்கல்வியை ஊக்குவித்து, பாலியத் திருமணங்களைத் தடுத்து, விதவை மறுமணத்தை நடத்தி, சாதி கடந்த திருமணம் செய்துகொண்டவர்களுக்கு உறுதுணையாக நின்றதோடு மூடாச்சாரங்கள், மூடநம்பிக்கைகள், ஜாதிமத வேறுபாடுகள் முன்னேற்றத்திற்குத் தடை என்று விவரித்துச் சொல்வதிலும் மாதர்சங்கத் தோழியர்கள் வீரேசலிங்கத்தின் வாரிசுகள் ஆனார்கள். கள்குடித்தல், சூதாட்டம், கோழிப்பந்தயம் போன்றவற்றில் காலத்தையும் பணத்தையும் விரயமாக்குவது தவறு என்று சொல்லிப் பலரை அந்தப் பழக்கத்திலிருந்து மாற்றினார்கள். பத்திரிகை படிப்பது, நூலகத்திற்குச் செல்வது, கலாச்சார நிகழ்ச்சிகளில் கலந்துகொள்வது போன்றவற்றின் பக்கம் இளைய தலைமுறையைத் திசைதிருப்பினார்கள்.

இளைஞர்கள் சங்கம், மாணவர் சங்கம், மாதர் சங்கம் எல்லாம் இணைந்து பல்வேறு நல்ல நிகழ்ச்சிகளை நடத்திவைத்தன. வரதட்சிணை கூடாது என்று சொன்னதோடு, ஆடம்பரம் இல்லாமல் திருமணங்களை நடத்திவைத்தார்கள். மந்திரங்கள், சடங்குகளைவிட கணவன் மனைவி அன்னியோன்னியமாக வாழ்வது அழகு என்று பறைசாற்றுவதோடு, அதனைத் தாங்களும் பின்பற்றினார்கள். கம்யூனிஸ்ட்டுகளுக்குப் பெண்ணைக் கொடுப்பதற்குப் பலர் முன்வந்தார்கள். ஓரிரு குழந்தைகளே போதும் என்ற கொள்கையை முதலில் கம்யூனிஸ்ட் பெண்கள் மற்றும் இளைஞர்கள் நடைமுறைப்படுத்தினார்கள். அச்சமாம்பாவின் ஊக்கமும் உறுதுணையும் சங்கத்திற்கு எப்போதும் இருந்து வந்தன.

கம்யூனிஸ்ட் தியாகச் செம்மல்கள் – ஆண்களும் பெண்களும்

கட்சி விரிவடைய கம்யூனிஸ்டுகளுக்கென ஒரு பத்திரிகை, அலுவலகங்கள், முழு நேரப் பணியாளர்கள் ஆகியவை தேவை. இதற்கெல்லாம் பணம் வேண்டும். கட்சிச் செயலாளர்கள் சுந்தரய்யாவும் ராஜேஸ்வர ராவும் தங்களுக்குக் கிடைத்த பரம்பரைச் சொத்தை விற்றுக் கட்சிக்குக் கொடுக்கத் தீர்மானம் செய்தார்கள். அவர்களுடைய தியாகத்தைப் பார்த்துத் தொண்டர்களில் சிலரும் சொத்துகளை விற்றுக் கட்சிக்கு நன்கொடையாகக் கொடுத்தார்கள். அவர்களின் மனைவியர்கள் அந்தத் தியாகத்தில் பங்கெடுத்துச் சொத்தைக் கொடுப்பதற்கு மனப்பூர்வமாக ஒப்புக்கொண்டார்கள். தேவைப்பட்டபோது

தங்கள் நகைகளையும் கொடுத்து எளிமையானவர்களாக, நேர்மைக்கு முக்கியத்துவம் கொடுப்பவர்களாக நிலைத்து நின்றார்கள். நகைகளைவிட ஆரோக்கியமும் லட்சியப் பிடிப்பும் தங்களுக்கு அழகூட்டும் என்று நினைத்தார்கள்.

கம்யூனிஸ்டுகள், தம் பெற்றோர்கள் அதிக வட்டிக்குக் கடன் கொடுத்துவந்தாலோ, 'நாம்' (கார்த்திகையில் ஒரு மூட்டை நெல்லை ஏழைக்குக் கொடுத்து, அறுவடை காலத்தில் இரண்டு மூட்டையாகத் தானியத்தைப் பெறுவது) மூலம் சொத்து சேர்த்தாலோ, முதலில் தங்கள் வீடுகளில் அதனைத் தடைசெய்து, பிறகு கிராமங்களில் பிரச்சாரம் செய்தார்கள். அவர்கள் மனைவியர்களான மாதர்சங்க அங்கத்தினர்கள், தங்கள் மாமியார், மாமனார் மற்றும் பெற்றோர்களின் கோபத்தையும் தாங்கிக்கொண்டு, நியாயத்தை எடுத்துச் சொல்லிக் கணவன்மார்களுக்கு உறுதுணையாய் இருந்தார்கள். விவசாயத் தொழிலாளர்கள் அறுவடை, நடவுகளில் கிடைக்கும் குறைந்த கூலியிலிருந்தும் இயக்கத்திற்குப் பணம் கொடுத்தார்கள். உயர்ஜாதிப் பெண்கள், ஏழ்மை நிலையில் இருந்தபோதிலும் கூலிவேலைக்குப் போகக்கூடாது என்ற தடையை, பட்டினி கிடந்தாலும் கூலிவேலை செய்யக்கூடாது என்ற சமுதாயக்கட்டுப்பாடுகளை எதிர்த்து விவசாயக் கூலி வேலைகளுக்கு அப்பெண்களும் செல்வதற்கு வழிசெய்தார்கள். ஒரே வேலையைச்செய்யும் ஆண்பெண் இருவருக்கும் சமமாகக் கூலி கொடுக்க வேண்டும் என்று போராடினார்கள். பிரச்சாரம் செய்வதற்குமுன், தங்கள் நிலங்களில் அதைக் கடைப்பிடித்தார்கள். பிற இடங்களில் சாதிக்கவும் செய்தார்கள்.

ஒருங்கிணைந்த மாதர்சங்கத்தை உருவாக்கக் கோரிக்கை

1942இல் தேசிய இயக்கத்தில் பங்குபெற்ற பெண்கள் உருவாக்கிய சங்கங்களையும் கம்யூனிஸ்ட் மாதர்சங்கங்களையும் இணைத்து ஆந்திர மாநில மாதர்சங்கம் உருவாக வேண்டும் என்றும், எந்தக் கட்சிப் பெண்களாக இருந்தாலும் பெண்களின் பிரச்சினைகளுக்காகவே செயல்படுவதால், ஒன்றுபட்டுச் செயல்பட்டால்தான் பிரச்சினைகளைச் சுலபமாகத் தீர்க்க முடியும் என்று யோசித்து, அச்சமாம்பாவும் மானிகொண்ட சூர்யாவதியும் தேசிய இயக்க மாதர்சங்க அங்கத்தினர்களுடன் பேச்சுவார்த்தை நடத்தினார்கள். 1943இல் காகிநாடா மாநாட்டில் தீர்மானத்தையும் கொண்டுவந்தார்கள். பாரதிதேவி ரங்கா, உன்னவலக்ஷ்மிபாயம்மா முதலியவர்கள் அந்தத் தீர்மானத்திற்குச் சாதகமாக இருப்பதுபோல் தெரிந்தது. ஆனால் அவர்களின் சந்தா ஒரு ரூபாய், கம்யூனிஸ்ட் மாதர்சங்க அங்கத்தினர்

கட்டணம் நாலு அணா மட்டும்தான் என்றும் செயல்பாடுகளில் வேறுபாடுகள் உள்ளன என்றும் சிலர் வாதிட்டார்கள்.

தேசிய இயக்கத்திலிருந்த பெண்கள் அனேகமாக உயர் மத்தியதரத்து, வசதியுள்ள பூர்ஷ்வாக்கள் மற்ற பெண்களை, முக்கியமாக கம்யூனிஸ்ட் மாதர்சங்கப் பிரதிநிதிகளை இளப்பமாகப் பார்ப்பார்கள். பளிச்சென்று புடவை கட்டிக் கொள்ளவும் தெரியாத ஏழைப்பெண்களுடன் கலக்கவும் மாட்டார்கள். பெண்களின் பிரச்சினைகளைப் பற்றி இணைந்து செயல்படுவதற்கு ஒருநாளும் முன்வர மாட்டார்கள். பெண் தொழிலாளர்களிடமிருந்தும், அவர்களின் பிரச்சினைகளிலிருந்தும் எப்போதும் விலகியே இருப்பார்கள் என்றும் வாதிக்கப்பட்டது.

தீர்மானம் தோற்றுவிட்டது.

மாநில இடதுசாரி மாதர்சங்கத்தின் தோற்றம்

ஜில்லா மாதர்சங்கங்களின் முடிவின்படி 1947இல் முதல் முதலாக ஆந்திர மாதர்சங்க மாநாடு குண்டூர் ஜில்லா சிலமூரில் நடந்தது. எல்லா ஜில்லாக்களிலிருந்தும் பிரதிநிதிகள் வந்தார்கள். அப்போது ஏழு ஜில்லாக்களில் கிராம மாதர்சங்கங்கள் நிறுவப்பட்டு முழுவீச்சுடன் செயல்பட்டு வந்தன. கிட்டத்தட்ட நாற்பதாயிரம் பேர் அங்கத்தினர்களாக இருந்ததாக மாநாட்டில் அறிவித்தார்கள். இரண்டாயிரம் பெண்களுடன் ஊர்வலம் நடைபெற்றது. மெல்லி சோளிங்கர், ஹஜரா பேகம், டாக்டர் அச்சமாம்பா ஆகியோர் தலைமை வகித்தார்கள். ஆண்களும் பெண்களுமாய்ப் பத்தாயிரம் பேர் கூடிய பொதுக்கூட்டம் நடந்தது. மெல்லி சோளிங்கர் கொடியேற்றினாள்.

டாக்டர் லக்ஷ்மி மாநாட்டைத் தொடங்கி வைத்தாள். அச்சமாம்பா தலைமை வகித்தாள். இரண்டாவது நாள் இரவு பொதுக்கூட்டம் உற்சாகத்துடன் நடந்தேறியது. கிருஷ்ணா ஜில்லா மகளிர் புர்ர கதைத்தளத்தின் (தாபி ராஜம்மா, ராதா, சரோஜினி) புர்ர கதை பார்வையாளர்களின் பாராட்டைப் பெற்றது. மாறுவேடப் போட்டி, 'நாட்டு மன்த்திரசானி' (கிராம மருத்துவச்சி) நாடகம் ஆகியவை நடைபெற்றது. ஆரோக்கியக் குழந்தைக்குப் போட்டி நடத்தி, அவர்களை வளர்த்த தாய்மார்களுக்குப் பரிசு வழங்கினார்கள். கல்கத்தா அகில இந்திய மகளிர் சங்கத்தினரால் ஒப்புதல் அளிக்கப்பட்ட பெண் உரிமை மற்றும் கடமைகளின் திட்டத்தை ஏற்றுக்கொண்டார்கள்.

மாநில மாதர்சங்கத்தின் தலைவராக டாக்டர் கொமர்ராஜு அச்சமாம்பா, துணைத் தலைவராக டாக்டர் ஜெ.வி. லக்ஷ்மி,

செயலாளராக மானிகொண்ட சூர்யாவதி, துணைச்செயலாளராக சந்திர சாவித்திரி, உறுப்பினர்களாக மோட்டூரு உதயம், எல்லங்கி அன்னபூர்ணம்மா, நாகள்ள ராஜேஸ்வரம்மா, காட்ரகட்ட ஹனுமாயம்மா, பந்திரி ஜகதாம்பா போன்ற இருபது பேருடன் ஆந்திர மாநில மாதர்சங்க நிர்வாகக்குழு ஏற்படுத்தப்பட்டது. 1954இல் ஆந்திர மாதர் சங்கத்தின் இரண்டாவது மாநாடு கிருஷ்ணா ஜில்லா அங்கலூரில் வெற்றிகரமாக நடந்தேறியது. 1956இல் விஜயவாடாவில் அனைத்திந்திய மாதர் மாநாடு சிறப்பாக நடந்தது.

கலைத்துறையில் பெண்கள்

கம்யூனிஸ்ட் கட்சியினாலும், கட்சியால் உருவாக்கப்பட்ட மக்கள் சங்கத்தின் அலுவலகங்களினாலும், அலுவலகங்களுக்கு வருகைதரும் இளைஞர்களாலும் விஜயவாடா நகரம் கலகலப்பாக இருந்து வந்தது. இளைஞர்கள் கடைத்தெருவில் சுற்றித்திரிந்து பாட்டுப்பாடி, பிரஜாசக்தி பத்திரிகையை விற்பனை செய்வார்கள்.

"வெயிலில் அலைந்து திரிந்து, அந்தப் பத்திரிகைகளைச் சுமந்து ஏன் சிரமப்படுகிறீர்கள், அம்மா?" என்று சிலர் கேட்பார்கள். இன்னும் சிலர் பின்தொடர்ந்து கேலிசெய்வார்கள். அவற்றைப் பொருட்படுத்தாமல், யார் அதிகம் விற்பனை செய்தார்கள் என்று தங்களுக்குள் போட்டி வைத்துக்கொண்டு பிடிவாதமாக பத்திரிகையின் விற்பனையை அதிகரிக்கச் செயல்பட்டார்கள். கட்சி, மக்கள் சங்கங்கள் நிர்வகிக்கும் நிகழ்ச்சிகளிலும் கூட்டங்களிலும் தேசபக்தி, சீர்திருத்தப் பாடல்கள் பாடி வந்தார்கள். குரஜாட அவர்களின் தேசபக்திப் பாடல், 'தேசமுனுபிரேமிஞ்சுமன்னா' பிரார்த்தனை கீதமாக இருந்து வந்தது. பெரிதும் மதிக்கப்பட்ட குரஜாட மற்றும் கந்துகூரி வீரேசலிங்கம் ஆகியோரின் நினைவு நாட்களை நடத்தி வந்தார்கள். குரஜாட நினைவு நாளன்று 'கன்யாசுல்கம்' நாடகம் போட்டார்கள். அந்த நாடகத்தில் பெண் வேடங்களில் மாதர்சங்கப் பெண்களே நடிக்க வேண்டும் என்று சொன்னபோது, முதலில் அவர்கள் பயந்தார்கள். ரவீந்திரநாத் அவர்களின் மருமகள் (சகோதரியின் மகள்) தேவிகாராணி நாடகத்தில் பங்கெடுத்து வருகிறாள் என்றும், அந்தச் சம்பிரதாயத்தை நாமும் பின்பற்ற வேண்டும் என்றும் கட்சிப் பெரியவர்கள் எடுத்துச்சொல்லி அந்தப் பயத்தை விரட்டியடித்தார்கள். மகிளா சங்கப்பெண்கள் 'வேசிகள்' போல் நாடகத்தில் நடிக்கிறார்கள் என்று கேலி செய்வார்களோ என்ற பயம் நீங்கி நடித்தார்கள். அதற்குப் பிறகு சுங்கர, வாசிரெட்டி ஆகியோர் எழுதிய, 'முந்தடுகு', 'மா பூமி'

நாடகத்திலும், கொண்டமுதி கோபாலராய சர்மா எழுதிய 'பெங்கால் கறுவு' (வங்கநாட்டு வறட்சி) என்ற நாடகத்திலும் மாதர்சங்கப் பெண்கள் நடித்தார்கள். கிருஷ்ணா ஜில்லா புர்ர கதைத்தளம் மேடைகளில் கதைகளைச் சொல்லி "பெண்களால் செய்து காட்ட முடியாத வித்தையும் இருக்குமா, நயமாகச் சொல்லித்தந்தால்?" என்று பார்வையாளர்களைக் கொண்டு சொல்ல வைத்தார்கள். வங்கநாட்டு வறட்சி நாடகத்தில் நடித்துப் பார்வையாளர்களைக் கண்ணீர் வடிக்கச்செய்து, தாராளமாக நன்கொடை கொடுக்கச் செய்தார்கள். மகிளா புர்ர கதைத்தளங்களும், சிறுமிகள் புர்ர கதைத்தளங்களும் கலாச்சாரத் துறைக்கும், நாட்டிற்கும் இந்த விதமாகத் தம் பங்களிப்பைச் செய்துவந்தன.

விஜயவாடா கட்சி நிகழ்ச்சிகளில் பெண்களின் பங்கு

1944இல் விஜயவாடாவில் நடந்த அனைந்திந்திய உழவர் மாநாட்டிற்கு மாதர்சங்கத்தினர் ஊறுகாய் போட்டு, இலைகளைத் தைத்து அனுப்பினார்கள். அந்த மாநாட்டிற்கு பாபா சோஹன் சிங், பிருத்வி சிங் ஆஜாத், பி.சி.ஜோஷி, ராகுல் சாங்கிருத்யாயன் முதலிய பெரும் தலைவர்களின் வருகையைப் பாடல்கள் மூலமாகக் கிராமங்களில் பிரச்சாரம் செய்தார்கள். மாநிலத்தில் எல்லா மூலைகளிலிருந்தும் வரும் மக்கள் கூட்டத்தில் பெண்களும் சேர்ந்துகொள்ள உற்சாகப்படுத்தினார்கள். சிவப்பு ராணுவப் படையைப் போல் செங்கொடிகளுடன் ஒரு லட்சம் பேர் ஊர்வலமாய்ச் சென்றார்கள். அதில் ஏறக்குறைய முப்பதாயிரம் பெண்கள் கலந்துகொண்டு வரலாறு படைத்தார்கள். சமையலில், பரிமாறுவதில் எல்லோரும் ஒத்துழைத்தார்கள். அந்த மாநாட்டை வருணித்த பத்திரிகைகள், "சோஷலிசத்துடன், சிவப்புக் கொடிகளுடன் விஜயவாடா நகரம் கைகுலுக்குவதுபோல் இருந்தது" என்று எழுதின.

உணவு உற்பத்தியை அதிகரிப்பதில் பெண்களின் பங்கு

நாட்டில் வறட்சியை எதிர்கொள்ள, உணவு உற்பத்தியை அதிகரிக்கச் செய்யும் பணியில் இறங்க வேண்டும் என்று ஆந்திர மாநில உழவர் சங்கம் முடிவு செய்தது. கால்வாய்களைச் செப்பனிட்டு நீர்ப்பாசனத்தைச் சீராக்கி விளைச்சலை அதிகரிக்க வேண்டும் என்று நினைத்தது. பந்தர் கால்வாயைச் சீரமைக்க உழவர்களுக்கும் கூலிவேலை செய்வோருக்கும் அழைப்பு விடுத்தது. எல்லா ஜில்லாக்களிலிருந்தும் நூற்றுக்கணக்கில் விவசாயக் கூலிகள் மண்ணை எடுத்துப்போட வந்தார்கள். தூர் வாரும்போது

கடப்பாரையும் மண்வெட்டியும் பட்டுக் காயம் ஏற்பட்டாலும், களைப்பினால் சோர்ந்து போனாலும் டாக்டர் அச்சமாம்பா சிகிச்சை அளித்துவந்தார். புச்சலப்பல்லி சுந்தரய்யாவும் களமிறங்கியதைக் கண்ட காங்கிரஸ் தலைவர்கள் காட்ரகட்ட மதுசூதன்ராவ் போன்றவர்களும் கால்வாயில் இறங்கித் தூர் வாரினார்கள். கடமையைச் செய்வதில் கம்யூனிஸ்டுகளை மிஞ்சியவர் இல்லை என்று நியாய விலை அங்காடிக்காரர்கள் கால்வாயைத் தூர் வாரியவர்களுக்கு இலவசமாக அரிசி, பருப்பு விநியோகம் செய்தார்கள். மே, ஜூன் மாதங்களில் வெயில் கடுமையாக இருக்கும் என்று தெரிந்தும் பின்வாங்காமல் மாதர்சங்கப் பெண்களும் பங்கெடுத்துக் கொண்டார்கள். சுங்கர சத்யநாராயணா போன்றவர்கள் ஊக்கமளிக்க எனமலகுதுரு என்ற இடத்தில் பெண்கள் கால்வாயில் மண்ணை எடுத்துக் கரையில் போட்டார்கள்.

பரவிக்கொண்டிருந்த இயக்கங்களின்மீது பொறாமைக்காரர்கள் தாக்குதல்

விஜயவாடாவில் மக்கள் சங்கங்கள், கட்சி நிர்வகிக்கும் நிகழ்ச்சிகளைப் பார்த்துப் பொறாமைகொண்டவர்கள், முன்னேற்றத்தைத் தடைசெய்யும் நோக்கத்துடன், பெண் அங்கத்தினர்களை வாய்க்கு வந்தபடி இகழ்வது, அச்சமாம்பாவை தாழ்த்தும் நோக்கத்துடன் ‘வெங்கம்மா’ நாடகம் போடுவது, பத்திரிகையில் தரக்குறைவான எழுத்துகளால் பெண்களுக்குத் தொல்லை கொடுப்பது போன்ற செயல்களில் இறங்கினார்கள். அத்துடன் நில்லாமல் ஜில்லா அலுவலகத்தின்மீது ரவுடிகள் தாக்குதல் நடத்தினார்கள். சந்திர சாவித்திரியைப்பற்றித் தரக்குறைவாகப் பேசி ரவுடிகளைக் கூச்சலிட வைத்தார்கள். அந்தத் தகவல் மாநில கட்சி அலுவலகத்தில் இருப்பவர்களுக்குத் தெரிந்ததும், தோழர்கள் கம்பு கழியுடன் வந்து அந்த ரவுடிக் கும்பலை நையப்புடைத்து விரட்டினார்கள். மறுநாள் அந்த ரவுடிகள் இருக்கும் பேட்டைக்குச் சென்று, “எங்கள் தோழர்களை மட்டுமே அல்ல, எந்தப் பெண்ணை அவமானப்படுத்தினாலும் சகித்துக்கொள்ள மாட்டோம்” என்று எச்சரித்தார்கள். கம்யூனிஸ்டுகள், கம்யூனிஸ்ட் பெண்கள் தன்னம்பிக்கையுடன் வேலை செய்வார்கள் என்றும், தம்முடைய செயல்கள் இனி செல்லாது என்றும் புரிந்துகொண்ட பொறாமைக்காரர்களும் ரவுடிகளும் அக்கிரமச் செயல்களுக்கு முற்றுப்புள்ளி வைத்தார்கள். ரவுடிகளால் நித்தியமும் தொல்லை அனுபவித்துக் கொண்டிருந்தவர்கள் மாதர் சங்கங்களைப் பாராட்டி, சங்கத்துக்கு நெருக்கமானவர்களாகி விட்டார்கள்.

ஆந்திர வனிதாவிற்குத் தடையும் பெண்களின் கைதும்

ஆந்திர மாநில மாதர்சங்கம், தெலுங்கானா உட்பட, எல்லா ஜில்லாக்களுக்கும் விஸ்தரித்தது. பெண்கள் முன்னேற்றமடையவும், பெண்களின் குரல் ஒலிக்கவும் *ஆந்திர வனிதா* என்ற மாதப் பத்திரிகையைத் தொடங்கியது. இரண்டு மாதங்கள் தொடர்ந்து பத்திரிகை வெளிவந்தது. மூன்றாவது மாதம் அச்சில் இருக்கும் போதே அரசாங்கம் அதன்மீது தடைவிதித்தது. 1948 மே மாதத்தில் நடந்த மாநில மாதர் மாநாட்டில் தடையை நீக்கக்கோரியும், நீக்காவிட்டால் போராட்டம் நடத்துவோம் என்று கூறியும் தீர்மானம் நிறைவேற்றினார்கள். கூட்டங்களும் ஊர்வலங்களும் நடத்தக்கூடாது என்று '144' தடை உத்தரவு பிறப்பிக்கப்பட்டது. பேச்சுரிமையையும் கூட்டம் நடத்தும் சுதந்திரத்தையும் நிலை நாட்ட மாநில சங்கம் ஆயிரத்துக்கும் மேற்பட்ட பெண்களுடன் ஊர்வலம் நடத்தியது. ஆனால், எச்சரிக்கை செய்யாமலேயே போலீசார் கண்ணீர் புகை பிரயோகித்து ஊர்வலத்தைச் சிதறடித்து நூறு பெண்களைப் போலீஸ் வேனுக்குள் வலுக்கட்டாயமாக ஏற்றி, நள்ளிரவு நேரத்தில் நந்திகாம ஜெயிலுக்கு அழைத்துச் சென்றார்கள். அச்சமாம்பாவையும், சூர்யாவதியையும் தடுப்புக்காவல் கைதிகளாக ராயவேலூர் சென்ட்ரல் ஜெயிலுக்கு அனுப்பி வைத்தார்கள். வழக்கை இழுத்தடித்து, கோர்ட்டைச் சுற்றவைத்து, பிறகு தண்டனை வாங்கிக்கொடுத்து, அபராதம் கட்ட முடியாதவர்களின் சொத்தைப் பறிமுதல் செய்து மாதர் சங்க அங்கத்தினர்களைத் தொல்லைகளுக்கு உள்ளாக்கியது அரசாங்கம்.

ஆந்திர மாநிலத்தில் அடக்குமுறை

பிரஜாசக்தி பத்திரிகையை அரசாங்கம் 1948இல் தடை செய்தது. தொழிற்சங்க யூனியன் செயல் வீரர்களைச் சிறையில் வைத்தது. சிலர் தலைமறைவாகிவிட்டார்கள். அவர்கள் எங்கே இருக்கிறார்கள் என்று விசாரித்து, நித்தியமும் போலீசார் அவர்கள் குடும்பத்தின்மீது தாக்குதல் நடத்தி, வீட்டுப் பெண்களை இம்சித்தார்கள். அவர்களுக்குத் துணைபுரிகிறார்கள் என்று சாதாரண மக்களையும் இம்சித்தார்கள். பெண்களுக்குப் பாதுகாப்பு இல்லாமல் போய்விட்டது. மாதர் சங்கத்தினர் சிலரை போலீஸ் நிலையக் காவலில் வைத்தார்கள். பல தோழர்கள் ரகசிய இடங்களுக்குச் சென்றுவிட்டார்கள். தெலுங்கானாவில் நடந்ததுபோலவே ஆந்திராவிலும் சில இளைஞர்கள் போலீசாரின் துப்பாக்கிக்கு இரையானார்கள். அந்தக் கொடுமையான மரண காண்டத்தில்கூட பெண்கள் தலைமறைவாக இருந்தவர்களுக்கு ஆதரவு அளித்தும்,

தெலுங்கானா போராட்டத்திற்கு உறுதுணையாக இருந்தும், ஆயுதங்களை ரகசியமாகக் கொண்டுசேர்த்தும் அரசாங்கத்துடன் போராடினார்கள். லட்சியத்தைச் சாதிப்பதற்கு இன்னல்களைப் பொருட்படுத்தாமல் நிலைத்து நின்றார்கள். 1948இலிருந்து 1961வரையில் ஆந்திர மாநிலத்தில் போலீசாரின் ராஜ்ஜியம் தொடர்ந்தது.

தெலுங்கானா போராட்டத்தில் பெண்கள்

தெலுங்கானா போராட்டம் வீரப்பெண்மணி ஐலம்மாவுடன் தொடங்கியது. அவள் ஆந்திர மகிளா சபா, கம்யூனிஸ்ட் கட்சியின் ஒத்துழைப்புடன் தன் நிலத்தைக் காப்பாற்றக் கங்கணம் கட்டிக்கொண்டாள். நிஜாம் அரசின் அடக்குமுறையை, தேஷ்முக்குகளின் அராஜகத்தை எதிர்த்து, உயிரைப் பணயம் வைத்து, பெண்கள்மீது நடக்கும் வன்முறையால் ஆவேசமுற்று ஆண்களுடன் பெண்களும் ஆயுதங்களைக் கையில் ஏந்தினார்கள். மல்லுஸ்வராஜ்ஜியம், பிரிஜ் ராணி, ரஜியாபேகம், ஆருட்ல கமலாதேவி, காநூறு அச்சமாம்பா, பிரமீலாபாயி, பிரியம்வதா, கமலம்மா முதலிய எத்தனையோ பெண்கள் ரஜாக்கர்களின் கண்ணில்படாமல் பதுங்கியிருந்து, நிஜாம் போலீசாரின் கண்களில் மண்ணைத் தூவி, நிர்ப்பந்தங்களை எதிர்கொண்டு, ஆண் படையினருடன் காட்டில் அலைந்து திரிந்து, ஆயுதங்களை உபயோகிக்கும் முறைகளைக் கற்றுக்கொண்டு, உரல்கள், ஈட்டிகளுடன் கடீ (ஜாமீன் மாளிகை) மீது தாக்குதல் நடத்தி, ரஜாக்கர்கள் மற்றும் போலீசாரை எதிர்த்துப் போராடினார்கள். ஜமீன் மாளிகை உணவுக் களஞ்சியங்களை மக்களுக்குப் பகிர்ந்துகொடுத்து இயக்கத்திற்கு உறுதுணையாக இருந்தார்கள்.

இயக்கம் சமுதாயத்தில் பெரிய மாற்றத்தைக் கொண்டுவந்தது. சமுதாயத்திலும் குடும்பத்திலும் பெண்களின் அந்தஸ்து உயர்ந்தது. ஜாதிமதங்களுக்கும் சொத்துக்கும் அப்பாற்பட்ட சீர்திருத்தத் திருமணங்களின் எண்ணிக்கை அதிகரித்தது. இயக்கத்தில் பங்குபெறும் காலகட்டத்தில் இருபாலரின் செயல்பாட்டுத் திறன் அதிகரித்ததுடன், அவர்களுக்கு இடையே ஒற்றுமையும் புரிதலும் வலுவடைந்தன. கல்வியின்மை, மூட நம்பிக்கைகளுக்கு எதிரான செயல்திட்டங்கள் பெரிய அளவில் கொண்டுவரப்பட்டன.

ஆந்திர மாநிலம் முழுவதும் ஜமீன்தாரி முறைக்கு எதிரான போராட்டத்தில் பெண்கள் உயிரையும் லட்சியம் செய்யாமல் பங்கெடுத்துக் கொண்டார்கள். மேற்குகோதாவரி ஜில்லா கலவலபல்லி, கிருஷ்ணா ஜில்லா காஜுலங்கா, குண்டூர் ஜில்லா கொல்லூரு முதலிய இடங்களில் பெண்களால் நடத்தப்பட்ட போராட்டங்கள் மறக்க முடியாதவை.

தேர்தல்கள் – வெற்றிகள்

1952இல் வயது அடிப்படை வாக்களிப்பு முறையில் பொதுத்தேர்தல்கள் நடைபெற்றன. தடை நீக்கப்பட்டதால் மறைவிடத்திலிருந்த கம்யூனிஸ்டுகளும் சிறையிலடைக்கப்பட்ட தொண்டர்களும் வெளியில் வந்தார்கள். தேர்தலில் போட்டி இட்டார்கள். மாபெரும் வெற்றி பெற்றார்கள். காங்கிரஸ் அமைச்சர்கள், தலைவர்கள் பலர் தோல்வி அடைந்தார்கள். கம்யூனிஸ்ட் கட்சியை முதலிடத்திலும், காங்கிரஸ் கட்சியை இரண்டாவது இடத்திலும் வைத்து மக்கள் தீர்ப்பு அளித்தார்கள். தெலுங்கானா போராட்ட வீரன் ராவி நாராயண ரெட்டிக்கு பிரதமர் பண்டிட் நேருவைவிட அதிக வாக்குகள் கிடைத்தன. கம்யூனிஸ்டுகளின் தியாகத்தை, நேர்மையைப் பாராட்டி, போலீசாரின் அரக்கச் செயல்களை எதிர்க்கும் விதமாக வாக்குகளின் மூலம் மக்கள் தீர்ப்பு அளித்தார்கள் என்று கருதப்பட்டது. தேர்தல் பிரச்சாரத்திற்கு ஆந்திரா தெலுங்கானா பாகுபாடு இல்லாமல் பெண்கள் எல்லோரும் இணைந்து வேலை செய்தார்கள். ஆந்திரா –தெலுங்கானா போராட்டத்தில் உயிர்ப்பலி கொடுத்தவர்களுக்கு வீரவணக்கம் தெரிவித்து, வாக்களிக்க வேண்டுகோள் விடுத்துப் பிரச்சாரம் செய்தார்கள். உயிரிழந்த வீரர்களின் மனைவியருக்குக் கண்ணீருடன் ஆறுதல் சொன்னார்கள்.

பிறகு, ஆந்திர மக்களின் கலவரத்தின் விளைவாகவும், பொட்டி ஸ்ரீராமுலு கொள்கைக்காகச் செய்த உயிர்த் தியாகத்தின் பலனாகவும் ஆந்திர மக்களின் நெடுநாளைய விருப்பம் நிறைவேறியது. சென்னை ராஜதானியிலிருந்து விடுபட்டு கர்னூலைத் தலைநகரமாகக் கொண்டு தனிஆந்திர மாநிலம் உருவாயிற்று. மொழி அடிப்படையில் தெலுங்கு மக்கள் எல்லோரும் ஒரு மாநிலத்து மக்களாகச் சேரவேண்டும் என்றும், விசாலாந்த்ராவில் மக்களாட்சி நிலை நாட்டப்பட வேண்டும் என்றும் சுந்தரய்யா அழைப்புவிடுத்தார். நந்திகொண்ட (நாகார்ஜுனா) அணைத்திட்டம் தொடங்கப்பட்டதுடன் 1956 நவம்பர் 1ஆம் தேதி அன்று ஆந்திரப் பிரதேசம் உருவாயிற்று. 1948இலிருந்து 1952வரையில் போலீசாரின் தாக்குதலினாலும், நிர்ப்பந்தங்களாலும் சிறிது சக்தியை இழந்த கம்யூனிஸ்டு கட்சியின் தொழிற் சங்கங்கள், தேர்தலுக்குப் பிறகு வலுவுற்று விஷாலாந்திரா சங்கங்களாகத் திரும்பவும் செயல்பட ஆரம்பித்தன. 1964இல் கொள்கை வேறுபாடுகளின் காரணமாக, கம்யூனிஸ்டு கட்சி இரண்டாகப் பிரிந்தது. சி.பி.ஐ. மற்றும் சி.பி.எம். ஆக வேறுபட்டன. அந்த இரண்டு கட்சிகளிலிருந்தும்

மேலும் பிரிந்து மற்ற கம்யூனிஸ்ட் கட்சிகள் தோன்றின. எல்லாக் கட்சிகளுக்கும் தொழிற் சங்கங்கள் இருக்கின்றன.

பெண்களின் பிரச்சினைகள் அன்றும் – இன்றும்

அன்று பெண்களுக்காக காங்கிரஸ், கம்யூனிஸ்ட் பெண்கள் சங்கங்கள் செயல்பட்டு வந்தன. இன்று பெண்கள் எல்லாத் துறைகளிலும் பணிபுரிந்து வருகிறார்கள். உயர்கல்வி பயின்று வருகிறார்கள். உயர்பதவிகளில் இருக்கிறார்கள். வேலைக்குப்போய் சம்பாதித்து வருகிறார்கள். மேலோட்டமாகப் பார்க்கையில் பெண்ணினம் முன்னேற்றப் பாதையில் சென்றுகொண்டு இருப்பதாகத் தோன்றும்; மகிழ்ச்சியும் ஏற்படும். ஆனால் அந்த மகிழ்ச்சி சிறிதளவுதான். புதிய பாதையில் நடக்கும் பெண்களுக்குப் புதிய பிரச்சினைகள் ஏற்படுகின்றன.

தேசத் தந்தை காந்திஜி, "என்று நாட்டில் ஒரு பெண் நள்ளிரவு நேரத்தில் தனியாக நடக்க முடிகிறதோ, அன்றுதான் நாட்டுக்கு உண்மையான சுதந்திரம்" என்ற வார்த்தைகள் காதில் ஒலிக்கின்றன. எல்லாத் துறைகளிலும் பெண்கள் பாதுகாப்பின்மையுடன் இருப்பது செய்திகளில் தெரியவருகிறது. பெண் கொலைகளும், பெண்களுக்கு எதிரான அக்கிரமச்செயல்களும் அதிகரிப்பது தெரிகிறது. தேவதாசி முறை மறைந்துவிட்டாலும், விபச்சாரம் ஒரு தொழிலாக மாறிச் சிலர் லாபங்களை அடைவதும், ஏழ்மையின் காரணமாகப் பெண் குழந்தைகளைப் பெற்றோர்களே தரகர்களுக்கு விற்பதும், பிச்சை எடுக்கும் சிறுமிகளை விபச்சார இல்லங்களுக்கு அனுப்புவதும் நாளேடுகளில் செய்திகளாக வந்துகொண்டுதான் இருக்கின்றன. பசிவி, மாதங்கி போன்ற மூடாச்சாரங்களினால் இன்றும் பெண்களை விபச்சாரிகளாக மாற்றுவது தொடர்கிறது. அன்று பெண் சமையலறைக்கு மட்டுமே உரியவளாகவும் குழந்தைபெறும் இயந்திரமாகவும் அடிமையாகவும் வாழ்க்கை நடத்திவந்தாள். இன்று 'ஷோகேஸ்' பொம்மையாகவோ, இரவுபகல் வேலை பார்க்கும் இயந்திரமாகவோ, வியாபாரப் பொருளாகவோ வாழ்க்கையைக் கடைத்தேற்றி வருகிறாள் என்று தோன்றுகிறது. வீட்டுவேலையையும் வெளிவேலையையும் மாற்றி மாற்றிச் செய்து களைத்துப்போகிற பெண், குழந்தைகளைச் சரியாகப் பராமரிக்க முடியாமலும், வீட்டில் இருக்கும் வயோதிகர்களைக் கவனிக்க முடியாமலும் வேதனையில் ஆழ்ந்துபோகிறாளா? வேறு வழியில்லாமல் குழந்தைகளை ஹாஸ்டலுக்கும், வயோதிகர்களை முதியோர் இல்லத்திற்கும் அனுப்புவதற்கும் சம்மதிக்கிறாளா? எதிர்காலத்தில் 'டே கேர்' சென்டர்களும், முதியோர் இல்லங்களும் மேலும் அதிகரித்துவிடுமோ என்று தோன்றுகிறது.

ஆண்களைவிடப் பெண்களின் எண்ணிக்கை கணிசமாகக் குறைந்து வருவதாகச் செய்திகள் தெரிவிக்கின்றன. செய்வினை என்ற பெயரில் நடக்கும் அக்கிரமங்களைப் பார்க்கும்போதும், படித்தவர்கள் கூட போலிச்சாமியார்களை வழிபடுவதைப் பார்க்கும்போதும், விஞ்ஞான அறிவும் சீர்திருத்த எண்ணமும் குறைந்து வருகிறதோ என்று தோன்றுகிறது. சமுதாய இயக்கமே முடங்கி வருவதுபோல் தென்படுகிறது.

ஒரு பெண்ணுக்கு அநியாயம் நடக்கும்போது சுற்றி யிருப்பவர்கள் பார்த்தும் பார்க்காதவர்கள் போல் இருப்பதற்குக் காரணம் என்னவென்று யோசித்தால் அக்கிரமம் செய்தவன் அதிகார வர்க்கத்தைச் சேர்ந்தவனோ, நமக்கு ஏதேனும் தீங்கு வருமோ என்று பயந்து ஒதுங்கிவிடுகிறார்களோ என்று தோன்றும். விஜயவாடாவில் நடந்த ஸ்ரீலட்சுமியின் கொலை போன்ற எத்தனையோ சம்பவங்கள் இன்றும் நடந்து வருகின்றன. அது மட்டுமல்ல, ஒரு கட்சியைச் சேர்ந்தவர்கள் ஒரு அநியாயத்தைத் தட்டிக்கேட்க முயன்றால், மற்ற கட்சிகள் தமக்கு எந்தப் பொறுப்பும் இல்லை என்பதுபோல் நடந்துகொள்கின்றன.

கொள்கைகள் வேறுபடலாம். ஆனால் பெண்களுக்கு நடக்கும் அநியாயங்களைப் பெண்கள் எல்லோருக்கும் சேர்ந்ததாகப் பாவித்து, இளம் தலைமுறையினரை ஊக்கப்படுத்தி, எல்லா சங்கங்களும் கள் மறியல் இயக்கத்தில் ஈடுபட்டதுபோல் இணைந்து செயல்பட்டு, எல்லோரும் ஒன்றுபட்டு, நேர்மையாகப் போராடினால்தான் இன்று பெண்களுக்கு ஏற்படும் பிரச்சினைகளைச் சிறிதளவேனும் தடுக்கமுடியும். இதுபற்றி ஆலோசிக்க வேண்டும் என்று எல்லா கட்சிகளின் பெண்கள் அணிகளுக்கும் ஒரு முற்போக்குவாதியாக வேண்டுகோள் விடுக்கிறேன்.

ஸ்திரீசங்கடன், செப்டம்பர் – நவம்பர் 2001

கலைகளும் இலக்கியமும் மக்களை ஊக்கப்படுத்துபவை

எந்த விழா நடந்தாலும், எந்தக் கூட்டம் நடந்தாலும், எந்த நிகழ்ச்சியை ஏற்பாடு செய்தாலும் ஒரு கலை உருவத்தில் செய்யும்போது இருக்கும் அழகு, ஈர்ப்பு மற்றவற்றில் இருக்காது. "பாட்டு, பறவை போன்றது; வெகுதூரம் வரையில் செல்லும். பேச்சு மனிதனைப் போன்றது; மைக் இல்லாவிட்டால் தொலைவுக்குப் போகாது" என்ற கிருஷ்ண சாஸ்திரிகளின் வார்த்தைகள் சத்தியமானவை. காலுக்குச் சலங்கை கட்டி குரலெடுத்துப் பாடினால் எவ்வளவு ஆனந்தம்! வேதனை, உத்வேகம், உற்சாகம் எல்லாம் ஒன்றுசேர்ந்து கலை உருவத்தில் காட்சி தரும். கலைகள் சிறப்பானவை. நம் பண்பாட்டில் இசையும் இலக்கியமும் சமமாக இடம்பெற்று இருக்கின்றன.

எவ்வளவு அழகு இந்த மக்கள் கலைகள்
எவ்வளவு நறுமணம் கலையின் வாசம்
எந்த இலட்சியத்திற்காக விதைக்கப்பட்டாலும்
இந்தக் கலைகள்
பூவாய் மலர்ந்து உலகத்திற்குச் சொத்தாய்ப் பரவ,
பெருந்தன்மை வளர்ந்து, ஒற்றுமை மலர,
நல்வழி காட்டும்

தொடக்கத்தில் தெய்வத்தை மட்டுமே வழிபட்டு வந்தார்கள். பிறகு பூஜையைவிட நாட்டுப்பற்று சிறந்தது என்று எண்ணினார்கள். நம் நாட்டை ஆங்கிலேயர்கள் ஆளும்போது நம் பண்பாடு

முழுவதும் ஒடுக்கப்பட்டு மக்கள் எல்லோரும் இன்னல்களுக்கு ஆளானதில் சுதந்திரப் போராட்டம் தொடங்கியது. அந்த இயக்கத்தை ஊக்கமாக எடுத்துக்கொண்டு, அதை மேலும் விரிவுபடுத்த கரிமெள்ள சத்தியநாராயணா

எங்களுக்கு வேண்டாம் இந்த வெள்ளையர் ஆட்சி!
இறைவா! வேண்டாம் இந்த வெள்ளையர் ஆட்சி

என்று பாடி ஆங்கிலேயர்கள்மீதான கோபத்துடன் இயக்கத்தில் மக்களை இணையச்செய்து ஜெயிலுக்குப் போனார்.

சிலகமர்த்தி லக்ஷ்மி நரசிம்மம்
பாரதநாடு அழகான கறவை மாடு
இந்தியர் கன்னுக்குட்டியாய் அழுகையில்
கறந்து கொண்டிருக்கிறார்கள் ஏமாற்றுப் போர்வழிகள்
பன்னிரண்டு மாகாணத்திலும் விளைச்சலோ குறைவில்லை
ஒரு பிடிசோறு கிடைக்கவில்லை!
உப்பைத் தொட்டாலே பெரும் குற்றமாம்

என்று பாடினார்.

எங்கிருந்தோ வந்து நம்மைத் துன்புறுத்திக் கொண்டிருந்த வெள்ளையனைத் துரத்த வேண்டும் என்பது அவர்களின் எண்ணம். கவிஞர்கள் கவிதைகளைப் படைத்தால், கலைஞர்கள் அவற்றைப் பாடி இயக்கத்தைத் தீவிரப்படுத்தினார்கள்.

ஜமீன்தார்கள் நம் நாட்டைக் கொள்ளையடித்து ஏழைகளைத் துன்புறுத்தி வந்ததால், ஜமீன்தார் முறை ரத்து செய்யப்பட வேண்டும் என்று போராட்டம் நடந்தது. அந்தப் போராட்டத்தில் 'மந்தஸா' ஜமீன்தார்மீது தாக்குதல் நடந்தது. அந்த நிகழ்ச்சியின்போது வீயம்மா என்ற பெண்மணியை ஜமீன்தாரின் ஆட்கள் கொன்றுவிட்டார்கள்.

அவள்மீது இயற்றப்பட்ட பாடலை 'ஜமுகுல' கதையில் குன்னம்மா பீஸா லக்ஷ்மணசாமி சொல்லிவந்தார். அது போலவே திவி தாலூகாவில் நடந்த நாகாயலங்கா போராட்டத்தைக் கண்முன் நிறுத்தும் விதமாய், இன்றும் மனதை நெகிழ்த்தும் விதமாக

திவிசீமை* தெலுங்கு வீரர் ரத்தம் சிந்த
நதி கிருஷ்ணம்மா சிவந்தாள்!
கண்ணீர்அலைகளால் சத்தமெழுப்பினாள்

என்று பாடினார்கள்.

---

* தீவு

கய்யூறு ஜமீன்தாரிப் போராட்டத்தில் தோழர்களைத் தூக்கிலிட்டார்கள். அதைக் குறித்து

கழுத்தைச் சுற்றிக் கயிறு என்றாலும்
ஜெயில் சுவருக்கு நடுவில் ஒற்றுமையாய்
வெற்றிக் கீதம் பாடிய தோழர்களே!
வெற்றி கிடைக்கட்டும் உங்களுக்கு
உழவர் மக்களே!
ஒரே கொடியின் கீழே சேருங்கள்

என்று உழவர் மக்களை எல்லாம் இயக்கத்தில்சேர அழைப்பு விடுக்கப்பட்டது.

"எதிர்ப்பு சக்திகள் அழுது ஆகாத்தியம் செய்தாலும் விடாதீர்" என்று போராடி ஜமீன்தாரி முறையை ரத்துசெய்ய வைத்தோம். நாட்டுக்குச் சுதந்திரத்தைப் பெற்றுத்தந்தோம்.

ஜமீன்தாரிப் போராட்டத்திற்குப் பிறகு, தெலுங்கானா போராட்டம் தொடங்கியது. அந்தப் போராட்டத்தில் பாடல்கள் மேலும் முக்கிய இடத்தை வகித்தன. துப்பாக்கியைக் கையில் ஏந்தியவனே பேனாவையும் கையில் பிடித்தான். குரல் எடுத்துப் பாடினான். நிஜாம் நவாபைக் குறித்து, ஒரு ஆட்டு இடையன்

வண்டிக்குப் பின்னால் வண்டி கட்டி
பதினாறு வண்டி கட்டி,
எந்த வண்டியில் வருவாய் மகனே
நிஜாம் அரசைச் சேர்ந்தவனே, நாஜிகளை மிஞ்சியவனே
தொல்லை கொடுப்போனே
சுற்றும் முற்றும் சூரியாபேட்டை
நட்ட நடுவில் நல்லகொண்டா
நீ இருக்கும் ஹைதராபாத்
அதன் பக்கத்தில் கோல்கொண்டா
கோல்கொண்டா கோட்டையினுள்
கட்டுகிறோம் சமாதி உனக்கு,
நிஜாம் அரசைச் சேர்ந்தவனே!

என்று ஆவேசமாகப் பாடிய இந்தப் பாடல் மக்களை ஈர்த்துவிட்டது. இயக்கத்திற்கு அவர்களை இழுத்து வந்தது. இல்லாவிட்டால், அவ்வளவு தாக்கம் ஏற்பட்டிருக்காது. பிரஜா நாட்டிய மண்டலி மூலமாக நாங்கள், 'அல்லூரி சீதாராமராஜு', 'ருத்ரமதேவி' முதலிய புர்ர கதைகளைச் சொன்னோம். நாடகங்கள் போட்டோம். வேசிகள் மட்டுமே நடித்துவந்த அந்த நாட்களில் குடும்பப் பெண்கள் நாடகத்துறைக்கு வர வேண்டும் என்று தாபி தர்மா ராவின் மருமகள், நான், கொண்டேபூடி லக்ஷ்மி நாராயணன் மனைவி ராதா இப்படி பெரிய குடும்பத்துப் பெண்கள் முன்னுக்கு வந்து 'முந்தடுகு', 'மா பூமி' போன்ற நாடகங்களில் நடித்தோம். வங்கமாநில

வறட்சி நிவாரண நிதியைப் பாடல்களுடன் வசூல் செய்தோம். நாஜர் புர்ர கதையைச் சொல்லி நன்கொடைகள் வசூலித்தான். கலைகள் ஆனந்தத்தை மட்டுமே அல்லாமல் எண்ணங்களையும் தூண்டிவிடும். சமுதாய விழிப்புணர்வுடன் "கலையை ஆராதிப்பதற்குச் சேர்ந்து போவோம்" என்று பாடுவோம். மூட நம்பிக்கைகளை ஒழிப்பதற்காகவும், மறுமணத்தைப் பிரச்சாரம் செய்யவும் செயல்பட்ட கந்துகூரி வீரேசலிங்கத்தை,

குங்குமம் கலைந்த பெண்
முகம் மீண்டும் ஒளி வீச
குங்குமமிட்ட பெரியப்பா

என்று புகழ்ந்து பாடினோம்.

குரஜாட எழுதிய கன்யாசுல்கம் நாடகம் போட்டோம். பாசிஸ்ட்களுக்கு எதிராகக் கீதங்கள் பாடினோம்.

ஜப்பான் என்றால் என்ன ?
அதன் தகுதிதான் எத்தனை ?
எல்லோரும் சேர்ந்து உதைத்து
பார்த்துவிட மாட்டோமா அதனை

இது சுங்கர சூர்யநாராயணா எழுதிய கீதம்.

கோகண்டி கோபாலகிருஷ்ணய்யா

பிடியடா உண்டிவில்லை
எடுத்து அடித்தால் குருவிகள்
எல்லாம் பறந்து போகுமே

என எளிய சொற்களில் எழுதினார். சலங்கை கட்டி நாட்டியம் செய்தார். பிரஜா நாட்டிய மண்டலிக்குப் பேரும் புகழும் சேர்த்தார்.

சுதந்திரம் வந்துவிட்டது. அதைப் பெறுவதற்குக் கலைகளும் துணைபுரிந்தன. அதன்பிறகும் கவிஞர்கள் ஸ்ரீஸ்ரீ, ஆருத்ரா, ஆத்ரேயா, சுங்கர சத்யநாராயண போன்றோர் படைப்புகளைத் தொடர்ந்தார்கள். அவற்றை நாங்கள் டாக்டர் கரிகபாடி ராஜா ராவ் தலைமையில் கலைநயத்துடன் பாடிவந்தோம். கலை மூலமாக நாட்டைச் செழுமைப்படுத்த வேண்டும். இன்று சினிமா, டி.வி. வடிவத்தில் கலைகள் தொடர்கின்றன. இந்த இயக்கம் இத்துடன் நின்றுவிடாது. இன்று மக்கள் சங்கங்கள், மாதர் சங்கங்கள் பெருமளவில் இருந்தாலும் பெண்கள் பாதுகாப்பின்மையுடன் இருக்கிறார்கள். கல்லூரி மாணவிகள் தொல்லைக்கு ஆளாகிறார்கள். காதலிக்கவில்லை என்றால் கொன்றுவிடுவதாக மிரட்டப்படுகிறார்கள்.

சவுக்கால் அடித்தால் குயில் பாடுமா? பாடாது.
கற்களை எறிந்தால் மலர்கள் மலருமா? மலராது.

அந்த ஞானம் இல்லாமல், என் காதலை ஏற்காத உனக்கு வேறு வாழ்க்கையே இருக்கக்கூடாது என்று கொலை செய்யப்பட்டாள் ஸ்ரீலட்சுமி; அதுபோன்று இன்னும் தொடர்ந்து கொண்டுதான் இருக்கின்றன. கல்லூரிகளிலோ, பள்ளிகளிலோ ஆசிரியர்கள் இல்லையா? பின் இதெல்லாம் எப்படி நடக்கிறது? அதைப்பற்றி யோசிக்க வேண்டிய அவசியம் இப்பொழுது வந்துவிட்டது. கல்வியும் மருத்துவமும் வியாபார நோக்குடன் அல்லாமல் நாட்டின் செழிப்புக்காகவும் பண்பாட்டுக்காகவும் செயல்பட வேண்டும். ஆசிரியர் கூட்டமைப்பிற்கும் வரலாறு இருக்கிறது. லக்ஷ்மய்யா போன்றவர்கள் எத்தனையோ தியாகங்கள் செய்தார்கள். சிறைக்குப் போனார்கள். அந்த வரலாற்றினைக் காப்பாற்றுவதுபோல் அந்தப் பாரம்பரியத்தை இக்கால ஆசிரியர்களும் தொடர வேண்டும்.

சுதந்திரம் வந்துவிட்டதெனக்
கூட்டங்களை நடத்திக்
கொண்டாடினால் போதுமோ ?

என்று சொன்ன ஸ்ரீஸ்ரீ, இன்று நாட்டில் பிரளய தாண்டவம் புரியும் வேலையின்மையும் கள்ளச்சந்தையும் போகவேண்டும் என்றே

பாருங்கள் இந்த இழிநிலையை
எதிர்த்து நில்லுங்கள் அதனை

என்று மேலும் சொன்னார்.

இந்த நிலைமை முற்றிலும் மாறி மக்கள் எல்லோரும் சுகமாக வாழ்க்கை நடத்தும் வரையில் இயக்கங்கள் இருக்கும். அந்த இயக்கங்களுக்கு ஊக்கம் அளிப்பதற்குப் பாடல்களும் படைப்புகளும் இருக்கும். கலைகள் இருக்கும். கலைஞர்கள் இருப்பார்கள். கலை என்றும் மறையாது. அதற்கு அழிவு இல்லை. கலைகளுடன் இயக்கத்தை முன்னுக்குக் கொண்டுசென்ற கலைஞர்களுக்கு அஞ்சலி செலுத்துகிறேன்.

உபாத்யாய, மார்ச், 6.2.2008

தெலுங்கு இலக்கியத்தைச் செழுமையாக்கிய முன்னேற்றக் கவிதைகள்

இலக்கிய ஆய்வு மற்றும் இலக்கியப் படைப்பு ஒரு சாஸ்த்ரீய செயல்முறை. வாழ்க்கையையும் நாட்டையும் புரிந்துகொள்வதற்கும் சீர்திருத்துவதற்கும் முக்கியமான சாதனம் இலக்கியம். அதில் சந்தோஷம், வேதனை, கனிவு, ஆவேசம் எல்லாமே தென்படும். எண்ணங்களைத் தூண்டிவிடும். அது ஒரு கனவு. இதுபோல் எத்தனையோ பெரியவர்கள் எத்தனையோ விதமாக இலக்கியத்திற்கு இலக்கணம் சொன்னார்கள். விஞ்ஞானி, கலைஞன் மற்றும் உழைப்பாளி மூவருமே பண்பாட்டை உருவாக்குபவர்கள் என்று ஒரு புதிய போக்கினை வெளியிட்டான் மாக்ஸிம் கோர்கி. இலக்கியத்தைப் புரிந்துகொள்வது என்றால் மனித இனத்தின் கலாச்சாரத்தைப் புரிந்துகொள்வதுதான். அவருடைய இலக்கியத்தை ஆய்வு செய்த வாசகனால் உலகத்தையே தரிசிக்க முடிந்தது. இலக்கியத்தின் மூலம் ஜாதி, மதம், இனம், நாடு வேறுபட்டாலும் மக்கள் எல்லோரும் ஒன்றுபோல் சுதந்திரத்திற்காகப் போர் புரிந்து வருவதை வாசகனால் புரிந்துகொள்ள முடிந்தது.

உலகம் முழுவதுமே வயிறு நிரம்பியவனுக்கும் பசியால் வாடிக் கொண்டிருப்பனுக்கும் இடையில், மாளிகையில் இருப்பவனுக்கும் குடிசையில் இருப்பவனுக்கும் இடையில், அதிகாரத்தால் லாபம் அடைபவனுக்கும் அதனால் பாதிப்பு

அடைந்தவனுக்கும் இடையில் இருக்கும் மோதலையும், போராட்டத்தையும் வாசகர்களால் புரிந்துகொள்ள முடிந்தது. "எந்த நாட்டின் வரலாற்றினைப் பார்த்தாலும் பெருமைப்பட என்ன இருக்கிறது? மனிதஜாதி வரலாறு முழுவதுமே அடுத்தவனைத் துன்புறுத்துவதால் நிரம்பி இருக்கிறது" என்ற ஸ்ரீஸ்ரீயின் வரிகளின் உண்மையை வாசகன் புரிந்துகொண்டு அடிமைத் தனத்திலிருந்து மீட்சி பெறுவதற்காக இயக்கத்தை உருவாக்கினான்.

வசந்தகாலத்தில் குயில்கள் எந்தத் தோட்டத்தில் இருந்தாலும், எந்த மரத்தின் மீது இருந்தாலும் ஒரே ராகத்தில் பாடுவதுபோல் உலகளாவிய சகோதரத்துவத்தைக் கடைப்பிடித்து மனிதஜாதியின் நன்மைக்காக உலகத்தொழிலாளர்கள் ஒன்றுபட வேண்டும் என்ற முழக்கம் எழும்பியது. அதன் பின்னணியில் கந்துகூரி வீரேசலிங்கம், "கிழிந்த சட்டையை அணிந்துகொண்டாலும் சரி, புதிய புத்தகத்தை வாங்கிகொள்" என்று சொன்னார். "அக்னியைப் பொழிந்தாலும் அமிர்தத்தை பகிர்ந்து" என்று புத்தகத்தை நண்பனாக ஏற்றுக்கொண்டார்கள். அவருடைய பேச்சு, நூலகம் உருவாவதற்கு வழி வகுத்தது. மனிதஜாதி விழிப்புணர்வுடன் இயக்கத்தைத் தொடங்கியது.

நாடு என்றால் வெறும் மண் இல்லை என்றும், நாட்டை நேசிக்க வேண்டும் என்றும் குரஜாட அப்பாராவ் சொன்னார். நாட்டுமக்களைக் கொள்ளையடிக்கும் வெள்ளையரின் ஆட்சி நமக்கு வேண்டாம் என்று கானம் செய்தார் கரிமெள்ள சத்தியநாராயணா. தெய்வ பக்தியைவிட தேசபக்தி மேலானதென்றும், செழுமை பாய்ந்த ஜீவ பூமியான, பாலாறு பிரவகித்த பாக்ய சீமையாக இந்திய நாட்டின் பெருமையை விவரித்தும் பாடடா தம்பி என்றார் ராயப்ரோலு சுப்பாராவ். கவிஞர்கள், பாடகர்களில் முன்னோடிகள் தம் பேனாக்களை, குரல்களை ஆயுதமாக மாற்றினார்கள். நாட்டுப்பற்று ஒளிவீசியது. அடிமைத்தனம் வேதனையாய் இல்லையா, உன்னுள் இரத்தம் கொந்தளிக்கவில்லையா என்று தம்மைத் தாமே கேள்வி கேட்டுக் கொண்டார்கள் இளைஞர்கள். கூட இருப்பவர்களைக் கேள்வி கேட்டான் கவிஞன். சுதந்திரம் என் பிறப்புரிமை என்று ஒரு வீரன் சொன்னால், அடக்குமுறை எதுவாக இருந்தாலும் திடசித்தத்துடன் எதிர்ப்போம் என்று மாணவன் ஒருவன் சொன்னான். கல்வி நிலையங்களில் கலவரம் தொடங்கியது. அதனை அடக்க அரசாங்கம் முயன்றது.

காசியிலிருந்து கங்கையைக் கொண்டு வந்ததுபோல் காசி வித்யாலயத்திலிருந்து சோஷலிஸ்ட் எண்ணங்களில்

ஜீவ ஊற்றினை நதியாய் ஆந்திர மாநிலத்தில் பாயச்செய்ய அன்று காசியில் படித்த தெலுங்கு மாணவர்கள் சங்கல்பம் செய்துகொண்டார்கள். அவர்களில் முன்னேற்ற எழுத்தாளர் சங்கத்தின் மூலகர்த்தாக்கள் ஆன தும்மல வெங்கட்ராமய்யா, புலுபுலசிவய்யாவும் இருந்தார்கள். சோஷலிஸ்ட் கம்யூனிஸ்ட் கட்சி தோன்றியது. உழுபவனுக்குத்தான் நிலம் சொந்தம் என்றது. வெள்ளைத் துரைமார்களின் ஆட்சியுடன், ஜமீன்தார், ஜாகீர்தாரி முறைகளும் நசிக்க வேண்டும் என்று முழங்கியது. உழவனுக்கும் விவசாயக் கூலிகளுக்கும் சங்கங்களை நிலை நாட்டியது.

ஏர் கொண்டு உழுது நிலத்தில் தங்கத்தை விளைவிக்கும் உழவனின் உடலில் படியும் வியர்வைக்கு விலை முடிவு செய்யும் முதலாளி எங்கும் இல்லை என்றும், வேறு உலகம் நம்மை அழைக்கிறது, போவோம் வாருங்கள் என்றும் கவிஞர் ஸ்ரீஸ்ரீ சொன்னார். கலைஞன் சலங்கை கட்டி ஆடினான். பாடகன் குரல் எடுத்துப் பாடினான். “கேடுகாலம் வந்து விட்டது இப்பொழுது. எல்லோரும் விழித்தெழ வேண்டும், எல்லா வளங்களும் மனிதர்கள் எல்லோருக்கும் சமமாகக் கிடைக்கும் வழியினை உருவாக்க வேண்டும், வாருங்கள்” என்று அழைப்பு விடுத்தார் கரிமெள்ள. சமச்சீர் சமுதாயத்தை உருவாக்குவதற்காக, சகலஜன செளபாக்யத்திற்காக சோஷலிஸ, கம்யூனிஸ கட்சிகள் உருவாயின.

அடக்கப்பட்ட இனத்திற்காக கந்துகூரி வீரேசலிங்கத்தின் வாரிசுகளாக மாதர்சங்கங்கள் உருவாகின.

“உன்னை அபலை என்று சொன்னவர்கள் வாயடைத்துப் போய் நிற்க, தலைப்பை இழுத்துச் சொருகு தங்கச்சி! சுதந்திரமாக அடியெடுத்து வை தங்கச்சி” என்றார் சுங்கர சத்யநாராயண.

அவர்தான் ‘வீரேசலிங்கம்’ புர்ர கதை, ‘கஷ்டஜீவி’ புர்ர கதை எழுதினார். கலைஞர்கள் டப்புகளில் தாளமிட்டு, சமுதாயத்தில் ஆணாதிக்கம் காரணமாக பெண்களுக்கு நிகழும் அநியாயங்களையும், ஏழை உழவர்கள் படும்பாடுகளையும், ராகம் போட்டு பாடிக்கொண்டு வினோதத்தையும் விழிப்புணர்வையும் பகிர்ந்தார்கள். அந்த நிகழ்ச்சிகளுக்கும் கூட்டங்களுக்கும் ஆயிரக் கணக்கில் மக்கள் வருவார்கள். மக்கள் கூட்டத்தைப் பார்த்து, தும்மல வெங்கட்ராமய்யா வியப்பு கலந்த மகிழ்ச்சியுடன், “இதென்ன மக்கள் கூட்டம்! பூமாதேவி பிரசவித்தது போல், வானம் சிவப்பு மலர்களைச் சூடியது போல் செங்கொடிகளுடன் இந்த மக்கள் கூட்டம்” என்று சொல்லிக்கொண்டே, “பறக்க வேண்டும் பறக்க வேண்டும் எங்கள் செங்கொடி” என்று எழுதினார். கவிகளின் கதைகள், காப்பியங்களுடன்,

பாடகர்களின் குரலுடன் முற்போக்கு எழுத்தாளர் சங்கம், பிரஜா நாட்டிய மண்டலி ஆகியவை உருவாயின. இளைஞர்கள் கையில் செங்கொடிகளை ஏந்தி, பாடிக்கொண்டே ஊர்வலம் போனார்கள். குரஜாட தேசபக்திப் பாடல்களைப் பிரார்த்தனை கீதம்போல் மேடைகளில் பாடி வந்தார்கள் இளம்பெண்கள். அந்தக் கீதத்தில் ஒவ்வொரு வார்த்தையையும் மனிதநேயத்தைப் பிணைத்து எழுதிய குரஜாடாவை மாபெரும் கவியாகப் பாராட்டி, அவர் மீது இருக்கும் மதிப்பின் காரணமாக அவர் எழுதிய 'கன்யாசுல்கம்' நாடகத்தை முற்போக்கு எழுத்தாளர்களின் இரண்டாவது மாநாட்டில் முற்போக்கு எழுத்தாளர்கள், பிரஜா மண்டலி கலைஞர்கள் சேர்ந்து மேடையேற்றினார்கள். தும்மல வேங்கட்ராமய்யா 'சௌஜன்யா ராவ்' பாத்திரத்தையும், கரிகபாடி ராஜா ராவ் கிரீஷம் வேடத்தையும் ஏற்று நடித்தார்கள். அந்த நாடகத்தில் பெண் பாத்திரங்களைப் பெண்களே ஏற்று நடிக்க வேண்டுமென்று முடிவுசெய்தார்கள். நாடகத் துறையில் அடியெடுத்து வைப்பதற்கு பெண்கள் பயந்துகொண்டிருந்தார்கள். குஜராத்தில் தீனா பாடக், வங்காளத்தில் தேவிகாராணி போன்றோர் நாடகங்களில் நடித்து வருகிறார்கள் என்றும், அந்த மாநிலங்களைப் போலவே நாமும் முன்னேற்றப் பாதையில் நாடகத் துறையில் பெண்களை அறிமுகப்படுத்த வேண்டும் என்றும் முற்போக்குவாதி மத்துகூரி சந்திரம் சொன்னார். சுங்கர, வாசிரெட்டி பாஸ்கர ராவ் எழுதிய 'முந்தடுகு', 'மா பூமி' நாடகங்களில் பெண்களே நடித்துப் புதிய பாதை வகுத்தார்கள். அந்தவிதமாக அன்று முற்போக்கு எழுத்தாளர்கள் சங்கம், பிரஜா நாட்டிய மண்டலி பல கிளைகளுடன் வியாபித்தன. ஆந்திர மாநிலம் முழுவதும் பரவின.

"இலையில் இலையாய், பூவில் பூவாய், கிளையில் கிளையாய், இளம் தளிராய் இந்தக் காட்டினைத் தாண்டிப் போகட்டுமா? நான் இங்கேயே இருந்துவிடட்டுமா?" என்று கிருஷ்ணசாஸ்திரி எழுதிய கவிதைக்கு நீட்சியாக, "இலை மறைவாய் ஒதுங்கிப் பதுங்கி குயிலின் கவிதையைப் போல் பேசடா! அந்தப் பேச்சைக் கேட்டு நாட்டிடம் அபிமானம் பிறக்க வேண்டுமடா" என்ற குரஜாடா பாட்டை எண்ணத்தில் கொண்டும், "ஜெய ஜெய பிரிய பாரத ஜனயித்ரி திவ்ய தாத்ரி" என்று தேசபக்திப் பாடலைப் பாடியும் முற்போக்கு எழுத்தாளர்கள் முன்னோக்கி நடந்து போனார்கள். பிரஜா நாட்டிய மண்டலியின் நிகழ்ச்சிகளைக் கண்டு எத்தனையோ கவிகள், கலைஞர்கள் அந்தச் சங்கங்களுக்கு நெருக்கமானார்கள். கலை கலைக்காக மட்டுமே அல்ல என்றும், மக்களுக்காகவும் என்று நிரூபித்தார்கள். தம்முடைய பேனாவால், குரலால் மக்களின் பிரச்சினைகளை எடுத்துக் காட்டினார்கள்.

"உன் கால்களில் விழுந்து கும்பிடுகிறேன் சாமி! உன் அடிமை நான்!" என்று நிஜாம் அரசின் இரும்புப் பாதங்களின் கீழே நலிந்து, துக்கத்தை அனுபவித்துக் கொண்டிருந்த துர்பாக்கியசாலிகளைப் பற்றி ஆவேசத்துடன், தவிப்புடன் எத்தனையோ பேர் கவிதைகளைப் படைத்தார்கள்.

"நலிந்து போன பெண்களே! ஏமாந்துபோன தம்பிகளே! அழாதீர்கள்! இந்த நாடு உங்களுடையதுதான்" என்று ஸ்ரீஸ்ரீ கவிதைகளை எழுதினார். மனித இனத்தைத் தட்டி எழுப்பினார். போர்ப்பாதையில் நடந்துகொண்டிருந்த தெலுங்கானா இதயத்தின் சத்தம் கேட்டு "அமர வீரர்களுக்கு என் நினைவாஞ்சலி" என்றும் "என் தெலுங்கானா கோடி ரத்தின வீணைக்குச் சமம்! குள்ளநரி நிஜாமுக்கு இதன் ராஜ்ஜிய அதிகாரம் நிலைத்துவிடுமா?" என்று பாடிய தாசரதி ரங்காச்சாரியா, "குளிர்ந்த இந்தக் கடலுக்குள் எத்தனை அக்னி மறைந்திருக்கிறதோ? கறுத்த இந்த வானத்தில் கண்ணுக்குத் தெரியாத சூரியன் எத்தனையோ?" என்று போர்வீரர்களின் புகழ் பாடினார். "பசித்திருப்பவனும், அனாதைகளும் இல்லாத பூமி! அந்த நாள் தொலைவில் இல்லை" என்று எதிர்பார்ப்புடன் கவிதைகளை எழுதினார்.

அதே ஆவேசத்துடன் சோமசுந்தர், "கபர்தார் நிஜாம் பாட்ஷா! (ஜாக்கிரதை நிஜாம் அரசே), மனித நேயமற்ற உன் அடக்குமுறையைக் கொன்று புதைத்துவிடுவோம். அமரவீரன் கொமுரய்யா என்றென்றும் வரலாற்றில் நிலைத்திருப்பான்" என்று கவிதையில் வடித்தார். மக்கள் கலைஞர்கள் குரலெடுத்துப் பாடினார்கள். இதயம் நெகிழ்ந்த கவிஞர் ஆருத்ரா 'த்வமேவாஹம்' என்ற காவியத்தை எழுதி நிஜாமின் அக்கிரமச் செயல்களை வெளிச்சத்திற்குக் கொண்டுவந்தார்.

அந்தக் காலத்து கவிஞர்கள் முற்போக்குவாதிகள் மட்டுமல்ல, நம்பிக்கைவாதிகளும் கூட என்று நிரூபித்தார்கள்.

ஸ்ரீநாதன் என்ற கவிஞர் பல்நாடு என்னும் பகுதியை "கம்பும், சோளமும் உணவு, பாம்பும் தேள்களும் வாசம், நாகுலேட்டி ஏரித் தண்ணீர், இவற்றுடன் வெறும் கல்லும் மண்ணும் தான் பல்நாடு கிராமங்கள்" என்று கேலியாய்க் குறிப்பிட்டபோது, புலுபுல சிவய்யா 'வர்ணாஸ்ரமம்' என்ற இரும்புச் சட்டத்தையே உடைத்துப் பல்நாடு பிரம்மன்னா என்பவர் பறையன் கன்னமதாசை சேனாதிபதியாக நியமித்துக்கொண்டார் என்றும், தாய்மார்கள் வீரத்தைப் பாலுடன் புகட்டினார்கள் என்றும், சுதந்திரப் போரில் பல்நாடு மேருமலையாய் நிலைத்து நின்றதென்றும், வரிகொடா இயக்கத்தில் பல்நாடு ஹனுமந்து உயிர்த்தியாகம் செய்தான் என்றும், தெலுங்குச் சிற்பிகள் புத்தர்

காலத்து வரலாற்றினை நவரத்தினங்களுடன் ஒப்பிடக்கூடிய சிற்பங்களால் நாகார்ஜுன மலைக்கு அழகு சேர்த்தார்கள் என்றும் விவரித்து, "இத்தனை பெருமைகளைச் சேர்த்த என் பல்னாடு விலையில்லா தரணியடா" என்றார். அந்தப் பாட்டைத் தேச பக்தர்களும், இலக்கிய ரசிகர்களும் தெலுங்கு நாட்டிற்கே பெருமை தரக்கூடிய பாட்டு என்றார்கள். பின்னால் வந்த இலக்கிய இயக்கங்களுக்கும் நாடகத் துறை இயக்கங்களுக்கும், இசை மற்றும் இலக்கியத்துடன் செழுமை மிகுந்த முற்போக்கு எழுத்தாளர்களும் மற்றும் பிரஜா நாட்டிய மண்டலியின் நிகழ்ச்சிகளும் முன்னோடிகளாகத் தோன்றும். அன்று புலுபுல சிவய்யாவின் பல்னாடு பாட்டைப் பாடும் அதிர்ஷ்டத்தை பிரஜா நாட்டிய மண்டலி எனக்கு அளித்தது. இன்று அந்தப் பாடலை எழுதிய சிவய்யாவின் பெயரால் கொடுக்கப்படும் விருதைப் பெற்றுக்கொள்ளும் அதிர்ஷ்டத்தைக் குண்டூரு ஜில்லா முற்போக்கு எழுத்தாளர் சங்கம் எனக்குக் கொடுத்தது.

புலுபுல சிவய்யா விருது ஏற்புரை

குரஜாட – நவீன இலக்கிய ஜூவாலை

குரஜாட அப்பாராவ் அவர்களின் 'கன்யா சுல்கம்' நாடகத்தின் நூற்றாண்டு விழாக்கள் நடந்து வருகின்றன. இந்தச் சந்தர்ப்பத்தில் 45 ஆண்டுகளுக்கு முன் முற்போக்கு எழுத்தாளர் சங்கமும், பிரஜா நாட்டிய மண்டலியும் இணைந்து குரஜாடவின் இலக்கியத்தை மக்களுக்குக் கொண்டுசேர்த்த நிகழ்ச்சிகள் நினைவுக்கு வருகின்றன.

மத்துகூரி சந்திரம் போன்ற முன்னேற்ற விரும்பிகள் குரஜாடாவின் படைப்புகளைப் படித்து அதன் சாரத்தைப் புரிந்துகொண்டு, சிலருக்கு மட்டுமே சொந்தமாகிவிட்ட அந்த இலக்கியத்தை மக்கள் எல்லோருக்கும் கொண்டுசேர்க்க வேண்டும் என்றும், அதன் மூலமாய் நாட்டுப் பற்றினை உண்டாக்க வேண்டும் என்றும் சொல்லி வந்தார்கள். இளம் தலைமுறையினர் அதைப்பற்றி ஆராய வேண்டும் என்றும், அவருடைய இலக்கியத்தை இசை – நாடக வடிவில் பரப்ப வேண்டும் என்றும் ஊக்குவித்து வந்தார்கள். அதன் பின்னணியில் முற்போக்கு எழுத்தாளர் சங்கம் உருவாயிற்று. முதல் மாநாடு தெனாலியில் நடந்தது.

1944இல் டிசம்பர் மாதத்தில் மாநில முற்போக்கு எழுத்தாளர் சங்கத்தின் இரண்டாவது மாநாடு விஜயவாடாவில் நடந்தது. அந்தச் சந்தர்ப்பத்தில் சிலகமர்த்தி லக்ஷ்மி நரசிம்மசாஸ்திரி அவர்களுக்கு சன்மானம் செய்தார்கள். மக்களின் கலை வடிவங்களை ஓவியக் கண்காட்சியாக ஏற்பாடு செய்தார்கள். மூன்றாவது நாளன்று குரஜாடாவின் 'கன்யாசுல்கம்' நாடகத்தை அரங்கேற்றினார்கள்.

அந்த நாடகத்திற்கு முத்துகிருஷ்ணா மேடைவடிவம் கொடுத்தார். குப்பா வெங்கட்ராம சாஸ்திரி இயக்கினார். கம்யூனிஸ்ட் கட்சித் தலைவர்கள், தொழிற் சங்கங்களின் அங்கத்தினர்கள் நாடகத்தில் பங்குபெற்றார்கள். கம்பம்பாடி சத்யநாராயண மற்றும் ஜோஸ்யபட்ல சத்யநாராயணா, இவர்களை தவிர கொமர்ராஜு பத்மாவதிதேவி, ஜோஸ்யபட்ல சுப்பம்மா, கொண்டபல்லி கோடேஸ்வரம்மா முதலான பெண்கள் சங்கத்து அங்கத்தினர்கள் உட்பட சிலர் அதில் நடித்தார்கள். இரவு 8:30 மணிக்குத் தொடங்கிய நாடகம் கிரீசம் வேடதாரியின், "டாமிட்! கதை திசை திரும்பிவிட்டது" என்ற இறுதி வசனம் வரும்போது கிழக்கு வெளுத்துவிட்டது. நடிகர்கள் அனுபவம் உடையவர்களாக இல்லாவிட்டாலும், நாடகத்தில் பாடல்கள் இல்லாவிட்டாலும் பார்வையாளர்கள் இறுதிவரை பொறுமையாகப் பார்த்தது வியப்பை அளித்தது. அந்த நாடகம் பார்வையாளர்களின் பாராட்டைப் பெற்றுவிட்டது.

'கன்யாசுல்கம்' நாடகத்தில் இருப்பது போன்ற பாத்திரங்கள் வேறு எந்த நாடகத்திலும் இல்லை என்றும், எல்லா பாத்திரங்களுமே உயிரோட்டத்துடன், இயற்கையாக இருக்கும் வசனங்கள் பார்வையாளர்களைக் கட்டுண்டவர்களாகச் செய்துவிட்டது என்றும் சொல்ல முடியும். இவ்வளவு நல்ல நாடகம் தெலுங்கில் வந்திருக்கிறதா என்று வியப்படைந்தார்கள். குரஜாடவின் இலக்கியம் எல்லா மக்களும் ஏற்றுக்கொள்ளும் வகையில் இருக்கிறது என்றும், நன்மையை வளர்க்கும் என்றும் அடையாளம் கண்டுகொண்டார்கள்.

'கன்யாசுல்கம்' நாடகத்தை மேடையேற்றிய பிறகு நாட்டுப்புறக் கலைவடிவங்களை (கட்சி நிகழ்ச்சிகளிலும், கூட்டங்களிலும்) அரங்கேற்றிக் கொண்டிருந்த கலைஞர்களைக் கொண்டு பிரஜா நாட்டிய மண்டலி நிறுவப்பட்டது. முந்தடுகு, 'அபநிந்தா', 'மா பூமி' முதலிய நாடகங்களை பிரஜா நாட்டிய மண்டலி ஆந்திர மாநிலம் முழுவதும் அரங்கேற்றியது எல்லோருக்கும் தெரிந்த விஷயம்தான்.

குரஜாடாவின் இலக்கியம் சில மேதாவிகளுக்கு மட்டுமென வரையறுக்கப்பட்டுவிட்டது என்றும், அதனை எல்லோருக்கும் கிடைக்கச்செய்ய வேண்டும் என்று யோசித்த கம்யூனிஸ்ட் கட்சி அவருடைய இலக்கியத்தை வெளியில் எடுத்து தூசி தட்டி மறுபதிப்பு செய்யவைத்தது. குரஜாட, கந்துகூரி நினைவு மற்றும் பிறந்த நாள் விழாக்களை நடத்திவந்தது. புத்தகக் கண்காட்சியிலும் இலக்கியக் கூட்டங்களிலும் புத்தகங்களை மலிவு விலைக்கு விற்பனை செய்தது. தொழிற் சங்கத்தின் அங்கத்தினர்கள் என்ற முறையில் ஊர் ஊராகச் சென்று புத்தகங்களை விற்பனை

செய்துவந்தோம். குரஜாடாவின் படைப்புகள் ஆந்திர இலக்கியத்தில் புதிய போக்கினை உருவாக்கும் என்றும், உலகக் கண்ணோட்டத்தின் மாறுதலுக்கு அடிகோலிட்டவர் குரஜாட என்றும் பலர் நம்பினார்கள். மாபெரும் கவியாக, முன்னோடியாக அறிஞர்கள் அவரைக் குறிப்பிட்டு வந்தார்கள். கட்சியினர் நினைவுக் கூட்டங்களை ஒவ்வொரு ஆண்டும் நடத்தி வந்தார்கள்.

கோர்க்கவா முத்துச்சரமாக வார்த்தைகளை,
புதுமை பழமையின் நற்பொருளை
மேலும்மேலும் மெருகேற்றி

என்று அவர் எழுதிய பாடல்களை மாநாடுகளில் பாடி வந்தோம். "கடந்த காலத்தில் நன்மைகள் குறைவுதான்" என்ற அவர் பாடலின் உள் அர்த்தமான உண்மையை விளக்கிப் பாடி வந்தோம், நடைமுறை மொழியில் பாடல்களை அமைத்து புதிய லட்சிய இலக்கியத்தை சிருஷ்டித்த குரஜாட நமக்கு வழிகாட்டி என்றார்கள். முன்னேற்றப் படைப்பாளிகள் அந்த உத்வேகத்துடன் இலக்கியத்தை உருவாக்கினார்கள்.

உண்மையில், இந்த நூற்றாண்டை ஆட்டிப்படைத்த இலக்கிய இயக்கங்கள் எல்லாவற்றிற்கும் குரஜாடாதான் வழிகாட்டி என்று சொல்வதற்காகவே ஆண்டு விழாக்களிலும் நினைவுக் கூட்டங்களிலும் எல்லோரும் அதிக எண்ணிக்கையில் பங்கு பெறுகிறார்கள் என்று தோன்றுகிறது.

புரட்சி மற்றும் பெண்ணிய இலக்கியத்தின் போக்கினைக் கூர்ந்து பார்த்தால் இந்த விஷயம் புரியும்.

நாட்டை நேசித்திடு!
நல்லதை மேலும் வளர்த்திடு
வெறும் பேச்சை நிறுத்திடு!
நற்செயல்கள் புரிந்திடு

என்று 56 வரிகளில் படைக்கப்பட்ட குரஜாடாவின் இப்பாடல் இந்திய இலக்கியத்திலேயே சிறந்தது என்றும், சர்வதேச ஒற்றுமையைப் போற்றுகின்ற தேசபக்திப் பாடல் என்றும் சந்திரம் போன்ற பெரியவர்கள் சொல்லிவந்தார்கள். பங்கிம்சந்திரரின் 'வந்தேமாதரம்', தாகூரின் 'ஜனகனமன', இக்பாலின் 'ஸாரே ஜஹான் சே அச்சா' போன்ற தேசிய கீதங்களைப் போன்று சிறப்பானது என்று பெரியவர்கள் சொல்வார்கள். உயர்வான எண்ணங்களைத் தோற்றுவிக்கும் இப்பாடலின் மேன்மை உணரப்படும்படியாகப் பாடவேண்டும் என்று புரிந்துகொண்ட கலைஞர்கள் நாங்கள். இவ்வளவு உயர்வான பாடல் பலரையும் சென்றடையச் செய்ய எங்களுக்குக் கிடைத்த வாய்ப்பை ஒரு அதிர்ஷ்டமாக எண்ணி, பிரார்த்தனை கீதமாகப் பாடி வந்தோம்.

சீர்திருத்த இலக்கியத்திற்கு அபூர்வமான பெருமையைச் சேர்க்கும் கதைகளை, சந்தர்ப்பத்தைப் பொறுத்துப் பாடி வந்தோம். நிலச்சுவான்தார் அமைப்பு முடிவடைந்து, முதலாளித்துவ அமைப்பாக உருமாறும் காலத்தின் யதார்த்தங்களைச் சுட்டிக் காட்டி எழுதப்பட்ட 'புத்தடி பொம்மா பூர்ணம்மா' கதையைக் கண்ணில் நீர் தளும்ப நாங்கள் பாடும்போது பார்வையாளர்களின் கண்களிலும் கண்ணீர் வழியும்.

தன் தாத்தாவின் வயதுடைய கிழவனைக் கணவனாக ஏற்றுக்கொள்ள முடியாமல், புகுந்தவீட்டுக்குப் போகும்முன் பூர்ணம்மா, அண்ணன் – அண்ணிகளை வணங்கி, "உங்கள் குழந்தைகளுக்கு என் பெயரைச் சூட்டியாவது, நாலுபேர் மகிழ்ந் திருக்கும் வேளையில் என்னை நினைவு கூருங்கள்" என்று சொல்லி விட்டுத் துர்க்கையம்மன் கோவிலுக்குச் செல்வதாகக் கதை.

அந்த வார்த்தைகள், உங்கள் குழந்தைகளுக்காவது நியாயம் செய்யுங்கள் என்று சொல்வதுபோலவும், அவள் உயிர்த்தியாகம், பணத்திற்கு ஆசைப்பட்டுத் தன்னைக் கிழவனுக்கு மணமுடித்த பிறந்த வீட்டாருக்குப் பாடம் புகட்டுவதுபோல் என்பதாகவும் உணரப்படும்.

> கண்ணின் ஒளி தாமரையை அடைந்தது
> உடலின் பொலிவு தங்கத்துடன் சேர்ந்துகொண்டது
> நளினமான அவள் நடை அன்னங்களுக்குச் சொந்தமானது
> துர்கையுடன் இணைந்துவிட்டாள் பூர்ணம்மா

என்ற வரிகளை குரல் தழும்பப் பாடும்போது, தாமரைகள் இருக்கும்வரை, தங்கம் ஜொலிக்கும்வரை பூர்ணம்மாவின் கதை நீடித்து நிலைத்திருக்கும் என்னும் பொருளில்தான் குரஜாட எழுதியிருப்பார் எனத் தோன்றும்.

'கன்யக' கதையைக்கூடப் பாடி வந்தோம். அக்கதையை, பீஸா லக்ஷ்மண ராவ், 'ஜமுகுல' கதைவடிவத்தில் அமைத்திருந்தார். நிலச்சுவான்தார் சமுதாய அமைப்பில் ஜமீன்தாரின் அகம்பாவத் திற்குப் பலியான ஒரு பெண்ணின் கதைதான் அது. பெண் என்பவள் அபலை அல்ல, துணிச்சல் மிகுந்தவள் என்று நிரூபிக்கும் கதை.

தான் ஜமீன்தாரின் கையில் சிக்கக்கூடாது என்ற எண்ணத் துடன், எதிர்ப்பு தெரிவிக்கும் விதமாய், "பட்டப்பகலில் நட்டநடு வீதியில், திருடர்கள்கூட செய்ய விரும்பாத காரியத்தை, நீ செய்யத் துணிந்துவிட்டாய். நாடாளும்அரசனாக இருந்தால், என்னைப் பிடித்துப் பார்" என்று நெருப்பில் குதித்து உயிர்விடுகிறாள். தன் உயிர்த்தியாகம் சமுதாயத்திற்கு ஒரு எச்சரிக்கையாக இருக்கும் எனக் கருதுகிறாள். பூர்ணம்மா கதை கண்ணில் கண்ணீரை வரவழைக்குமெனில், கன்யக கதை எண்ணங்களைத் தூண்டும்.

குரஜாட இந்த இரண்டு கதைகளையும் வேறுவேறு கோணங்களில் எழுதினாலும் இரண்டிலும் பெண்ணியவாதம் தென்படும். கடந்த நூற்றாண்டில் பெண்களுக்கு நிகழ்ந்த அநியாயங்களை எடுத்துக்காட்டியும் கண்டித்தும் இன்றும் முன்னோடியாக இருந்து வருகிறது.

'கன்யாசுல்க'த்தில் மதுரவாணியின் பாத்திரம் பூர்ணா, கன்யக பாத்திரங்களில் இருந்து வேறுபட்டது. இன்னல்களையும் சுகங்களையும் அனுபவித்து, சுய அனுபவத்தால் நன்மை தீமைகளை உணர்ந்து, அந்தக் காலத்து முரண்பாடுகளை எடுத்துக்காட்டி, பெண்களின் பிரச்சினைகளுக்குத் தற்கொலை தீர்வல்ல என்று எதிர்க்கும் துணிவிற்கு அடிகோலிட்ட பாத்திரமாக மதுரவாணியை உருவாக்கினார் என்று சந்திரம் போன்றவர்கள் சொல்லக் கேள்விப்பட்டிருக்கிறேன்.

இன்றும் அந்த நாடகத்தில் இருக்கும் பாத்திரங்களைப் போன்ற மனிதர்கள் சமுதாயத்தில் இருப்பதைப் பார்க்கையில், நூற்றாண்டல்ல, அதைத் தாண்டியும் கொண்டாடப்படும் இந்த நாடகம் என்று தோன்றும். அக்காலத்துப் புரட்சியாளர்களின் தியாகம், நேர்மை, துணிச்சல், இலக்கியத்தில் ஈடுபாடு அனைத்தும் போற்றத்தக்கவை.

மதத்திடம் இருக்கும் தீவிர ஈடுபாட்டினால், மனித நேயத்தை மறந்து செயல்படுவதைப் பார்க்கும்போது,

மனங்கள் ஒன்றுபட்டு வாழ்ந்தால், எந்த மதமாக இருந்தால் என்ன? நல்லது கெட்டது மட்டுமே இரண்டு மதங்கள்.
நன்மை என்பது பறையனாக இருந்தால் நான் பறையனாகவே இருப்பேன்.

என்ற வரிகளைத் திரும்பத்திரும்பப் பாடத் தோன்றும்.

பெண்ணியக் கவிதைகளைப் பத்திரிகைகளிலும், புத்தகங்களாகவும் பார்க்கும்போது, "நவீனப் பெண்மணிகள் வரலாற்றினைத் திரும்ப எழுதுவார்கள்" என்று சொன்ன குரஜாட நினைவுக்கு வருவார். இலக்கிய வானில் காளிதாசன் என்றும் ஒளிவீசிக் கொண்டிருக்கும் நட்சத்திரம் என்றால், நவீன இலக்கிய உலகத்தில் குரஜாட அணையாத விளக்காக ஜொலித்துக் கொண்டிருப்பார். குரஜாட நாடகத்திற்குத் தெலுங்கு இலக்கிய ரசிகர்கள் நூற்றாண்டு விழா நடத்துவது வரவேற்கத்தக்கது.

குரஜாடாவின் காலடிச் சுவடிகளைப் பின்பற்றி கவிஞர்கள் எல்லோரும் தன்னம்பிக்கை தளராமல் முன்னேற்றப் பாதையில் நடக்க வேண்டும் என எண்ணி நினைவாஞ்சலி அர்ப்பணிக்கின்றேன்.

விசாலாந்த்ரா

சந்தூ வளர்த்த செடி

சந்தூ!
நீ நட்ட கறிவேப்பிலைச் செடியிலிருந்து
இலைபறித்துச் சமைக்கும்போதெல்லாம்
உன் நினைவுதான்
அம்மாவின் வாழ்க்கையை ஆராய்ந்து
காலத்தை முழுவதுமாகப் பரிசீலித்து
துணையில்லாத அம்மாவிற்கு
பணி தந்து ஹாஸ்டல் நிழல்தரும்
கறிவேப்பிலையின் தேவை
ஹாஸ்டலுக்கு வரும் என
அன்றே ஊகித்து உணர்ந்துவிட்டாயா?

சந்தூ!
போலீசார் உன்னைத் துரத்தி
வீட்டுக்குள் புகுந்து
அம்மாவுக்குத் தொல்லை கொடுத்து
வீடு முழுவதும் சோதித்து,
உன் படங்களைக் களவாடி,
கலையும் பண்பாடும் ஊடாடிய
வீட்டைச் சிதைத்து,
இருளைப் பரப்பி,
புரட்சிக்காரன் என்று துன்புறுத்தி,
இறுதியில் எங்கோ உனைக்கொன்று
உடலையேனும் காட்டுமாறு கெஞ்சிய
அம்மாவுக்குக் கண்ணீரைத்தான் காட்டுவார்கள்
என்று முன்பே ஊகித்துவிட்டாயா?

சந்தூ!
உன் நினைவுகள் என்றும் மறையாதிருக்கத்தான்
கொல்லையில் கறிவேப்பிலை நட்டாயோ?
உன்விருப்பம் போல்
துளிர்த்துப் படர உன்அன்பை உரமாக்கி
அதன்வளர்ச்சிக்குத் துணை புரிந்தாயோ?

சந்தூ!
ஒளிரும் மின்விளக்காய் மாணவர் மேடைகளில்
நாட்டை நேசமுள்ள தேசபக்தியை மதுரமாய்ப் பாடிய மகனே
காண்போர் கைதட்டிப் பாராட்டி மகிழ்ந்த நன்மாணாக்கனே
ஒரு புகைப்படம் கூட இல்லாத நீ
எப்படி இந்த அம்மாவிற்கு
உன் தோற்றத்தை நினைவுறுத்துவாய்?

சந்தூ!
படைப்பாளியாய்,
கறிவேப்பிலைபோல் நற்குணங்களின் குவியலாக,
நீ நட்ட மரமாய்
மானுட முன்னேற்றம்போல் எங்கும் பரவும் கிளைகளாய்
அதில் துளிர்க்கும் பூக்களும் இலைகளும் உன் கண்களாய்
அம்மாவைப் பார்க்கும்போது
அம்மாவிற்கு நீ ஓவியமாகத் தென்படுவாயோ?
ஒரு ஓவியனாய் அம்மாவின் கவலையைத் தீர்த்து வைப்பாயோ?

சந்தூ!
அம்மாவின் இடுப்பில் பதுங்கி,
கன்னத்தில் கைகளை இழைத்து,
பாசத்தைக் காட்டிய இளம்சிசுவாய்
போலீசாரிடம் சிக்காத அந்த உருவத்தை
அம்மா தன் இதயத்தில் பொதிந்து வைத்திருக்கிறாள்.

சந்தூ!
போலீசாரிடம் சிக்காத அந்த
அழகான தோற்றத்தில்தான்
நிலவொளியாய் மரத்தைச் சுற்றிப் படர்ந்து
பிரியமுடன் அம்மாவைப் பார்த்து
வாழ்க்கைப் போராட்டத்தில் களைத்த
எதை இழந்தும் தாய்மை இழக்காத அம்மாவின் மீது
குளிர்ந்த நினைவுகளைத் தூறல்களாய்ப் பொழிகிறாயோ

மானுட வாழ்க்கைக்கு வழிகாட்டும் இயற்கைக்கும்,
இயற்கைக்கு அழகூட்டும் மரங்களுக்கும்,
அன்புக்காகத் தவிக்கும் அம்மாவுக்கும் இடையே
உறவுகளை வளர்ப்பதுபோல்
தாளிக்கையில் நறுமணத்தை பரப்பிச் சத்தமிடுகிறதடா
உன் மரத்துக் கறிவேப்பிலை

சந்தூ!

(பதிப்பிக்கப்படாத கவிதை)

அமர வீரர்களுக்கு அஞ்சலி

தெலுங்கு நாடு நமது அம்மா!
தெலுங்கு இனம் நமது தாயே!
வீரர்களைப் பெற்றவள் இந்தத் தாய்!
வீரத் தாய்மார்களின் பிறப்பிடம் இந்தப் பூமி!

(தெலுங்கு ...)

நம் பாப்பாராயனைஅம்மா!
என்றும் மறக்க முடியாது தாயே!
புத்தவரத்தில் பிறந்து
இந்த பூமிக்கும் வெளிச்சத்தைக் கொடுக்க
சுதந்திரம் தேவையென்ற லட்சியம் கொண்டு
சமத்துவத்திற்காகப் போராட இளைஞர் சக்தியைச் சேர்த்து
துணிச்சலுடன் தானே சாரதியாக நின்றான்!

(தெலுங்கு ...)

வேற்று அரசை வழிபட்டுப்
பின்பற்றும் ஆளுபவர்கள்
மலபார் போலீசை வலிய அழைத்து
முசுநூறு எனுமிடத்தில் கும்மிருட்டில்
அவனை ஆயுதமின்றி நிறுத்தினார்கள்!
அந்த வீரனை நீ யார் எனக் கேட்டார்கள்
ஆயுதம் கொடுத்து யார் எனக் கேளுங்கள்
தானாகப் புரிந்துவிடும் என்று சொன்னானே
கொலைகாரர்கள் மிரண்டு
அந்த வீரனைச் சுட்டுவிட்டார்களே!

(தெலுங்கு ...)

அந்த வீரனை நினைத்து,
கொள்கையை மனதிருத்தி
முன்னோக்கி நடந்து செல்
கையை உயர்த்தி ஓடி வா
நாம் அவனுடைய தங்கைகள்

(தெலுங்கு ...)

அவன்தான் ஜகன்னாதராவ்
மக்களுக்காகவே பிறந்தவன்
நிலமும் நீரும் பிரபுக்களுக்கல்ல
உழுகின்ற ஏழைக்குச் சொந்தம் என்று சொன்னவன்
போர்க்களத்தில் முன்னின்றவன்
நதிசூழ் நிலத்தைச் சுவர்க்கமாக்க

உறுதி கொண்டவனைப்
பகைகொண்டு தேடினார்கள்
எங்கும் தேடி சிறைப்படுத்தினார்கள்
ரகசியங்களைக் கேட்டுத் துன்புறுத்தி,
பாசிஸப் போலீசார் இறுதியில்
உயிரை எடுத்து விட்டார்களே!

(தெலுங்கு . . .)

லட்சிய சாதனை உயிர்த்தியாகிகள் புத்திரிகள் நாமென
குரல் எடுத்து பாடம்மா
பூமித்தாய் கண்ணீர் வடிக்க
இசை முழக்கமிட்டு அஞ்சலி செலுத்தம்மா

(தெலுங்கு . . .)

அனுமால்லபூடி யாரெனத் தெரியுமா!
நகைச்சுவை அவன் சொத்து அம்மா
மக்களுக்கு உயிருக்கும் மேலானவன்
உழவர்களின் நாயகன்
ஊழல் ஆட்சிக்கு எதிர் நின்று
பகைவனின் இதயத்தில் ஈட்டியாக இருந்தவன்!

(தெலுங்கு . . .)

அடிமைத் தளை ஒழிக்க இயக்கமொன்று
தொடங்கியவனைச் சிறை அடைத்தார்களே
வஞ்சகமாய்க் கடலூருக்கு அனுப்பி
நான்கு சுவர்களுக்கு நடுவில்
தாக்கவந்தான் பொய்க் குற்றம்சாட்டி
துப்பாக்கியால் அவ்வீரனின் உயிரையே எடுத்தார்களே

(தெலுங்கு . . .)

அந்த அமரர்களின் ஆத்மசாந்திக்காக
தியாக மூர்த்திகளின் லட்சியம் நிறைவேற
முன்னோக்கி நட
சுதந்திரமாகச் செங்கொடி ஏந்து
கவலை நமக்கில்லை தங்கச்சி
பகைமையை வளர்த்துக்கொள்
நம் இனத்திற்காக நம் உரிமைகளுக்காக
ஓரிருவர் அல்ல
நூற்றுக்கணக்கானவர் உயிர் துறந்தார்கள்
அந்தத் தியாகம் மக்களாட்சியாய் உதயமாகும்
அசுரர்களின் ஆட்சி முடிவடைவது சத்தியம்
இளைஞர்தம் சக்தியைத் தட்டி எழுப்பு

வீரர்களின் வாரிசுகள் என்பதை நிரூபித்து
நம் விசாலாந்த்ராவில் போர்வீரர்களுக்குக் குறைவில்லை
என்று பறைசாற்று,
நகர்ந்து முன்னுக்குச் செல் அம்மா
கொடுங்கோல் பழனியப்பன் போன்றோரை
மக்கள் நீதிமன்றத்திற்கு இழுத்துத் தூக்குமேடை ஏற்ற
நகர்ந்து முன்னோக்கிச் செல் அம்மா
நம் புகழை இவ்வுலகிற்குப் பறைசாற்ற!

(தெலுங்கு...)

(1948–51 கடுமையாகத் தடைசெய்யப்பட்ட காலத்தில் உயிர்த்தியாகம் செய்த வீரர்களுக்கு நினைவு அஞ்சலியாக எழுதிய கவிதை. தேர்தல் மேடைகளில் தாபி ராஜம்மாவுடன் நான் சேர்ந்து பாடிய கவிதை.)

புகைப்படங்கள்

நந்திகாம சிறைச்சாலை –
நின்றுகொண்டிருப்பவர்கள்: கொண்டபல்லிகோடேஸ்வரம்மா, மோட்டூர் உதயம், டாக்டர் அச்சமாம்பா, வெல்லங்கிஅன்னபூர்ணா
உட்கார்ந்து இருப்பவர்கள்: மானிகொண்ட சூர்யாவதி, காட்ரகட்ட ஹனுமாயம்மா, வித்யா கனுக, டி.சாவித்திரி தேவி, கடியால புல்லெம்மா, கோகராஜு வெங்காயம்மா, தாபிராஜம்மா

காகிநாடா ஹாஸ்டலில் (வலது பக்கம் நாற்காலியில் அமர்ந்திருக்கும் நபர்)

பேத்திகள்அனுராதா, சுதாவுடன் கொண்டபல்லி சீதாராமய்யா

மூன்று கொள்ளுப் பேத்திகளுடன் கொண்டபல்லி கோடேஸ்வரம்மா

காளோஜி நாராயண ராவ் முன்னிலையில்
மகள் கருணா, மாப்பிள்ளை ரமேஷ் திருமணம்

டாக்டர் அச்சமாம்பாவின் நினைவுக் கூட்டத்தில் சொற்பொழிவாற்றும்
கோடேஸ்வரம்மா, பின்னால் அமர்ந்து இருப்பவர்கள் தாபி ராஜம்மா,
ஜிலானி பானோ, ஓல்கா

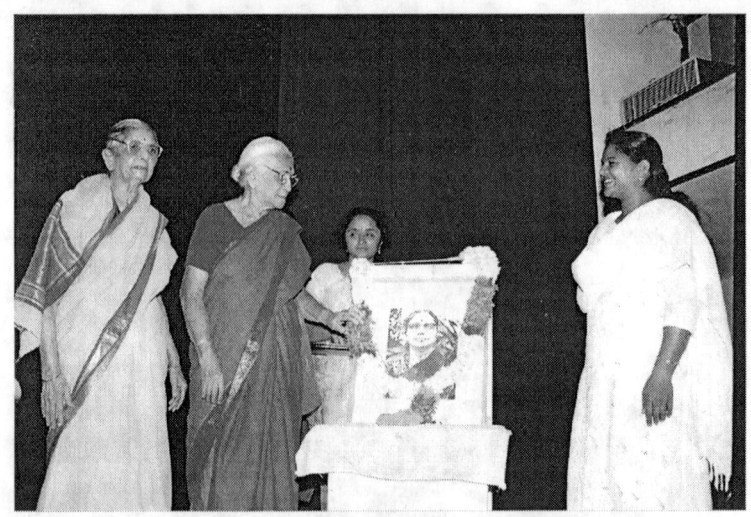

அச்சமாம்பாவின் சபையில் கோடேஸ்வரம்மா, கொடவடிகண்டிவரூதினி

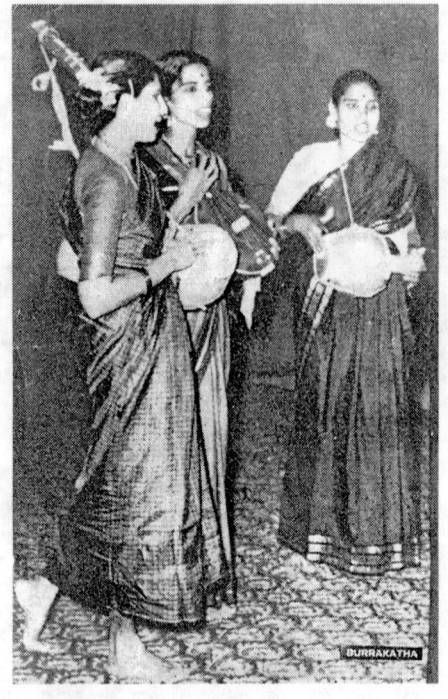

புர்ர கதை சொல்லும் கோடேஸ்வரம்மா